ધુતારો-૩

આબિદ સુરતી

"Connect the Vision"™
Nexus Stories Publication
Bhārata

NEXUS STORIES PUBLICATION®
Surat, Gujarat, India.

Title – ધુતારો-૩

First Published by Nexus Stories Publication ૨૦૨૩

ISBN # 978-81-19178-57-5

Publication
Nexus Stories Publication™, Surat (Gujarat), Bhārata.
www.nexus-stories. com # +91 87800 80718 # www.nexu-stories.in

અર્પણ

ફિલ્મક્ષેત્રે જેમણે .
મારા જીવનમાં નવું
પૃષ્ઠ ખોલ્યું
સફળ ફિલ્મોના સફળ દિગ્દર્શક
રાજ ખોસલાને

લેખકની કૃતિઓ
નવલકથાઓ

• ધુતારો ભાગ ૧-૨-૩ • સુખનો રેલો સામે પાર • આભમાં ખીલેલું ફૂલ • વસંત આવ્યાનો મને વહેમ • ગુલાબી સંધ્યાના પડછાયા • બે વરસની મધરાતે • પાંપણ પારનો પ્રદેશ • વાસકસજ્જા • ખાલીપો • રડતાં ગુલમહોર • બોત્તેર વર્ષનો બાબો • કાળાં ગુલાબ • કુંડલી • પગલે પગલે પ્યાર • રંગ બદલતી રોમા • અલગ માટીના મરદ • તૂટેલા ફરિસ્તા • દીકરા અને દીપડા • નાના નાના રાક્ષસ • અધૂરા અનેક • આઠમું આકાશ • કાઃપુરૂષ • મહાપુરૂષ • બરફના ચહેરા • ડાઘ • કાળા સૂરજની કન્યા

નવલિકાસંગ્રહો
• એક હાથ કાંડા સુધી • મારી શ્રેષ્ઠ વાર્તાઓ

નાટક
• જલદી કર જુલિયેટ • વરુ જોડે એક રાત

પ્રવાસવર્ણન
• એક ઝલક જાપાનની

કાર્ટૂનસંગ્રહો
• રંગતરંગ • રંગત • રંગતાળી • રંગલખુડી

બાળકથા
• ઢબ્બૂજીનો ખજાનો ભાગ : ૧-૨

લેખકની કૃતિઓ (હિંદી)

નવલકથા
ટૂટે હુવે ફરિસ્તે
અસ્વાદ
બહત્તર સાલકા બચ્ચા
કુંડલી
ઉસ પાર કા મર્દ
લબંગી
દાગ
કાપુરૂષ : મહાપુરૂષ
કાલી કિતાબ
વાકસજ્જા
એક રાત
દૌડ
સાંપ કાટે કા મંતર
ગુલમહોર કે આંસુ
સિંહાસન બત્તીસી

પ્રવાસવર્ણન
આવારા આબિદ

પૉકેટબુક
બૉબી
કુંતલ
જબીન
તહલકા
બડે ઘર કી બહુ
કાપુરૂષ
વાસકસજ્જા
કાલી કિતાબ

સંપાદન
ગુજરાતી કી શ્રેષ્ઠ હાસ્યકથાએ
ગુજરાતી કી પુરસ્કૃત કહાનિયાં
શ્રેષ્ઠ બાલ હાસ્ય રચનાએં

વાર્તાસંગ્રહ
પચ્ચીસ પત્તિઓંવાલા પેડ

બાળ કથા
નવાબ રંગીલે
૩૬૫ કહાનિયાં
૩૬૫ ચુટકુલે
૩૬૫ પહેલિયાં
ઢબ્બૂજીકા ખજાના ભાગ : ૧-૨

'ધુતારો' અને રામાયણ

આ નવલકથા બહોળા વાંચક વર્ગને નજર સમક્ષ રાખી લખાયેલું સર્જન છે. આની શરૂઆત કરતાં પહેલાં મારા વિચારો સ્પષ્ટ હતા : મારે માત્ર વિશુદ્ધ મનોરંજન નથી પીરસવાનું, એક સભાન સર્જક તરીકે સમાજ ઘડતરમાં કાંઈક ફાળો પણ નોંધાવવાનો છે. આજનાં યાંત્રિક જીવનમાં જાણેઅજાણે સપડાયેલા, થાકેલા, હારેલા, ભાંગેલા જીવોમાં આશાનો સંચાર પણ કરવાનો છે.

દ્રષ્ટિ ચોક્કસ હોય તો લક્ષ્ય પણ ચોક્કસ પાર પડે. વધુ નહીં તો કમ સે કમ કેન્સરના દર્દીઓમાં આ નવલકથા જરૂર નવી આશા જન્માવશે. આમાં મારા પાત્ર સુનીતા દ્વારા રજૂ કરાયેલા કેન્સરનો કેસ તથા તેના સફળ ઉપચાર સત્ય ઘટનાને આધારે લેવાયો છે. આદિવાસી સંસ્કૃતિનાં પ્રકરણોમાં બસ્તરની મુરીઆ જાતિ પર લખાયેલા સંશોધન-ગ્રંથોનો મેં આધાર લીધો છે. તેઓની રહેણી–કરણી, સંસ્કાર ઘડતર, માન્યતાઓના ઉલ્લેખ મારા નથી, તેઓના છે. આપણા સાહિત્યરસિયા વાંચક વર્ગમાં એક ભ્રમ આ છે કે કોઈ કૃતિ ખૂબ જ લોકપ્રિય થાય તો તેને 'સસ્તી' રચનાનો ઠપ્પો લગાડી દેવામાં આવે છે. હું તેઓને માત્ર એક જ પ્રશ્ન કહું છુઃ 'રામાયણના ગ્રંથને તમે શું કહેશો?'

સંદેશમાં હપ્તાવાર પ્રકાશન શરૂ થયું ત્યારે મને સપને પણ ખ્યાલ નહોતો કે આ નવલકથા 'રામાયણ' સીરિયલની સમાંતર દોડશે. દર રવિવારે ટી.વી. પર રામાયણ હોય અને સદેશ પૂર્તિમાં ધુતારો.

'આ બંને હપ્તાઓ અમે ચૂકતા નથી.' અનેક વાચકોના પત્રો દ્વારા આ પડઘા ઊઠ્યા ત્યારે મને હર્ષ સાથે ગર્વ પણ થયો. જોગાનુજોગ જે રવિવારે રાવણનો વધ થયો તે જ રવિવારે આ કથાનો ખલનાયક કાલીચંદ પણ મૃત્યુને ભેટ્યો. એક વાંચકે લખ્યું... 'એક સાથે બે મહાન પાત્રો ઢળી પડે ત્યારે પથ્થરહૃદય પણ રડી ઊઠે.'

એ સર્વે વાંચકોને સો સો સલામ!

આ સર્વે વાચકોનો હું આભારી છું. મારા મિત્ર, હિતેચ્છુ જયંત જરીવાલા (સંદેશ)નો હું વિશેષ ઋણી છું. કારણ કે મારી પાસે નવલકથા લખાવવા માટે ટેલિફોન પર વારંવાર ફરમાઈશ કરી, અંતે કટાળી મારા ઘરને પોતાની ખેઠક બનાવી ન હોત તો કદાચ 'ધુતારો'નું સર્જન પણ થયું ન હોત.

આ જ નવલકથામાં મેં ક્યાંક ટાંક્યું છે — ''પત્રકારો અને ઉંદર એક વાર ઘરમાં ઘૂસી આવે તો તેને બહાર કાઢવા મુશ્કેલ હોય છે.'' હવે તમે પણ માનશો કે આ વાત અનુભવની છે.

આબિદ સુરતી
૬૦/૧ આલ્વેઝ ઍપાર્ટમેન્ટ,
હિલ રોડ, બાંદ્રા (પશ્ચિમ),
મુંબઈ : ૪૦૦ ૦૫૦
૧૪ જુલાઈ ૧૯૮૮

'સંદેશ' ના વાચકોના પત્રોમાંથી

ધુતારો વિષેના મનોભાવ વ્યક્ત કરવા આ જડ એવી પેન પણ અસમર્થ છે.

– કુ. નીતા ગાલા (કચ્છ)

સુંદર સાહિત્યથાળ પીરસવા માટે આપનો આભાર માનીએ છીએ.

– જિતેન્દ્ર જોષી (વલસાડ)

દરેક પ્રકરણના અંતે આગલા પ્રકરણમાં શું આવશે, તેના વિચારમાં બાકીના દિવસો ક્યાં પસાર થઈ જતા તેનો ખ્યાલ સુધ્ધાં ન આવતો.

– હસ્મિત દવે (અમદાવાદ)

'સમાપ્ત' શબ્દ વાંચતાં મને ઊંડો ધ્રાસ્કો પડેલ છે. ઘરની કોઈ વ્યક્તિનું મૃત્યુ થાય તો યે આટલું દુ:ખ ન થાય. આ લખતાં હું રડી રહ્યો છું.

– ભવાન મકવાણા (નળસરોવર રોડ)

'ધુતારો' મને ફરી ફરી વાંચવા મજબૂર કરે છે. કેટલાક હપ્તા એવા છે જે મેં બબ્બે વાર વાંચ્યા.

– દિનેશ વસાવા (અંકલેશ્વર)

આજે બીજા નવલકથાકારો માયાવી સૃષ્ટિ ઉત્પન્ન કરી વાંચકોને સંપત્તિ તરફ પ્રેરે છે જ્યારે આપે સંપત્તિના બદલે સંતોષનો માર્ગ બતાવેલો છે.

– વિનોદ શીવજી (ભુજ)

ધુતારો તથા રામાયણના અંત આજના રવિવારે આવ્યા આશ્ચર્યની વાત છે. 'રામાયણ' ટી.વી. સીરિયલમાં રાવણનો અંત સાડા દસે થયો. મારી પ્રિય નવલકથામાં રાવણ કાલીચંદનો અંત રામ કોસાએ બે કલાક પહેલાં કર્યો.

– ગોપાલ ભાવસાર (બોરસદ)

જેટલો મને રામાયણ સીરિયલનો ઈંતેજાર રહેતો, તેટલો જ મને દર રવિવારે આ નવલકથાના હપ્તાનો ઈંતેજાર રહેતો.

– પરેશકુમાર માધવલાલ (સિદ્ધપુર)

આપે નવલકથામાં જે પાત્ર આપ્યાં છે તે ખરેખર ઘણાં જ સુંદર આલેખ્યાં છે. તેમાંયે કાલીચંદની બુદ્ધિ દાદ માગી લે તેવી છે.

– અમૃતલાલ પ્રજાપતિ (બનાસકાંઠા)

આપે દરેક પાઠકને એકવીશમી સદીમાં લઈ જવાનો સરસ પ્રયત્ન કર્યો છે. તમે બતાવેલ 'સતીપ્રથાનો વિરોધ' એ દરેક પાઠકના જુસ્સામાં ઉમેરો કર્યો છે.

– દિપકકુમાર એમ. (ઈડર)

ખરેખર 'સરસ્તીચંદ્ર' નવલકથા પછી જો કાઈ નવલકથાને ગુજરાતી ગદ્ય સાહિત્યમાં સ્થાન મળતું હોય તો તે 'ધુતારો' જ છે.

– ઉપાધ્યાય બી. સી. (પંચમહાલ)

ખુલાસો

શિવામ્બુ–સ્વમૂત્ર પ્રયોગ બાબત ‘સંદેશ’ના અનેક વાચકોના પત્રો મળ્યા છે. દરેક વાચકના પત્રમાંથી એક જ પડઘો ઊઠે છે કે આમાં સત્ય કેટલું અને કલ્પના કેટલી? સ્વમૂત્ર ચિકિત્સા બાબત મેં ત્રણેક વર્ષ પૂર્વે નાનુભાઈ ચિતલિયાનો ‘ભૂમિપુત્ર’માં પ્રકાશિત એક પત્ર વાંચ્યો હતો. શીર્ષક હતું : ‘ભૂત નહીં. હું જ છું.’ આ પત્રે મને પ્રભાવિત કર્યો હતો અને આ વિષય પર મેં સંશોધન શરૂ કર્યું હતું.

ત્યાર પછી એટલે કે એપ્રિલ ૧૯૮૭ માં મારી એક મિત્ર સ્વમૂત્ર-પ્રયોગ દ્વારા મારી નજરો સામે કેન્સરના ત્રીજા તબક્કામાંથી બેઠી થઈ અને મને આ બાબત લખવાની પ્રેરણા મળી. આ મિત્રનો સંપૂર્ણ કેસ મારા પાત્ર સુનીતા દ્વારા મેં ‘ધુતારો’માં વર્ણવ્યો છે. બાકીનાં વર્ણનો તથા રોગોના ઇલાજો નીચેનાં પુસ્તકના આધારે લીધાં છે:

(૧) માનવમૂત્ર, લેખકઃ શ્રી રાવજીભાઈ પટેલ.
પ્રકાશકઃ ભારત સેવક સમાજ
પાનકોર નાકા, અમદાવાદ.

(૨) ઓટો યુરીન થેરપી (અંગ્રેજી) લેખકઃ શ્રી જગદીશ.

(૩) વૉટર ઓફ લાઈફ (અંગ્રેજી) લેખકઃ શ્રી જે. ડબલ્યુ. આર્મ સ્ટ્રોંગ.

આ ત્રણે પુસ્તક આધારભૂત મનાય છે. અને સરળતાથી પુસ્તક વિક્રેતા પાસેથી મળી શકે છે. ‘સર્વોદય’ સ્ટોલ પર આ પુસ્તક અચૂક મળશે. અમદાવાદમાં શિવામ્બુનાં સલાહ કેન્દ્રો પણ છે. સરનામું : C/o સંયુક્ત સદાચાર સમિતિ, લાલ દરવાજા, અમદાવાદ–૧ (સમય સાંજના ચારથી છ સુધી) બીજુ સરનામું : ‘કોચરબ આશ્રમ, પાલડી, અમદાવાદ–૭ (સમય : સવારે આઠથી સાડા નવ) અંતે વાચકોને આટલી વિનંતી કે કાંઈ પણ પ્રયોગ કરતાં પહેલાં ઉપર દર્શાવેલાં પુસ્તક વાંચી જવા જરૂરી છે.

–આબિદ સુરતી

૧

સુનીતાની નજર ફાટકની દિશામાં ગઈ અને તેનો ચહેરો અચાનક કરમાઈ ગયો. પૂજાને બંને હાથમાં ઊંચકી ઊભેલા કોસોને જોતાં તેણે ધારી લીધું કે જરૂર કાંઈ અમંગળ થયું હશે ! પુજાને અકસ્માત નડ્યો હશે કે પછી તે કોઈ ગંભીર રોગનો શિકાર બની હશે! નહિતર કોસો તેને ઊંચકી ન લાવે.

તે ઊભી થવા જાય એ પહેલાં ડૉ. કાલીચંદ દોડી આવ્યો. 'મારી દીકરીને કાંઈ થયું તો નથી ને?'

પૂજાને પગભર કરી દેતાં કોસો સ્થિર દૃષ્ટિએ કાલીચંદ સામે જોઈ રહ્યો. મહિના પહેલાં તેણે જે કાલીચંદને જોયો હતો તે બિલકુલ પોતાની જેવો આદિવાસી હતો. ખભા સુધી ઝૂલતા વાળ, વાળને ઘેરતી કપાળે બાંધેલી પટ્ટી, ઉઘાડી છાતી પર શોભતી માળાઓ, કમર નીચે ગમછો અને ઉઘાડા પગ.

અત્યારે તેની સામે કાળા સૂટમાં એક ડૉક્ટર ઊભો હતો. છાતી પર ફિટ બેસેલા ઘેરા જાકીટ હેઠળ સફેદ ખમીશ હતું. ગળામાં વાદળી રંગની ટાઈ હતી. માથાના વાળ સુઘડ રીતે કપાયેલા અને ટૂંકા હતા. વિશેષમાં તેની ઠોડી પર સફાઈદાર દાઢી તથા આંખ આડે જાડી ફ્રેમનાં ચશ્માં હતાં.

કાલીચંદને પ્રેમપૂર્વક ધસી આવેલો જોઈ પૂજા મૂંઝવણમાં મુકાઈ ગઈ. છેલ્લાં ત્રીસ દિવસમાં કાલીચંદના ભૂતકાળ વિષે તેણે જે કાંઈ જાણ્યું હતું એ તેના મનમાં ઘૂમરીઓ લઈ રહ્યું હતું. તેણે સપનામાં ય નહોતું ધાર્યું કે નવા લેબાસવાળો કાલીચંદ આટલો વિવેકી હશે !

'બિલકુલ ઠીક છું.' તેના પ્રશ્નનો ટૂંકો ઉત્તર કઈ પૂજા પોતાની માતાની દિશામાં પગલાં ભરી ગઈ.

હવે કાલીચંદે કોસો સામે જોયું. 'દીકરા !' તેનો હાથ પોતાના હાથમાં લઈ ચટાપટાવાળી છતરી હેઠળ બેઠેલાં મા–દીકરી તરફ પગલાં ભરતાં કાલીચંદે કહ્યું, 'મને આ વેષમાં જોઈ તને આશ્ચર્ય થાય એમાં નવાઈ નહીં. તને થોડાંક પ્રશ્નો યે પજવતા હશે; પરંતુ એના ખુલાસા માટે આપણી પાસે પુષ્કળ સમય છે.'

અહીં સુનીતા પુત્રીની ઊલટતપાસ લઈ રહી હતી. 'પણ કોસોએ તને ઊંચકી લાવવાની શી જરૂર પડી?'

'મમ્મી, જાણે વાત એમ બની કે...' તે સહેજ મૂંઝાઈ ગઈ. 'હવે તને કેમ સમજાવું કે કોસો શરત હારી ગયો.'

'શેની શરત?'

'ઉખાણાં પૂછવાની.' તરત તેણે બહાનું ધરી દીધું,

'એટલે મને ઊંચકી તેને લાવવી પડી.'

કાલીચંદે પહેલાં કોસોને એક ખુરશીમાં બેસાડી તેની પડખે સ્થાન લેતાં પૂજાને મજાકમાં પૂછ્યું, 'અને તું હારી જતે તો?'

સુનીતા હસી પડી.

આ તકનો લાભ લઈ પૂજાએ ચર્ચાનો વિષય બદલી નાખ્યો. 'મમ્મી ! તું તો બિલકુલ તંદુરસ્ત લાગે છે!'

'એ બદલ આપણે કાલીચંદભાઈનો આભાર માનવો રહ્યો.'

'બેન !' તે સુનીતાને સંબોધી બોલી ઊઠયો, 'આભાર ઈશ્વરનો માનો. એની મરજી ના હોત તો હું શું કરી શકત! '

'તમે નિમિત્ત બન્યા એ તો ખરું ને?'

'હા. એટલો જશ હું ખાટી શકું.'

કોસો મૌન બેઠો હતો. કાંઈ કેટલા યે પ્રશ્નો તેના મનમાં ડહોળાઈ રહ્યા હતા. કાલીચંદે એક વાકય ઉચ્ચારી તેને નિઃશબ્દ કરી દીધો હતો. સમય પુષ્કળ હતો, એ વાતે ખોટી નહોતી. કોસોએ પણ મનોમન નક્કી કર્યું : તેલ

જોવું, તેલની ધાર જોવી. ઉતાવળ કરવાનો કાંઈ અર્થ નહોતો. વહેલાં-મોડાં કાલીચંદ તેના ઘેરામાં સપડાવાનો હતો અને આ બાબત તેને લગારે શંકા નહોતી.

પૂજા નહોતી ઈચ્છતી કે કાલીચંદ જોડે અહીં વધુ સમય વેડફાય. તેની અધીરાઈ સ્વાભાવિક હતી. એકાંત મળતાં તે સુનીતા પાસે મન ખોલીને વાતો કરવાની હતી. ઝાંઝાં ગામમાં કોસો જોડે ગાળેલા અનેક દિવસનો હિસાબ દઈ અંતે તે લગ્ન બાબત પોતાનો નિર્ણય જાહેર કરવાની હતી.

'અમારું ગામ કેવું લાગ્યું ?' કાલીચંદે નવેસરથી શરૂઆત કરી.

'સરસ.'

'રેખાચિત્રો દોરવા માટે તને અઢળક વિષયો મળ્યા હશે?'

'ખરું.'

'તારી સ્કેચબુક હું જોઈ શકું?'

હવે પૂજાને લાંબો ઉત્તર દેવો પડ્યો, 'કાલીચંદભાઈ, અત્યારે હું ખૂબ થાકેલી છું.'

'અને આવતી કાલે હું પાછો માંડુ ચાલ્યો જઈશ.'

' ના!' સુનીતા વચ્ચે બોલી ઊઠી, 'માઈલોનો પ્રવાસ ખેડી આવ્યા છો. એક અઠવાડિયું રોકાવું પડશે!'

કાલીચંદે સસ્મિત જણાવ્યું, 'તમારો આગ્રહ હશે તો એક આખું વર્ષ રોકાઈ જઈશ.'

'આ બંગલો તમારો જ છે.'

'મમ્મી!' અકળામણ અનુભવતાં પૂજા વચ્ચે બોલી ઊઠી, 'ભૂખ લાગી છે.'

'ઓહ ! હું કહેતાં જ વીસરી ગઈ.' સુનીતાએ કહ્યું, 'અમે હમણાં ડિનર લીધું છે. તું કોસો જોડે જમી લે.'

પૂજા ઊભી થઈ ગઈ, કોસો બેઠો રહ્યો.

'પૂજા !' તેણે સૂચન કર્યું, 'આપણે અહીં જમીએ તો ?'

પૂજાએ પળભર તેના ચહેરામાં જોયું અને પાછી બેસી ગઈ.

સુનીતાએ ઊભી થતાં કહ્યું, 'તમે ત્રણે ગપ્પાં મારો. રસોયાને સૂચના દઈ હું મારા ઓરડામાં જઇશ. સૂવાનો મારો સમય થઈ ગયો છે.'

હવે કોસોએ શરૂઆત કરી. પહેલો પ્રશ્ન તેણે પથ્થરની જેમ ઉછાળ્યો, 'મારી મા ક્યાં છે?'

'સ્વર્ગમાં.'

કોસો સાથે પૂજાનું હૃદય પણ બે ધબકારા ચૂકી ગયું.

'મારી યાદશક્તિ પાછી આવતાં કજરીના ભાગ્ય ઊઘડી ગયા.' બંનેના ચહેરા પર ધારી અસર જોતાં તેણે સગર્વ આગળ ચલાવ્યું, 'અત્યારે તે હવામહેલના સ્વર્ગમાં લીલાલહેર કરી રહી છે. તમે એને જોશો તો ઓળખી યે નહીં શકો.'

'મારે એને મળવું છે.' કોસો એ કહ્યું.

'અઠવાડિયા પછી હું માંડુ જઈશ.' તેણે જણાવ્યું, 'કારમાં તને જોડે લઈ જતાં મને આનંદ જ થશે.'

રસોયાએ આવી બે થાળી પીરસી અને પાછો અંદર ચાલ્યો ગયો. 'કાલીચંદભાઈ !' પહેલો કોળિયો પેટમાં નાખતાં ચર્ચાની લગામ પૂજાએ પોતાના હાથમાં લીધી, 'ગુરુજીનાં દર્શન કરી તમે પાછા પચમઢી આવવાના હતા. એના બદલે માંડુ કેમ વસાવ્યું?'

'ગુરુદેવનો આદેશ.'

'શું તમારા ગુરુજીએ તમને અહીં પાછા આવવા માટે મના કરી?'

'મના તો ન કરી, પરંતુ મેં પૂછ્યું કે મારે પાછા પચમઢી જવું કે માંડુ? તો તેમણે જણાવ્યું મારી પહેલી ફરજ મારી ડોશીની સેવા કરવાની છે. વર્ષોથી હું અહીં હતો. આ પણ નહોતો જાણતો કે મારા કોઈ ભાઈભાંડું છે કે નહીં. વિચાર્યું, એક ઘરડી મા છે, તેની સેવા કરી જીવન સાર્થક કરું.'

કાલીચંદનો આ ઉત્તર સત્યથી માઈલો દૂર હતો. અને આ જ તેની વિશેષતા હતી. અસત્ય તે એવી સિફતથી ઉચ્ચારતો કે સત્યની અર્થી ઊઠી જાય અને કોઈને જાણ સુધ્ધાં ના થાય. ત્યારે હકીકત શું હતી ?

ઝરણા પર ઊભેલું આદિવાસી કાલીચંદનું ઘર ભાંગીને ભંગાર થઈ ગયું હતું. પૂજા તેને સજોડે પોતાના ઘેર લઈ જવા ઈચ્છતી હતી. કાલીચંદે અત્યારે પોતાના ગુરુ કાશીનાથ તાંત્રિકનાં દર્શને જવાની ઈચ્છા વ્યક્ત કરી. પ્રવાસ લાંબો હતો.

ડ્રાઇવર સાથે પોતાની કાર પૂજાએ તેઓની સેવામાં ભેટ ધરી દીધી. એ જ કાર કાલીચંદ તથા કજરીને લઈ અહીં, બત્રીસ ઓરડાવાળા બંગલાના ફાટક પાસેથી શરૂ થઈ. કાલીચંદના નવા જીવનની પણ આ શરૂઆત હતી.

લગભગ પંદર વર્ષો પછી તેની યાદશક્તિ પાછી આવી હતી. સંતમાંથી તે પાછો શેતાન બની ગયો હતો. ભૂતકાળની સર્વે ઘટનાઓ ઘોડાપૂરની જેમ તેના મગજ પર ધસી આવી હતી.

કાર સડસડાટ કરતી ભોપાલની દિશામાં આગળ વધી રહી હતી. સાથે કાલીચંદના વિચારો પણ. તેને યાદ આવ્યું. એક દિવસ તે મૂંઝાઈને ગુરુના આશીર્વાદ લેવા વગડામાં દોડી ગયો હતો, ત્યારે તેણે શું જોયું હતું? એક નવોઢા કાશીનાથનાં ચરણોમાં નગ્ન પડી હતી.

કોણ હતી આ કન્યા ? અહીં ક્યાંથી આવી હશે? આ ભેંકારમાં એને કોણ લઈ આવ્યું હશે? કાશીનાથે તેને જણાવ્યું : કન્યા નજીકના એક ગામડામાં રહેતી હતી. ભારે દુઃખી હતી. તેનો વર કહેતો હતો કે કુળદીપક જોઈએ. સાસુ ત્રાડ પાડતી હતી કે પુત્ર ન અવતર્યો તો જીવતી ભોંમાં દાટી દઈશ.

નવોઢા બાવરી બની ગઈ હતી. લગ્નને હજી ત્રણ મહિના ય નહોતા વીત્યા અને દિવસે દિવસે દબાણ વધી રહ્યું હતું. એ જ દિવસોમાં દેવીને ભોગ ચડાવવા માટે મનુષ્યના શિકારની શોધમાં નીકળેલા કાશીનાથ તાંત્રિક પર તેની નજર પડી.

'મહારાજ !' અઘોરીના તેણે પગ પકડી લીધા. 'ગમે તે કષ્ટ સહેવા તૈયાર છું. કહેશો તો આખી આખી રાત જાપ જપીશ. કોઈ એવો મંત્ર દ્યો કે મારી કૂખે પુત્ર અવતરે.'

કાશીનાથ તેને પોતાની જોડે કાલીમાતાના મંદિરે લેતો આવ્યો. પછી એ કન્યાને નગ્ન કરી તેણે આઠ કલાક સુધી ભોગવી. આ આઠ કલાકમાં માત્ર પ્રથમ આઠ મિનિટો કન્યાએ કાળજાને કંપાવી નાખે એવી ચીસો પાડી. અંતે બેભાન થઈ ગઈ.

કાલીચંદ હેરતથી જોઈ રહ્યો. ભોંય પર પડેલી કન્યાનું અર્ધુ શરીર લોહીલુહાણ હતું. તેનાથી સહન ન થયું. તે આખરે ડૉક્ટર હતો. તરત કન્યા પાસે ઉભડક બેસી જતા તેણે કાંડું હાથમાં લીધું, તેને ખ્યાલ આવ્યો, કન્યા મૃત્યુ પામી હતી.

સ્તબ્ધ થઈ તે અઘોરી સામે જોઈ રહ્યો. તેની નગ્ન તાકાત સામે જોઈ રહ્યો. આ તે માણસ છે કે રાક્ષસ? ગમે તે હોય, મારો ગુરુ બનવાને લાયક છે જ – એ દિવસે કાલીચંદને ખાતરી થઈ ગઇ હતી.

આ જ માનવભક્ષી ગુરુનાં ચરણોમાં પોતાની સ્નેહાળ નિર્દોષ પત્નીની ભેટ ચડાવવા કાલીચંદ ભોપાલ જઈ રહ્યો હતો. કાર મટકુલી વટાવી આગળ નીકળી ચૂકી હતી. પાછલી સીટ પર તેના ખોળામાં માથું ઢાળી કજરી પોઢી હતી. સુસવાટા કરતો પવન ઉઘાડી બારીમાંથી ફૂંકાઈ રહ્યો હતો. ભાવિ ઘડતરની યોજનાઓના પાયામાં કાલીચંદ વિચારોની ઈંટો એક પછી એક મૂકતો જતો હતો : પ્રથમ ઈંટ કજરીની મુકાઈ હતી.

• • •

હવે તેને તારા યાદ આવી. હવામહેલમાં તે શું કરતી હશે? હજી તે કુંવારી હશે? હજી તે પરણવા લાયક હશે? આ પંદર વર્ષોમાં કજરીમાં કાંઈ ફેર પડ્યો હોય તો એ માત્ર આટલો હતો કે તે પાકીને સોનેરી કેરી જેવી થઈ ગઈ હતી. શું તારાની જુવાની પણ મધદરિયાની મોજું જેમ ઉછાળા ભરતી હશે?

આ બાબત તે નક્કી કાંઈએ કહી નહોતો શકતો. જ્યાં સુધી તારા જોડે મુલાકાત ન થાય, કોઈ નિર્ણય લેવો સંભવ નહોતું. અલબત્ત, આટલું નિશ્ચિત હતું. તારા હજી ય કુંવારી હશે તો હવામહેલ પહોંચી સૌપ્રથમ તે એ જ દિશામાં પ્રગતિ કરશે.

તેને ખજાનો યાદ આવ્યો. હવામહેલમાં જ ક્યાંક ચાંદીના સાત પટારા ભરીને ખજાનો પડ્યો હતો. આ ગુપ્ત માહિતી બાબત તેને લગારે શંકા નહોતી; પરંતુ ચોક્કસ ક્યાં સ્થાને ખજાનો હશે એ કાલીચંદ નહોતો જાણતો.

આ જાણવાનો એક માત્ર ઉપાય હતો ખોદકામ; પરંતુ એ તેના હિતમાં નહોતું. મહેલમાં ખોદકામ કરાવવાનો તેને અધિકારે નહોતો. કાંઈ આડ લઈને કરાવે તો ય અનેક પ્રશ્નો તેને પુછાવાના હતા. જે રહસ્ય દટાયેલું છે, તે જાહેર થઈ જવાનું હતું. આમ થાય તો ખજાનાનો ખરો હકદાર સરબતસિંહ કહેવાય. સાતે પટારા તેને મળે અને કાલીચંદ ડાચું વકાસીને જોતો રહી જાય.

કાર ભોપાલની સીમમાં પહોંચી અને કજરી જાગીને બેઠી થઈ ગઈ. કાલીચંદના વિચારો પણ વીખરાઈ ગયા. હવે તે ડ્રાઇવરનો માર્ગદર્શક બની ગયો. કાર શહેરમાં ન પ્રવેશતાં વગડામાં પ્રવેશી અને કાચા રસ્તા પર થઈ વેરાન ઊભેલા કાલીમાતાના મંદિરથી થોડે છેટે ઊભી રહી ગઈ. ડ્રાઇવરને કારમાં જ બેઠા રહેવાની સૂચના દઈ તે કજરી જોડે બહાર નીકળ્યો.

કજરી પહોળી આંખે સર્વ કાંઈ જોઈ રહી. કારથી મંદિર સુધીના માર્ગ વચ્ચે ઊભેલાં વૃક્ષો હેઠળ તૂટી પડેલા મંડપના થાંભલાઓના વિશાળ કટકાઓ આડા પડ્યા હતા. કાળા પથ્થરની શિલાઓ ઘાસમાંથી માથાં ઊંચાં કરી રહી હતી. છેટે ઊભેલું કાળીમાતાનું મંદિર તેને સૈકાઓ પહેલાંનું લાગ્યું.

કાલીચંદ આગળ વધતાં તેણે પણ પગ ઉપાડ્યો. બંને જણાં થાંભલાઓ ટપતાં, શિલાઓ વચ્ચેથી માર્ગ કરતાં મંદિરના પ્રવેશ સુધી આવી પહોંચ્યાં. કાલીચંદ અંદર ડોકિયું કરવા જાય એ પહેલાં તેના કાને પ્રશ્ન અથડાયો :

'કોણ?'

તેની સાથે ચોંકીને કજરીએ પણ પાછળ જોયું તો એક આંખવાળો તાંત્રિક તેઓની સામે ઊભો હતો. એ જ મધપૂડા જેવી દાઢી, એ જ તાંબા જેવી ચામડી, એ જ કસાયેલું શરીર. પંદર વર્ષોમાં કાલીચંદની કાનપટ્ટી ઉપરના વાળ ધોળા થઈ ગયા હતા; પરંતુ આ અઘોરીની જટા આજે પણ મેશ જેવી કાળી હતી.

'ડૉક્ટર! તું?' હવે તેણે કાલીચંદને ઓળખ્યો. 'આ ગમછો, આ માળાઓ, આ વેશ જોઈ મેં ધાર્યું કે કોઈ આદિવાસી મારા આશીર્વાદ લેવા સજોડે આવ્યો હશે!'

કાલીચંદ કાંઈ કહે એ પહેલાં કજરીએ લાંબી થઈ જતાં પતિના ગુરુને દંડવત્ પ્રણામ કર્યાં. 'આ કોણ છે?' કાશીનાથે પૂછ્યું.

'તમારી ભાભી,' વ્યંગ કરતાં તેણે ઉમેર્યું, 'શ્રદ્ધાળુઓ ભગવાનને કાંઈ ને કાંઈ ભેટ ચડાવતા હોય છે. હું તમને આ ભોગ ધરું છું. મારા ગુરુ મારા માટે મારા ભગવાન છે.'

તાંત્રિકે નીચે જોઈ આશીર્વાદ દીધા. કજરી ઊભી ન થઈ. એટલે તેણે કાલીચંદ સામે જોયું.

'મૂંગી–બહેરી છે.' જણાવતાં કાલીચંદે પોતે નમી તેને ઊભી કરી. પછી તેના ચહેરા સામે જોતાં કહ્યું, 'ગુરુદેવે તને આશીર્વાદ દીધા. હવે મંદિરમાં બેસી દેવીનાં દર્શન કર.'

કજરી પ્રસન્ન થઈ આગળ વધી ગઈ. નજરોથી તે ઓઝલ થતાં કાશીનાથે પૂછ્યું, 'ક્યાંથી પકડી લાવ્યો?'

'ઝાંઝાંથી. ગમી?'

તેના પ્રશ્નની અવગણના કરતાં કાશીનાથે સામો પ્રશ્ન કર્યો. 'આટલાં વર્ષો ક્યાં હતો?'

'મારી યાદશક્તિ જતી રહી હતી,' તેણે સત્ય જણાવી દીધું, 'આ પોશાક પણ એના પ્રતાપે છે.'

કાશીનાથ ઊંડા વિચારમાં પડી ગયો. 'અર્થાત્ આપણું કામ અધૂરું રહી ગયું?'

'કાંઈ ઉપાય નહોતો.'

'મેં તને જમૈયો દીધો હતો. મંત્રેલી ભસ્મ દીધી હતી.'

'નસીબ વાંકાં હોય ત્યાં શું થાય?' તે બોલ્યો, 'પણ હજી આશા છે. તમે મદદ કરવા તૈયાર હો તો હું એક અંતિમ પ્રયાસ કરી કોસોને સાણસામાં લેવાની શક્તિ ધરાવું છું.'

'ડૉક્ટર! તું તક ચૂકી ગયો. હવે કાંઈ ઈલાજ કામ નહીં લાગે.'

'શું કહો છો, ગુરુદેવ?'

'ગોદાનની તૈયારી કર. સાથે એક કફન તું મારા માટે પણ ખરીદી લેજે.' સ્પષ્ટ શબ્દોમાં કાશીનાથે જણાવી દીધું. 'કોસોના હાથે આપણા બંનેનાં મૃત્યુ નિશ્ચિત છે.'

'હજીય મારા માનવામાં નથી આવતું.'

'કારણ કે તું હાર્યો જુગારી છે અને તારી બદકિસ્મતી આ છે કે તને બમણું રમવા માટે મોકોય નથી.'

'ના, ગુરુદેવ.' કાલીચંદે કહ્યું, 'હું હજી બાજી હાર્યો નથી. હા, લડાઈ જરૂર હાર્યો છું; પરંતુ યુદ્ધ ખેલવાનું હજી બાકી છે.'

'યુદ્ધ ખેલવા માટે તાકાત જોઈએ.'

'એ હું ધનના બળે ઊભી કરીશ.'

'કોસાની દૈવી તાકાત સામે એ કાંઈયે કામ નહીં લાગે.'

'કોસો અહીં એકલો છે.'

'તેં એના ગળામાં માદળિયું જોયું છે?'

કાલીચંદે યાદ કરવાનો પ્રયાસ કર્યો, 'ચાંદીનું એક માદળિયું તેના ગળામાં છે ખરું.'

'એ જ એની તાકાત છે.' કાશીનાથ બોલી ઊઠયો, 'સિરહા તરફથી મળેલી એ અમૂલ્ય ભેટ છે. એના કારણે કોસો પર ન મંત્રોની અસર થાય છે, ન ત્રાટકની. કાંઈ સમજાયું?'

કાલીચંદના ટાંટિયા ઢીલા થઈ ગયા. તેનો દયનીય ચહેરા જોઈ કાશીનાથથી હસ્યા વિના ન રહેવાયું, 'ડૉક્ટર!' અંતે તેણે કહ્યું, 'તું આટલો ડરપોક હોઈશ એ હું નહોતો જાણતો.'

'કાંઈ સૂઝતું નથી.'

'આ જીવન તો પાણીનો એક પરપોટો છે. ફૂટે એ પહેલાં મોજ કરી લે; નહિતર તારો આત્મા અહીં જ ભટકતો રહેશે.'

'માથે મોત ભમતું હોય ત્યારે મોજમજા કેમ કરી થાય?'

'એ તને હું શિખવાડીશ.' – કહેતાં તેણે આદેશ દીધો, 'જા! તારી સ્ત્રીને અંદરથી બોલાવી આવ!'

'ના ગુરુદેવ!' તે તરત બોલી ઊઠ્યો. તેની આંખોમાં લોહીલુહાણ નવોઢા તરવરી રહી હતી, 'હું જાઉં પછી તમારે જે કરવું હોય તે કરજો.'

'ક્યાં જઈશ?'

'માંડુ.'

'બહેતર એ છે કે તું અહીં જ રહે.'

'એથી શો ફેર પડશે?'

'આપણે બંને સાથે હોઈશું તો મૃત્યુ સામે ઝઝૂમી શકીશું.' તેણે ભારપૂર્વક જણાવ્યું, 'એ ન ભૂલ કે મારી એક આંખમાં હજી યે શક્તિ છે.

કાલીચંદને વિચાર કરવો પડ્યો. ભભૂતિયાની દલીલ ખોટી નહોતી; પરંતુ હવે તેનો વિશ્વાસ ગુરુમાંથી ઊઠી ગયો હતો. તેની નબળાઈ કાલીચંદ સામે આવી ગઈ હતી. આ જ કારણે આજે તેને તાંત્રિક એક પાંખવાળી સમડી જેવો લાગ્યો – જે ઊડી નહોતો શકતો, ઊડવા માટે માત્ર ફાંફાં મારી શકતો હતો.

'બીજું,' તે કાંઈ ઉત્તર દે એ પહેલાં કાશીનાથે લાલચ દીધી, 'તારી સ્ત્રીને એક રાત ભોગવી કાલે તેનો બલિ દેવીને ચઢાવીશું, કદાચ દેવી રીઝે પણ.'

કાલીચંદ લલચાઈ ગયો. વિચાર્યું, અહીં એક રાત રોકાઈ જવામાં હરકત નથી. કદાચને ભભૂતિયા પર દૈવી પ્રસન્ન થાય અને તેને વરદાન દે તો તાંત્રિક સાથે તેનું પણ ભલું થઈ જાય.

હવે તેને થોડે છેટે પાર્ક થયેલી કારનો ડ્રાઇવર યાદ આવ્યો. કારમાંથી બહાર નીકળી પગ છૂટા કરવા તે આસપાસ ટહેલી રહ્યો હતો. તેને સો–સોની બે–ચાર નોટો દઈ પોતાના માટે ખરીદી કરવા પાછો શહેર મોકલાવી દેવાનું કાલીચંદે નક્કી કર્યું.

'સમજ!' ડ્રાઇવર સામે હાજર થતાં તેણે કહ્યું, 'આ કાગળમાં સર્વે માપ લખેલાં છે. એ મુજબનાં વસ્ત્રો સાથે શૂઝ ખરીદી સવારે પાછો અહીં હાજર થઈ જજે.'

ડ્રાઈવર કાર દોડાવી જતાં તેણે મંદિરની દિશામાં જોયું. કાશીનાથ હજી જ્યાંનો ત્યાં ઊભો હતો, કાલીચંદની સામે જોઇ રહ્યો હતો. જાણે વિશ્વાસ ન હોય એમ કાશીનાથનો એક ડોળો તેના પર સ્થિર હતો. આના પરથી કાલીચંદ ને એક વાતની ખાતરી થઈઃ હવે તેનો ગુરુ નબળો પડ્યો હતો. કાલીચંદના ટેકાની તેને જરૂર ઊભી થઈ હતી. ગુરુ–ચેલા વચ્ચેના સંબંધો આજથી પૂર્ણ થતા હતા. તાકાતમાં હવે બંને જણા બરોબરીઆ હતા.

'ગુરુદેવ!' પાછા ફરતા કાલીચંદે સંબોધન ન બદલ્યું, 'કજરીને અહીં જ ભોગવશો?'

'આ ઓટલો ખોટો નથી.'

'ઠીક.' – કહેતાં કાલીચંદ પત્નીને બોલાવવા મંદિરનાં પગથિયાં તરફ આગળ વધ્યો, 'તમે કામ પતાવી લ્યો એટલી વાર હું દેવીની આરાધના કરીશ.'

'સાત–આઠ કલાક તું એકલો બેસી શકીશ?'

'બીજો ઉપાયે નથી.'

કાલીચંદ પગથિયાં ચડી ઓટલા પર આવ્યો કે અચાનક તાંત્રિકની બુદ્ધિમાં ચમકારો થયો, 'થોભજે!'

કાલીચંદના પગ મંદિરના પ્રવેશમાં જ થોભી ગયા.

'તારી સ્ત્રીનું નામ તેં શું જણાવ્યું?'

'કજરી. કેમ?'

'ક્યાંક આ નામ સાંભળ્યું હોય એવું લાગે છે!'

'મેં જ કહ્યું હશે.'

'કોણ છે, કજરી?'

'કોસોની મા.'

કાશીનાથ સ્તબ્ધ થઈ ગયો. થોડીક પળો તે હેરતથી જોઈ રહ્યો. પછી અચાનક તેનો ચહેરો ચમકી ઊઠયો. તેની એક આંખ ટોર્ચના બલ્બની જેમ ઝબૂકવા લાગી.

'ડૉક્ટર!' તેણે સગર્વ કાલીચંદનો હાથ ખેંચી પાસે લેતાં જણાવ્યું, 'તું ધારતો હોઈશ કે તારા વિના હું એકલો પડી જઈશ. સત્ય આ છે કે મારા વિના તું પોતે અધુરો છે.'

કાલીચંદની આંખો પહોળી થઈ ગઈ. આ ભભૂતિયો ક્યારેક તેના વિચાર વાંચી લઈ તેને આશ્ચર્યમાં ગરકાવ કરી દેતો હતો. 'ગુરુદેવ !' તે પૂર્ણ નમ્રતા સાથે હાથ જોડી બોલી ઊઠયો, 'હું તો તમારાં ચરણોની ધૂળ છું. બાકી એક વાત તમે ખરી જ કહી. તમારા વિના હું ખરેખરે અધુરો છું.'

'મૂરખ !'

આ શબ્દનો પ્રયોગ તાંત્રિકે આજે પ્રથમ વાર તેના માટે કર્યો હતો. 'તારી સ્ત્રી ખરેખર કોસોની માતા હોય તો એ આપણા બંને માટે જીવનનો પાસપોર્ટ છે.'

'પાસપોર્ટ ! જીવનનો ?' કાલીચંદ હજી ય ન સમજ્યો.

તેણે સ્પષ્ટતા કરી : 'કજરીને તું પરણ્યો છે. એ તારી ધર્મપત્ની છે. અર્થાત્ કોસોનો તું પિતા કહેવાય. અને કોઈ પુત્ર, પોતાના પિતાની હત્યા કરી પોતાની જ માતાનો ચાંદલો ભૂંસી નાખવાનું પાપ કરે તો નર્કમાં જાય. અર્થાત્ જ્યાં સુધી કજરી જીવિત છે, તું સુરક્ષિત છે. અને જ્યાં સુધી તારા શરીરમાં પ્રાણ હશે, કોઈ મારો એકે વાળ વાંકો કરી નહીં શકે.'

એ જ પળે કાલીચંદે ગુરુના પગ પકડી લીધા. બીજે દિવસે કજરી જોડે કાશીનાથને પણ સાથે લઈ તે માંડુ ભણી રવાના થઈ ગયો. સત્ય આ જ હતું; પરંતુ જ્યારે ડિનર લેતાં પૂજાએ પ્રશ્ન કર્યો તો ઉત્તરમાં તેણે ભળતો જવાબ દીધો : 'માતાના પગ હેઠળ તો સ્વર્ગ હોય છે. એ પગ દૂધમાં ધોઈ પીઈશ તો યે તેની મમતાનું કરજ મારા માથેથી નહીં ઊતરે.'

'ઓહ !' કોસોએ પોતાની થાળી પૂર્ણ કરતાં આશ્ચર્ય વ્યકત કર્યું, 'આ ઉંમરે તમારાં બા હયાત છે એ આનંદની વાત કહેવાય.'

'દીકરા, એ તો હું માંડુ ગયો ત્યારે જાણ થઈ.' તેણે ગદ્દગદ થતાં જણાવ્યું, 'જો કે મને આશા નહોતી. તેમની ઉંમર નેવુંની આસપાસ હશે. પગમાં વા છે. આંખે મોતિયો પાક્યો છે, પણ તારી બાને જોઈ તે એટલી બધી પ્રસન્ન થઈ ગઈ કે જાણે તેના અર્ધા રોગ મટી ગયા હોય ! કજરી પણ એ જ પળથી તેની ચાકરીમાં લાગી ગઈ. સાસુ–વહુનો એવો મેળ બેસી ગયો છે કે સગી બહેનોમાં ય આવું હેત જોવા ન મળે. મેં કજરીને કહ્યું કે, ચાલ, એકાદ–બે દિવસ માટે પચમઢી ફરી આવીએ અને સાથે સુનીતાબેનની તબિયતના સમાચાર પણ જાણતાં આવીએ. તેણે ઘસીને ના કહી દીધું. મેં જીદ કરી તો સાસુના પગ દબાવવા બેસી ગઈ.

ડિનર પૂર્ણ કરી પૂજા તથા કોસો એકચિત્તે તેની વાતો સાંભળી રહ્યાં હતાં. સાથે જ બંનેની શંકાઓ કપૂર બનતી જતી હતી. બંને જણાં એકમેક સામે ક્યારેક સૂચક દ્રષ્ટિએ જોઈ પણ લેતાં હતાં. કાલીચંદની અનુભવી આંખોથી એ છાનું નહોતું.

'દીકરા !' તેણે આગળ ચલાવ્યું, 'મારી જોડે તું માંડુ આવીશ તો તારી બાનું હૈયું ઠરશે. તું નથી જાણતો કે છેલ્લાં પંદર વર્ષોમાં તારા માટે તે કેટલી ઝૂરી છે. કેટલી વાર તેણે છાનાં–છાનાં આંસુ સાર્યાં છે. ક્યારેક ક્યારેક તો તે રાતે નીંદરમાંથી બેઠી થઈ દીવાલોને ઘૂર્યાં કરતી – તું આવીશ ને ?'

'તેને તેડવા માટે આવવું તો પડશે.'

કોસાનું આ વાકય સાંભળી તે સહેજ ચોંક્યો, 'તેડવા! મેં હમણાં જ કહ્યું કે ઘર છોડી તે ક્યાંય જવા રાજી નથી.'

'હું વિનંતી કરીશ તો તે ના નહીં કહે.'

'જો દીકરા !' કાલીચંદે સન્નાટામાં આવી જતાં વિનંતી કરી, 'કાંઈ કેટલાંયે વર્ષો પછી તારી બાના જીવનમાં સુખ, શાંતિ, વૈભવ પ્રવેશ્યાં છે. હજી તો તે ઠરીઠામ નથી થઈ અને તું એને તેડી આવવાની વાત કરે છે. ત્યાં એને કશાનું દુ:ખ હોય તો ફરી એક વાર તું મારા પર હાથ ઉગામજે, મારા પ્રાણ લઈ લેજે; પણ ભલો થઈને અમારું ઘર ભાંગવાની વાત ન કર.'

ગજવામાંથી રૂમાલ કાઢી તેણે ચશ્માંની ફ્રેમ કપાળે ચઢાવી, આંખોમાં આવેલાં ઝળઝળિયાં લૂછ્યાં અને રૂમાલ પાછો ઘડી કરી ગજવામાં મૂકી દીધો.

'હું તેને હંમેશ માટે તેડી આવવાની વાત નથી કરતો.' કોસોએ સ્પષ્ટતા કરી.

'તો?'

'માત્ર થોડાંક દિવસો માટે.'

'ક્યાં રાખીશ?'

'અહીં, પચમઢીમાં.'

'અમારી જોડે માંડુમાં તું રહે તો ના ચાલે ?'

કોસોએ 'ના' કીધું.

સહેજ વિચારી તેણે ફરી પ્રશ્ન કર્યો, 'કારણ હું જાણી શકું?'

'લગ્ન.'

'કોના?'

'મારા તથા પૂજાના.'

કાલીચંદના પગ હેઠળથી જમીન સરી ગઈ. હકીક્તમાં જ્યારે કોસો પૂજાને બંને હાથમાં ઊંચકી દાખલ થયો હતો, તેના પેટમાં ધ્રાસ્કો પડ્યો હતો. તેણે કલ્પી લીધું હતું, બંને વચ્ચેના સંબંધ નજરે દેખાય છે એના કરતાં વધુ ગાઢ હોવા જોઈએ. લગ્નની વાત સાંભળી તેનાં આંતરડાંઓમાં ગાંઠો બંધાઈ ગઈ. એ રાતે તે સૂઈ ન શક્યો.

એ રાતે પૂજા પણ સુઈ ન શકી. તેણે સપનામાં ય નહોતું ધાર્યું કે કોસો આમ ધડાકો કરશે. જે નાજુક વિષય છેડવા માટે તે તક શોધી રહી હતી, એ વિષય જાહેર થઈ ગયો હતો. એક રીતે તેના માથેથી બોજ હળવો થઈ ગયો હતો. હવે કાલીચંદ દ્વારા સુનીતા સર્વ કાંઈ જાણી શકતી હતી છતાં સવારે વહેલા ઊઠી તેણે પોતે જ આ બાબત પોતાની મમ્મીને સૂચિત કરવાનું નક્કી કર્યું. પુત્રીના લગ્ન બાબત માતાને બહારથી જાણ થાય એ તેના સિદ્ધાંત વિરુદ્ધ હતું.

એ રાતે કોસો પણ લાંબા સમય સુધી વિચારતો રહ્યો. કાલીચંદ જોડેની ચર્ચામાં તેને એક વાતની ખાતરી થઈ હતી : કજરી, તેની માતા સુરક્ષિત છે. તેને સૌથી મોટા ભય કે અત્યાર સુધીમાં કાલીચંદે કજરીનું કાસળ કાઢી નાખ્યું હશે, તે દૂર થઈ ગયો હતો; પરંતુ એક વાત હજી તેના મગજમાં ઊતરતી નહોતી.

શું કાલીચંદ માત્ર સુનીતાની તબિયતના સમાચાર જાણવા માઈલોનો પ્રવાસ ખેડી અહીં સુધી આવ્યો હશે? કાલીચંદે એમ જ કહ્યું હતું; પરંતુ હજી ય કોસોના ગળે આ વાત ઊતરતી નહોતી. તેની ધારણા મુજબ કાલીચંદનું બત્રીસ ઓરડાવાળા બંગલામાં પુનરાગમન કોઈ નવા ષડ્યંત્રનો પ્રારંભ હાઈ શકે! કે એ ષડ્યંત્ર શું હશે?

તે સૂઈ ન શક્યો.

• • •

૨

પૂજાએ સવારે ઊઠી બ્રશિંગ કર્યું અને સીધી સુનીતના ઓરડામાં પહોંચી ગઈ. મમ્મીને પોતાના લગ્ન બાબતનો નિર્ણય જણાવવાની તાલાવેલી તેના ચહેરા પર સ્પષ્ટ નજરે પડતી હતી. તે જાણતી હતી : આ સમાચાર જાણી સુનીતાનો માત્ર દિવસ નહીં, બાકી જીવન પણ આનંદમય થઈ જવાનું હતું.

સુનીતા સ્નાન પતાવી ઉઘાડી બારીમાંથી દીસતા દૂરના હરિયાળા ડુંગરાઓને જોઈ રહી હતી. રાત્રે ખીણમાં પોઢવા આવેલાં વાદળો સૂર્યનાં કિરણો સાથે જાગી ધીરે ધીરે ઉપર ઊઠી રહ્યાં હતાં. વાતાવરણમાં તાજગી હતી.

'મમ્મી !' પૂજા તેની પડખે આવી ઊભી રહી ગઈ, 'ત્યાં શું જુએ છે?'

'તને.'

'હજી હું એટલે છેટે નથી ગઈ.'

'આજે નહીં તો કાલે, એક દિવસ તારે જવું પડશે.' કહેતાં સુનીતા તેના તરફ ફરી.

પૂજાએ જોયું તો તેની આંખોમાં એક અજબ ચમકારો હતો. એ ચમકારામાં હર્ષ સિવાય બીજું કશું યે નહોતું. 'પૂજા !' પુત્રીનો ચહેરો ફૂલની જેમ બંને હાથમાં લેતાં તેણે કહ્યું, ' મારે તને એક ખુશખબર સંભળાવવા છે.'

'શું કહે છે !' પૂજા બોલી ઊઠી, 'હું પણ એ માટે અત્યારે આવી છું.'

'શું તારી પાસે પણ કાંઈ શુભ સમાચાર છે ?'

તેણે સસ્મિત 'હા ' કહ્યું.

'તો પહેલાં તું સંભળાવ.'

'ના મમ્મી, શરૂઆત તેં કરી છે, પહેલો હક્ક તારો.'

'આ વાત હું તને રાત્રે જણાવવા ઇચ્છતી હતી.' સુનીતા આગળ વધી પલંગની કોર પર બેસી ગઈ, 'પછી વિચાર્યું પહેલાં ખાનગીમાં પૂછી તારો અભિપ્રાય જાણી લઉં.'

'શેની વાત? કેવી વાત?'

'તારા લગ્નની.'

'તને કેમ જાણ થઈ ?' પૂજાને ખરેખર આશ્ચર્ય થયું. 'આ વાત તો ફક્ત કાલીચંદભાઈ જાણતા હતા.'

'પ્રસ્તાવ તેમણે જ મારી સામે મૂક્યો.'

પૂજાની ખુશી બમણી થઈ ગઈ. 'પછી તે શું કહ્યું?'

'મેં તો તરત સ્વીકારી લીધો.'

'ઓહ મમ્મી !' – કહેતાં પૂજા તેને વળગી પડી

'તો હું પાકું કરી નાખું?'

'ધરમના કામમાં ઢીલ શી!' કહેતાં પૂજા આ સમાચાર કોસોને જણાવવા હરણીની જેમ ઊછળતી કૂદતી બહાર આવી કે સામેથી આવતા કાલીચંદ જોડે તે અથડાઈ ગઈ.

'ઓહ, સૉરી કાલીચંદભાઈ !' સંકોચ અનુભવતાં તે બોલી. પછી સસ્મિત તેનો આભાર પણ માન્યો અને ઝડપી પગલાં ભરી ગઈ. કાલીચંદ વાંકી થઈ ગયેલી ચશ્માંની ફ્રેમ નાક પર બરાબર ગોઠવતાં જોઈ રહ્યો. તેની સમજમાં કાંઈ ન આવ્યું.

• • •

આગળ વધી તેણે સુનીતાના ઉઘાડા બારણા પર શિષ્ટાચાર ખાતર બે ટકોરા કર્યાં. 'આવો કાલીચંદભાઈ.' સુનીતા ઊભી થઈ ગઈ, 'હમણાં જ પૂજા જોડે મારે વાત થઈ.'

'તેણે શું કહ્યું?'

'તે રાજી છે.'

કાલીચંદને અચંબો થયો, 'ખરેખર ?'

'ખુશીમાં દડાની જેમ ઊછળી બહાર દોડી જતી પૂજાને તમે ન જોઈ?'

'હા, હા, જોઈ ને! મારો આભાર પણ તેણે માન્યો.'

'તો તમને શંકા કેમ ગઈ?'

'આટલી સરળતાથી બધું પતી જશે એની મને કલ્પના નહોતી.'

'હવે તમે છોકરાવાળાઓને લઈ ચાંદલા માટે ક્યારે આવો છો?'

'આજે મને પાછો જવાની પરવાનગી દેતાં હો તો પરમ દિવસે ફરી તમારી સેવામાં હાજર થઈ જઈશ.'

'મારી ઇચ્છા વહેલી તકે આ શુભ કાર્ય આટોપવાની છે.' સુનીતાએ મનની વાત કહી, 'અને હા, પાછા આવો ત્યારે લગ્ન માટેનું શુભ મુહૂર્ત પણ પૂરોહિત પાસે કઢાવતા આવજો.

'પણ આટલી ઉતાવળ શી છે ?'

'આજ પહેલાં કાંઈ કેટલાંએ માગાં આવ્યાં હતાં.' સુનીતા કહી રહી હતી, 'આજે પહેલીવાર મારી દીકરીએ રાજીખુશીથી હા પાડી છે.'

'તે કાંઈ થોડી હવે ના કહી દેશે !'

'કલાકારોનો કાંઈ ભરોસો નહીં. હું નથી ઇચ્છતી કે આવું મજાનું ઘર હાથમાંથી નીકળી જાય.'

'એ બાબત તમે નિશ્ચિંત રહેજો,' – કહેતાં તેણે ઉમેર્યું, 'તો હું આજે નીકળી જાઉં ?'

'હવે હું તમને રોકી ન શકું.'

અહીં પૂજા કોસોના ઓરડામાં ધસી આવી તો એરડો ખાલી હતો. તેણે બાથરૂમમાં જોયું, દરવાજો ઉઘાડો હતો. તેને આશ્ચર્ય થયું. સવારના પહોરમાં તે ક્યાં નીકળી ગયો હશે ? એક પછી એક બધા ઓરડાઓમાં ફરી વળતાં તે હતાશ ચહેરે પાછી આવી અને કોસો તેને બંગલાના ફાટકમાંથી પ્રવેશતો દેખાયો. બગીચામાં દોડી આવતાં પૂજાએ પોતાના બંને હાથ તેના ગળામાં નાખી દીધા.

'આ શું ગાંડપણ છે ?'

'અહીં તારી શોધમાં હું આખો બંગલો ફરી વળી અને તું મારી સામે ડોળા કાઢે છે?' તે સામી તાડૂકી, 'બોલ ક્યાં ગયા હતો?'

'બંધ ઓરડામાં મારો જીવ મૂંઝાતો હતો,' બગીચામાં છત્રી હેઠળ પડેલી એક ખુરશીમાં બેસી જતાં કોસોએ ઉત્તર દીધો, 'વિચાર્યું, ખુલ્લી હવામાં એક લટાર મારી આવું.'

'હું તો એવી બીઈ ગઈ કે જાણે તને કાંઈ થઈ ગયું હશે !'

'હવે એ કહે કે સવારના પહોરમાં તને શું ભૂત વળગ્યું હતું ?'

પૂજાએ કમરમાંથી નમી જતાં કહ્યું, 'પહેલાં એક ચુંબન દે'

'અહીં?'

'અહીં જ.'

કોસોએ તેના જમણા ગાલે એક ચુંબન દીધું.

'હવે એક ડાબા ગાલે દે.'

'પછી તું કહીશ કે હોઠે દે.' કોસોથી બોલ્યા વિના ન રહેવાયું, 'કાને દે, નાકે કે, ડોકે દે અને સાંજ સુધી હું ચુંબનો જ ગણતો રહીશ.'

'તને નથી ગમતું?'

'પહેલાં વાત કહે!'

'વાત જણાવીશ તો તું મને ચુંબનોથી નવડાવી નાખીશ.'

'પણ છે શું?' – કહેતાં તેણે કલ્પના દોડાવી, 'શું મમ્મી જોડે તારી વાત થઈ ગઈ?'

'થઈ ગઈ.'

'શું કહ્યું?'

'અક્કલના ઓથમીર!' પૂજા તેના ગાલે ચૂંટી ખણતાં બોલી, 'મમ્મી રાજી ન થઈ હોત તો હું આટલી પ્રસન્ન હોત? ચાલ, હવે મારા ડાબા ગાલે ચુબન દે.'

કોસોએ હસી દેતાં તેને એક સાથે અર્ધો ડઝન ચુંબનો ભેટ દીધાં. 'કોસો!' તેને ઊભો કરતા પુજાએ કહ્યું, 'તને નાસ્તામાં હું આજે ખવડાવીશ ડોસો.'

'ડોસો! એ વળી ક્યાં પ્રાણીનું નામ છે!'

'પ્રાણી નહીં, દક્ષિણ ભારતની આ શાકાહારી વાનગી છે.' તેનો હાથ પોતાના હાથમાં લઈ તે ફાટક તરફ આગળ વધી. 'અને અહીંની અમલતાસ રેસ્ટોરાંમાં પચમઢીનો શ્રેષ્ઠ ડોસો મળે છે.'

'આપણે હૉટેલમાં નાસ્તા કરીશું?'

'આટલું જ નહીં, બપારે ફાઈવ સ્ટાર હૉટેલમાં લંચ અને રાત્રે મમ્મીને પણ ડિનર માટે બહાર લઈ જઈશું.'

બંને જણાં અમલતાસમાં આવી એક ટેબલ ઘેરી ખુલ્લા ચોગાનમાં બેસી ગયાં. વેઇટર આવતાં પૂજાએ અર્ધો ડઝન ડોસાને ઓર્ડર લખાવ્યો. વેઇટરની ચાર્લી જેવી મૂછો હલી ગઈ. શું આ બંનેમાં ડોસા ખાવાની સ્પર્ધા થશે? તેને પ્રશ્ન થયો

'અને હા,' તે જવા લાગતાં પૂજાએ તેને રોકી કહ્યું, 'પહેલાં બે ડોસા ગરમાગરમ લઈ આવજે. પછી અક્કેક કરીને બાકીના ચાર – સમજ્યો?'

વેઈટર ડોકું ધુણાવી રસોઇ તરફ પગલાં ભરી ગયો.

'તું પર્સ સાથે લાવતાં વીસરી ગઈ છે!' કોસોએ તેને યાદ દેવડાવ્યું.

'તેથી શું? અહીં અમારું ખાતું ચાલે છે.'

'હું! કયારથી?'

'પપ્પા હયાત હતા ત્યારથી.' – કહેતાં તેણે જણાવ્યું, 'તને જાણીને નવાઈ લાગશે કે મારાં મમ્મી–પપ્પા પ્રેમમાં હતાં ત્યારે ડોસો ખાવા અહીં આવતાં હતાં.

'ગપ્પું! બધું જ ગપ્પું!'

'કેમ?'

'એ વખતે તારો જન્મ ક્યાં થયો હતો કે આ બધું તું જાણે?'

પૂજાએ સ્પષ્ટતા કરી, 'ક્યારેક મમ્મીને એ દિવસો યાદ આવે છે ત્યારે મારી પાસે તે ભૂતકાળના પોતાના કિસ્સા વાગોળે છે. તું માનીશ? મારા પપ્પા પાસે એક જાદુઈ તલવાર હતી.'

કોસોને રસ પડ્યો, 'જાદુઈ?'

'એ તલવાર જે ઘરમાં જતી એ ઘરનો સર્વનાશ નોતરતી.'

'એને શાપિત કહેવાય.'

'એ જ તલવારે અમારા ઘર પર એક પછી એક એવી એવી આફતો ઉતારી કે જાણે આભ તૂટી પડ્યું હોય એમ સમજી લે.'

'પછી?'

'પછી શું ?' તે બોલી, 'પપ્પાને શંકા ગઈ. તેમણે એ તલવારનો ઇતિહાસ તપાસ્યો અને તેમને ખાતરી થઈ ગઈ.'

વેઇટરે ગરમ–ગરમ ડોસાની અક્કેક પ્લેટ ચટની સાથે બંનેની સામે ગોઠવી અને થોડે છેટે ઊભો રહી ગયો. 'તારા માટે વધુ ચારનો ઓર્ડર દીધો છે.' પૂજાએ કોસોને સંબાધી કહ્યું.

'પછી તલવારનું શું થયું?'

'પપ્પાએ ધૂપઘરના પહાડ પરથી ક્યાંક ફેંકી દીધી.' ડોસાનું પહેલું બટકું લેતાં પૂજાએ તેની ઉત્સુકતા વધારી, 'હવે એની કિંમત ન પૂછતો.'

'કેમ !'

'જાણીશ તો તારા ડોળા ફાટી જશે.'

'છતાં...'

'એક લાખ સત્તાવીસ હજારમાં મારી મમ્મીએ એ ખરીદી હતી. અને જે વર્ષે પપ્પાએ એનો ઘા કરી દીધો ત્યારે ત્રણ લાખની ઓફર તેમને મળી ચૂકી હતી.'

કોસોની આંખો ખરેખર પહોળી થઈ ગઈ. 'એ તલવારમાં એવું ખાસ શું હતું ?'

'જેમ તારો આ જમૈયો પૌરાણિક છે એમ એ પણ વર્ષો જૂની હતી. ચોક્કસ કહું તો ઔરંગઝેબના સમયની હતી.'

કોસો પહેલો ડોસો પૂર્ણ કરે એ પહેલાં વેઇટરે ડોસાની બીજી પ્લેટ લાવી ટેબલ પર ગોઠવી અને હેરતથી જોઈ રહ્યો. કોસો એક પછી એક ચાર પ્લેટો સફાચટ કરી ગયો અને તેની નજર કાલીચંદની કાર પર પડી. ખુલ્લી સડક પરથી આવતી કાર અમલતાસ સામેથી પસાર થઈ અને એન્જિનની જેમ ધુમાડા છોડતી બંનેના સામેથી દોડી ગઈ.

કોસોએ પૂજા સામે જોયું, 'કાલીચંદ એક અઠવાડિયું અહીં રોકાવાનો હતો ને?'

'એમ તેણે સૌની સામે જાહેર કર્યું હતું.' પૂજાએ જણાવ્યું.

'તો આમ તે કઈ દિશામાં ગયા !'

'આ ધોરી માર્ગ છે. અહીંથી ભોપાલ જવાય.'

અચાનક તેના ચહેરાનો રંગ બદલાઈ ગયો.

'કોસો !' પૂજા બોલી ઊઠી, 'ભૂલી જા કાલીચંદને.'

'શા માટે ?'

'આપણી ધારણા ખોટી પડી. તેની યાદશક્તિ પાછી જરૂર આવી છે, પરંતુ હજી તે પોતાના ભૂતકાળમાં નથી પ્રવેશ્યો.'

'એટલે!'

'ગઈ રાતની તેની વાતો પરથી તને ન લાગ્યું કે તેની છાતીમાં આજે પણ સંતનું હૃદય ધબકી રહ્યું છે?'

'શું તેની એ જ મીઠી મીઠી વાતોના ચકરાવામાં આવી તે માની લીધું ?'

'ના,' પૂજાએ ભારપૂર્વક કહ્યું, 'તેણે આપણા પર એક મોટો ઉપકાર કર્યો છે. એ ન ભૂલ કે તે તારા પિતાના સ્થાને છે અને એક બાપ તરીકે તેની ફરજ હતી કે તારા વતી લગ્નનો પ્રસ્તાવ તે મૂકે. તેણે એમ જ કર્યું.'

'શું કર્યું?'

'મમ્મીને ખુશખબર દીધા.'

'ક્યારે?'

હવે પૂજાને વિચારવું પડ્યું.

'રાત્રે?'

'ના, રાત્રે તો મમ્મી ઊંઘી ગઈ હતી.'

'સવારે?'

પૂજા ગુંચવાઈ ગઈ. સવારે તે સુનીતાના ઓરડામાંથી નીકળી ત્યારે કાલીચંદ સૂટબૂટમાં તૈયાર થઈ એ જ ઓરડામાં જઈ રહ્યો હતો.

'કાંઈ ગોટાળો છે.' તેણે કબૂલી લીધું, 'આપણાં લગ્ન બાબત આપણે માત્ર કાલીચંદને જણાવ્યું હતું. મમ્મીને સવારે હું ખુશખબર દેવા ગઈ ત્યારે તે સર્વ કાંઈ જાણતી હતી. મેં તેમને પૂછ્યું પણ હતું કે તેમને કેમ જાણ થઈ.'

'તેમણે શું કહ્યું?'

'એ જ કે કાલીચંદે આ પ્રસ્તાવ તેમની સામે મૂક્યો હતો.'

'તને ખાતરી છે?'

'શેની?'

'આપણાં લગ્નનો પ્રસ્તાવ કાલીચંદે મૂક્યો એમ તને તારી મમ્મીએ કહ્યું હતું!'

'એકસો એક ટકા.' પૂજાએ વિશ્વાસપૂર્વક કહ્યું, 'સવારે ચર્ચા થઈ હતી. આટલું જલદી ભૂલી ન શકું.'

કોસો પણ ચક્કર ખાઈ ગયો. તેણે ધાર્યું, કાલીચંદે કોઈ કારણસર લગ્નનો પ્રસ્તાવ મૂક્યો પણ હોય તો સમયનો મેળ કેમ નહોતો બેસતો? શું મધરાતે તેણે પૂજાની મમ્મીને જગાડી વાત કરી હશે?

અંતિમ ડોસા ઠરીને ઠીકરું થઈ ગયો, આજનો આખો દિવસ બહાર ગાળવાનું વીસરી બંને જણાં કોયડો ઉકેલવાનો પ્રયાસ કરતાં પાછાં ફર્યાં. 'પૂજા!' કોસોએ બગીચાની એક ખુરશી પર બેસતાં કહ્યું, 'મમ્મી જોડે ચોખવટ કરી મને તરત જાણ કર, હું અહીં જ તારી વાટ જોતો બેઠો છું.'

પૂજા આગળ વધી સુનીતાના ઓરડામાં પ્રવેશી. હજી સવારના દસ થયા હતા. સુનીતા આરામ–ખુરશીમાં બારી પાસે બેસી કાંઈ સૂચિ તૈયાર કરી રહી હતી. પૂજા ચુપચાપ તેની ખુરશી પાછળ આવી ઊભી રહી ગઈ. સામે આવવાની તેની હિંમત નહોતી થતી. કાંઈક અમંગળ વાતાવરણમાં ઘોળાઈ રહ્યાની ગંધ તેને આવી ગઈ હતી.

સૂચિ પૂર્ણ થતાં સુનીતા ઊભી થઈ. હવે તેની નજર ડરી ગયેલા બાળકની જેમ ઊભેલી પૂજા પર પડી. તેને આશ્ચર્ય થયું, 'અરે! તું? ક્યાં ગુમ થઈ ગઈ હતી?'

'કાંઈ કામ હતું, મમ્મી?'

'કામના તો ઢગલા પડ્યા છે. શું તું એમ ધારે છે કે તારી કાંઈ જવાબદારી નથી!' તેના ખભે સ્નેહપૂર્વક હાથ મૂકી સુનીતાએ તેને પાસે લીધી, 'તારા લગ્નની તૈયારીમાં કાંઈ કેટલીયે સૂચિ તૈયાર કરવી પડશે. આમંત્રિત મહેમાનોની સૂચિ, કપડાંલત્તાંની સૂચિ, ઘરેણાંઓની સૂચિ અને આ બધાં કામ મારે એકલીના બસના નથી. આવતા અઠવાડિયે છોકરાવાળાઓ મોં મીઠું કરવા આવવાના છે. તેઓના સ્વાગતની તૈયારી પણ કરવી પડશે.'

• • •

પૂજા ધ્રુજી ઉઠી. 'છ... છોકરાવાળાઓ !'

'તારો વિચાર બદલાઈ નથી ગયો ને?' સુનીતા હળવા શબ્દોમાં ઠપકો દેતાં બોલી, 'આ વખતે હું તારી એકે વાત માનવાની નથી.'

'પણ મમ્મી, તું કોની જોડે મારા લગ્ન કરી રહી છે?'

'સરબતસિંહના પુત્ર જોડે... કેમ ?'

તે ચક્કર ખાઈને સુનીતાની છાતી પર ઢળી પડી.

સુનીતા નર્વસ થઈ ગઈ. અચાનક પૂજાને આંચકો કેમ લાગ્યો હશે એ તે કલ્પી ન શકી, પૂજાના બેભાન શરીરને ટેકો દઈ તેણે પલંગ પર લીધું અને તે બહાર દોડી આવી. ડૉક્ટરને બોલાવવા માટે તે કોઈ નોકરને દોડાવવા ઈચ્છતી હતી. તેને ખ્યાલ આવ્યો, ઘેર ટેલિફોન છે. તે દોડીને પાછી પોતાના ઓરડામાં આવી અને સ્મિતાનો નંબર ઘુમાવ્યો.

સ્મિતા ઑપરેશન થિયેટરમાં વ્યસ્ત હતી. રિસીવર ક્રેડલ પર પછાડતાં તેણે પાણીનો ગ્લાસ લીધો અને પૂજાના માથા પાસે બેસી ગઈ. થોડુંક પાણી તેના મોં પર છાંટતાં તેણે આંખો ખોલી.

'મારી વહાલી દીકરી !' સુનીતાએ તેનું માથું પોતાના ખોળામાં લઈ છાતીસરસું ચાંપી દીધું, 'મારી પૂજા... આ તને શું થઈ ગયું ?' તે વિલાપ કરવા લાગી, 'કોની નજર લાગી તને? હસતી ગાતી મારી દીકરી આમ સૂનમૂન કેમ પડી છે? કાંઈ તો બોલ!'

પૂજાએ સૂતાં સૂતાં સપાટ શબ્દોમાં કહી દીધું . 'આ લગ્ન નહીં થાય.'

'શું?'

'ખરું જ કહું છું.'

'તું ભાનમાં નથી. તું તથી જાણતી કે તું શું બકી રહી છે.'

'આ લગ્ન નહીં થાય, મમ્મી.' આ વખતે ભારપૂર્વક કહેતાં તે બેઠી પણ થઈ ગઈ.

'આ... આ હું શું સાંભળું છું?'

'સત્ય અને ફક્ત સત્ય'

'પણ તે પોતે રાજીખુશીથી પ્રસ્તાવ સ્વીકાર્યો હતો.'

'એ ગલતફહેમી હતી. ભૂલ હતી મારી.'

'કેવી ગલતફહેમી?' સુનીતાનો સ્વર સહેજ કઠોર થયો. 'શેની ભૂલ ? શું તું નહોતી જાણતી કે તારા માટે હવામહેલમાંથી માગું આવ્યું છે?'

'ના.'

'શું કાલીચંદભાઈએ રાત્રે જણાવ્યું નહોતું?'

'ના.'

'તો શું વિચારીને તેં તારી સ્વીકૃતિ દીધી ?'

'મેં ધાર્યું, તું કોસો બાબત પૂછી રહી છે.'

'કોસો !'

'હા, મમ્મી, હું તેને ચાહું છું.'

આ વખતે સુનીતાના પગ ડામાડોળ થઈ ગયા. 'તું... તું... એ આદિવાસી સરદારના પ્રેમમાં છે?'

'અને તેને પરણવાની પણ છું.'

પૂજાની આ દ્રઢતા આજે તેના દેહ પર છરીની જેમ ફરી ગઈ. તે તરફડી ઊઠી. 'પૂજા... ના, ના, પૂજા ના. તું એને પરણી નહીં શકે હવે ઘણું મોડું થઈ ગયું છે. મેં મારી જીભ દીધી છે.'

'મમ્મી ! તારી જીભના બે બોલ ખાતર હું મારું આખું જીવન ધૂળધાણી કરી ન શકું, સમજી ?' – કહેતાં તે પલંગ પરથી સરકી બહાર ચાલી ગઈ.

સુનીતા બંને હાથે માથું પકડી બેઠી રહી.

કોસો ખુરશી પરથી ઊભો થઈ ગયો. બગીચામાં આવતી પૂજાનો ચહેરો જોઈ તેણે પરિસ્થિતિની ગંભીરતા ગ્રહણ કરી લીધી. પૂજા લાશની જેમ તેની સામે આવી અને તેની ઉઘાડી છાતી પર માથું ઢાળી છૂટથી રડી પડી. કોસોએ તેને સ્નેહપૂર્વક બંને હાથમાં ઘેરી લઈ રડવા દીધી. અત્યારે પ્રશ્નો કરવાનો કાંઈ અર્થ નહોતો. એક વાર તેનું મન હલકું થઈ જતાં નિરાંતે સર્વ કાંઇ જાણી શકાતું હતું.

તેનો ઊભરો લગભગ ઠલવાઈ જતાં કોસોએ તેનો ચહેરો ઊંચો લીધો, 'પૂજા...' અને હિંમત દેતાં કહ્યું, 'બહુ રડી. હવે રોક તારા આંસુઓને! જો હું તારી પડખે છું. તું જ્યાં પણ હોઈશ, જ્યાં પણ જઈશ, તારી રક્ષા કરવી એ મારો ધરમ છે.'

'આ તું શું કહે છે!' પૂજા બોલી ઊઠી, 'હું ક્યાંય જવાની નથી. હું તારી પડખે હોઇશ. તારાથી મને કોઈ અલગ કરી નહીં શકે.'

'તારી સ્થિતિ જોઈ મારો વિશ્વાસ ડગી ગયો છે.'

'હું તને અંતરમનથી ચાહું છું, કોસો. મનથી મેં તને પતિ તરીકે સ્વીકારી લીધો છે. શું તું નથી જાણતો?'

'શું બન્યું ?' કોસોએ તેને ખુરશી પર બેસાડતાં પ્રશ્ન કર્યો.

'જે ધાર્યું નહોતું.'

તે પૂજાની સામે બેસી ગયો.

'કાલીચંદ અહીં મારા લગ્ન માટે એક પ્રસ્તાવ લઈ આવ્યો હતો.' કોસો સામે તેણે સ્પષ્ટતા કરી, 'આપણે ઝાંઝાંથી આવ્યા એ પહેલાં લગભગ સર્વ કાંઈ નક્કી થઈ ચૂક્યું હતું.'

'છોકરો કોણ છે?'

'કોઈ પણ હોય, એથી શું ફેર પડે છે?'

'પ્રસ્તાવ કાલીચંદ લઈ આવ્યો છે.' કોસોએ ભાર દઈ કહ્યું, 'આમાં જરૂર કાંઈ ભેદ હશે !'

'હશે. મમ્મીને મેં સ્પષ્ટ ના કહી છે.'

'હવે?'

'હવે શું?'

'આ જ પ્રશ્ન મેં તને કર્યો છે.'

'થોડાંક દિવસો થોભી જા.' પૂજાએ સૂઝપૂર્વક જણાવ્યું, 'આ વટોળ શાંત પડી જવા દે. પછી મમ્મી રાજીખુશીથી મારાં લગ્ન તારી જોડે નહીં કરાવે તો આપણે ઝાંઝાં જઈ કરી લઈશું.'

કોસો તેના ચહેરામાં જોઈ રહ્યો. અચાનક સર્વ કાંઈ બદલાઈ ગયું હતું. છાંયડો, તડકો બની ગયા હતો. ઊજળો દિવસ અંધારો થઈ ગયો હતો. ચાંદો, સૂરજ બની તેજાબ રેડવા લાગ્યો હતો. તે નહોતો ઈચ્છતો કે તેના કારણે કોઈને દુઃખ પહોંચે – અને પૂજા જોડે લગ્ન કરતાં તેની મમ્મીનું કાળજું કટકેકટકા થઈ જવાનું હતું. શું કોઈ એવો માર્ગ નહોતો કે સુનીતા રાજી રહે અને પૂજા જોડે તેનાં લગ્ન પણ થઈ જાય?

આમ વિચારતાં તે પોતાના ઓરડામાં દાખલ થયો. સુનીતા તેની વાટ જોતી તેના ઢોલિયાની કોર પર બેઠી હતી.

• • •

'દરવાજો વાસી દે, કોસો.'

તેણે પીઠ પાછળ દરવાજો વાસી દીધો.

'મારી સામે બેસ.' સુનીતાએ ખુરશી પ્રત્યે સંકેત કર્યો, 'તારી જોડે મારે થોડીક વાત કરવી છે.

કોસો ખામોશ બેસી ગયો.

'અત્યાર સુધીમાં તે કળી લીધું હશે કે હું અહીં શા માટે આવી છું!'

તે મૌન રહ્યો.

'હવે તું જ આમાંથી કાંઈ માર્ગ કાઢ.'

'માર્ગ એક જ છે.' તેણે હોઠ ખોલ્યા, 'લગ્ન.'

'વચ્ચેથી તું ખસી જવા તૈયાર હોય તો એ શક્ય છે.'

'પૂજા રાજી હોય તો મને ખસી જવામાં વાંધો નથી.'

'તું એને તજી ચાલ્યો જઈશ તો એ રાજી થઈ જશે.'

'તમને ખાતરી છે?'

'સમય સર્વ કાંઈ ભૂંસાડી શકે છે.' સુનીતાએ અનુભવની વાત કહી, 'પ્રેમ પણ... હું જાણું છું. આમાં ન તારો વાંક છે ન મારો. મેં જીભ દીધી છે. જે છોકરા જોડે પૂજાનું નક્કી થયું છે એ ચારિત્ર્યનો નબળો હોત, એનું કુળ બરોબરીનું ન હોત તો તું કહી શકત કે હું મારી દીકરી જોડે અન્યાય કરી રહી છું.'

હૃદય પર પથ્થર મૂકી કોસો સાંભળી રહ્યો.

'તું જાણે છે એ છોકરો કોણ છે ?'

ઇશારાથી તેણે ' ના' કહ્યું.

'અજાજીના નામે તે ઓળખાય છે.' સુનીતા સગર્વ બોલી, 'હિઝ હાઈનેસ સરબતસિંહનો એ કુંવર છે. લગ્ન કરી પૂજા હવામહેલમાં રહેશે. પટરાણી બની રાજ ભોગવશે. કોસો , તું ખરેખર પૂજાની ભલાઈ ઇચ્છતો હોય તો તારી ફરજ છે કે તેનો માર્ગ મોકળો કરી દે.'

'પૂજા એ છોકરાને ઓળખે છે?'

'એ રાજવી કુળ જોડે અમારાં વર્ષો પુરાણા સંબંધ છે. પૂજાના પપ્પા તથા સરબતસિંહ ગાઢ મિત્રો હતા.'

'ઠીક. હું વિચારી જોઈશ.'

'હજી ય વિચારવાનું બાકી રહે છે?'

'હજી મેં છોકરાને જોયો નથી.' કોસોએ પોતાનો નિર્ણય જણાવી દીધો, 'એને મળી મને લાગશે કે પૂજાને ખરેખર તે ફૂલની જેમ હથેળી પર રાખવાની ક્ષમતા ધરાવે છે તો હું નિઃસંકોચ વચ્ચેથી ખસી જઈશ.'

'હું તારો ઉપકાર જીવનપર્યંત નહીં ભૂલું.' નિશ્ચિંત થઈ સુનીતા ઊઠી અને દરવાજો ખોલી બહાર નીકળી ગઈ.

કોસો જ્યાંનો ત્યાં પૂતળાની જેમ બેઠો રહ્યો, વિચારતો રહ્યો, સરબતસિંહનો પુત્ર પૂજા માટે આદર્શ યુવક ઠરે તો શું તે ખરેખર વિદાય લેશે ? આથી પૂજા જોડે અન્યાય નહીં થાય ? પૂજા તેના વિષે શું ધારશે? પરંતુ તે લાચાર હતો. વડીલોની આજ્ઞાનું પાલન કરવું એ તેના સંસ્કાર હતા. ઘોટુલમાં પહેલો પાઠ તે આ જ શીખ્યો હતો.

મોડી રાત સુધી તે પ્રેમ અને સંસ્કાર વચ્ચે ઝોલાં ખાતો રહ્યો. તેની આંખો લાગવાની તૈયારીમાં હતી કે એકાએક તેની બારીનો કાચ ખણણણણણ અવાજ સાથે તૂટી ટુકડેટુકડા થઈ ઓરડામાં વેરાઈ ગયો.

ઝબકીને તે બેઠો થયો. તરત તેણે વીજળીની ચાંપ દાબી. અને પ્રકાશમાં જોયું તો ફરસ પર એક પથ્થર પડ્યો હતો. સ્વાભાવિક હતું કે આ જ પથ્થર વડે કોઈએ દૂરથી નિશાન લઈ કાચ તોડ્યો હશે!'

• • •

નજીકથી પથ્થરને જોતાં તેનું આશ્ચર્ય ઓર વધ્યું. પથ્થર જોડે એક દોરો પણ વીંટળાયેલો હતો. આ દોરાના બીજા છેડે એક પત્ર હતો. તરત તેણે પત્ર અલગ કરી વાંચવાની શરૂઆત કરી :

''પ્રિય બહેન પૂજા,

ન હું તને મળી છું, ન તું મને આળખે છે. આપણા બંને વચ્ચે કાંઈ સંબંધ નથી છતાં માનવી માનવી વચ્ચે ક્યાંક, સંબંધનો કોઈક સેતું હોય છે. કૂવામાંથી કાંઈ કેટલાયે ઘડા પાણી જુદાં જુદાં ઘરોમાં જતું હશે, પરંતુ કુવો તો એક જ છે. એ જ પ્રમાણે આપણે સર્વે એક આદિ માતાનાં સંતાન છીએ. હવે ખ્યાલ આવ્યો કે મેં તને બહેનનું સંબોધન શા માટે કર્યું? હું ઈચ્છત તો તને ચુડેલ પણ કહી શકત. નીચ, કૂતરી જેવા શબ્દોનો પ્રયોગ પણ કરી શકી હોત. પણ ના, હું જાણું છું કે તું તદ્દન નિર્દોષ છે. તું નથી જાણતી કે જેની જોડે તારાં લગ્ન થવાનાં છે એ માણસ – એનું નામ અજો હોય તો – મારી રગરગમાં વસેલો છે. મારા લોહીમાં દોડી રહ્યો છે. મારા હૈયામાં ધબકી રહ્યો છે. રખે એની જોડે પ્રભુતામાં પગલાં માંડવાની મૂર્ખાઈ કરતી. એ મારો હતો, મારો છે અને મારો જ રહેશે.

તારી બહેન,

કંકુ''

પત્ર વાંચી કોસો વિચારમાં પડી ગયો. એક વાતની તેને ખાતરી થઈ ગઈ. કંકુ નામની એક યુવતી છે. અજાને તે તનમનથી ચાહે છે. અર્થાત્ અજાના ઘનિષ્ઠ સંબંધ તેની જોડે હોવા જોઈએ. નહિતર તે આમ ચેતવણી દેવાની ધૃષ્ટતા ન કરે.

કોસોના ચહેરા પર સ્મિત ફરી વળ્યું. અજાનું ચારિત્ર્ય શંકાસ્પદ છે એ સ્પષ્ટ હતું. અને હવે પોતાનો કોલ પાળવા માટે તે બંધાયેલો નહોતો. પણ આ કંકુ છે કોણ? આ સંદેશો તેના ઓરડામાં કોણે નાંખ્યો? સંદેશો પૂજાના નામે હતો. શું કોઇએ રાતના અંધારામાં ભૂલ કરી હશે ? પૂજાના ઓરડાને બદલે તેના ઓરડામાં નાખી દીધો હશે? આ બધા પ્રશ્નોના ઉત્તર તેની પાસે નહોતા.

બીજે દિવસે ચા–નાસ્તા માટે ત્રણે જણા ડાઈનિંગ ટેબલની આસપાસ ગોઠવાયાં ત્યારે રસોયાને લાગ્યું જાણે ત્રણ અજનબી બેઠાં હોય. આવો સન્નાટો તેણે આ બંગલામાં માત્ર બે વાર જોયો હતો. મનોહરસિંહ તથા હેમંતના સ્વર્ગવાસ પછીના દિવસે આવા જ વાદળિયા હતા. વાતાવરણમાં આવી જ ઘેરી ઉદાસી હતી. એવું લાગતું હતું જાણે હમણાં આકાશ રડી પડશે! જાણે આ ધરતી જળબંબાકાર થઈ જશે !

ત્રણે જણાં ચૂપચાપ ચા સાથે નાસ્તો લઈ રહ્યાં હતાં. કપ-સૉસરના રણકાર, ચમચીઓના ધ્વતિ, દાંત વચ્ચે કચડાતા ટોસ્ટ થયેલા બ્રેડના અવાજ સાથે જાણે ત્રણે જણાં એકમેકના હૃદયના થડકાર પણ સાંભળી શકતા હતા, પરંતુ –

ત્રણેમાંથી કોઈ એક પણ સામી વ્યક્તિ જોડે આંખો મેળવવા રાજી નહોતું. ત્રણેની આંખો ઢળેલી હતી. ક્યારેક ઊંચી પણ થતી તો અકારણ દીવાલો પર સ્થિર થઈ જતી. આ જ ખામોશીમાં કોસોએ એક પ્રશ્ન વહેતો મૂક્યો :

'કંકુ કોણ છે?'

જાણે સૂના તળાવમાં ભેખડ પડી હોય એમ મૌનમાંથી ધુબાકાનો અવાજ ઉઠ્યો. સુનીતા સાથે પૂજાની આંખો પણ કોસોના ચહેરા પર ઠરી ગઈ. 'કોણ છે કંકુ?' પૂજાએ તેને સામો પ્રશ્ન કર્યો.

ઉત્તર માટે તેણે સુનીતા સામે જોયું. તેનો ચહેરો પીળો પડી ગયો હતો. તેની આંખોમાં ભૂતકાળ દોડી આવ્યો હતો. કંકુ ! તેની છાતીમાંથી પડઘો ઉઠ્યો. કાંઈ કેટલાંયે વર્ષો પછી કોઈએ આ નામ ઉચ્ચાર્યું હતું. કેટલું મીઠું આ નામ હતું ! કેટલી બદકિસ્મત એ કન્યા હતી !

• • •

કંકુના જન્મની એ ગોઝારી રાત તેને યાદ આવી. ભોપાલના ડુંગરા પર ઊભેલો એ સૂમસામ બંગલો યાદ આવ્યો. હેમંત તેના માથા પાસે બેઠો હતો. ઇન્દુબાઈ નર્સે તેના પગ દાબી રાખ્યા હતા તે પ્રસૂતિની વેદનામાં તે પોતે તરફડી રહી હતી. મા... હું... મરી ચાલી... ઓ મા મને બચાવો !'

તેની કાકલૂદી, તેનો કકળાટ પથ્થર જેવા કાળજાને પણ ચીરી નાખે તેવો હતો. અંધારાં ચિરાઈ ગયાં. આભમાં તિરાડો પડી ગઈ. ઠીક રાતે બાર ને સત્તર મિનિટે સુનીતાએ એક છેલ્લી ચીસ પાડી. ભયાનક ચીસ અને તે સાથે જ એ બેભાન થઈ ગઈ. પળભર માટે નીરવ શાંતિ ઊતરી આવી. એ શાંતિમાં કાંકરી પડી હોય તેમ એક શિશુના રડવાનો અવાજ ઊઠ્યો. સુનીતાએ કંકુને જન્મ દીધો હતો.

યાદોના ઘેરામાંથી નીકળી તેણે કોસો સામે સીધું જોયું. પછી પૂજાની જેમ જ સામે પ્રશ્ન કર્યો, 'કોણ છે, કંકુ?'

કોસોને ઉત્તર દેવાની જરૂર ન લાગી.

૩

સુનીતા જૂઠ બોલી. ઉત્તર તે જાણતી હતી. કંકુ તેની કુખે જન્મેલી અભાગી કન્યા હતી. લગ્ન પહેલાં જન્મેલી બકિસ્મત સંતાન હતી. મહિનાઓ સુધી તે આ પણ જાણી નહોતી શકી કે જે કન્યાને તેણે ખાનગીમાં જન્મ દીધો હતો તે હયાત છે કે નહીં ? કારણ કે હેમંત તથા ઇન્દુભાઈએ ખાનગપતિયાં કરી તેને જણાવી દીધું હતું – એક મૃત બાળકી તેની કૂખે પેદા થઈ છે.

લગ્ન પછી પણ તેની કૂખ ખાલી રહી હતી. સુનીતાની પ્રસવપીડા જોઈ હેમંત એવો ડઘાઈ ગયો હતો કે ફરી એક વાર પત્નીનું જીવન જોખમમાં મૂકવાની હિંમત તેનામાં બાકી નહોતી વધી. વિશેષમાં ઇન્દુબાઈ નર્સે તેને ચેતવણી દીધી હતી : માતા માટે બીજી પ્રસૂતિ કદાચ ઘાતક સિદ્ધ થાય. હેમંતની લાચારી ફક્ત તે પોતે જાણતો હતો અને સુનીતા પોતાના સૂના જીવનમાં બાળકનો કિલકિલાટ ભરવા માટે અંદરોઅંદર તરફડિયાં મારી રહી હતી.

પત્નીની માનસિક પીડા અસહ્ય થતાં હેમંતે એક યુક્તિ વિચારી : ઇન્દુબાઈને ઘેર ઊછરતી કંકુને દત્તક પુત્રી તરીકે પાછી લાવી પત્નીના ખોળામાં રમતી મૂકી દેવી. ઇન્દુબાઈના હાથે–પગે લાગી કંકુને ઝૂંટવી લાવવામાં તે સફળ થઈ ગયો; પરંતુ ત્યાં સુધીમાં ઘણું મોડું થઈ ચૂક્યું હતું. શેર માટીની ખોટે સુનીતા ને લગભગ ગાંડી બનાવી દીધી હતી, હવે તે દત્તક સંતાન નહીં, પોતાના લોહીમાંસમાંથી સર્જાયેલ સંતાન ઈચ્છતી હતી. હેમંતે પિતા તથા સમાજના ભયે કંકનું રહસ્ય હજી છાનું રાખ્યું હતું.

મનોહરસિંહના અંતઃકાળે આ જ રહસ્ય જાહેર થઈ જતાં હેમત ફરી એક વાર કંકુનો કબજો લેવા માટે હોંશે હોંશે ગયો હતો. પચમઢીથી હેલિકોપ્ટરમાં ઊડીને ભોપાલ ગયો હતો અને કાકુ હવાલદારે તેને જણાવ્યું હતું – કંકુને લઈ ઇન્દુબાઈ ગામ છોડી ચાલી ગઈ છે.

તે ક્યાં ગઈ? કઈ દિશામાં ગઈ ? કોઈ યે નહોતું જાણતું. મહિનાઓ સુધી હેમંતે તેની શોધ ચલાવી. પરિણામ શૂન્યમાં આવ્યું. ત્યાર પછી પૂજાનો જન્મ થતાં ધીરે ધીરે સર્વ કાંઈ વીસરાઈ ગયું.

સમય સર્વ કાંઈ ભૂંસી શકે છે. સુનીતાના આ શબ્દો ખોટા નહોતા; પરંતુ તે એક વાત ચૂકી ગઈ હતી. ભૂંસાડ્યા પછી સમય ક્યારેક ડાઘ પાછળ મૂકતો જાય છે.

કંકુ કોણ છે?

કોસોના મુખે પ્રશ્ન સાંભળી આ જ ડાઘ જખમ બની ગયો. શું જે કંકુનો ઉલ્લેખ તેણે કર્યો હતો એ પોતાની સંતાન હોઈ શકે? સુનીતાને પ્રશ્ન થયો. બની શકે કે એ નામની કોઈ બીજી વ્યક્તિ હોય! આ સંસારમાં કંકુ નામની કન્યાઓનો તોટો નહોતો. વધુ નહીં તો ગામડે ગામડે અક્કેક કંકુ તો હશે જ!

બુદ્ધિ આટલા તટસ્થ તર્ક દઈ રહી હતી છતાં મન કેમ માનતું નહોતું ? શા માટે તે જાહેર નહોતી કરતી કે કકું તેની સંતાન છે? પૂજાની સગી બહેન છે. હવે શેની બીક તને રોકી રહી છે, સુનીતા?

ભય માત્ર એક હતો. તે તહેતી ઇચ્છતી કે વર્ષો પહેલાં દફનાઈ ગયેલું આ પ્રકરણ ફરી ખૂલે. આથી કાંઈ લાભ થવાનો નહોતો બલ્કે નુકસાન જ થવાનું હતું. પૂજાનાં લગ્ન નજીકના ભવિષ્યમાં થવાનાં હતાં. છોકરાવાળાઓ શું વિચારશે? જે કુટુંબના કબાટમાં હાડપિંજર ડોકિયાં કરતું હોય તેની છોકરી જોડે કોણ પરણે?

સુનીતાને પોતાની બદનામીની પરવા નહોતી; પરંતુ પૂજાનો લગીરે વાંક નહોતો. માતા–પિતાની ભૂલની સજા તે શા માટે ભોગવે? સુનીતાએ નિર્ણય લઈ લીધો : ચોરીના ચાર ફેરા ફરી પૂજા સાસરિયે ચાલી જાય પછી નવેસરથી કંકુની તપાસ આદરવી. જો તે ખરેખર પોતાની અભાગી પુત્રી હોય તો તેને બત્રીસ ઓરડાવાળા બંગલામાં તેડી આવવી.

પૂજા ચાલી જતાં આ બંગલામાં સાંય સાંય કરતી હવા ફૂંકાવાની હતી. ખાલીખમ ઓરડાઓમાં પવન સિસોટીઓ વગાડવાનો હતો. એકાંત તેને કોરી ખાવાનું હતું. આમાં કંકુ પ્રવેશતાં તેના જીવનમાં સોનાનો સુરજ ઊગશે.

કંકુનો આ હક્ક હતો. ન જાણે આટલાં વર્ષો તેણે ક્યાં, કેવી કંગાળ સ્થિતિમાં ગાળ્યાં હશે ! છતે મા–બાપે અનાથ થઈ ગયેલી એ કન્યાને બે ટંક પૂરતું ભોજન પણ મળ્યું હશે કે નહીં ? બટકું રોટલા માટે તે સંઘર્ષ કરી રહી હશે અને અહીં કરોડોની જાયદાદ ખાનાર પૂજા સિવાય બીજું કોઈયે નહોતું.

બીજું, કંકુ આવતાં તેને પ્રાયશ્ચિત્ત કરવાની તક પણ મળશે. કંકુને તે કુંવરીની જેમ લાડ લડાવશે અને મોંમાં કોળિયા દઈ જમાડશે. ખાટલેથી પાટલે ને પાટલેથી ખાટલે જીવન ધન્ય થઈ જશે.

બપોર પછી કોસો પૂજાના સ્ટુડિયોમાં દાખલ થયો ત્યારે તે ઉદાસ ચહેરે એક ખુરશી પર બેસી હેમંતના તૈલચિત્ર સામે જોઈ રહી હતી. જીવનમાં ઊભી થયેલી ગૂંગળાવનારી ગૂંચનાં સર્વે પાસાઓ વિષે સ્પષ્ટતાપૂર્વક વિચારવા માટે એ જ તૈલચિત્ર જાણે તેની પ્રેરણા હતી છતાં માર્ગ કેમ નહોતો દીસતો ?

કાલીચંદે ફેલાવેલી જાળમાં તે માછલીની જેમ સપડાઈ ગઈ હતી. આમાં તેની મમ્મીનો લગારે વાંક નહોતો. આટલું તે જાણી ગઈ હતી. તે એ પણ જાણતી હતી, સુનીતાએ પોતાની સંમતિ ત્યાં સુધી નહોતી દર્શાવી જ્યાં સુધી તેણે પૂજાની સ્વીકૃતિ નહોતી મેળવી.

સુનીતાના સ્થાને કોઈ બીજી માતા હોત તો તેણે પણ પોતાની પુત્રી પર દબાણ કર્યું હોત કારણ કે માતા તથા પુત્રીના ઉછેર વચ્ચે જમીન–આસમાનનું અંતર હોય છે. સુનીતા એ પેઢીની હતી, જેના માટે પોતાના કૉલનું મહત્વ હતું. તેણે જીભ દીધી હતી. કમાનમાંથી તીર છૂટી ચૂક્યું હતું. થૂંક્યા પછી ન ચટાય, એ તેનો સિદ્ધાંત હતો. પણ આવા આદર્શ ખાતર શું પોતાના હૃદયના કટકાને હોળીનું નાળિયેર બનાવી શકાય?

આ જ પ્રશ્નનો ઉત્તર શોધવા માટે પૂજા ફાંફા મારી રહી હતી અને કોસો આવી તેની સામેની ખુરશીમાં બેસી ગયો. પળભર તે કોસો સામે જોઈ રહી. કોસોને પણ ન સૂઝ્યું કે વાર્તાલાપની શરૂઆત ક્યાંથી કરવી ?

'મેં તારા વિચારોમાં ખલેલ તો નથી પહોંચાડી?' કાંઈ ન સૂઝતાં તેણે સીધોસાદો પ્રશ્ન કર્યો.

'કોસો !' તેણે જણાવ્યું, 'ઔપચારિક્તાની આડ લેવાની તારે જરૂર નથી. આ બંગલો, આ સ્ટુડિયો તારો છે. હું પણ હજી પારકી નથી થઈ.'

અંતિમ વાક્ય કોસોને ખૂંચી ગયું, 'તું આમ કેમ બોલે છે?'

'હું એ જ કહું છું જે તું ઇચ્છે છે ?'

'અત્યાર સુધી હું પોતે દ્વિધામાં હતો.'

'શું એટલે જ તેં મમ્મીને કહ્યું કે વચ્ચેથી ખસી જવા તું રાજી છે?' પૂજા ઊભી થતાં બોલી ઊઠી, 'શું તને મારી જરા ય દયા ન આવી? તારા ખાતર હું મારું ઘર, મારી મા, મારું ગામ છોડી તારી જોડે ચાલી નીકળવા તૈયાર થઈ અને તેં જ મારી પીઠ પાછળ ઘા કર્યો ?'

કોસો સન્ન થઈ ગયો.

'બોલ, મારો શું વાંક હતો ?' તેની ખુરશી ફરતે ફેરો લઈ પૂજા તેની સામે આવી, 'મારો ગુનો આટલો કે મેં તારી જોડે પ્રેમ કર્યો. મનથી તને પતિ સ્વીકાર્યો. પત્ની બની તારું ભૂખડ ગામ વસાવવા રાજી થઈ. તારા ખોરડામાં ગધ્ધાવૈતરું કરવાની મેં મરજી દર્શાવી. આ જ મારો અપરાધ કે કાંઈ બીજો ?'

'પૂજા !' કોસોથી હવે સહન ન થયું, 'મેં પણ આ જ વિચાર્યું કે મારા ભૂખડ ગામ કરતાં રાજમહેલ તારા માટે ઉત્તમ છે. મારા ખોરડામાં ગધ્ધાવૈતરું કરવા કરતાં તું હવામહેલની પટરાણી બની સુખે રાજપાટ ભોગવે. મેં

મારી નહીં, તારી ભલાઈ ઈચ્છી હતી. કાળજે પથ્થર મૂકી તારી માતાનો પ્રસ્તાવ સ્વીકાર્યો હતો. ધાર્યું હતું, તને માત્ર વૈભવ નહીં, પતિનું સુખ, પતિનો સ્નેહ પણ મળશે અને–'

એક જ શ્વાસે ઘણું બોલી તે ચૂપ થઈ ગયો.

'અને શું?'

'આ પત્ર.'

કંકુનો લખેલો પત્ર તેણે સામે ધરી દીધો. પૂજા તેના હાથમાંથી ઝૂંટવી અધ્ધરજીવે વાંચી ગઇ.

'શું લાગે છે?' કોસોએ પૂછ્યું.

'આના પરથી એક વાત સ્પષ્ટ થાય છે.' તેણે ફરી ખાલી ખુરશીમાં બેસી જતાં પોતાનો અભિપ્રાય દીધો. 'કંકુ નામની કોઈ યુવતી જોડે અજાના ઘનિષ્ઠ સંબંધ હોવા જોઈએ.'

'આ પત્ર વાંચી મેં પણ એમ ધાર્યું હતું.'

'બીજું, મમ્મીની આજ્ઞાનું પાલન કરવાની હવે ન તને જરૂર રહે છે ન મને.' – કહેતાં પૂજાએ પડકાર ફેંક્યો, 'તું રાજી હોય તો આપણે બંને અહીંથી ક્યાંક ચાલ્યાં જઈએ. આ વાતાવરણ આપણા પ્રેમનું ગળું રૂંધી નાખે એ પહેલાં ઝાંઝાંના નદીકાંઠે પહોંચી જઇએ. તું વાંસળી વગાડજે, હું ગીતો ગાઈશ.'

'ના, પૂજા.' તે બોલી ઊઠ્યો. 'કાયરની જેમ રણમેદાનમાંથી નાસી છૂટતાં હું શીખ્યો નથી. આપણે અહીંથી જઈશું, તો તારી માતાના આશીર્વાદ લઇને.'

'અને તે નહીં દે તો?'

'ના કહેવા માટે હવે તેમની પાસે એકે કારણ નથી.'

'પણ –'

'પૂજા!' તેણે મન ખોલ્યું, 'કાલીચંદની બાજી ઊંધી વાળવા માટે આપણે અહીં એક અઠવાડિયું રોકાવું જરૂરી છે. જે સોગઠી તે ચાલ્યો છે એને સૌની સામે ઉડાડી આપણે અહીંથી ચાલ્યાં જઈશું.'

તેનું સૂચન પૂજાને યોગ્ય ન લાગ્યું છતાં તે ખામોશ રહી. કોસો સામે જીદ કરવાનો કાંઈ અર્થ નહોતો. તદ્ઉપરાંત કંકુના પત્ર બાબત સૌની સામે ખુલાસો થતાં સુનીતાની આંખો ઊઘડશે. કદાચ તે રાજીખુશીથી કોસો જોડે તેનાં લગ્ન કરાવવા તૈયાર થઈ જાય. અને આ અગત્યનું પણ હતું..

બીજે અઠવાડિયે માંડુથી કાર ભરીને મહેમાનો આવી પહોંચ્યા. જે ઝડપથી આ પ્રગતિ થઈ હતી. એમાંથી શંકાની દુર્ગંધ ઉઠતી હતી. અલબત્ત, સુનીતાએ પોતે કાલીચંદને વિંનતી કરી હતી કે વિવાહ–લગ્નનાં કામ જેટલાં વહેલાં આટોપાય એટલું વધુ સારું; પરંતુ છોકરાવાળાઓ તેનો પ્રસ્તાવ ચૂં કે ચાં કર્યા વિના સ્વીકારી દોડી આવે એ કોસો માટે શંકાનું એક વધુ કારણ હતું.

સુનીતા મૂંઝાઈ ગઈ. તેણે સાંજ પહેલાં મહેમાનોની આશા નહોતી રાખી. હમણાં જ સવારનો નાસ્તો પત્યો હતો. મહેમાનોના નાસ્તા માટે તેણે કાંઈ તૈયારી પણ નહોતી કરી. તરત તેણે રસોયા જોડે પૂજાને કિચનમાં કામે લગાડી દીધી. સર્વે નાહીને તૈયાર થયાં ત્યાં સુધીમાં થોકડો ફૂલકાં, દૂધપાક, ચણા – બટાકાનું સૂકું શાક સાથે ત્રણ કીટલી ભરીને ચા પણ તૈયાર થઈ ગઈ.

પૂજા હજી રસોઈમાં વ્યસ્ત હતી. સુનીતા નોકરો જોડે મહેમાનોની સરભરામાં હતી. કોસો પ્રવેશ સામેના બગીચામાં વિશાળ છત્રી હેઠળ એકલો બેઠો હતો. આજે અહીં દસેક ખુરશીઓ ગોઠવાઈ હતી.

કોસોને લાગ્યું, અંદરની ભીડ તથા તેના વચ્ચે ખાસ્સુ અંતર છે. જાણે–અજાણે તે એકલો પડી ગયો છે. આનું કારણ તેની સંસ્કૃતિ હોઈ શકે! તેની છાતી ઉઘાડી અને કમરે ગમછો હતો. ગમછામાં જમૈયો હતો; જ્યારે

અંદર બેઠેલા મહેમાનો સૂટ–બૂટ તથા સફારીમાં હતા. હસી રહ્યા હતા. હાસ્યની છોળો ઊછળી રહી હતી. કોઈ ખિસકોલીની જેમ હસતું હતું તો કોઇનો અવાજ ઊંચો હતો.

થોડી વારે મહેમાનોને લઈ સુનીતા બહાર આવી. કોસો શિષ્ટાચાર ખાતર ઊભો થઈ ગયો. સુનીતાએ તેનો ટૂંકો પરિચય દઈ મહેમાનો જોડે તેનો પરિચય કરાવ્યો. 'રાજસ્થાનના ભૂતપૂર્વ મહારાજા, હિઝ હાઈનેસ સરબતસિંહ અને અમારા હિતેચ્છુ પણ.'

કોસોને આ ગુલાબી માણસ પ્રથમ દ્રષ્ટિએ આત્મીય લાગ્યો. કાંઈક એવી નિખાલસતા હતી સરબતસિંહના વ્યક્તિત્વમાં કે જોનારાને તે ગમી જાય. કોસોએ તેને લળી લળીને જુહાર કર્યા.

સુનીતાએ બીજો પરિચય દીધો, 'હવામહેલની ગાયિકા, તારા. હિઝ હાઈનેસે ઠુમરીના વિષય પર બે પુસ્તકો લખ્યાં છે, એમાં તેનો અગત્યનો ફાળો છે. હકીકતમાં તે પોતે એક સમયે ભારતની શ્રેષ્ઠ નર્તકી હતી.'

કોસોએ તેને પણ લળી લળીને જુહાર કર્યાં.

'કાલીચંદભાઈનો પરિચય ન હોય.' – કહેતાં તેણે અજાનો પરિચય દીધો, 'હિઝ હાઈનેસના પુત્ર છે અને સમાજશાસ્ત્રના વિષય સાથે તેમણે એમ.એ. કર્યું છે.'

કોસોએ જુહાર ન કર્યાં. અને તેનું કારણું હતું. અજો વડીલોમાં નહોતો. તેની બરાબરીનો હતો. આ તક ઝડપી લેતાં સૌના આશ્ચર્ય વચ્ચે અજાએ તેને જુહાર કર્યા, 'કોસો!' પછી કહ્યું, 'તું ઘોટુલનો સરદાર છે અને તને જુહાર કરતાં મને ગર્વ થાય છે.'

એક પછી એક સર્વે જણા ખુરશીઓમાં ગોઠવાઈ ગયા. પૂજા ટ્રે લઈ આવી અને ચાનો એક વધુ દોર બગીચામાં શરૂ થયો. 'કાલીચંદભાઈ!' સુનીતાએ ટ્રેમાંથી કપ ઊંચકી મહેમાનોને દેતાં કહ્યું, 'મને તો આશા જ નહોતી કે એક અઠવાડિયામાં જાન લઈ તમે આવી શકશો.'

'અને અમે સમયમાં આવી પહોંચ્યા,' તે બોલ્યો, 'ખરું?'

ટ્રેમાંથી છેલ્લો કપ પોતાને માટે ઊંચકતાં સુનીતાએ સત્ય જણાવ્યું, 'મારા માનવામાં હજી ય નથી આવતું.'

કાલીચંદે ચાનો ઘૂંટ ભરતાં અભિમાનથી કહ્યું, 'બેન, એ ન ભૂલો કે મેં જીભ દીધી હતી.' આ વાક્ય તેણે ભાર દઈ ઉચ્ચાર્યું હતું. 'મારે કામ પાર પાડવું જ રહ્યું. – અને કામ કંઈ પારકું નહોતું.'

ટેબલ પર ટ્રે મૂકી દેતાં પૂજા એક ખાલી ખુરશીમાં ગોઠવાઈ ગઈ હતી. તેની સૂચક દ્રષ્ટિ કોસોના ચહેરા પર વારંવાર અથડાતી હતી. હજી સુધી કોસોએ કંકુનો વિષય નહોતો છેડ્યો.

'કોસો !' અજાએ તેના તરફ જોતાં નવો વિષય છેડ્યો.

'તને જાણીને નવાઈ લાગશે કે મારા સમાજશાસ્ત્રના અભ્યાસક્રમ દરમિયાન મેં આદિવાસીઓના જીવનનો પણ અભ્યાસ કર્યો હતો; પરંતુ હજી સુધી એક મુદ્દો મારા સમજમાં નથી આવ્યો ?'

'ક્યો?'

'ઘોટુલ પ્રથાના પ્રારંભનું મૂળ કારણ શું હોઈ શકે ?'

'વડીલોની સમસ્યા.' તેણે સહજતાથી જણાવ્યું, 'લગભગ આદિવાસી પરિવાર નાનકડા ઝૂંપડામાં રહેતો હોય છે. આ કારણે મૂંઝવણ ઊભી થતી. એક જ ઝૂંપડામાં સમજણાં થયેલાં બાળકો જોડે માતા–પિતા રહી ન શકે એવી માન્યતા અમારામાં પ્રચલિત છે. તો આ બાળકોનું શું કરવું? રાત્રે તેઓને ક્યાં મૂકવાં? કારણ કે સમસ્યા માત્ર રાત પૂરતી હતી. અંતે અમારા પૂર્વજોને ઘોટુલનો વિચાર સ્ફુર્યો અને બદલાતો સમય સાથે આજનું રૂપ ધારણ કર્યું.'

અજાએ આવા વધુ બે નિર્દોષ પ્રશ્નો કરી હળવેકથી કહ્યું, 'એક વધુ પ્રશ્ન કરવાની ઈચ્છા થાય છે.'

કોસો સમજી ગયો. અજો હવે મૂળ પ્રશ્ન પર આવવાની તૈયારીમાં છે. ઘોટુલની સૅક્સ–લાઈફ પર પ્રશ્ન કરી કોસોને તે સાણસામાં લેવા ઇચ્છતો હતો. બાકીનાં બધાં ધ્યાનપૂર્વક બંને વચ્ચેની ચર્ચા સાંભળી રહ્યાં હતાં, તેઓને સહેજે ખ્યાલ નહોતો કે વાર્તાલાપમાં ઉંદર–બિલાડીની રમત ખેલાઈ રહી હતી.

'તારો પ્રશ્ન હું કલ્પી શકું છું.' અજો મોં ખોલવા જાય એ પહેલાં તેણે કહી દીધું.

'જણાવીશ તો મને ખુશી થશે.'

કોસાએ જાણીને ભળતો સવાલ કર્યો, 'તારે આ જ જાણવું છે ને કે ઘોટુલમાં પ્રેમની વ્યાખ્યા શું છે?'

'એ હું જાણું છું.'

'તો તું આ પણ જાણતો હોઈશ કે કંકુ કોણ છે?'

અચાનક સુનીતાનો ચહેરો કરમાઈ ગયો. તારા તથા કાલીચંદ કોઈયે ન સમજ્યાં, અજાની આંખો કોસોની આરપાર જોવાના પ્રયાસ કરી રહી હતી. પૂજાની આંખો અજાના ચહેરા પર ઠરી હતી. અહીં, એક સરબતસિંહ માત્ર એવો હતો જેને આ બધી ચર્ચાઓમાં રસ નહોતો. અકારણ તે અહીંતહીં જોઈ રહ્યો હતો.

'ઘોટુલના પ્રેમની વ્યાખ્યા જોડે કંકુને શું લાગેવળગે ?' અજો લપસણી ભૂમિ પર ટકી રહેવા માટે માર્ગ શોધવા લાગ્યો.

'પ્રેમ જોડે તો લાગેવળગે છે!'

'ખરેખર ?'

'ખરેખર તો તું જ જણાવી શકે.'

'શું હું જાણી શકું કે અમારા સમાજના અપરાધીઓમાં રસ લેવાની શરૂઆત તેં ક્યાંરથી કરી?' અજાએ સામો પ્રશ્ન કરી તેને બાટલામાં લઈ લીધો.

'તું એને એક અપરાધી તરીકે ઓળખતો હોઈશ. હું તેને એક પ્રેમઘેલી તરીકે ઓળખું છું.' – કહેતાં કોસોએ પત્ર રજૂ કર્યો.

'શું છે ?'

'કંકુના પ્રેમનું એકરારનામું.'

જાણે તેને દરકાર ન હોય એમ અજાએ પત્ર લીધો અને કોસોની નજરા તેના ચહેરા પર સ્થિર થઈ ગઈ. પૂજાને લાગ્યું, હવે તે છટકામાં બરાબર આવ્યો છે. અત્યાર સુધી તે આડાઅવળા સવાલો પૂછી કોસોને મૂંઝવવાના પ્રયાસો કરી રહ્યો હતો એ તેનાથી પણ અજાણ નહોતું .

પત્ર વાંચી છટાથી વચ્ચેના ટેબલ પર ફેંકી દેતાં અજો હસી પડ્યો. સુનીતાએ હાથ લંબાવી તરત એને ઊંચકી લીધો.

'પૂજા !' અજો તેના તરફ ફર્યો, 'આ બધું જાણવા છતાં અત્યાર સુધી તું ખામોશ બેઠી રહી એ મારા માટે નવાઈની વાત છે.'

પૂજા મૌન રહી.

'હકીકતમાં આ ખુલાસો માગવાનો અધિકાર પણ તારો છે.'

'મને એની જરૂર નથી.'

'આના ઉત્તર જોડે તારું ભાવિ સંકળાયેલું છે.'

'મારું ભાવિ નક્કી છે.'

પૂજાના ઉત્તરમાં દ્રઢતા હતી. સાથે દ્વિઅર્થી રણકાર પણ. અજો તેનો અનર્થ લઈ શકતો હતો. લીધો અને કોસો સામે જોઈ જણાવ્યું, 'આ પત્રમાં જે કાંઈ લખાયું છે તે એક ગુનેગારના શબ્દો છે. અત્યારે ધારની જેલમાં તે આજનમ કેદની સજા ભોગવી રહી છે.'

સુનીતા પર વીજળી તૂટી પડી. તેના હોઠેથી એકે શબ્દ ન નીકળ્યો. પરંતુ કોસો માટે ચૂપ રહેવું શકય નહોતું. 'પત્રમાં કંકુ નામની કન્યાએ તારી જોડેના ઘનિષ્ઠ સંબંધોની ચર્ચા કરી છે.'

'અને તેં માની લીધું?'

'તું ચોખવટ નહીં કરે તો મને વિશ્વાસે બેસી જશે.'

'શું આટલું પૂરતું નથી કે હું એક જવાબદાર વ્યક્તિ છું અને તે અપરાધી?' અજાએ હુમલો શરૂ કરી દીધો, 'પત્રમાં પૂજા માટે વાપરેલા શબ્દો – ચુડેલ, નીચ, કૂતરી – પરથી તને નથી લાગતું કે હવે તેનું મગજ પણ ઠેકાણે નથી?'

'ના.' કોસોએ ભારપૂર્વક કહ્યું, 'તે પ્રેમઘેલી છે, ગાંડી નહીં. તેણે તારું નામ સંડોવ્યું છે, કોઈ બીજાનું નહીં.'

'પપ્પા!' તે સરબતસિંહ તરફ ફર્યો, 'આ બાબત તમે સ્પષ્ટતા કરશો તો વધુ ઉચિત રહેશે.'

અચાનક પોતાનું નામ ચર્ચામાં આવતાં સરબતસિંહે ચોંકીને પત્ર સામે જોયું, 'તેં કાંઈ કહ્યું?'

'ઘોટુલનો આ સરદાર પૂછે છે કે કંકુ કોણ છે? મારી જોડે તેના શું સંબંધ હતા?'

'ઓહ એ!' કહેતાં તેણે ક્ષણિક વિચાર કર્યો. 'કંકુને હું બાળપણથી જાણું છું. તે ઇન્દુબાઈ નામની એક નર્સની પુત્રી છે. મારી પત્નીની સારવાર માટે મેં એ નર્સને રોકી હતી. મને યાદ છે, જે દિવસે હેમંત પહેલી વાર મારે ત્યાં આવ્યો હતો એ દિવસ પછી પુત્રીને લઈ તે અદ્રશ્ય થઈ ગઈ હતી. સાથે તેનો પતિ પણ જતો રહ્યો હતો.'

કોસોને સંબોધી તે કહી રહ્યો હતો, 'હેમંતના સ્વર્ગવાસ પછી ઇન્દુબાઈએ ફરી એક વાર માંડુમાં દેખા દીધી. તેના પતિનો દેહાન્ત થઈ ગયો હતો. આર્થિક રીતે તે ભાંગી પડી હતી. મેં તેને હવામહેલના ટ્રસ્ટમાંથી માસિક આવક બાંધી દીધી જેથી તેનું ભરણપોષણ થાય અને કંકુને પણ તે આગળ ભણાવી શકે. કંકુએ જ્યાં સુધી બી.એ. ન કર્યું, ટ્રસ્ટમાંથી તેને સહાય મળતી રહી. આટલું જ નહીં, અજાએ પોતાની લાગવગ વાપરી તેને એક બૅંકમાં નોકરીએ પણ લગાડી દીધી.'

સહેજ થોભી તેણે બે–ચાર ઊંડા શ્વાસ લીધા. પછી ઉમેર્યું, 'આટલાથી કંકુને સંતોષ ના થયો હોય એમ તે અજા જોડે લગ્ન કરવાનાં સપનાં જોવા લાગી. સાથે તે એ પણ જાણતી હતી કે રાજમહેલનો મુરતિયો મેળવવો હોય તો એ કક્ષાનો મોભો પણ જોઈએ. એ સ્તરનું જીવન પણ હોવું જોઈએ. એટલે તેણે બૅંક જોડે છેતરપિંડી કરી. વીસ લાખ રૂપિયાની ઉચાપતનો તેના પર આરોપ હતો.'

સરબતસિંહના મોઢે આખો કિસ્સો સાંભળી પૂજા છક થઈ ગઈ. તેણે ધાર્યું હતું કાંઈ અને નીકળ્યું કાંઈ. મહેમાનોમાં સરબતસિંહ એક એવો પુરૂષ હતો જેની વાત પર શંકા કરવાનું કોસોને પણ કારણ નહોતું. પ્રથમ દ્રષ્ટિએ જ તેનું વ્યક્તિત્વ કોસોને પ્રભાવિત કરી ગયું હતું.

સુનીતાની સ્થિતિ સૌથી વધુ ખરાબ હતી. અત્યાર સુધીમાં કંકુ માટે તેણે કાંઈ કેટલાંયે સપનાં જોયાં હતાં. તેનાં આ સપનાં પત્તાના મહેલની જેમ ધસી ગયાં, તે સ્તબ્ધ થઈ સરબતસિંહ સામે જોઈ રહી. મન ડૂબવા લાગ્યું. અંધારાં તેની સામે નૃત્ય કરવાં લાગ્યાં. સરબતસિંહનો ચહેરો ધૂંધળો થતો ગયો.

કોસો તદ્દન સ્વસ્થ હતો. તેનું મન કહેતું હતું, ક્યાંક કશીક કડી ખૂટે છે. સરબતસિંહે જે કાંઈ કહ્યું એ તદ્દન ખરું હોઈ શકે... જે રીતે સિક્કાની એક બાજુ ખરી હોય છે. જે માણસે સિક્કો હાથમાં લઈ માત્ર એક બાજુ જોઈ હોય એને બીજી બાજુનો ખ્યાલ ન હોય.

•••

જે લોકોએ ડૉક્ટર જેકિલ અને મિસ્ટર હાઈડ જેવા કાલીચંદનું એક પાસું (આદિવાસી) જોયું હોય તે કાલીચંદને સંત સમજે. કાલીચંદનું બીજું પાસું (ડૉક્ટર) જાણવા માટે તો કોઈ બીજી વ્યક્તિનો જ સંપર્ક સાધવો પડે.

અજાના ચારિત્ર્ય વિષે ખાતરીપૂર્વક કાંઈ અભિપ્રાય નક્કી કરવા માટે કંકુની એક મુલાકાત જરૂરી હતી અને કોસોનું દુર્ભાગ્ય આ હતું કે તેની પાસે આટલો સમય નહોતો. કંકુ ધારની જેલમાં હતી. ધાર નગરી માંડવગઢ પાસે હતી. ત્યાં સુધી જતાં–આવતાં ચાર–પાંચ દિવસો સહેજે નીકળી જાય. વિશેષમાં કંકુની મુલાકાત મેળવવામાં કેટલાક વધુ દિવસો નીકળી જાય અને આટલા દિવસો માટે લગ્ન રોકી શકવાનો ઉપાય તેની પાસે નહોતો.

રાત્રે તેણે એકાંતમાં પૂજાની મુલાકાત લેવાનું નક્કી કર્યું. હવે અહીં રોકાવામાં સાર નહોતો. પૂજાની સલાહ માની લઈ કાલે જ બંને જણા અહીંથી નીકળી ગયાં હોત તો કાલીચંદના આ ચક્રવ્યૂહમાં તે સપડાયો પણ ન હોત. હજી મોડું નથી થયું. તેણે મનને આશ્વાસન દીધું. પૂજા જોડે પલાયન થઈ જવા માટે હજી યે સમય છે.

તે ઝપાટાબંધ વિચારી રહ્યો હતો. અને સુનીતા એકાએક ચક્કર ખાઈને ખુરશી પરથી ઢળી પડી. કોઈની સમજમાં કાંઈ આવે એ પહેલાં કાલીચંદે આગળ વધી તેનું કાંડું હાથમાં લીધું.

તે સમજી ગયો. એક મહિનાના ઉપવાસ પૂર્ણ કરી સુનીતા હજી થોડાંક અઠવાડિયાં પહેલાં ઊભી થઈ હતી. હજી તેનું શરીર પૂર્ણ રીતે તંદુરસ્ત નહોતું થયું. આ જ નબળાઈના કારણે મગજ પર બોજ વધતાં તેને ચક્કર આવ્યા હોવા જોઈએ ! પરંતુ તે આ કલ્પી ન શક્યો કે સુનીતાના મગજ પર અચાનક એવો તે શો બોજ આવી પડ્યો કે તે બેભાન થઈ ઢળી પડી ?

સુનીતા પોતાના ઓરડામાં સૂતી હતી. કાલીચંદે સાવધાની ખાતર ટ્રાંક્વિલાઈઝરનું એક ઈંજેક્શન દઈ દીધું હતું. બત્રીસ ઓરડાવાળા બંગલામાં ઘેરી ઉદાસી ઊતરી આવી હતી. પૂજા જોડે પલાયન થઈ જવાની કોસોની યોજના પર પાણી ફરી વળ્યું હતું. સુનીતાને આ સ્થિતિમાં રઝળતી મૂકી, ન પૂજા ઘર છોડવા માટે રાજી થઈ શકે, ન કોસો પોતે આવું વિચારી શકે.

સુનીતા આખો દિવસ સૂતી રહી. પૂજા તથા તારા તેના ઓરડામાં બેઠાં હતાં. ડૉ. કાલીચંદે તેઓને ચિંતા ન કરવા માટે ભરોસો દીધો હોવા છતાં બંનેના ચહેરા પર ચિંતા સ્પષ્ટ વરતાતી હતી.

પ્રાણીબાગમાં ફેંકાઈ ગયેલા વનરાજ જેવી મૂંઝવણ અનુભવતો કોસો પોતાના ઓરડામાં આંટા મારી રહ્યો હતો – એક દીવાલથી બીજી દીવાલ સુધી, બીજી દીવાલથી પહેલી દીવાલ સુધી. એક અંધકાર ધીરે ધીરે તેને પણ ઘેરતો જતો હતો.

અહીં કાંઈ કામ ન હોવાના કારણે અજો ખુલ્લી હવામાં ટહેલવાનું બહાનું કરી એકલો સરકી ગયો. લગભગ છ વર્ષો પછી તે આજે પચમઢી આવ્યો હતો. હેમંતના સ્વર્ગવાસ પછી પિતા જોડે તે વધુ ત્રણ વાર અહીં આવી ચૂક્યો હતો.

એ વર્ષોમાં તેની ઉંમર વધુ નહોતી; પરંતુ પ્રસંગોની ધૂંધળી યાદો હજી ય તેના માનસપટ ઉપર મોજૂદ હતી. પ્રથમ વાર તે કોઈના શ્રાદ્ધના દિવસે અહીં આવ્યો હતો. કદાચ પૂજાના પિતાના. આટલું તેને ઠીક ઠીક યાદ હતું.

બીજી વાર તેનું આગમન અહીં શા કારણે થયું હતું, એ લગભગ તેની સ્મૃતિમાંથી ભૂંસાઈ ગયું હતું, કદાચ પિતા કાંઈ સોદો નક્કી કરવા ઈચ્છતા હતા. કોઈ વ્યક્તિ કાંઈ પૌરાણિક વસ્તુ વેચવા ઇચ્છતી હતી.

પરંતુ તે અંતિમ વાર અહીં આવ્યો હતો એ વર્ષ તેને સ્પષ્ટ યાદ હતું. એ દિવસે પૂજા વધુ અભ્યાસ અર્થે મુંબઈ જવાની હતી. સરબતસિંહે તેના પિતાનું સ્થાન લઈ લીધું હોય એમ તે અહીં દોડી આવ્યો હતો.

પહેલી વાર પૂજા માતાથી જુદી થઈ રહી હતી. કોઈ નાની બાળકીની જેમ તે ચોધાર આંસુએ રડી રહી હતી. વિદાય લેતાં પહેલાં સરબતસિંહે તેના હાથમાં પાંચ હજાર ને એક રૂપિયા મૂક્યા હતા. દીકરીની જેમ વહાલ કરી ઘણા ઘણા આશીર્વાદ દીધા હતા. પૂજાનાં આંસુ થંભી ગયાં હતાં.

અજો નહોતો ઇચ્છતો કે તેના પિતા આમ લાગણીવેડામાં હજારો રૂપિયા હોમી દે. અને આ કાંઈ પહેલો પ્રસંગ નહોતો; પરંતુ તે લાચાર હતો. નૅપ્કિન વડે ભીનો ચહેરો લૂછતી પૂજા સામે તે જોઈ રહ્યો હતો. ત્યારે તેણે સપને પણ નહોતું ધાર્યું કે એક દિવસ આ જ નાદાન યુવતી જોડે લગ્ન કરવા તેને પાછા અહીં આવવું પડશે !

માર્ગમાં પોલીસ–સ્ટેશન આવતાં તે થોભી ગયો, હકીકતમાં તે અહીં જ આવવા માટે બંગલેથી નીકળ્યો હતો. તે સીધો અંદર જઈ ડ્યૂટી ઑફિસર સામે ઊભો રહ્યો.

'બેસો !' ડ્યૂટી ઑફિસરે તેની સામે જોતાં ખુરશી પ્રત્યે ઇશારો કર્યો.

અજાએ બેસી જતાં પોતાનું નામ જણાવ્યું, 'સાહેબ, હું માંડુથી આવું છું. અને મારે થોડીક માહિતી જોઈએ છે.'

આ વખતે ડ્યૂટી ઑફિસરે ધારીને તેની સામે જોયું. ચહેરો પ્રભાવશાળી હતો. સફારી સૂટમાં તે કોઈ યુવા નેતા જેવો લાગતો હતો. આ જુવાન કોઈ શ્રીમંત કુળનો હોવો જોઈએ !

'તમારે શેના વિષે માહિતી જોઈએ છે ?'

'ધારની એક બૅંક જોડે વીસ લાખ રૂપિયાની છેતરપિંડી કરનાર અપરાધી વિષે તમે જાણતા જ હશો.'

'ખરું.'

'મારે જાણવું છે કે એ અત્યારે ક્યાં છે ?'

'મારી પાસે એની માહિતી હોત તો મને રૂપિયા દસ હજારનું ઈનામ મળત.'

હવે અજો ચોંક્યો. તે કાંઈ વધુ વિચારે એ પહેલાં ડ્યૂટી ઑફિસરે થોડાંક દિવસો પહેલાંનું એક અખબાર શોધી તેની સામે ધરી દીધું. 'વાંચી જુઓ.'

સૌ પ્રથમ અજાની નજર કંકુના ફોટા પર ગઈ. એક કૉલમમાં છપાયેલો કંકુનો ચહેરો, તેને હિપ્પી યુવતી જેવો લાગ્યો. આંખો શૂન્યમાં તાકી રહી હતી. ગળામાં સ્કાર્ફ હતું. બાકીનો પોશાક તેણે કલ્પી લીધો. ગળા નીચે કટ બ્લાઉઝ અને કમર નીચે જીન્સ.

હવે તેણે વિગત વાંચી જોઈ. જાણે તેના પેટમાં ઊકળતું તેલ રેડાયું હોય એમ તે અંદરોઅંદર વળ ખાઈ ગયો. કંકુ અઠવાડિયા પહેલાં જેલ તોડી નાસી છૂટી હતી. લગ્નની તૈયારીમાં તે છેલ્લા થોડાંક દિવસોનાં અખબાર જોઇ નહોતો શક્યો.

'અજાજી !' હવે ડ્યૂટી ઑફિસરે મુદ્દાનો સવાલ કર્યો, 'તમને કેમ શંકા ગઈ કે કંકુ જેલમાં નથી ?'

અજાનો મૂળ પ્રશ્ન કે કંકુ અત્યારે ક્યાં છે? એ જ સૂચવતો હતો.

'કારણ કે તેના જેવી એક યુવતી મેં અહીં પચમઢીમાં જોઇ.'

'ખરેખર ?'

'એટલે જ તો એક સભાન નાગરિક તરીકે હું મારી ફરજ બજાવવા અહીં હાજર થયો.'

સત્ય વેગળું હતું. કંકુએ પૂજાને નામે મોકલેલ સંદેશા પરથી તેણે આટલી ગણતરી કરી લીધી હતી : કંકુ તેનાં લગ્ન રોકવા અહીં આવી પહોંચી હશે ! અને આ વાત તે જાહેર કરી ન શકે.

'સાહેબ !' તેણે ભાર દઈ ઉમેર્યું, 'આ ફૉટો જોઈ હવે હું વિશ્વાસપૂર્વક કહી શકું છું કે માર્ગમાં મેં જે યુવતી જોઈ એ કંકુ જ છે.'

કંકુની શોધ એ જ દિવસથી પચમઢીમાં શરૂ થઈ ગઈ.

• • •

૪

કાલીચંદનું નિદાન તદ્દન ખરું. હતું.

'શારીરિક નબળાઈના કારણે મગજ પર દબાણ વધતાં સુનીતાબેન ચક્કર ખાઈ બેભાન થઈ ગયાં છે,' તેણે જણાવ્યું હતું. આમાં ચિંતા માટે સહેજે કારણ નહોતું. આ કાંઈ રોગ નહોતો છતાં પૂજાને ચિંતા થાય એ સ્વાભાવિક હતું. તે ડઘાઈ ગઈ હતી.

તેને લાગ્યું, કોસો જોડે લગ્ન કરવાની પોતાની જીદનું આ પરિણામ હોઈ શકે ! મહેમાનો આવી પહોંચ્યા હતા. સર્વ કાંઈ ગોઠવાઈ ગયું હતું. આ તબક્કે અજા જોડે વિવાહ કરવાની પૂજા ના કહી દે તો તેની મમ્મીની શી સ્થિતિ થાય એની કલ્પના કરતાં તે ધ્રુજી ઊઠી.

સૌ પ્રથમ તો હવામહેલ જોડેના બત્રીસ ઓરડાવાળા બંગલાના વર્ષો પુરાણા સંબંધ તૂટી જાય. સરબતસિંહ તથા તારાની નજરોમાં સુનીતા પડી જાય. અજો આગ ઓકે અને આ તકનો લાભ લેવાનું કાલીચંદ પણ ના ચૂકે.

પૂજા કળણમાં લગભગ ખૂંતી ચૂકી હતી. માથું માત્ર બહાર હતું. થોડીવાર પછી આ માથું પણ ડૂબી જવાનું હતું. તે અજાની ધર્મપત્ની કહેવડાવાની હતી. પ્રેમ દફન થઈ જવાનો હતો. યાદો રહી જવાની હતી.

સુનીતાએ આંખો ખોલી ત્યારે પૂજા તેની સામે આરામ–ખુરશી પર બેઠી હતી. આખી રાત તેણે અહીં જ ગાળી હતી. તેની પડખે બેઠેલી તારા ક્યારે ઊઠીને પોતાના ઓરડામાં ચાલી ગઈ એનો પણ તેને ખ્યાલ નહોતો.

સુનીતા એકીટશે પુત્રી સામે જોઈ રહી. કાલીચંદે દીધેલા ઘેનના ઇન્જેકશનના પ્રતાપે તે શરીરમાં સ્ફૂર્તિ અનુભવી રહી હતી. મગજ પરના સર્વે બોજ જાણે બરફના પહાડ જેમ ઓગળી વહી ગયા હતા. સર્વ કાંઈ સ્પષ્ટ થઈ ગયું હતું. વાતાવરણમાં તાજગી હતી – જાણે આ સંસારમાં કાંઈ દુઃખ નહોતું, જાણે આ સૃષ્ટિ પર કોઈ નિસાસા નાખતું નહોતું, જાણે આ પૃથ્વી સુખનો ગોળો હતી.

પૂજા સામે જોઈ તેણે સ્મિત ફરકાવ્યું. પૂજા ચકિત થઈ તેના ચહેરામાં તાકી રહી. સુનીતાના સ્મિતમાં વર્ષાનાં પહેલાં બુંદોનો આનંદ હતો. આ જ આનંદ તેણે પોતાની પુત્રીને સપ્રેમ ભેટ દેવાનું નક્કી કર્યું. આજે પણ તેને અફસોસ હતો કે કંકુને તે સુખ દઈ નહોતી શકી, બલ્કે દુઃખ જ દીધું હતું.

પોતાની એક ભૂલનું પરિણામ કંકુએ બાળપણથી જવાની સુધી ભોગવ્યું હતું. માતા–પિતાનો સ્નેહ ન મળતાં તે અવળે માર્ગે ચડી ગઈ હતી. ધારની એક બૅંક જોડે તેણે વીસ લાખ રૂપિયાની ઠગાઈ કરી હતી. કોના વાંકે ?

પૂજાની જેમ તેને સ્નેહ મળ્યો હોત, તંદુરસ્ત માહોલમાં ઊછરવાની તક મળી હોત તો આજે તે પણ એક આદર્શ યુવતી હોત.

ના ! સુનીતાનો આત્મા ચિત્કાર કરી ઊઠ્યો. જીવનમાં એક ભૂલ કરી હું મારી એક પુત્રી ખોઈ બેઠી. હવે બીજી ભૂલ કરી હું મારી બીજી દીકરી ખોઈ ન શકું. મારી આ અંતિમ ભૂલ માટે મને ભગવાન પણ ક્ષમા નહીં કરે.

'મમ્મી!' તેના ચહેરા પર સતત તરતું સ્મિત જોઈ પૂજા બોલી ઊઠી, 'તું હસે છે !'

'ના હસું?'

'ના, ના મમ્મી. હું તો ઇચ્છું છું કે તું સદા હસતી રહે. તારા ચહેરા પર સ્મિત જોઈ મને લાગે છે કે જાણે હું જ હસી રહી હોઉં.' આરામખુરશી પરથી ઊઠી તેણે સુનીતાની નજીક બેસી જતાં ઉમેર્યું, 'અને જ્યારે તું રડે છે....'

'ત્યારે?'

'માત્ર મારી આંખો નહીં, મારું હૃદય પણ રડી ઊઠે છે.'

• • •

સુનીતાએ બેઠી થઈ તેનો ચહેરો કમળના ફૂલની જેમ બંને હાથમાં લીધું. 'પૂજા !' તેના કપાળે મમતાળું એક ચુંબન ભેટ દેતાં સુનીતાએ જણાવ્યું, 'હું ક્યારેય નહીં રડું. તને સુખી જોવા માટે હું હંમેશાં હસતી રહીશ.'

એ જ સમયે ઉઘાડા દરવાજા પર બે ટકોરા કરી કાલીચંદ દાખલ થયો. 'બેન !' મા–દીકરી વચ્ચેનું આત્મીય દ્રશ્ય જોઈ તેણે હળવા શબ્દોમાં કહ્યું, 'મારી દીકરીને વધુ લાડ ન કરો; નહિતર સાસરિયાંના સ્નેહમાં પણ તેને ખોટ વરતાશે.'

'ખોટ તો વરતાશે જ.' સુનીતાએ જણાવ્યું, 'માતાની મમતા સામે સંસારના સર્વે પ્રેમ તુચ્છ ગણાય છે. સાસરિયાંવાળા સ્નેહનો સાગર ઠાલવી દે છતાં દીકરી પોતાની માને ભૂલી ન શકે.'

'તો લખી લ્યો!' કાલીચંદ ખાલી પડેલી આરામખુરશીમાં બેસી ગયો, 'પૂજા એક મહિનામાં તમને વીસરી જશે.'

'એ કઈ રીતે ?'

'આ સાસરિયું કાંઈ સામાન્ય નથી. ત્યાં તે નિરંતર સ્નેહનાં ઝરણાં વહેતાં રહે છે.' બંનેના ચહેરા પર પ્રતિક્રિયા જોઈ તેણે આગળ ચલાવ્યું, 'હવે મારો જ દાખલો લ્યોને! હું ફોરેન રિટર્ન ડૉક્ટર છું. ઇચ્છું તો હવામહેલની નોકરીમાંથી મુક્ત થઈ લાખો રૂપિયા કમાઈ શકું છું; પરંતુ ક્યારેય માંડુ છોડી જવાનો મને વિચાર સુધ્ધાં નથી આવ્યો. તમે પૂછશો કારણ ? આનો ઉત્તર એક જ છે. હિઝ હાઈનેસની મીઠી નજર, અજાનો વિવેક, તારાનો સુરીલો કંઠ અને ગોરખ આમલીની શીતળ છાંય. કહો બેન, મારી વાત ખોટી છે ?'

'એ તો પૂજાએ નક્કી કરવાનું છે.'

કાલીચંદ જોડે પૂજા પણ ચોંકી ઊઠી.

'મારી દીકરી હવામહેલની શીતળ છાંયમાં રહેવા ઇચ્છે છે કે કોઈ ઝૂંપડામાં, આનો નિર્ણય આપણે નહીં, તેણે લેવાનો છે.' સુનીતાએ ઉમેર્યું.

'શું... તમે એમ કહેવા ઇચ્છો છો કે અત્યાર સુધી કાંઈ નિર્ણય લેવાયો નથી ?'

'તદ્દન ખરું.'

'હે ભગવાન !' – કહેતાં કાલીચંદે આરામખુશી પર પીઠ ટેકવી દીધી, 'હવે હું હિઝ હાઈનેસને મોઢું શું દેખાડીશ ?'

'આ સમસ્યા તમારી નહીં, મારી છે.' સુનીતા પૂર્ણ સ્વસ્થતા સાથે કહી રહી હતી, 'હું પોતે હિઝ હાઈનેસ સમક્ષ મારી ભૂલનો એકરાર કરીશ.'

'એનું પરિણામ શું આવશે એ તમે જાણો છો?'

'મારી આબરૂના કાંકરા થઈ જશે, એ જ ને?'

'ના.' ભારપૂર્વક કહેતાં કાલીચંદ ફરી ટટ્ટાર થયો, 'બંદૂકની નાળ મોઢામાં મૂકી ઘોડો દબાવવાની હિઝ હાઈનેસને ફરજ પડશે.'

આ વાકયની ધારી અસર મા–દીકરી બંને પર થઈ. હવે કાલીચંદ તૂટી પડ્યો, 'મારી સમજમાં હજી એ નથી આવતું કે જ્યારે તમારો વિચાર નહોતો તો મને શા માટે માંડુ દોડાવ્યો ? પૂજાની ઇચ્છા નહોતી તો રાજવી કુટુંબને શા માટે ઘેર બોલાવી અપમાનિત કર્યું ?'

સુનીતા હલી ગઈ. કાલીચંદના અક્કેક વાકયે તે પૂજા સામે જોવા લાગી.

'સુનીતાબેન !' ભાથામાંથી તેણે છેલ્લાં તીર છોડ્યાં, 'જરા એ તો વિચારો કે માંડુ પહોંચી અમે લોકોને જવાબ શું દઈશું? મહેલના ચાકરો અમારી હાંસી ઉડાડશે. દાસીઓને ઠઠ્ઠામશ્કરી કરવાની તક મળશે. પરિચિતો

અમારા મ્હોં પર થૂંકશે. આના કરતાં તો અમને સૌને ઝેરના પ્યાલા દઈ દ્યો. ભલે અમારી લાશો માંડુ પહોંચે. ભલે અમારાં શબો પર લોકો થૂંકે, અમારે દેખવું તો નહીં પડે.'

સુનીતાની સ્થિતિ કાપો તો લોહી ના નીકળે એવી થઈ ગઈ. આંખમાં ઝળઝળિયાં આવી ગયાં. 'મમ્મી!' પુજા બોલી ઊઠી, 'રડતી નહીં. ન હું તારી આબરૂને આંચ આવવા દઈશ, ન કોઈને ઝેરનો પ્યાલો પીવાની જરૂર રહેશે. ભૂલ તારી નથી. ભૂલ હિઝ હાઈનેસની નથી. મારી ભૂલનું પરિણામ મારે ભોગવવું રહ્યું.'

'ના, દીકરી ના ! હું જાણું છું.'

તેને રોકતાં પૂજાએ વચ્ચે કહ્યું, 'સમય સર્વ કાંઈ ભૂસાડી શકે છે.'

કળણમાં તે આખી ઊતરી ગઈ. હવે વધુ કાંઈ કહેવાની જરૂર નહોતી. ફેંસલો લેવાઈ ગયો હતો. સુનીતા તેની સામે રડી પડે એ પહેલાં તે બહાર દોડી ગઈ. બંગલા બહારનાં પગથિયાં પર તે આવી તો બગીચામાં તેને કોસો નજર પડ્યો. બંને જણાં એકમેક સામે સ્થિર દ્રષ્ટિએ જોતાં ઊભાં હતાં. વચ્ચે ઊભેલી છત્રીના રંગીન પટ્ટાઓ સૂર્યનાં કિરણોમાં ચળકી રહ્યા હતા. નીચે ગોઠવાયેલી ખાલી ખુરશીઓ પર ચકલીઓ રમી રહી હતી.

પૂજાને કાંઈ કહેવાની જરૂર ન પડી. તેની આંખોમાં ઉઘાડું આકાશ હતું. એ આકાશમાં ચંદ્રમા એકે નહોતો, સૂર્ય સેંકડો હતા. પૂજા ભડકે બળી રહી હતી. તેના કપાળે ચાંદલો શોભે એ પહેલાં તે સતી થઈ ગઈ હતી.

કોસોને લાગ્યું, હવે તે પારકી હતી. બંને વચ્ચે માઈલોનું અંતર પથરાઈ ગયું હતું, બંને, જેટલાં નજીક હતાં તેટલાં દૂર ફેંકાઈ ગયાં હતાં. કોસો અજનબી બની ગયો હતો. હવે અહીં રોકાવાનો કાંઈ અર્થ નહોતો. આ સમાજમાં તેનું સ્થાન નહોતું.

પૂજાએ તેને મનથી પતિ માન્યો હતો તેનું શું? એક પ્રશ્ન ઊઠ્યો અને તેને પોતાની નાદાની પર દયા આવી ગઈ. ભાઈ કોસો ! આ ઝાંઝાં નથી, અહીં શબ્દોની કિંમત નથી. અહીં એક પળે કૉલ દેવાય છે અને બીજી પળે વીસરાય છે. અહીં કપટ છે. કાવાદાવા છે. પ્રપંચ છે. હિંસા છે. પ્રેમમાં પણ ગળાકાપ સ્પર્ધા છે. ઘેર ઘેર અહીં મડદાં ગંધાય છે. અહીંનાં લોકો કબાટમાં વસ્ત્રો નહીં, હાડપિંજર રાખે છે.

તે જવા લાગ્યો કે પૂજાએ તેને સાદ દીધો, 'કોસો, હજી મેં તારી ક્ષમા નથી માગી.'

તેના પગ ફાટક પાસે થોભી ગયા. તેની પીઠ પૂજા તરફ હતી. જાણે તે નહોતો બોલી રહ્યો, તેની પીઠ બોલી રહી હતી, 'કોઈ નિર્દોષનો બલિ ચઢાવી તેની માફી માગવાની ન હોય.'

'હું માગું છું.' દ્રઢતાપૂર્વક કહેતાં પૂજા પગથિયાં ઊતરી છત્રી સુધી આવી અને થોભી ગઈ. ખુરશીઓ પર રમતી ચકલીઓ બીઈને ઊડી ગઈ.

હવે કોસોએ તેની સામે જોયું. આંસુઓની બે ધારા જોઈ, ચૂપચાપ વહી રહી હતી. એ આંસુઓને જાણે તેની જોડે કાંઈ સંબંધ ન હોય એમ પૂજાએ ઉમેર્યું, 'કમ સે કમ આટલી દયાની આશા હું તારી પાસે રાખું છું, મારી ભૂલનું તું મને પ્રાયશ્ચિત્ત કરવા દે.'

'એના માટે તારી પાસે આખો જન્મારો પડ્યો છે.'

'અને જીવીશ ત્યાં લગી હું આમ જ સળગતી રહીશ.'

કોસો ધીરે ધીરે આગળ વધી તેની સામે આવ્યો.

'હું... હું... ચોમેરથી ઘેરાઈ ગઈ.' તે કહી રહી હતી, 'એક તરફ માતાની મમતા છે. પિતા તુલ્ય સરબતસિંહનો સ્નેહ છે. બીજી તરફ તું છે. તારો પ્રેમ છે. મેં... કોસો... માત્ર તારું બલિદાન નથી માગ્યું. તારી જોડે હું... હું પણ...'

વધુ કાંઈ તે કહી ન શકી, બસ, કોસોની છાતી પર માથું ઢાળી છૂટથી રડી પડી. રડતી રહી. અજો ક્યારે આવી ફાટક પાસે થોભી ગયો એની બંનેમાંથી એકેને સૂધ નહોતી. પૂજા ધ્રુસકા ભરી રહી હતી. કોસો તેને સાંત્વના દઈ રહ્યો હતો.

'આ હું શું જોઉં છું?' અજાના શબ્દો બંનેના કાને સ્પષ્ટ સંભળાયા. કોઈ ચોંક્યું નહીં. બંનેમાંથી એકે ભયથી ફફડ્યું નહીં.

'કંચન જેવો શુદ્ધ પ્રેમ.' પૂજાએ ભીના ચહેરા સાથે તેની સામે જોતાં ઉત્તર દીધો.

'ઓહ ! આઈ. સી!' અજાએ બંનેની સામે આવતાં સહજતાથી કહ્યું, 'હું નહોતો જાણતો કે મારી ભાવિ પત્ની આટલી નીડર હશે !'

'હજી તું કાંઈ યે નથી જાણતો અજા.'

'એમ તું ધારે છે.'

કોસો તથા પૂજાએ એકમેક સામે સૂચક દ્રષ્ટિએ જોયું.

'અજા!' આ વખતે કોસોએ હોઠ ખોલ્યા, 'શું તેં સર્વ કાંઈ જાણીને પૂજા જોડે લગ્ન કરવાનું નક્કી કર્યું છે?'

'તદ્દન ખરું.'

'તું માણસ નથી પશુ છે.'

'અને તું ?'

'ઘોટુલનો સરદાર છું.'

'અને ઘોટુલનો સરદાર કોણ છે?' અજાએ સામો પ્રશ્ન કરી ઉત્તર પણ દીધો, 'એક હત્યારાનો પુત્ર.'

કોસોએ તેની ભૂલ સુધારી. 'અલબત્ત મારી માતાએ એક હત્યારા જોડે લગ્ન કર્યા છે; પરંતુ હું કાલીચંદનું સંતાન નથી.'

'મેં પણ કાલીચંદનો ઉલ્લેખ નથી કર્યો. એ તો સંત પુરૂષ છે. પંદર પંદર વર્ષો સુધી જે માણસે અહીંના ગરીબ – તવંગરનો ભેદભાવ રાખ્યા વિના નિઃસ્વાર્થ સેવા કરી હોય તેને હત્યારો કહેતાં તને શરમ આવવી જોઇએ.'

હવે તેણે કોસોની ઉઘાડી છાતી પર આંગળી મૂકી ઉમેર્યું, 'હું તારા એ પિતાની વાત કરી રહ્યો છું, જેનું ગંદું લોહી તારી રગોમાં દોડે છે.'

કોસો તરફડી ઊઠ્યો. જો પૂજા તેની જોડે લગ્ન કરવાની ન હોત તો અત્યારે તેણે અજાને મારી મારીને તેનાં હાડકાં તોડી નાખ્યાં હોત.

'હું એમ.આર.ની વાત કરું છું.' અજો જાણે કોઈ મહાન વ્યક્તિની કીર્તિ ગાથા રજૂ કરી રહ્યો હોય એમ છટાથી શબ્દો ઉચ્ચારી રહ્યો હતો. 'એ એમ. આર. જેણે પોતાના સગા બાપનું કાસળ કાઢી નાખ્યું હતું.'

'ના!' પૂજા બોલી ઊઠી, 'આ જૂઠ છે. તારો ઘડી કાઢેલો તુક્કો છે. કોસોને નીચું દેખાડવાનાં તારાં હવાતિયાં છે.'

'આ જીવનમાં હું... ઘણું ઘણું શીખ્યો છું.' તેણે ઉત્તર દીધો, 'જૂઠ બોલતાં હજી નથી શીખ્યો. આગળ સાંભળ ! એમ. આર. માંડુથી નાસી ભોપાલમાં ભરાયો હતો. દિવસ–રાત પોલીસ તેની શોધ ચલાવી રહી હતી. એક દિવસ તે છટકામાં સપડાઈ ગયો. એક રાત તેણે ભોપાલના લૉક-અપમાં પણ ગાળી હતી.'

આટલું કહી તે સહેજે મરક્યો, 'પૂજા! હજી ય વિશ્વાસ બેસતો ન હોય તો ક્યારેક મારી જોડે ભોપાલ આવી પોલીસખાતાની જૂની ફાઈલો ઉથલાવી જોજે.'

'આ બધી વાતોની તને કેમ જાણ થઈ ?'

'મેં જે કંઈ જણાવ્યું એ રહસ્ય નથી. જગજાહેર વાત છે. આજે પણ માંડુમાં ચોર–ડાકુ–હત્યારાઓની ચર્ચા થતાં એમ. આર.નો ઉલ્લેખ થાય છે.'

'પછી શું થયું ?'

'લૉક-અપમાંથી તે નાસી છૂટ્યો.' અજો કહી રહ્યો હતો, 'ફરી એક વાર પોલીસે તેની શોધ આદરી; પરંતુ આ વખતે તે પચમઢી થઈ ખીણમાં ઊતરી ગયો હતો. ઝાંઝાં પહોંચી તેણે કજરી, કોસોની મા જોડે લગ્ન કર્યાં અને પત્નીને સાથે લઈ પાછા પચમઢી આવવાની મૂર્ખાઈ કરી. હજી તેના લગ્નને માંડ ત્રણ મહિના થયા હતા અને કાકુ નામના હવાલદારે તેનું પગેરું શોધી તેના હાથમાં બેડીઓ નાખી દીધી. સદ્‌ભાગ્યે કહો કે દુર્ભાગ્યે કાકુ હવાલદાર તેને ગિરફ્તાર કરી ભોપાલ પહોંચી ન શક્યો. માર્ગમાં તેમની મીની બસને અકસ્માત નડતાં એમ. આર. ઘટના સ્થળે જ મૃત્યુ પામ્યો હતો. જો મારી ભૂલ થતી ન હોય તો એ જ અકસ્માતમાં તારા નાના–નાનીને પણ સ્વર્ગવાસ થઈ ગયો હતો.'

અર્ધસત્ય જણાવી અજો ચૂપ થઈ ગયો. તેનો આશય માત્ર આટલો હતો : કોસોનાં મૂળ કાપી નાખવાં જેથી તે પૂજાની નજરમાંથી સદંતર પડી જાય. પોતાના આ પ્રયાસમાં તે કેટલા અંશે સફળ રહ્યો હશે એ તે ખાતરીપૂર્વક કહી નહોતો શકતો. એક વાત ચોક્કસ હતી : કોસો જડમૂળમાંથી હલી ગયો હતો.

તેના ચહેરા પરથી વાવાઝોડું ફૂંકાઈ ગયું હોય એમ તેની આંખો નિર્જન હતી. તેણે નજીક પડેલી ખુરશીનો ટેકો લીધો અને જ્યાં ઊભો હતો ત્યાં જ બેસી ગયો. તેની આ હરકત પરથી તેના મનોભાવ સ્પષ્ટ જાહેર થતા હતા.

'પૂજા !' અજો હવે શેરમાંથી સવાશેર બની ગયો, 'મેં જે કાંઈ જણાવ્યું એ કોસોની નિજી બાબત છે. એની જોડે મારે કાંઈ લાગતુંવળગતું નથી; પરંતુ એ જ કુળમાં લગ્ન કરી તું વહુ બનીને જાય એ હું કદાપી નહીં ઇચ્છું – ન મારા પપ્પા ઇચ્છે છે. ખરું કહું તો તેમણે જ મને આજ્ઞા દીધી હતી કે તને આગમાં ઝંપલાવતી મારે રોકવી. આ મારો ધરમ છે. મેં તેમનો આદેશ સહર્ષ સ્વીકારી લીધો. વિશ્વાસ કર પૂજા, મારી છાતીમાં પણ હૃદય છે. એમાં પ્રેમના કુંડ છે. એ કુંડમાં હું તને દિવસ–રાત નવડાવીશ. એક મહિનામાં તું સર્વકાંઇ વીસરી મારા હૃદયની રાણી બની જઈશ.'

કોસોથી આ બધું સહન ન થયું. તે ઊભો થઈ ચાલી નીકળ્યો. જીવનમાં તે પહેલો જુગાર રમ્યો અને હારી ગયો હતો. તેની પ્રિયતમા હવે તેની નહોતી રહી. એમ. આર. – તેના પિતા અપરાધી સિદ્ધ થયા હતા. કાલીચંદ જેની જોડે તેની માતાએ ફરી ઘર માંડ્યું હતું, સેતાન હતો.

કોસો ! તેનું અંતરમન પોકારી ઉઠ્યું. તું તો આક્ષેપ કરતો હતો કે આ કહેવાતો સભ્યસમાજ દંભી છે, કપટી છે. પ્રપંચી છે. તેઓના ઘરના કબાટમાં હાડપિંજરો ડોકિયાં કરી રહ્યાં છે ? હવે તું જ કહે, તારા ખોરડામાં કેટલાં હાડિપંજરો ખખડી રહ્યાં છે?

ના! એક ઉત્તર તેણે ખોળી કાઢ્યો. મારું ખોરડું પવિત્ર હતું. જ્યાં સુધી સભ્યતાના સંપર્કમાં નહોતું આવ્યું, પાવન હતું. એક પછી એક બે હુમલા નવી સંસ્કૃતિના થયા અને મારા ઘરના કબાટામાં હાડિપંજરો ઘૂસી ગયાં. મારું ખોરડું નાપાક બની ગયું. મારું જીવન ઝેર થઈ ગયું.

અપ્સરા વિહાર કુંડ સુધી આવી તે ઝરણાકાંઠે આગળ વધ્યો. સભ્ય સમાજ સાથેના તેના સઘળા સંબંધ આજથી પૂર્ણ થયા હતા. પૂજાએ છેડો ફાડ્યો હતો. હવે ન તેને સુનીતા જોડે કાંઈ સંબંધ હતો ન કાલીચંદ જોડે કાંઈ વેર. જ્યારે તેનો સગો બાપ હત્યારો હોય ત્યાં સાવકા બાપને શું દોષ દેવો?

એ ઊજળા સમાજને તેઓની હવેલીઓ મુબારક. મારે મારું ગામ ભલું, મારું ઘોટુલ ભલુંઃ મારું ખોરડું ભલું. મારાં ખેતર, મારી વાડીઓ ભલી. ત્યાંની માટીમાંથી મીઠી મીઠી સુગંધ ઊઠે છે. અહીંની સડકોમાં ડામરની વાસ છે.

• • •

પગલે પગલે તેના વિચારો દોડી રહ્યા હતા, બંને સંસ્કૃતિ વચ્ચે રહેલો ભેદ પારખી રહ્યા હતા. ઝાંઝાંના લોકો હસે છે તો અંતરમનમાંથી હાસ્યની છોળો ઊઠે છે. (શહેરનું હાસ્ય પોકળ હતું) રડે છે તો હ્રદયના ઊંડાણમાંથી આંસુઓ આવે છે. (શહેરમાં મગરનાં આંસુઓ છૂટથી વેરાતાં હતાં.) ક્યારેક ગામવાળાઓ વેર પણ બાંધે છે તે સામી છાતીએ લડતાં જાણે છે. (અહીં પીઠ પાછળ ઘા કરવાનો રિવાજ હતો.)

જે કપટ કોસોએ શહેરમાં જોયું હતું, જે કાવાદાવાઓ ઉજળિયાત વસતીમાં ખેલાતા હતા એની સામે તે વિસાતમાં ન હતો. ત્યાં જેટલા ચહેરા હતા તેટલાં મ્હોરાંઓ હતાં. એ મ્હોરાં પાછળ કાંઈ કેટલાં પાપ સંતાયાં હશે એ તો મહાપૂરબ પણ કહી ન શકે.

સંજોગોવશાત્ કોસો પાંચ વર્ષનો નહોતો થયો એ પહેલાં તેની નિમણૂંક સરદારપદે થઈ હતી. ઘોટુલના ઇતિહાસમાં એક નવો વિક્રમ નોંધાયો હતો. આટલી નાની ઉંમરે કોઈ સરદાર ચૂંટાયો હોય એવું ક્યારેય બન્યું નહોતું.

બાળ રાજાની જેમ તે ગાદીએ તો બેઠો હતો; પરંતુ તેના માથે હજી એકે જવાબદારી નહોતી. ઘોટુલનો કારભાર કોટવાળ મુંશી તથા દફેદારના હાથમાં હતો. આખો દિવસ કોસો ઘોટુલના સંકુલમાં ઉધામા મચાવતો. ખાવું–પીવું અને ઘોટુલના ગોઠિયાઓ જોડે મસ્તી–તોફાન કરવાના તેના આ દિવસો હતા.

પરંતુ જેમ જેમ તેની ઉંમર વધતી ગઈ, તે શાણો બનતો ગયો. નવું જાણવાની, સમજવાની, શીખવાની ઈચ્છાઓ તેનામાં જાગ્રત થતી ગઈ. આ આકાશ ટેકાઓ વિના અધ્ધર કેમ છે? ડુંગરાઓ પાછળ સૂર્ય ક્યાં સંતાતો હશે? જાતજાતનાં અને ભાતભાતનાં ફૂલોમાં રંગ કોણ ભરતું હશે? આવા તે કાંઈ કેટલાયે પ્રશ્નો તેને પજવતા હતા અને તેના ઉત્તર કોઈની પાસે નહોતા. જે હતા તેનાથી કોસોને સંતોષ નહોતો.

તેના ઉછેરના આ દિવસોમાં એક વૃદ્ધ જાદુગરે તેનું ખાસ ધ્યાન ખેચ્યું હતું. શું નામ હતું એનું ? સૂર્ય સાથે ઝરણાને કાંઠે કાંઠે આગળ વધતાં તે વિચારી રહ્યો હતો. ક્યાં કુળનો હતો તે? પોયામી? એતિકલ મરાવી? સોઈરી ? કોમરા ? ટેકામી? નૂરોટી ? કે પછી કારંગા ?

ઉસેંદી ! અંતે તેને યાદ આવ્યું. આ જ કબીલાનો તે સભ્ય હતો. આ જ કબીલાનું પ્રતીક, ઉસી પક્ષીના નામે તે ઓળખાતો હતો. ઉસી ઉસેંદી તેનું નામ હતું. વનવગડાનાં પક્ષીઓની જેમ તે એક ગામથી બીજે ગામ ઊડતો રહેતો. નિત નવા ગામના ચોકમાં પથારો નાખી તે પોતાના ખેલ દર્શાવતો. આ તેનું કામ હતું. આ તેનો ધંધો હતો. આ જ તેનો રોટલો પણ હતો.

ચોમાસામાં તેના પ્રવાસ પર પૂર્ણવિરામ મુકાઈ જતું. ધંધો ઠપ્પ થઈ જતો. વર્ષાના આ ચાર મહિના તે ઝાંઝાંમાં ગાળતો. આવા જ એક ચોમાસામાં કોસોને તેના પ્રત્યે વિશેષ આકર્ષણ થયું.

ગામના પુરુષો કમરે ગમછો બાંધતા. ગાઈતો પુરોહિત ધોતિયું લપેટતો; પરંતુ એક આ ગારુડી એવો હતો જે પોશાકમાં સાધુઓ જેવું કાળું પહેરણ પહેરતો અને તે પણ લાંબી બાંયનું. માથે જાતજાતના પીંછાવાળી ટોપી રહેતી. દૂરથી જોતાં એવું લાગતું, જાણે તેના માથે મરઘો બેઠો હોય !

ચોમાસાના ચાર મહિના બાળ કોસો પોતાનો વધુ પડતો સમય જાદુગરની ઝૂંપડીમાં ગાળવા લાગ્યો, નવા નવા ખેલ શીખવા લાગ્યો, દેશવિદેશની વાતો જાણવા લાગ્યો. દસ વર્ષની ઉંમર થતાં સુધી તેણે એટલા ખેલ શીખી લીધા હતા કે ઘોટુલના પોતાના મિત્રવર્તુળને મુગ્ધ કરી શકે.

દાખલા તરીકે પાણીનો ગ્લાસ છલોછલ ભરી ઉપર તે કાગળ મૂકતો. પછી ગ્લાસ ઊંધો કરતાં પાણી નહોતું પડતું. સૌ પ્રથમ જાદુગરે તેને આ જ ખેલ શીખવ્યો હતો.

શીશામાં ઈંડું ઉતારવાની રીત પણ આટલી સરળ હતી. આ ખેલ માટે તે પહેલાંથી મરઘીના ઈંડાને દરાખના સરકામાં બોળી રાખતો. ઈંડું નરમ થાય એટલે શીશામાં ઉતારી તેમાં પાણી નાખતો. ઈંડું ફરી પહેલાં જેવું સખત બની જતું.

નાળિયેર પોતાની મેળે ફૂટે તેનો આ ખેલ અચંબો પમાડી દે તેવો હતો; પરંતુ આ કરતાં પહેલાં પણ તેને થોડીક તૈયારીઓ કરવી પડતી. સૌ પ્રથમ નાળિયેરનાં છોતરાં કાઢી નાખી, આકડા અથવા થોરનું દૂધ લઈ ઉપરના ગોળાકારે સાત વખત લીટા કરતો અને નાળિયેર તડકે સુકાવા મૂકી દેતો. બાળમિત્રો વડલાની છાંયમાં બેસી જતા. થોડી વારે નાળિયેર તડાક કરતું તૂટી જતું અને સર્વે બાળકો પહોળી આંખે જોઈ રહેતાં.

આ બધાં ગારુડી ખેલોમાં તેનો સૌથી પ્રિય ખેલ હતો, કાનથી પિપૂડી વગાડવાનો. આ ચમત્કાર જોઈ માત્ર બાળકો જ નહીં, મોટેરાંઓ પણ ગોથું ખાઈ જતાં. વાંસમાંથી બનાવેલી પિપૂડી તે મિત્રો સામે ધરી કહેતો, 'જે કોઈ આ પિપૂડી કાનથી વગાડી દેશે અને હું મારા સ્થાને સરદાર બનાવીશ.'

સર્વે બાળકો સાથે ઘોટુલના મોટેરાઓ પણ હેરત પામતા તેના હાથમાંથી પિપૂડી લેતા. પરીક્ષણ અર્થે હોઠ વચ્ચે મૂકી વારાફરતી વગાડી જોતા. ખાતરી થતાં કાન પાસે ધરતા અને માથાં ધુણાવતા. કોસો મનમાં ને મનમાં મલકાતાં આ કૉમિક જોયા કરતો.

સર્વેને સંતોષ થઈ જતાં પિપૂડી પાછી તેના હાથમાં આવતી. બધા જોઈ શકે એમ તે પિપૂડી કાન પાસે ધરતો અને સૌના આશ્ચર્ય વચ્ચે પિપૂડી બોલી ઊઠતી – પીઈઈઈઈઈઈઈ !

'કોસો, આ જાદુ કેમ થાય ?'

'કોસો, અમને પણ તારો જાદુ શિખવાડ.'

'કોસો, ફક્ત મને શીખવવા તું રાજી હોય તો હું તને બે ભમરડા સાથે એક મધપૂડો પણ ભેટ દઈશ.'

બાળકો તેને વળગી પડતાં. તે કોઈની સામે પોતાનું રહસ્ય છતું ન કરતો. ગારુડીએ તેને જણાવ્યું હતું – જે કાંઈ સમજાય તેને હાથચાલાકી કહેવાય. જે ના સમજાય તેને લોકો જાદુ કહે.

તેનો પિપૂડીવાળો ખેલ તદ્દન સરળ હતો. આ ખેલ દર્શાવતી વખતે તેને એકથી વધુ ગમછાનો ઉપયોગ કરવો પડતો. એક તો તે કમરે બાંધતો. બીજો તે ખભે નાખતો. આ પહેલાં તે એક નાનકડા ફુગ્ગામાં પિપૂડીની ભૂંગળી ભેરવી ડાબા હાથની ભગલમાં સંભાળપૂર્વક ગોઠવી દેતો.

ફુગ્ગાવાળી આ બીજી પિપૂડી કોઈ જોઈ નહોતું શકતું. જ્યારે પિપૂડી વગાડવાનો વખત આવતો ત્યારે તે શ્રોતાઓને જોવા દીધેલી પિપૂડી કાન પાસે ગોઠવતો. સાથે જ ડાબો હાથ સહેજ દબાવતો. હવા ભરેલો નાનકડો ફુગ્ગો દબાતાં અંદર ભેરવાએલી પિપૂડી બોલી ઊઠતી – પીઈઈઈઈઈઈઈ !

જ્યારે તેણે કોઈને પણ પોતાનો એકે ખેલ ન શીખવ્યો તો બાળકોએ તેનું નામ ધુતારો પાડી દીધું. તેનું આ ઉપનામ વર્ષો સુધી બાપાના નામની જેમ ચોંટેલું રહ્યું. અંતે સોળમા વર્ષે. તે વિધિપૂર્વક સરદાર બનતાં સર્વેને તેને સમ્માનપૂર્વક સરદાર કહી સંબોધવાની ફરજ પડી.

સોળ સોળ વર્ષ સુધી તે ધુતારો કહેવાયો છતાં ન તેણે કોઈને ધૂત્યો હતો, ન લૂંટ્યો હતો. ન તેણે કોઈ જોડે છેતરપિંડી કરી હતી, ન કોઈને ઠગ્યો હતો. ધુતારા તરીકે તેણે તો માત્ર નિર્દોષ મનોરંજન પીરસ્યું હતું. બાલ–અબાલ, સર્વેનાં મન બહેલાવ્યાં હતાં.

પરંતુ આ ઊજળા વસ્ત્રોવાળા, સભ્યતાનું લેબલ લગાડી એકમેકને શબ્દોના ખરા અર્થમાં છેતરતા હતા. પતિ પત્નીને છેતરતો હતો ! મા દીકરાને છેતરતી હતી. ભાઈ ભાઈને ઠગતો હતો, બહેન બહેનને ઠગતી હતી, વેપારી વેપારીનું ગળું કાપતો હતો, મોટી માછલી નાની માછલીને ગળી જતી હતી.

અહીંના માનવીઓ ધૂર્ત હતા. અહીંના સંતો પાખંડી હતા. અહીંનાં બાળકોને ગળથૂથીમાં જૂઠ પાવામાં આવતું હતું. અહીંની શાળાઓમાં અસત્યના પ્રયોગો થતા હતા. અહીંના વિદ્યાર્થીઓ ચાકા–છરા લઈ ફરતા હતા. આ કાળી વસ્તીમાં કોણ રહે?

ઝપાટાબંધ આગળ વધતા કોસોના પગ એકાએક થોભી ગયા. ઝરણા પર ઊભેલું રમકડાં જેવું ઘર તેની સામે જોઈ સ્મિત વેરી રહ્યું હતું. આ એ જ ઘર હતું જ્યાં કજરીએ લગ્ન કરી એમ. આર. જોડે પ્રભુતામાં પગલાં માંડ્યાં હતાં.

એમ. આર., તેના પિતા માટે તેને માન હતું. સભ્ય સમાજમાં કોઈ એક ભાયડો તો એવો હતો જેના પર તે ગર્વ લઈ શકે ! ગુંડરુદાદા તેના પિતાનાં વખાણ કરતાં થાકતા નહોતા. ક્યારેક ગામમાં એમ. આર.નો ઉલ્લેખ થતો તો તે કહેતા – 'હીરા જેવો મારો જમાઈ હતો.' આ જ હીરો પથ્થર નીકળ્યો. અજાના મુખે ઇતિહાસ જાણી તેનું માથું શરમથી ઝૂકી ગયું હતું.

આ એ જ ઘર હતું. જેમાં કજરીએ બીજી વાર લગ્ન કરી કાલીચંદ જોડે ઘર માંડ્યું હતું – અને કાલીચંદ કોણ હતો ? વિશ્વનો મહાન ધુતારો. તેના મ્હોંમાંથી શબ્દો દ્વારા ઝેર ટપકતું હતું. તેની આંખોમાં સતત વિષની ભીનાશ રહેતી હતી. હજાર હજાર કાળોતરાઓ કરતાં વધુ ઝેર તેની રગરગમાં દોડી રહ્યું હતું. કોઈને ડંશવાની તેને જરૂર નહોતી. તેના શ્વાસોમાં રહેલું ઝેર પ્રાણ લેવા માટે પૂરતું હતું. ફૂંક મારી રસ્તે ચાલતા માણસને ઢાળી દેવાની શક્તિ તે ધરાવતો હતો.

આ વિષધરને હરવા તેણે ગામ છોડ્યું હતું. ઘોટુલ છોડ્યું હતું. ખોરડું છોડ્યું હતું. પરિણામ ? વિષધરે ફૂંયાડો મારી તેનું જીવતર ઝેર કરી નાખ્યું હતું. માતા ઝૂંટવાઈ ગઈ. પ્રેમિકા હવે તેની નહોતી રહી. પૂજા સામે તેની આબરૂના લીરા ઊડી ગયા હતા. કાળોતરા કાલીચંદે એવી ભીંસ લીધી હતી કે તે પોતે જાણે ઈંડુ બની બાટલામાં સપડાઈ ગયો હતો.

તેને સિરહાના શબ્દો યાદ આવ્યા – તારા સવાલોના ઉત્તર જાણી તું સુખી નહીં થાય. સિરહાદાદાએ તેને સ્પષ્ટ શબ્દોમાં ચેતવણી દીધી હતી. તે માન્યો હતો? ના. તેણે તો બંડ પોકાર્યુ હતું. કાનુસો પાસેથી સર્વ કાંઈ જાણી કાલીચંદનો ખાતમો કરવાનો તેણે નિર્ણય લીધો હતો. પરિણામ સામે આવી ગયું. કાલીચંદનો વાળ વાંકો નહોતો થયો અને તે પોતે જાણે ચાલતું-ફરતું શબ બની ગયો હતો.

તે એકીટશે જોઈ રહ્યો. રમકડાં જેવું આ ઘર તૂટી ગયા પછી તેણે પોતે ચેલિકોને ફરી બાંધવાનો આદેશ દીધો હતો. તે નહોતો ઇચ્છતો કે તેના પિતા એમ. આર.ની સ્મૃતિ નાશ પામે. આજે તેને આ જ ઘર શાપિત લાગ્યું. બબ્બે હત્યારાઓને આ ઘરે માથે છાપરું દીધું હતું. આ ઘરને ઊભા રહેવાનો હવે અધિકાર નથી : કોઈ ત્રીજો હત્યારો આમાં આશ્રય લે એ પહેલાં તેનાં ભાંગીને ભુક્કા કરી નાખવા આવશ્યક હતું.

તે થોડાંક ડગલાં આગળ વધ્યો અને તેને ખ્યાલ આવ્યો : ઘરમાં કોઈ કન્યા ભરાઈ છે. બારી આડેથી સંતાઈને તેની સામે જોઈ રહી છે. તેના માનસિક ઘુઘવાટમાં પલટો આવ્યો. ચહેરા પર આશ્ચર્ય આવ્યું. આંખોમાં પ્રશ્ન ઊઠ્યો - કોણ હશે?

દરવાજામાં આવી તેણે એક ઊડતી નજર નાખી તો તેને ઘર ખાલી લાગ્યું, અને બીજી નજર નાખવાની તક મળે એ પહેલાં તેની ડોક પર એક સખત ફટકો પડ્યો. ગલોટિયું ખાઈ તે નીચે પછડાઈ ગયો. આંખે અંધારાં આવી ગયાં. આવો લોખંડી ફટકો આજે પહેલી વાર કોઈએ તેને માર્યો હતો.

તે ઊભો થવા ગયો. દરવાજાની આડમાં ઊભેલી યુવતી હવે તેની સામે આવી અને બંને હાથનો ઉપયોગ કરી બીજા બે ફટકા તેના અક્કેક ખભા પર માર્યા. તે જ્યાં હતો ત્યાં જ ફસડાઈ પડ્યો. જાણે ખભાઓ પર કોઈએ હથોડા વડે પ્રહાર કર્યો હોય એમ તેને તમ્મર આવી ગયાં.

આ વખતે તેણે ઊભા થવાની કોશિશ ન કરી. કળ વળતાં તેણે આંખના પલકારામાં પરિસ્થિતિ ગ્રહણ કરી લીધી. તે ફરશ પર પડ્યો હતો. યુવતી તેના ઊભા થવાની વાટ જોતી તેના પગ પાસે સતર્ક ઊભી હતી.

કોસોએ સૂતાં સૂતાં જ પોતાના બંને પગ યુવતીના પગમાં ભેરવી ખેંચી લીધા. યુવતી ચત્તી પછડાઈ ગઈ. કોસો બેઠો થઈ તેના પર ચડી બેઠો. યુવતીના બંને હાથ તેણે પોતાના હાથ નીચે દાબી દીધા. તેના પગ પર કોસોના પગ હતા. યુવતી મુક્ત થવા માટે નાગણની જેમ તરફડવા લાગી. કોસો હેરતથી તેના ચહેરાને જોઈ રહ્યો.

'કોણ છે?'

કાંઈ ઉત્તર દેવાના બદલે યુવતીએ તેને વિનંતી કરી, 'તારે જે કાંઈ કરવું હોય તે કર, પણ મને પોલીસના હવાલે ન કરતો.'

'હું તને શા માટે પોલીસને સોંપું ?'

'મારું નામ કંકુ છે.'

કોસો સ્તબ્ધ થઈ ગયો.

૫

કંકુ નામ કાને અથડાતાં કોસોએ યુવતીને પોતાની પકડમાંથી મુક્ત કરી દીધી. એકસાથે કાંઈ કેટલાયે પ્રશ્નો તેના મગજમાં ઝરણાની જેમ વહેતા આવી સરોવર બની ગયા.

આ એ જ કંકુ હતી જેણે પૂજાના નામે પત્ર લખ્યો હતો. આ એ જ કંકુ હતી જેણે અજા જોડે પ્રેમમાં હોવાનો દાવો કર્યો હતો. પત્રના અંતે તેણે લખ્યું હતું.– અજો મારો હતો, મારો છે અને મારો રહેશે. આટલું સ્પષ્ટ હતું કે કંકુના ઘનિષ્ઠ સંબંધ અજા જોડે છે અને આ મુદ્દો પુરવાર કરવામાં તે નિષ્ફળ રહ્યો હતો.

પણ કંકુ અહીં ક્યાંથી? તે તો ધારની જેલમાં આજન્મ કારાવાસ ભોગવી રહી છે! પ્રશ્ન પર પ્રશ્ન પછડાવા લાગ્યા. પોલીસથી તે શા માટે બીએ છે? શું તેણે જેલ તોડી હશે?

ધીરે ધીરે બધાં ચોકઠાં પોતપોતાના સ્થાને ગોઠવાઈ રહ્યાં હતા. જેલમાંથી તે નક્કી પલાયન થઈ હશે ! પોલીસ તેનું પગેરું શોધી રહી હશે! પચમઢી આવી તેણે જ પુજાને ચેતવણી દીધી હશે! અજા જોડે પૂજાના લગ્ન ન થાય આ માટે તેણે જ પથ્થર જોડે સંદેશો બાંધી ઘા કર્યો હશે!

બંને જણાં સામસામે બેઠાં હતાં, દીવાલના ટેકે બેઠેલી કંકુને ઊભી થઈ નાસવા માટે અવકાશ નહોતો. હાથચાલાકી કરી શકવાની તે સ્થિતિમાં નહોતી. કોસો હવે મૂળ પ્રશ્ન પર વિચારી રહ્યો હતો. હાથમાં કંકુનો પત્ર આવ્યો હોવા છતાં અજાને ઉઘાડો પાડવામાં તે નિષ્ફળ રહ્યો હતો.

તેની ધારણા મુજબ એ સમયે કંકુ ધારની જેલમાં હતી અને પચમઢીથી ધાર જતાં–આવતાં સહેજે પાંચ દિવસ નીકળી જાય. હવે તેને આ લાંબો પ્રવાસ ખેડવાની જરૂર નહોતી,

કંકુ તેની સામે બેઠી હતી. અજાના કરતૂતોનો જીવતો–જાગતો પુરાવો તેની સામે બેઠો હતો. આ પુરાવાને સાથે લઈ તે બત્રીસ ઓરડાવાળા બંગલામાં પ્રવેશે તો ન પૂજાને કાંઈ શંકા રહે, ન સુનીતાને; પરંતુ આ પહેલાં કંકુ પાસેથી સત્ય જાણવું જરૂરી હતું.

'પોલીસની બીક તને શા માટે છે?' પોતાની શંકાઓનું નિવારણ કરવા તેણે પહેલો પ્રશ્ન કર્યો.

'મારા માથે દસ હજારનું ઇનામ છે.'

ઉત્તર સાંભળી કોસોની આંખો પહોળી થઈ ગઈ. આ વખતે તેણે ધારીને યુવતીનો ચહેરો જોયો. સુંદર હતો. જેલના કઠોર જીવનના કારણે થોડોક સખત થઈ ગયો હતો. વીખરાયેલા વાળને ખભા પર પથરાતાં રોકવા તેણે ડોક પાછળ રબરબેંડ ભેરવી દીધું હતું. ગળામાં રાતો સ્કાર્ફ બાંધ્યો હતો. શરીર પર નીલા બ્લાઉઝ હેઠળ તેણે ભૂખરી જીન્સ પહેરી હતી. કમરે ચામડાનો જાડો પટ્ટો હતો.

'અજાને તું ઓળખે છે ?'

કોસોએ બીજો પ્રશ્ન કર્યો. કંકુનો ચહેરો સહેજ વધુ કઠોર બની ગયો. ચહેરા પર આડી–ઊભી રેખાઓ કંડારાઈ ગઈ. આંખોમાં અગનગોળા ડોકિયાં કરવા લાગ્યાં. કોસોએ ઝીણવટથી જોયું. એકાએક કકુંની શ્વાસોશ્વાસ ક્રિયા તેજ થઈ ગઈ હતી. આંગળાંઓ તૂટી રહ્યા હતાં. મિનિટ ભર તો તે કાંઈયે ઉત્તર દઈ ન શકી.

'હું તને નથી ઓળખતી.' પોતાની લાગણીઓને અંકુશમાં લેતાં તેણે હળવેકથી કહ્યું :

'મારું નામ કોસો છે.'

'કોસો કોણ ?'

'ઝાંઝાંના ઘોટુલનો સરદાર.'

'સરદાર અહીં શું કરી રહ્યો છે ?'

કાંઈ વધુ કહેતાં પહેલાં કંકુ ખાતરી કરવા ઇચ્છતી હતી કે આ નિર્દોષ લાગતો આદિવાસી પોલીસનો ખબરી તો નથી ?

'અહીં હું મારા કામે આવ્યો હતો.'

'શેનું? કેવું કામ ?'

'એ છોડી !' કોસો. તાડૂક્યો, 'હું તારા શરણે નથી. અત્યારે તું મારા શરણે છે. સવાલો હું પૂછીશ.'

'જ્યાં સુધી મને ભરોસો નહીં થાય કે તું મારો મિત્ર છે, હું તારા એકે પ્રશ્નનો ઉત્તર નહીં દઉં.'

'તો હું તને અહીંથી સીધી ચોકીએ લઈ જઈ પોલીસના હવાલે કરીશ.' કંકુના કાંડા પર પકડ જમાવતાં તે કહી રહ્યો હતો, 'અને રૂપિયા દસ હજારનું ઇનામ મેળવી મારા ગામ ભેળો થઈ જઈશ.'

'મારું નામ સાંભળી તું ચોંક્યો કેમ હતો ?' કંકુએ તેની ધમકીની પરવા ન કરતાં નવો પ્રશ્ન કર્યો.

કોસોને તેની આ હરકત વિચિત્ર લાગી. સહેજ વિચારતાં યોગ્ય પણ લાગી. કંકુના કાંડા પરથી હાથ લઈ લેતાં તેણે જણાવ્યું, 'કારણ કે હું તને જાણું છું.'

'આપણે પહેલાં ક્યારેય મળ્યાં નથી.'

'છતાં તેં મને એક પત્ર પાઠવ્યો હતો.'

'શેનો ? કેવો ?'

'તારા પ્રેમનો એકરાર કરતો પત્ર.'

'પણ... પણ એ તો મેં નિશાન લઇ પૂજાના ઓરડામાં નાખ્યો હતો!'

'એ ઓરડો મારો હતો.'

'ઓહ ગોડ !' કંકુ બોલી ઊઠી, 'તો શું મારો પત્ર પૂજાને મળ્યો જ નથી ?'

'મેં પોતે તેને દેખાડ્યો હતો.'

'પછી? પછી શું બન્યું ? તેણે અજા જોડે લગ્ન કરવાનો વિચાર પડતો મૂક્યો કે નહીં ?'

તેણે ઇશારાથી 'ના' કીધું.

'પણ શા માટે? મેં સ્પષ્ટ લખ્યું હતું કે અજો મારો છે.'

'ખરું.'

'તો?'

'તારા પત્ર પર કોઈને વિશ્વાસ ન બેઠો.'

'કારણ ?'

'અજાએ સદંતર ઇનકાર કરી દીધો.'

'બાસ્ટર્ડ!'

'વધુમાં હિઝ હાઈનેસે તારો ઇતિહાસ જણાવ્યો. તેમના શબ્દો પર શંકા કરવા માટે કોઈને કારણ નહોતું.'

'સ્વાઈન !'

'રાજસાહેબને સુવર કહેવાથી તારો મુદ્દો પુરવાર નહીં થાય.'

'સ્વાઈન મેં અજાને કહ્યો છે. હિઝ હાઈનેસને નહીં.' કહેતાં તેણે ઉમેર્યું, 'સરબતસિંહ તો ભગવાનની ગાય છે. કમ સે કમ તું તો મારી વાતનો ભરોસો કરે છે ને?'

'તારો શો વિશ્વાસ ?'

'મારી પાસે પુરાવો છે!'

'મને ખાતરી થવી જોઈએ.' કોસોએ હાથ લંબાવ્યો. 'દેખાડ !'

'જેને મારી વાતનો વિશ્વાસ ન હોય એને હું શા માટે દેખાડું ?'

'તારી મરજી.' બોલતાં તે ઊભો થઈ ગયો. અજાના લગ્ન તારે રોકવાં હોય તો તારી સામે માત્ર એક માર્ગ છે અને તે હું છું. આટઆટલાં કષ્ટ વેઠી તું અહીં સુધી આવી છે. પોલીસ તને શોધી રહી છે. તારી લાચારી તારી આંખોમાં ઝલકે છે. પુરાવા દાબી તું અહીં જ બેઠી રહેજે. હું ચાલ્યો મારે ગામ.'

'કોસો !'

દરવાજા પાસે તે થોભી ગયો.

'મારી સામે બેસ !'

તે પાછો બેસી ગયો.

'પુરાવો દેખાડતાં પહેલાં હું તને વિશ્વાસમાં લેવાનો પ્રયાસ કરીશ.' કંકુએ જણાવ્યું, – મારી જીવનકથા તને સંભળાવીશ. એ જાણ્યા પછી કદાચ તને પુરાવાની જરૂર નહીં રહે; પરંતુ એ પહેલાં મારે તને એક પ્રશ્ન કરવો છે.'

'બોલ.'

'અજાના લગ્ન રોકવા હું અધીરી છું અને એનું કારણ પણ મારી પાસે છે.'

તે વચ્ચે બોલી ઊઠ્યો, 'તારે એ જ જાણવું છે ને કે આમાં મને કેમ આટલો રસ છે ?'

'તદ્દન ખરું.'

'ટૂંકમાં કહું તો પૂજાનાં લગ્ન મારી જોડે થવાનાં હતાં.'

'ખરેખર !'

'અને તારો અજો વચ્ચે દીવાલ બની ગયો.'

'પૂજા તને ચાહતી હતી ?'

'બેહદ. હકીકતમાં આપણે બંને એક જ જહાજના પ્રવાસી છીએ. તેં અજાને ખોયો, મેં પૂજાને ખોઈ અને આપણાં બંનેનાં ભાગ્ય એકમેક જોડે સંકળાઈ ગયાં. આપણી ભલાઈ એમાં છે કે આપણે એકમેકને સહયોગ દઈએ.' સહેજ થોભી તેણે પૂછ્યું, 'મારી વાત તને સમજાય છે?'

'હા.'–કહેતાં કંકુએ શરૂઆત કરી, 'ઇન્દુબાઈ, મારી મા (એમ તે માનતી હતી.) એક નર્સ છે. હું નાની હતી ત્યારથી મારી અવરજવર હવામહેલમાં હતી. ત્યારે હિઝ હાઈનેસની પત્ની, સરસ્વતીદેવી લકવામાં પછડાઈ ગઈ હતી. મમ્મી રોજ તેને માલિશ કરવા જતી. ક્યારેક તેમની જોડે હું પણ મહેલમાં પ્રવેશી જતી...'

અજા જોડે કંકુની પ્રથમ મુલાકાત હવામહેલમાં જ થઈ હતી. બાળપણનો એ દિવસ તેને આજે પણ યાદ હતો. એ દિવસે અજાની છઠ્ઠી વર્ષગાંઠ હતી. હવામહેલમાં મેળો લાગ્યો હતો, રાજા મહારાજા, રાણીઓથી મહેલ છલકાઈ ઊઠ્યો હતો. જ્યાં જુઓ ત્યાં ઘરેણાં ચમકી રહ્યાં હતાં. માથે ઝૂલતાં ઝુમ્મરોના પ્રકાશમાં હીરા, માણેક, પન્ના, પોખરાજ, મોતીઓ ઝગારા મારી રહ્યાં હતાં. આ બાદશાહી ભીડમાં એક ગરીબ નર્સને કોણ પૂછે?

ઇન્દુબાઈ આમ વિચારી રહી હતી અને સરબતસિંહ પોતે બાળ અજાને સાથે લઈ તેની સામે ઉપસ્થિત થયો. ભયો ભયો. ઇન્દુબાઈ ધન્ય ધન્ય થઈ ગઈ. બાળકુંવરને લાખ લાખ આશિષો દઈ કંકુને તેનો હાથ ચૂમવા કહ્યું :

ચાર વર્ષની કંકુએ પણ ખુશખુશાલ થતા અજાનો હાથ પોતાના હાથમાં લઈ ચૂમ્યો. બીજી પળે અજાએ છાની રીતે હાથ લૂછી લીધો – જાણે કંકુની ચૂમીથી હાથ ગંદો થઈ ગયો હોય એમ પોતાના જ સાફાના છેડા વડે સાફ કરી નાખ્યો. આ અપમાન કંકુ આજ દિવસ સુધી ભૂલી નહોતી.

• • •

પ્રથમ મુલાકાતમાં બંને વચ્ચે વેર બંધાયું. વધતી ઉંમર સાથે આ વેર પણ વધતું ગયું. ઝેરની જેમ ફેલાતું ગયું. બીજી મુલાકાત વખતે બંને જણાં પરભવના શત્રુઓની જેમ એકમેક પર તૂટી પડ્યાં. આ પ્રસંગ પણ કંકુના ચિત્ત પર ચલચિત્ર બની ગયો હતો. જ્યારે પણ તે ઇચ્છતી, ચલચિત્રની આ પટ્ટી જોઈ લેતી. આ દિવસ કંકુની પોતાની વર્ષગાંઠનો હતો. પાંચ વર્ષ પૂરા કરી તે છઠ્ઠામાં પ્રવેશી હતી. ઇન્દુબાઈ તેને નવાં વસ્ત્રો પહેરાવી હવામહેલમાં લઈ આવી હતી.

બંને વડીલો એક તરફ સરસ્વતીની તબિયત વિષે ચર્ચા કરી રહ્યાં હતાં અને તેઓથી થોડે છેટે બેઠકખંડ વચ્ચે ઊભેલા ફુવારાના હોજમાં અજો ગલ નાખી માછલા પકડવા બેઠો હતો.

કંકુથી આ જોયું ન ગયું. હોજમાં રમતી રંગબેરંગી માછલીઓને કોઈ કાંટામાં ભેરવી મારી નાખે એ કલ્પના તેનાથી સહન ન થઈ. અજાને તેણે રોક્યો, વીનવ્યો, ચેતવ્યો. તે ન માન્યો. કંકુ તેના પર જંગલી બિલાડીની જેમ તૂટી પડી.

અચાનક ચીસાચીસના અવાજ ઊઠતાં સરબતસિંહ તથા ઇન્દુબાઈએ ચોંકીને ફુવારાની દિશામાં જોયું. અજો, કંકુના વાળ ખેંચી રહ્યો હતો તો કંકુ તેના ગાલે, ડોકે બાખોડિયાં ભરી રહી હતી. અજા પાસે માછલી પકડવાની ફેન્સી લાકડી હતી. એ લાકડીના બે કટકા જાજમ પર પડ્યા હતા.

ઇન્દુબાઈ તથા સરબતસિંહે દોડી આવી બંનેને મહામુશ્કેલીએ છૂટાં કર્યાં. ઇન્દુબાઈ કંકુને વઢી રહી હતી, સરબતસિંહ તેના પુત્રને.

‘પણ મમ્મી !’ કંકુ આ જ નામે ઇન્દુબાઈને સંબોધતી હતી. ‘અજો માછલીઓને મારી નાખવાનો હતો. મેં મના કરી તો ય એણે ગલ પાણીમાં નાખ્યું.’

‘આ મહેલ મારો છે. આ માછલીઓ મારી છે.’ સરબતસિંહના હાથમાંથી પોતાનું કાંડું છોડાવવા મથતાં અજાએ રાડ પાડી, ‘હું એને મારું કે જિવાડું, એથી તારે શું?’

‘મારી જો ! હું તારી આંખો ફોડી નાખીશ.’

‘હું તારી જીભડી ખેંચી લઈશ.’

‘કંકુ!’ આખરે ઇન્દુબાઈએ તેને ચૂપ કરતાં આદેશ દીધો, ‘હિઝ હાઈનેસની માફી માગી લે.’

‘મેં કાંઈ ભૂલ નથી કરી મમ્મી.’

‘અજાજીને તેં અજો કહ્યો, બાખોડિયાં ભર્યાં, માછલી પકડવાની તેમની લાકડી તોડી નાખી. આને ભૂલ ન કહેવાય?’

‘ના.’ આ વખતે તે ચીસ પાડીને બોલી.

વેરની આ આગને રોકવી મુશ્કેલ હતું. કંકુ સત્તર વર્ષની થઈ ત્યાં સુધી અજાના પડછાયાથી પણ તે નફરત કરતી હતી એમ તેને સ્પષ્ટ યાદ હતું; પરંતુ અજાના વર્તનમાં પરિવર્તન આવી રહ્યું હતું. બળને બદલે કળ વાપરતાં તેણે શીખી લીધું હતું. શત્રુઓને પોતાના લાભમાં મિત્રો બનાવવાનો ગુરુમંત્ર તે જાણી ગયો હતો.

દરેક માનવી પછી તે બળિયો હોય કે નબળો, શ્રીમંત હોય કે ગરીબ, ચતુર હોય કે મૂર્ખ; ક્યાંક, ક્યારેક ઉપયોગી સિદ્ધ થઈ શકે છે. જાહેર વેરભાવ આ જ ઉપયોગિતાના સિદ્ધાંતનો છેદ કરતો હતો. તેણે સભાન પ્રયાસો કરી પોતાની નબળાઈને અંકુશમાં લઈ લીધી. હવે તે મીઠી છૂરી બની ગયો.

એ દિવસોમાં કંકુ ધારની કૉલેજમાં અભ્યાસ કરતી હતી. એક દિવસ નટરલાલ ઘડિયાળી, તેના પિતા (એમ તે માનતી હતી)નું અવસાન સૌના આઘાત વચ્ચે માત્ર થોડાંક કલાકોમાં થઈ ગયું. ડૉક્ટરો સુધ્ધાં ફાટી આંખે જોતા રહી ગયા.

• • •

ધુતારો-૩

કોઈની સમજમાં કાંઈ ન આવ્યું, ન કાંઈ રોગ, ન કાંઈ તકલીફ. સવારે ઊઠી નટવરલાલે ચા પીધી હતી. છાપું વાંચ્યું હતું અને જાજરૂએ જવા ઊભા થાય એ પહેલાં તેમને હેડકીઓ શરૂ થઈ. ઇન્દુબાઈએ ધાર્યું, સામાન્ય હેડકી છે. થોડી વારે મટી જશે.

હેડકીઓ વધતી ગઈ. અવાજો ઊંચા થઈ ગયા. હવે કંકુ પણ મૂંઝાઈ અંતે ઇન્દુબાઈએ પતિને હૉસ્પિટલમાં લઈ જવાનું નક્કી કર્યું. નટવરલાલને સ્ટ્રેચરમાં નાખી ઍમ્બ્યુલન્સમાં લીધા ત્યારે તેમની હેડકીઓના અવાજ એટલા ઊંચા હતા કે આખું ફળિયું સાંભળી શકે દરેક હેડકી સાથે તેમનું શરીર પણ આંચકા અનુભવતું હતું. સદ્ભાગ્યે તેમને વધુ ભોગવવું ન પડ્યું. હૉસ્પિટલના ડૉક્ટરો કાંઈ નિદાન કરે એ પહેલાં તો તેમના પ્રાણ નીકળી ગયા.

કંકુ જોડે સંબંધ સુધારવાની આ ઉત્તમ તક અજાએ જતી ન કરી. નટવરલાલના સ્વર્ગવાસના સમાચાર મળતાં તે માંડુથી ઇન્દુબાઈના ઝૂંપડામાં દોડી આવ્યો. જ્યાં સુધી ચિતા સળગીને રાખ ન થઈ ગઈ તે કંકુની પડખે રહ્યો. અંતે મા–દીકરીને પોતાની કારમાં બેસાડી તેઓને ઘેર પણ છોડી ગયો.

કંકુને હવામહેલ ટ્રસ્ટમાંથી કૉલેજના અભ્યાસ અર્થે માસિક બસો રૂપિયા મળતા હતા. મહિનામાં એક વાર સ્કૉલરશિપનું પરબીડિયું લેવા તે માંડુ આવતી હતી. નટવરલાલના સ્વર્ગવાસ પછી થોડા દિવસો તે હવામહેલ ગઈ ત્યારે ઘોડા પર સવાર થઈ સામેથી આવતા અજાને તેણે નવી દ્રષ્ટિએ જોયો.

શું આ એ જ અજો છે જેણે બાળપણથી નફરતનાં બી વાવ્યાં હતાં? તે પોતે જેને પહેલા નંબરનો શત્રુ સમજતી હતી તેનું કાળજું આટલું મુલાયમ કેમ બની શકે! શું કોઈ સંત મહાત્માએ તેના માથે હાથ ફેરવી તેનું હૃદય–પરિવર્તન કર્યું હશે?

ઘોડો દોડાવતો આવી અજો તેની નજીક થોભી ગયો, 'કંકુ ! હું જાણું છું કે અત્યારે તું શું વિચારી રહી છે.'

તે ચોંકી.

'તને શંકા થાય છે કે તારા પ્રત્યે મને આટલી સહાનુભૂતિ કેમ ઊભરાઈ આવી, ખરું ?'

હકારમાં માથું ધુણાવતાં તેને વધુ આશ્ચર્ય થયું.

'બાળપણ મેં પાછળ છોડી દીધું છે.' સહેજ હસી અજાએ ઉત્તર પણ દીધો, 'તું પણ સર્વકાંઈ વીસરી જવા રાજી હોય તો આપણે સાથે સાથે જવાનીમાં પગલાં માંડીએ.'

તેની પ્રતિક્રિયાની વાટ જોયા વિના અજો ઘોડો દોડાવી ગયો. પ્રતિક્રિયા જાણવાની તેને દરકારે નહોતી. તે જાણતો હતો : જે તીર તેની કમાનમાંથી છૂટે એ નિશાન પર અચૂક લાગે.

એ રાતે કંકુ સૂઈ ન શકી. ઝૂંપડપટ્ટી વચ્ચે ઊભેલા પોતાના પતરાના ઘરમાં તે કલાકો સુધી વિચારતી રહી. અજાના શબ્દો તેના કાનમાં ગુંજતા રહ્યા. બાળપણને અજાએ પાછળ છોડી દીધું. માત્ર શબ્દોમાં નહીં, વ્યવહારમાં તેણે સિદ્ધ કરી દેખાડ્યું હતું.

કંકુ માટે આ પડકાર હતો. કારણ કે તેનો આ સ્વભાવ હતો. કોઈ તેને એક ગાળ દેતું તો તે સામી સાત ગાળ દેતી. તેની સામે કોઈ એક વેંત નમતું તો તે આખી નમી જતી.

પ્રશ્ન હતો અજાને અહેસાસ કરાવવાનો કે તે પોતે પણ હવે ભૂતકાળ વીસરી ચૂકી છે. મૈત્રીનો હાથ લંબાવતાં તે પણ જાણે છે. જરૂર છે, માત્ર એક તકની, અને આ તક તેને ધારમાં મળી ગઈ. તે કૉલેજ જઈ રહી હતી અને તેની નજરે અજાની કાર પડી. નજીકમાં બૅંક હતી; તેણે કલ્પી લીધું, અજો બૅંકમાં ગયો હશે!

દરવાજો ખોલી તે ચૂપચાપ કારમાં બેસી ગઈ. બૅંકના પગથિયા પર ઊભેલા વૉચમૅનને આશ્ચર્ય થયું. અજાએ તેને કાર પર નજર રાખવા કહ્યું હતું. તે તરત દોડી આવ્યો. કંકુ એ જણાવી દીધું, 'અજાજી આવે તો તેમને કહેજે કે કંકુ કાર લઈ ઘેર ગઈ છે.'

વૉચમેન કાંઈ સમજે એ પહેલાં તો તે કાર સ્ટાર્ટ કરી દોડાવી ગઈ. થોડી વારે અજો બૅંકમાંથી બહાર આવ્યો. વૉચમૅને તેને કાર વિષે જણાવ્યું તો તેને અચરજ થયું. કંકુએ આમ શા માટે કર્યું હશે એ તે કલ્પી ન શક્યો. તેને શંકાઓ ગઈ. આ છોકરી કારને કોઈ ડુંગરા પરથી ધકેલી ઘેર જઈ બેસે તો નવાઈ નહીં !

તેના પર વેર વાળવાની કંકુની યુક્તિઓ હંમેશાં નિરાળી રહી હતી. આમ જ એક વાર પોતાની કાર પાર્ક કરી કોઈ છોકરી જોડે તે એક હૉટેલમાં ગયો હતો. સદ્‌ભાગ્યે તેની કાર 'લૉક' હતી. કલાકેક પછી તે હૉટેલમાંથી પાછો આવ્યો અને સાથે જ તેને ચક્કર આવી ગયા.

કારનાં આગલાં બંને ટાયરો ચોપટ બેસી ગયાં હતાં. કોઈએ તેમાંથી હવા કાઢી નાખી હતી. આ કલ્પી લેતાં તેને સમય ન લાગ્યો એ 'કોઈ' કોણ હશે? કંકુએ લિપસ્ટિક વડે કારના વિંડશીલ્ડ પર ખોપડીનું ચિત્ર દોર્યું હતું. આ તેની નિશાની હતી.

આનો બદલો અજાએ કૉલેજમાં લીધો. કંકુને રમતગમતનો પુષ્કળ શોખ હતો. કૉલેજમાંથી છૂટી તે કરાટેના સાંજના વર્ગોમાં જતી હતી. ઝૂંપડપટ્ટીમાં અસ્તિત્વ ટકાવી રાખવા માટે આ જરૂરી પણ હતું. બીજું, દર વર્ષે યોજાતી કરાટે ચેમ્પિયનશિપમાં તે ભાગ પણ લેતી હતી. વધુ નહીં તો એકાદ મૅડલ તેને ફાળે જરૂર આવતો.

આ વર્ષે હરીફોની ચૂંટણી થઈ ત્યારે કંકુનું નામ સૂચિમાં નહોતું. તે વળ ખાઈ ગઈ. અજાએ પોતાની વગ વાપરી તેનું નામ સ્પર્ધામાંથી રદ કરાવ્યું હતું; પરંતુ કંકુ આનો બદલો લે એ પહેલાં બાજી પલટાઈ ગઈ. અજાએ તેના માર્ગમાં પુષ્પો પાથરવાની શરૂઆત કરી દીધી હતી.

અજો ઝૂંપડપટ્ટીમાં આગળ વધતાં વિચારી રહ્યો હતો – શું કંકુ મારી સઘળી ભલાઈ વીસરી ગઈ હશે? શું છેલ્લું અપમાન તેને હજી ય યાદ હશે ? ઇન્દુબાઈના દરવાજે આકડિયો ખખડાવતા તેને લગભગ ખાતરી થઈ ગઈ. કંકુ આટલી સરળતાથી વેરઝેર ન ભૂલે. પહેલાં તે પુરાણો હિસાબ ચૂકતે કરશે અને પછી જ સુલેહની સફેદ ઝંડી લહેરાવશે.

જેવો દરવાજો ઉઘાડ્યો કે અજાએ પૂછી લીધું, 'કંકુ છે ?'

'ઓહોહો !' તેને જોઈ ઇન્દુબાઈ હરખાઈ ગઈ, 'તમે ! આવો, આવો, બેસો !'

તે દરવાજામાં સ્થિર રહ્યો.

'કંકુએ મને જણાવ્યું કે આજે તમે અમારે ઘેર પધારશો તો મારા માનવામાં ન આવ્યું. આ ગરીબનું ઝૂંપડું તમે પાવન કરશો એ તો હું સપનામાં ય વિચારી ન શકું.'

'કંકુ નથી ?' તે અધીર થઈ ગયો.

'ના.'

'તો એણે તમને ક્યારે જણાવ્યું કે હું અહીં આવીશ ?'

'થોડી વાર થઇ હશે !' – કહેતાં ઇન્દુબાઈએ તેની સામે એક પરબીડિયું ધર્યું, 'તમારા માટે આ સંદેશો મૂકતી ગઈ છે.'

તરત તેણે પરબીડિયું ફાડી સંદેશો વાંચ્યો અને ફરી ગોથું ખાઈ ગયો. કંકુએ તેને કિલ્લામાં મળવા માટે લખ્યું હતું. તે જવા લાગ્યો તો ઇન્દુબાઈ નારાજ થઈ ગઈ. 'દીકરા, ચા–પાણી કાંઈક તો લીધું હોત !'

'માજી, આજે ઉતાવળમાં છું. ફરી આવીશ ત્યારે ભોજન પણ લઈશ.' તે ઝૂંપડપટ્ટીની બહાર દોડી ગયો.

અહીંથી તેણે એક્કો રોક્યો અને અંદર બેસી જતાં સાઈસને કિલ્લે લઈ જવા આદેશ દીધો. સાથે જ તેનું હૃદય એક ધબકારો ચૂકી ગયું, તેને લગભગ ખાતરી થઈ ગઈ હતી, આ વખતે કંકુ કાંઈ જબરી ચાલ ચાલી છે. મારી કારનો તેણે ખુરદો બોલાવી દીધો હશે, જર્જરિત કિલ્લાના એકાંતમાં મારાં ય હાડકાં–પાંસળાં એક કરી નાખે તો નવાઈ નહીં !

• • •

બપોરના તડકામાં કિલ્લાના પ્રવેશ પાસે એક્કો રોકી તે બૉન્ડ ફિલ્મના હીરાની જેમ પૂર્ણ સતર્કતા સાથે અંદર પ્રવેશ્યો. તેની આંખો ક્યારેક જમણી બાજુએ જોઈ લેતી હતી, તો ક્યારેક ડાબી બાજુએ. ધીરે ધીરે તે આખો કિલ્લો ફરી વળ્યો. કંકુ ક્યાંય નહોતી. શરીર પરસેવે રેબઝેબ થઈ ગયું. સફારી સૂટ ચામડીને ચોંટવા લાગ્યો, કમબખ્ત આ તે છોકરી છે કે ચુડેલ!

તે પાછો ફર્યો તો પ્રવેશની અંદરના ભાગમાં, દીવાલ પર ચોંટેલા પાનમસાલાના એક પોસ્ટર પર તેની નજર ઠરી. એ પોસ્ટર પર લિપસ્ટિક વડે ખોપડીનું ચિત્ર દોરી લખાયું હતું : નીલકમલ સરોવર પર તારી વાટ જોઉં છું. તેણે માથું કૂટી લીધું.'

મનોમન કંકુની સાત પેઢીઓની ધૂળ ખંખેરતાં તે ફરી એક્કામાં બેઠો અને થોડી વારે સરોવરે આવી પહોંચ્યો. એક્કામાંથી કૂદી પડતાં તેને પહેલો પ્રશ્ન થયો : આ વિશાળ સરોવર પર કંકુને શોધવી ક્યાં? કાંઠે કાંઠે તે પગલાં ભરવા લાગ્યો. પગલે પગલે કાર શોધવા લાગ્યો. ચોપાસ ઝાડીઓ હતી.

એકાએક ટાયરોનાં નિશાન ધૂળમાં તેની નજરે પડ્યાં. આ જ નિશાનોના આધારે આગળ વધી તે કાંઠાની ઝાડીમાં પ્રવેશ્યો. તેની કાર પાર્ક થઈ સહીસલામત ઊભી હતી. તરત તે દરવાજો ખોલી કારમાં બેસી ગયો, પરંતુ સ્ટાર્ટ ન કરી શક્યો.

'ક્યાં લઈ જઈશ?' પાછલી સીટ નીચે લપાઈને બેઠેલી કંકુએ ઊભી થતાં પૂછ્યું. જાણે ખરેખર કોઈ ચુડેલનો અવાજ કાને અથડાયો હોય એમ તેણે ચોંકીને પાછળ જોયું. કંકુ નિરાંતે બેસી સ્મિત વેરી રહી હતી. થોડી વાર તેના ચહેરામાં બેવકૂફની જેમ જોઈ સ્મિતનો ઉત્તર તેણે પણ સ્મિતથી દીધો.

'મેં ધાર્યું હતું, આજે તું મને કાચેકાચો ચાવી જઈશ.'

'હું શાકાહારી છું.'

'તારા છટકામાં હું ઉંદરની જેમ સપડાઈ ગયો હતો.' તેણે ફરી કહ્યું, 'મારી કાર તળાવમાં પધરાવી તારા છેલ્લા અપમાનનો બદલો તું સરળતાથી લઈ શકી હોત !'

'એ તો મેં લઈ લીધો.'

'કઈ રીતે ?'

'તને આટલો રખડાવ્યો એ ઓછું છે?' વધુ વિચારવાનો તેને સમય ન દેતાં કંકુએ સગર્વ જણાવ્યું, 'કહે, અહીં થી મને ક્યાં લઈ જઈશ?'

'તું કહીશ ત્યાં.'

'અજા !' તેના અવાજમાં ગંભીરતા પ્રવેશી, 'બાળપણ મેં પણ પાછળ મૂકી દીધું છે. ચાલ આપણે જવાનીમાં સાથે સાથે પગલાં ભરીએ.'

તરત અજાએ પહેલાં બહાર નીકળી કંકુ માટે કારનો પાછળનો દરવાજો ખોલ્યો. તેણે બહાર આવી અજાનો હાથ પોતાના હાથમાં લીધો. બંને જણાં શાંત સરોવરના કાંઠે કાંઠે પગલાં ભરવા લાગ્યાં. દૂર દેશાવરમાંથી આવેલા હંસો ચારાની શોધમાં સરોવરની સપાટી પર સરકી રહ્યા હતા. સૂરજ ઢળી રહ્યો હતો.

'કંકુ !' પાછા કાર પાસે આવતાં અજાએ તેને સામે લઈ કહ્યું, 'તારા માટે એક ખુશખબર છે.'

'કહે.'

'તારી નોકરી પાકી થઈ ગઈ.'

કંકુને જાણે વિશ્વાસ બેઠો ન હોય એમ તે જોઈ રહી.

'બી.એ. કરી તું બૅંકમાં જોડાઈ શકે છે.' અજાએ ઉમેર્યું. 'આજે જ મેં અમારી બૅંકના મૅનેજર જોડે તારી ભલામણ કરી. તેમણે ખાતરી દીધી છે કે જ્યાં સુધી તારી ફાઈનલનું પરિણામ નહીં આવે, બૅંકમાં ખાલી પડેલી જગ્યા નહીં પુરાય.'

કંકુ તેને વળગી પડી. ચુંબનોથી અજાને તેણે નવરાવી દીધો. આજે સવારે બૅંકમાં અજો તેના ભાવિની ચિંતો કરી રહ્યો હતો અને તે અજા પર વેર વાળવાના તુક્કા વિચારી રહી હતી. આ વિચારે તેને મીણ જેવી નરમ બનાવી દીધી. તેનો સઘળો વિરાધ ઓગળી ગયો. અત્યારે અજો તેને પરભવનો વેરી નહીં, બાળપણનો સાથી લાગ્યો.

અજાના વિચારો તદ્દન જુદા હતા, તેને લાગ્યું, માછલી બરાબર ગલમાં આવી છે. વેર વાળવાનું મુહૂર્ત કરવામાં હવે ઢીલ થવી ન જોઈએ. વેલની જેમ કંકુને તેણે કારની પાછલી સીટ પર લીધી. સૂર્ય ઢળી ગયો. અજવાળાં ઢળી ગયાં. કંકુ પણ ઢળી ગઈ.

'કોસો !' ઝરણા પર ઊભેલા ઘરમાં બેઠેલી કંકુ કહી કહી રહી હતી, 'અજાના પ્રેમમાં હું પાગલ થઈ હતી. દર શનિવારે કાર લઈ તે ધાર આવતો અને અમે એ જ નીલકમલ તળાવે પિકનિકે જતાં. થોડીક વાર સરોવરે ટહેલતાં, મીઠી મીઠી વાતો કરતાં, સૂર્યાસ્ત પછી કારની પાછલી સીટમાં ભરાઈ વાસનાભૂખ્યાં વરુઓની જેમ એકમેક પર તૂટી પડતાં.'

મેલા આકાશમાં ભમવા નીકળેલા, કપાઈ ગયેલા ચંદ્રમાનું પ્રતિબિંબ સરોવરના પાણીમાં ડોલી રહ્યું હતું. 'કકું!' અજો તેને પડખામાં લઈ કાંઠે બેઠો હતો, 'મને સ્વર્ગ મળી ગયું છે. હવે બીજા કશાની ઇચ્છા નથી.'

'તારું સ્વર્ગ એ મારું સ્વર્ગ છે, અજા!' કંકુ બોલી, 'તું મારો છે. તારા હૃદયમાં હું ધબકી રહી છું. તારા શ્વાસોમાં હું જીવી રહી છું. છતાં મારી એક ઈચ્છા અધૂરી છે.'

'કહે.'

'આપણે લગ્ન કરી લઈએ.'

'તું માનીશ ?' અજાએ સહર્ષ કહ્યું, 'હું પણ આ વિચારતો હતો.'

'જુઠ્ઠા !'

'તારા ગળાના સોગંદ.'

'હું મરી જાઉં તો તને શું ?' કંકુ એ વ્યંગ કર્યો, 'તને બીજી દસ મળી રહેશે!

'પણ લાખોમાં એક તો તું જ છે.' – કહેતાં તેણે જણાવ્યું, 'થોડાંક દિવસો જવા દે. માથે ચૂંટણી આવી રહી છે. આ વખતે ચૂંટણીમાં હું પણ ઊભો રહેવાનો છું. આ ટૅન્શન દૂર થતાં આપણે લગ્ન કરી લઈશું.'

કંકુએ પોતાની કહાણી આગળ વધારી : 'પરંતુ ચૂંટણી આવે એ પહેલાં મને ગર્ભ રહી ગયો.'

'શું?' કોસોની આંખો સાથે મોં પણ ખૂલી ગયું. 'લગ્ન પહેલાં તું અજાના સંતાનની માતા બની ગઈ?'

'ના.' કંકુએ એક નિસાસો નાખ્યો, 'મા બનવાની હતી. બની ન શકી.'

અજો ચૂંટણી પ્રચારમાં વ્યસ્ત હતો. છેલ્લા એક મહિનાથી તેણે ધારમાં દેખા નહોતી દીધી. કંકુના પગ ઢીલા થઈ ગયા. બે અઠવાડિયાં પહેલાં તે પિરિયડ ચૂકી ગઈ હતી. અક્કેક દિવસ તેને વસમો લાગતો હતો. ચૂંટણી હજી ત્રણ મહિના દૂર હતી. ત્યાં સુધીમાં તો ઘણું મોડું થઈ જાય.

'હું માંડુ આવી ખાનગીમાં અજાને મળી. અજો અંદરો અંદર હલી ગયો. આડે ચૂંટણી ન હોત તો અત્યારે તે મૂછમાં મલકાત. મલકાવું તો દૂર રહ્યું, કંકુનો ગર્ભ તેના માટે ખતરો બની ગયો. તેના વિરોધીઓને આ રહસ્યનો અણસાર સુધ્ધાં આવે તો તેની રાજદ્વારી આકાંક્ષાઓ પર પાણી ફરી વળે. આ તકનો લાભ લઈ તેઓ એવા જબ્બર પ્રચાર કરે કે અજા જોડે હવામહેલના પાયા પણ હલી જાય.

'કંકુ!' તેણે નિર્દોષતાપૂર્વક કહ્યું, 'હવે તું જ કહે આવી કટોકટીમાં હું શું કરું? એક તરફ આપણું ઉજ્જવળ ભાવિ છે; બીજી તરફ આપણું બાળક છે. મને તો કાંઈ સૂઝતું નથી.'

'આપણે ખાનગીમાં લગ્ન કરી લઈએ તો? બીતાં બીતાં કંકુએ પ્રસ્તાવ મૂક્યો.

'શું?' તે બોલી ઊઠ્યો, 'હવામહેલનો પાટવી કુંવર તને પરણે અને ગામના કૂતરાને ય જાણ ન થાય ? ના કંકુ, ના. આપણાં લગ્ન થશે તો ધામધૂમથી. એક અઠવાડિયા સુધી જશન મનાવાશે. અખબારોમાં ચર્ચા થશે. ટી. વી. પર ન્યૂઝ આવશે. આખા હિંદુસ્તાનને ખબર પડવી જોઈએ કે પટરાણી બની તું હવામહેલમાં પ્રવેશી છે.'

કંકું લાચાર થઈ ગઈ.

'મેં ગર્ભપાત કરાવી લીધો.' શરમથી માથું ઝુકાવી દેતાં તેણે કોસોને સંબોધી કહ્યું, 'બાળક જન્મે એ પહેલાં મેં પડાવી નાખ્યું.'

'કંકુ!' કોસોની આંખોમાં એક ચમકારો હતો, 'અજો આટલો ધૂર્ત હશે એની મેં કલ્પના ય નહોતી કરી.'

'આ તો હજી શરૂઆત છે.'

'અંત મારે નથી જાણવો. પૂજાની સુરક્ષા અર્થે આટલું પૂરતું છે. તે વાઘની બોડમાં પ્રવેશે એ પહેલાં તેની માતાએ આ કિસ્સો જાણવો જોઈએ.' કોસોએ પોતાના વિચારો જણાવ્યા, 'સમસ્યા માત્ર એક છે : તારી આ બધી વાતો માને કોણ?'

'એ જવાબદારી મારી.' કંકુ પૂર્ણ વિશ્વાસ સાથે બોલી, 'મને સામે જોઈ અજાના હાંજા ગગડી જશે.'

'એ ભ્રમમાં પહેલાં હું પણ હતો. અજો તને ઓળખવાથી ઇનકાર કરી દે તો તું શું કરીશ ?'

'અજાને હું ત્યાં જ ધરબી દઈશ.' જીન્સના ખિસ્સામાંથી નાનકડી રિવોલ્વર કાઢી તેણે કોસો સામે ધરી દીધી.

તે પહોળી આંખે જોઈ રહ્યો.

૬

કોસોને લાગ્યું, જે ઘરમાં કંકુ જોડે તે બેઠો હતો, એમાં કાંઈ તાસીર છે. ઝરણા પર ઊભેલું આ ઘર, ઘર નથી; હત્યારા ઘડવાનું કારખાનું છે. ત્રીજો હત્યારો તેની આંખો સામે જન્મ લઈ રહ્યો હતો. જે કન્યાએ સંદેશામાં લખ્યું હતું : અજો મારો હતો, મારો છે અને મારો રહેશે... એ જ તેનો ઘડોલાડવો કરવા સરળતાથી તૈયાર થઈ ગઈ હતી.

કોસો પાસે હવે વધુ સમય નહોતો. આવતી કાલે પૂજાના લગ્ન યોજાય એની પૂરી સંભાવના હતી. વહેલી તકે તેણે બત્રીસ ઓરડાઓવાળા બંગલામાં પહોંચી ધડાકો કરવાનો હતો. કંકુના જીવન જોડે ખતરનાક રમત રમી અજો પૂજાનું જીવન ધૂળધાણી કરવા તૈયાર થયો છે. તેને રોકવો રહ્યો.

'ચાલ કંકુ ! સમય કિંમતી છે.'

'ના !' તે બોલી ઊઠી, 'આ અજવાળામાં હું અહીંથી ક્યાંય જઈ ન શકું.'

'પણ...'

'મારા પર નજર પડતાં જ પોલીસ મને ઘેરી લેશે.'

કોસોને તેની દલીલ વજૂદવાળી લાગી. સૂર્યાસ્તને ફક્ત કલાકેકની વાર હતી. એક કલાકમાં કાંઈ વધુ ફેર પડવાનો નહોતો. નાહક જોખમ વહોરવા કરતાં અહીં રોકાઈ રહેવું તેને યોગ્ય લાગ્યું.

'કંકુ !' મૂંઝવતો એક પ્રશ્ન તેણે પૂછી લીધો, 'આખરે તું ઇચ્છે છે શું? આ વિવાહ રોકાતાં મને મારી પૂજા મળી જશે. તને?'

'અજાનો પ્રાણ.'

'શું... તું એની હત્યા કરી શકીશ?'

'તને શંકા છે?'

'જેને તેં તનમનથી ચાહ્યો એના પ્રાણ હરતાં તને સહેજે સંકોચ નહીં થાય ?'

'સંકોચ !' તે હસી, 'જે દિવસે અજો મરશે, એ દિવસે હું દિવાળી મનાવીશ. મારા આત્માને શાંતિ થશે. મારા કાળજાને ટાઢક થશે.'

'હું ધારતો હતો કે તું હજી ય અજા જોડે લગ્ન કરવાનાં સપનાં સેવી રહી છે!'

'એ સપનાંઓનો અંત કયારનો આવી ગયો. હવે મને ખાતરી થઈ ગઈ છે, અજો પાખંડી છે, ધૂર્ત છે. એણે મને છેતરી છે. એ મારા શરીર જોડે રમ્યો, મારા હૃદય જોડે રમ્યો છે. હવે હું તેને જીવતો નહીં છોડું.'

'આ ખાતરી તને કેમ થઈ ?'

'મેં એને અહીંની પોલીસચોકીમાં દાખલ થતાં જોયો હતો.'

કોસોને ખરેખર આશ્ચર્ય થયું. 'એ મુરતિયાને પોલીસને મળવાની શી જરૂર પડી ?' તેણે ફરી પૂછ્યું .

'પૂજાના નામે લખાયેલો મારો પત્ર વાંચી તેને જરૂર આંચકો લાગ્યો હશે!' કંકુની ગણતરી ખોટી નહોતી, 'તેણે વિચાર્યું હશે, હું જેલમાં હોઉં તો મારો લખેલો પત્ર બત્રીસ ઓરડાવાળા બંગલામાં કોણે નાખ્યો? આ શંકાનું નિવારણ કરવા તે પોલીસ–સ્ટેશને ગયો. ત્યાં તેને બીજો આંચકો લાગ્યો. તેને જાણ થઈ કે હું જેલ તોડી નાસી છૂટી છું એટલે તેણે અહીં મારી હાજરી કલ્પી લેતાં પોલીસોને ચેતવ્યા.'

'કોસો !' સહેજ થોભી તેણે જણાવ્યું, 'આ જ કારણે પોલીસે મારી શોધ અહીં શરૂ કરી છે. હવે હું સુરક્ષિત નથી. મારે સાવધ રહેવું પડશે. જ્યાં સુધી મારું કામ ન પતે, મારે જીવતા રહેવું પડશે. પછી ભલે મને પોલીસો ભડાકે દે. મને તેની પરવા નથી.'

રંગો બદલતું આકાશ બારીમાંથી જોતાં કોસોએ પૂછ્યું, 'શું અજાની હત્યા કરવી જરૂરી છે?'

કંકુએ સામો પ્રશ્ન કર્યો, 'શું અજાને તેના પાપની સજા મળવી ન જોઈએ?'

'આ સજા પૂરતી નથી કે સૌની સામે તેની આબરૂના લીરા ઉડશે?'

'એમ તું ધારે છે.'

'આવા ભારે અપમાન પછી તે કોઈને મોઢું દેખાડવાને લાયક પણ નહીં રહે!'

'આબરૂની ચિંતા ગરીબોને હોય. નોટોની ચાદર હેઠળ શ્રીમંતો પોતાનાં પાપ ઢાંકી દેતા હોય છે.' – કહેતાં કંકુ એ મુદ્દાની વાત કહી, 'કોસો, એ વાઘને મોઢે લોહી લાગી ગયું છે. હવે તે માનવભક્ષી બની ગયો છે. આપણે આ લગ્ન રોકવામાં સફળ થઈશું તો થોડા દિવસો ચૂપ બેસી તે કોઈ ત્રીજી યુવતીને ફસાવશે. અને એ વખતે આપણે હાજર નહીં હોઈએ. ચોથી, પાંચમી, છઠ્ઠી... જ્યાં સુધી તે જીવશે, એક પછી એક યુવતીઓનો ભોગ લેતો રહેશે. શું તું હજી યે ઇચ્છે છે કે એ પશુના હું પ્રાણ ન લઉં?'

સૂર્ય ઢળી ગયો. અંધારાં પ્રસરી ગયાં. અહીંથી નીકળવાનો સમય પાકી ગયો હતો. કંકુ જોડે તે ઊભો થઈ ગયો. અંધારાની ઓથ લઈ બત્રીસ એરડાવાળાં બગલામાં તેને પહોંચવાનું હતું.

પળભર તેને ખ્યાલ આવ્યો. કંકુ જોડે તેને પાછો ફરેલો જોઈ પૂજા શું વિચારશે? સુનીતા શું ધારશે? આટલું ચોક્કસ હતું : અજો તથા કાલીચંદના પગ હેઠળથી જમીન સરી જશે. રમત ઉઘાડી પડી જતાં બંનેની સ્થિતિ ઢાંકણીમાં પાણી લઈ ડૂબી મરવા જેવી થશે! તેના ચહેરે સ્મિત ફરી વળ્યું.

આ સ્મિત ક્ષણભંગુર સાબિત થયું. ઉંબર બહાર પગ મૂકતાં તેણે કંકુનો હાથ હાથમાં લેવા શોધ્યો. કંકુ તેની પડખે નહોતી. તેની ચોપાસ અંધારા હતાં અને કંકુ તેમાં ગુમ થઈ ગઈ હતી. ઘર નીચે ખળખળ કરતું ઝરણું વહી રહ્યું હતું. રાતના સન્નાટામાં તમરાંઓના અવાજ નિરંતર ગુંજી રહ્યા હતા.

'કંકુ !' દબાયેલા અવાજે તેણે સાદ દીધો. આંધળાની જેમ તેણે હાથ પસાર્યાં. તેને ખરેખર આશ્ચર્ય થયું. પેટમાં ધ્રાસકો પડ્યો. શું આ કન્યા પણ તેની જોડે રમત રમી ગઈ?

અચાનક પાવરફુલ ટોર્ચની લાઇટ ફેંકાતાં તેની આંખો અંજાઈ ગઈ. દસ દસ ફૂટના અંતરે અને ત્રણે દિશાઓમાંથી તેના ચહેરા પર પ્રકાશનો ધોધ વહી રહ્યો હતો. કાંઈ ન સૂઝતાં તેણે બંને હાથ વડે ચહેરો સંતાડી દીધો. આંખો મીંચી દીધી.

એ જ પળે તેના હાથમાં બેડીઓ પડી ગઈ. અંધારામાં ક્યાંક કૂતરો ભસવા લાગ્યો. સાથે જ એક અવાજ તેના કાને અથડાયા... અંદર ! છોકરી અંદર છે. બે જણા તેની નજીકથી અંદર દોડી ગયા. તેની આંખો પર હજી ટોર્ચ સ્થિર હતી. હવે તેણે ચહેરો ઘુમાવી આંખો ખોલી અને ચોંકી ઉઠ્યો. ચોપાસ પોલીસો હતા. કંકુની શોધ ચાલી રહી હતી.

કોસો સમજી ગયો. ત્રાઠી ગયેલી હરણીની જેમ કંકુએ ઘેરો ઘાલતા પોલીસોની ગંધ પારખી લીધી હશે! પોલીસ આવે એ પહેલાં બારીમાંથી કૂદી તે પલાયન થઈ ગઈ, પણ આમાં મારો શું ગુનો? મારા હાથમાં બેડી શા માટે? શું આ પોલીસવાળાઓ મને કંકુનો સાગરીત સમજ્યાં હશે?

અંદર ગયેલા બે પોલીસ તરત બહાર આવ્યા. 'સર, ઘર ખાલી છે.'

'તો ગઈ ક્યાં!' ડી.એસ.પી.એ પ્રશ્ન કર્યો.

'લાગે છે બારીમાંથી કૂદી વનમાં ભરાઈ હશે !'

આ વખતે બંને પોલીસોએ કોસોના અક્કેક હાથમાં હાથ ભેરવી તેને જકડી લીધો. ડી.એસ.પી.એ થોડે છેટે શિકારી કૂતરા સાથે ઊભેલા એક ઇન્સ્પેક્ટર તરફ ટોર્ચની લાઈટ ઘુમાવતા કહ્યું, 'ચેટર્જી ! કૂતરાને અહીં લઈ

આવો. આ ઘરથી પગેરું શોધવાની શરૂઆત કરવી પડશે. આ ગઠિયાને લઈ હું પોલીસ–સ્ટેશન જાઉં છું. તમારા સંદેશાની વાટ હું ત્યાં જ જોઈશ.'

મનોમન સે આમ જ ધૂંધવાઈ રહ્યો હતો. વગરવાંકે તેના હાથમાં બેડીઓ પડી હતી. તેની બાજી ઊંધી વળી ગઈ હતી. અજો તથા કાલીચંદ પર વેર વાળવાનાં તેનાં સપનાં ધૂળમાં મળી ગયાં હતાં. પૂજાને આંધળા ફૂવામાં ઝંપલાવતી રોકવાની તેની યોજના પર પાણી ફરી વળ્યું હતું. વિશેષમાં આ ડી.એસ.પી.ની જીભ કાતર બની, 'ગઠિયો' શબ્દ સાંભળી કોસોનો પિત્તો હાથથી ગયો.

બેડીઓ સાથે જ તે ડી.એસ.પી. પર ધસી ગયો. તેને જકડીને ઊભેલા બંને પોલીસો દોડતી બસ પકડતા પેસેન્જરોની જેમ તેની સાથે ઘસડાઈ આવ્યા. ડી.એસ.પી. એક તરફ ખસવા જાય એ પહેલાં કોસોએ સજ્જડ લાત ફટકારી દીધી. ડી.એસ.પી. ઊછળી દસ ફૂટ દૂર પડ્યો. બંને પોલીસો ધૂળની કણો જેમ તેના શરીર પરથી ખંખેરાઈ ગયા હતા.

સર્વેનું ધ્યાન કંકુને શોધવામાં કેન્દ્રિત હતું. પરિસ્થિતિ આમ ઓચિંતી પલટો ખાશે એની કોઈને કલ્પના નહોતી. થોડીક પળોમાં જ સર્વ કાંઈ બની ગયું હતું.

કોસો ફરી ઊછળ્યો. આ વખતે તેણે હનુમાન કૂદકો માર્યો હતો. તેની ઈચ્છા ભોંય પર પડેલા ડી.એસ.પીને છૂંદી નાખવાની હતી. પરંતુ એ જ પળે ડી.એસ.પી દડીને એક તરફ થઈ ગયો. કોસોના પગ તેની લગોલગ પડ્યા અને સ્પ્રિંગની જેમ ફરી ઉછળવા જાય એ પહેલાં ડી.એસ.પી. એ સૂતાં સૂતાં જ તેનો એક પગ પકડી ખેંચી લીધો. કોસો જ્યાંનો ત્યાં ધરાશાયી થઈ ગયો.

ડી.એસ.પી. જુવાન હતો. કોસો પર તે ચડી બેઠો, પરંતુ તે કાંઈ કરે એ પહેલાં કોસોએ બેડી સાથે પોતાના બંને હાથ તેના ગળામાં નાખી ઝટકો દીધો. ડી.એસ.પી.નું માથું તેના માથા સાથે અફળાયું. બીજો કોઈ ઢીલોપોચો અફસર હોત તો તેનું માથું નાળિયેરની જેમ વધેરાઈ ગયું હોત, પણ આ અફસર જુવાન હતો, માથાનો હતો.

કોસોના માથા પર માથું મૂકી ઝટકા સાથે તેણે ગુલાંટ ખાધી અને બેડીઓના બંધનમાંથી તે આબાદ નીકળી ગયો. તત્ક્ષણ બંને જણા ફરી બેઠા થઈ ગયા. ઊભા થઈ ગયા. કોસો ફરી કુદ્યો. એ જ પળે એક હવાલદારે પોતાની બંદૂકનો ઘોડો દાબી દીધો.

એક ધડાકો રાતના સન્નાટામાં થયો. ટોર્ચના પ્રકાશમાં તેના પડઘા ઊઠ્યા અને ડી.એસ.પી, પર હુમલો કરવા હવામાં ઊછળેલું કોસોનું શરીર અધ્ધર જ આંચકો ખાઈ પછડાઈ ગયું. ગોળી તેની પાંસળીઓમાં ઊતરી ગઈ હતી.

'કોણે ફાયર કર્યું?' ડી.એસ.પી.એ રાતાપીળા થતાં સીધો પ્રશ્ન કર્યો.

હવાલદાર બંતાસીંઘ બીતાં બીતાં સામે આવ્યો. ડી.એસ.પી. એ તેની રાઈફલ આંચકી લેતાં ત્રાડ પાડી, 'કોના હુકમથી ફાયર કર્યું!'

'સર...'

'અહીં ઉપરી કોણ છે? હું કે તું?'

'સર...મેં... મેં...'

'મારી પરવાનગી વિના ફાયર કરવાની તારી હિંમત કેમ થઈ?'

આખરે હવાલદાર બંતાસિંઘ બોલ્યો, 'એ... એ જંગલી તમને મારી નાખત!'

'અને એ મરી ગયો તો હું તને જીવતો નહીં છોડું.'

અત્યાર સુધીમાં એક પોલીસે કોસોના હાથમાંથી બેડીઓ કાઢી લીધી હતી. બીજો હવાલદાર ઘા પર રૂમાલ દાબવા મથી રહ્યો હતો. લોહી લાવારસની જેમ વહી રહ્યું હતું. બંતાસીંઘ ચૂપચાપ તેઓ સાથે જોડાયો અને ત્રણેએ મળી બેભાન પડેલા કોસોને ઊંચકી લીધો. વહેલી તકે હૉસ્પિટલ લઈ જવાની જરૂર હતી.

ડી.એસ.પી. આગળ વધતાં કોસોના શરીર સાથે ત્રણે પોલીસો પાછળ ચાલ્યા. બે પોલીસો સવાર સુધી ઘર પાસે જ પહેરો દેવાના હતા. બાકીના છ પોલીસો ઇન્સ્પેક્ટર ચેટર્જીના કૂતરા સાથે કંકુની શોધમાં આગળ વધી ગયા હતા.

ડી.એસ.પી.ની જીપ અપ્સરા વિહાર કુંડ પાસે પાર્ક થઈ હતી. કોસોના બેભાન દેહને જીપના પાછલા ભાગમાં સંભાળપૂર્વક સુવડાવી બે પોલીસો સામસામે બેસી ગયા. ત્રીજો હવાલદાર બંતાસીંઘ ડ્રાઇવર પણ હતો. ડી.એસ.પી. તેની પડખે બેઠો અને જીપ સ્ટાર્ટ થઈ. હેડલાઇટનો પ્રકાશ પાથરતી સૈનિક હૉસ્પિટલની દિશામાં દોડી ગઈ.

'સર, હું મારી ભૂલ કબૂલ કરું છું.' બરતરફીના ફફડાટમાં ડ્રાઈવ કરતા બંતાસીંઘે જણાવ્યું, 'પણ મારો ઇરાદો તમારી ઉપરવટ જવાનો જરાય નહોતો. હું... હું... તો તમારી ભલાઈ ઇચ્છતો હતો.'

'કોઈની ભલાઈ ખાતર કાયદાનો ભંગ ન થાય.'

'સર, તમે માઈલોનો પ્રવાસ ખેડી પચમઢી આવ્યા છો. તમને કાંઈ થઈ ગયું હોત તો અમે અમારા ઉપરીને મોઢું શું દેખાડત !'

બંતાસીંઘની વાત ખોટી નહોતી. જુવાન ડી.એસ.પી. કંકુની શોધમાં ઠેઠ ધારથી અહીં સુધી આવ્યો હતો. બંતાસીંઘે કોસોને ભડાકે દીધો એમાં તેની ભૂલ જરૂર હતી; પરંતુ સ્વાર્થ ક્યાંય નહોતો. તેણે જે કાંઈ કર્યું હતું, ડી.એસ.પી.ના હિતમાં જ હતું.

જીપ સૈનિક હૉસ્પિટલના કંમ્પાઉન્ડમાં પ્રવેશી થોભી જતાં તેણે બંતાસીંઘને રાયફલ પાછી સોંપી અને બહાર કૂદી પડતાં ત્રણેને સંબોધી સૂચના દીધી : 'હું સ્ટ્રેચર સાથે વોર્ડ બૉયને મોકલાવું છું, તમે અહીં જ રહેજો.'

ઝડપી પગલાં ભરતો તે અંદર પ્રવેશવા ગયો અને ચણતરમાંથી બહાર નીકળતી ડૉ. સ્મિતા જોડે અથડાતાં સહેજમાં રહી ગયો, 'સૉરી ડૉક્ટર !' તેણે કહી દીધું, 'એક ઈમરજન્સી કેસ છે.'

સ્મિતા તેની સામે જોઈ રહી. હમણાં જ તે એક ઑપરેશન પતાવી બહાર નીકળી હતી. સમસ્યા ડિલિવરીની હતી. એક સ્ત્રી પૅશન્ટ બપોરથી પીડા ભોગવી રહી હતી. અંતે તેણે ઑપરેશન કરવાનું નક્કી કર્યું હતું. સિઝેરિયનનું ઑપરેશન હતું. કલાકેક ચાલ્યું હતું. સ્ત્રી તથા બાળક બંને સહીસામત હતાં. તે પ્રસન્ન ચહેરે બહાર નીકળી હતી અને સામે આ યુવાન અફસર મળી ગયો. હવે ન તેનામાં ઑપરેશન કરવાની શક્તિ હતી, ન સમય.

'અંદર રેસિડન્ટ ડૉક્ટરને મળો.' સ્મિતાએ જણાવી દીધું . 'એ જરૂર તમારી મદદ કરશે.'

'શ્યોર?'

ઉત્તર દેવાની તેને જરૂર ન લાગી. ચણતરમાંથી બહાર નીકળી તે આગળ વધી અને જીપ પાસેથી પસાર થતો તેણે અંદર નજર નાખવાની ભૂલ કરી. તેના પગ જ્યાંના ત્યાં થોભી ગયા. હે ભગવાન! આ હું શું જોઈ રહી છું?

લોહીના કુંડાળામાં લથપથ પડેલા બેભાન કોસો પરથી નજર ઊંચકી તેણે સામે બેઠેલા બંને પોલીસોને સંબોધી પૂછ્યું, 'આને શું થયું ?'

જવાબ ડ્રાઇવરની સીટ પરથી હવાલદાર બંતાસીંઘે દીધો, 'ગોળી વાગી છે.'

એ જ સમયે વોર્ડબૉય સ્ટ્રેચર લઇ દોડી આવ્યો. પોલીસની મદદથી તરત કોસોના દેહને સ્ટ્રેચર પર સુવડાવી બંને જણા પાછા જવા લાગ્યા. સ્મિતાએ કાંડા–ઘડિયાળમાં જોયું. રાતના નવ વાગી ગયા હતા. મૂંઝવણ તેના ચહેરા પર સ્પષ્ટ તરી આવી.

સુનીતાને તેણે વચન દીધું હતું : આજની રાત તે બત્રીસ ઓરડાવાળા બંગલામાં ગાળવાની હતી. આવતીકાલે પૂજાના લગ્ન હતા. કાલનો આખો દિવસ પણ તે મા–દીકરી જોડે ગાળવાની હતી. થોડીક પળો દ્વિધામાં ગાળી તે સ્ટ્રેચર પાછળ દોડી ગઈ.

અત્યારે કોસોના ઑપરેશનની અગત્ય વધુ હતી. ગાળી તેના ખભે કે પગમાં વાગી હોત તો વાત જુદી હતી. ગોળી છાતી નીચેના ભાગમાં વાગી હતી. પાંસળીઓમાં ઊતરી ગઈ હતી. અહીં પ્રશ્ન જીવન–મરણનો હતો.

કોસોનું ઑપરેશન કરવું, શિખાઉ રેસિડેન્ટ ડૉક્ટરનું કામ નહોતું. તે પોતે 'ગાઈનાક' હતી. સ્ત્રીના રોગોની જાણકાર હતી, છતાં આજ દિવસ સુધી કરેલાં અનેક સફળ ઑપરેશનોનો અનુભવ તેની પાસે હતો.

સ્ટોર-રૂમમાંથી ગાઉન, માસ્ક તથા હાથનાં મોજાં ઊંચકી તે સ્ટ્રેચર પાછળ ઑપરેશન થિયેટરમાં પ્રવેશી. સૌ પ્રથમ બે નર્સોને સુચિત કરતાં ગાઉન પહેરી તેણે એક વોર્ડબૉયને દોડાવ્યો. 'એનેસ્થેટિસ્ટ મારકંદ તથા રેસિડન્ટ સુલતાનઅલીને ઑપરેશન માટે તૈયાર થવા કહે. તારે પણ પાછા અહીં આવવાનું છે.'

ઑપરેશન થિયેટરની બહાર ઊભેલા ડી.એસ.પી.ને આશ્ચર્ય થયું. આ લેડી ડૉક્ટરને અચાનક શું સૂઝયું હશે કે તે પેશન્ટની પાછળ દોડી આવી? મનોમન પ્રશ્નો કરવા એ તેનો સ્વભાવ હતો.

નર્સો દોડી આવે એ પહેલાં સ્મિતાએ તૈયાર થઈ ઘા જોયો, ઊંડો હતો. પલ્સ લીધા, ધબકાર ક્ષીણ હતા. બ્લડપ્રેશર તપાસ્યું, એક સિસ્ટર સાથે એક જુનિયર નર્સ અંદર ધસી આવી તરત કામે લાગી ગઈ. સિસ્ટર શસ્ત્રક્રિયામાં ઉપયોગી થનારાં ઓજારો કબાટમાંથી કાઢી ટ્રેમાં ગોઠવવા લાગી. જુનિયર નર્સનું કામ ઑપરેશન માટે પેશન્ટને તૈયાર કરવાનું હતું. તે ઘા સાફ કરી ઍન્ટીસેપ્ટિક લગાડી રહી હતી.

વીસ મિનિટમાં સ્મિતાની આખી ટીમ માસ્ક બાંધી પોતપોતાના સ્થાને ગોઠવાઈ ગઈ હતી. 'ડોપ ધ પેશન્ટ !' સ્મિતાનાં હોઠ માસ્ક પાછળ સળવળ્યા. એનેસ્થેટિસ્ટ મારકંદે પેન્ટેથોલનું ઈંજેકશન લીધું અને કોસોના હાથની નસ પર સોય દબાવી. ધીમે ધીમે પ્રવાહી વહી ગયું.

સ્કોલીનનું બીજું ઈંજેક્શન તૈયાર જ હતું. ખાલી સીરીજ નર્સને સાંપી દેતાં તેણે ફરી સોય ગોઠવી. કોસોનો ચહેરો અભાનાવસ્થામાં ય ખેંચાવા લાગ્યો. થોડીવાર આ પ્રતિક્રિયા નજરે પડી અને ચહેરો શાંત પડી ગયો. તરત એનેસ્થેટિસ્ટ મારકંદે પોતાના યંત્ર જોડે સંકળાયેલી નળી કોસોના મોં દ્વારા અંદર સુધી ઉતારી દીધી.

એનેસ્થેટિક યંત્ર શરૂ થઈ ગયું. ઑક્સિજન તથા નાઇટ્રસ ઓક્સાઈડનું મિશ્રણ નળી દ્વારા વહેવા લાગ્યું. પ્રાણવાયુ પેશન્ટને ટકાવી રાખવા માટે જરૂર હતો. નાઇટ્રસ ઓક્સાઈડ ઑપરેશન દરમિયાન પેશન્ટને ભાનમાં આવતો રોકવા માટે આવશ્યક હતો.

સ્મિતાએ એક નજર ટીમના સભ્યો પર પાથરી ટ્રે સાથે ઊભેલી સિસ્ટર તરફ હાથ લંબાવ્યો. સિસ્ટરે તૈયાર રાખેલી 'નાઈફ' તરત તેના હાથમાં ગોઠવી દીધી. છરી ધારદાર હતી. માથે ગોઠવાયેલી શેડોલેસ લાઇટના પ્રકાશમાં સ્ટીલની બ્લેડ ઠંડી લાગતી હતી.

શસ્ત્રક્રિયા દોઢ કલાક ચાલી. સાતમી તથા આઠમી પાંસળી વચ્ચે થઈ ગોળી અંદર ઊતરી ગઈ હતી. તેને કાઢવામાં ખાસ્સો સમય લાગ્યો. કોસોનાં ભાગ્ય તેજ હતાં. ગોળી સહેજ પણ આગળ ગઈ હોત તો તેનું હૃદય વીંધાઈ જાત અને ઘટનાસ્થળે જ તેનું મૃત્યુ નીપજ્યું હોત.

સ્મિતા છુટકારાનો દમ લેતાં ઑપરેશન થિયેટરમાંથી બહાર નીકળી કે બાંકડા ઉપર બેઠેલો ડી.એસ.પી. ઊભો થઈ ગયો. તે કાંઈ પ્રશ્ન કરે એ પહેલાં સ્મિતાએ કહી દીધું, 'હવે ભય નથી. સવાર સુધીમાં ભાનમાં આવી જશે; પરંતુ એકાદ પખવાડિયું તેને અહીં રાખવો પડશે?'

'પેશન્ટને તમે ઓળખો છો?'

સ્મિતા જવા લાગી કે તેણે પૂછી લીધું. તે બે પગલાં ભરી થોભી ગઈ, 'કેમ?'

'તમે એકાએક ઑપરેશન કરવાનો નિર્ણય લીધો એટલે મને પ્રશ્ન થયો.' – કહેતાં તેણે દર્દીનું નામ પૂછ્યું.

'કોસો.' સ્મિતાએ જણાવ્યું.

'શું કામ કરે છે?'

'એ અહીંનો નથી.'

'તો?'

'ઝાંઝાંના ઘોટુલનો સરદાર છે.'

હવે ડી.એસ.પી. ને આશ્ચર્ય થયું. 'તમારી વાત ખરી હોય તો તે જેલ તોડી નાસેલી અપરાધી જોડે અહીં શું કરતો હતો?'

સ્મિતા ચોંકી, 'શું કહ્યું?'

'મારું નામ પૂરબ છે.' વિગત જણાવતાં પહેલાં તેને પોતાનો પરિચય જણાવવો જરૂરી લાગ્યું. 'હું ધારનો ડી.એસ.પી. છું, ત્યાંની બૅંકમાંથી વીસ લાખ રૂપિયાની ઉચાપત કરી આજનમ કરાવાસ ભોગવતી છોકરી કંકુ જેલ તોડી અઠવાડિયા પહેલાં નાસી હતી. હું તેની શોધમાં પચમઢી આવ્યો અને તેનું પગેરું શોધી ઘરને ઘેરો ઘાલ્યો. એ વખતે તમારો પેશન્ટ અને ભાગેડુ કેદી બંને સાથે હતાં. બંને જણાં એક જ ઘરમાં ભરાયાં હતાં.

સ્મિતા ચક્કર ખાઈ ગઈ. જે સરદાર જોડે પૂજા લગ્ન કરવાનાં સપનાં જોઈ રહી હતી, તેના સંબંધ એક અપરાધી જોડે કેમ હોઈ શકે?

'પછી શું થયું?'

'છોકરી નાસી ગઈ.'

'સરદારને ગોળી કેમ વાગી?'

'અમારા એક માણસની મૂર્ખાઈને કારણે.' પૂરબે એકરાર કરતાં જણાવ્યું, 'કોસોએ અચાનક મારા પર હુમલો કરી દીધો અને એક હવાલદારે ગભરાઈને ફાયર કર્યું. આ સરદાર વિષે તમે કાંઈ વધુ જાણો છો?'

'એના જેવો દુર્ભાગી આ સંસારમાં કદાચ બીજો કોઈ નહીં હોય!' આટલું કહી તે સીડી તરફ આગળ વધી ગઈ. તે કલ્પી ન શકી કે આ બધું શું થઈ રહ્યું છે. આટલી તેજીથી ઘટનાચક્રો કેમ ઘૂમી રહ્યાં છે? જે ઝડપે પરિસ્થિતિ પડખાં બદલી રહી હતી એની જોડે તાલ મેળવવું તેને મુશ્કેલ લાગ્યું.

કારમાં બેસી દોડાવી જતા તે વિચારી રહી હતી. હજી બે મહિના પહેલાં સુનીતા ઘડિયાળના લોલકની જેમ જીવન અને મૃત્યુ વચ્ચે કૅન્સરમાં ઝોલાં ખાઈ રહી હતી. મહિનાના ઉપવાસ પછી તે કૅન્સરમાંથી માંડ બેઠી થઈ અને પૂજા કોસોના પ્રેમમાં પછડાઈ. એ બંનેનો પ્રેમ લગ્નમાં પરિણમે એ પહેલાં અજાનું આગમન થયું. કોસો બહાર ફેંકાઈ ગયો. જાણે કુદરતનો આટલો કોપ પૂરતો ન હોય તેમ તેની છાતી શબ્દોના ખરા અર્થમાં ચિરાઈ ગઈ હતી. ઑપરેશન પછી તે બેભાન અવસ્થામાં પડ્યો હતો.

પણ આ કંકુ કોણ છે? સ્મિતા નહોતી જાણતી. કોસો જોડે તેની મુલાકાત ક્યાં થઈ હશે ? ક્યારે થઈ હશે? તે કલ્પી નહોતી શકતી. અલબત્ત કોસોના ચારિત્ર્ય બાબત તેને લગારે શંકા નહોતી, કોસો માટે તેના હૃદયમાં કૂણો ખૂણો હતો, સહાનુભૂતિ હતી.

રાતના સાડા અગિયારે બત્રીસ ઓરડાવાળા બંગલા બહાર કારને રોકતાં તે નક્કી કરી ન શકી કે આ બાબત સુનીતા જોડે ચર્ચા કરવી કે નહીં? અને અચાનક રાતના અંધારામાં વીસરાઈ ગયેલી યાદો તાજી થવા લાગી.

સુનીતાએ લગ્ન પહેલાં એક બાળકીને જન્મ દીધો હતો. ઇન્દુબાઈ નામની એક નર્સને ઉછેર માટે સોંપાયેલી એ બાળકીનો કબજો પાછો મેળવવા માટે હેમંતે અનેક ફાંફાં માર્યા હતાં. શું આ કંકુ એ અભાગી કન્યા હોઈ શકે? અહીં તેની હાજરી બાબત સુનીતા જાણતી હશે? શું તે આ પણ જાણતી હશે કે તેની પહેલી પુત્રી ભાગેડુ કેદી છે?

ના... ના... તેના મનમાં પડઘો ઊઠ્યો. આ કંકુ એ નથી. આ કંકુ સુનીતાની સંતાન ન હોઈ શકે. હેમંતનું લોહી આટલું સસ્તુ ન હોય ! છતાં અંદરોઅંદર શુળ કેમ ભોંકાતા હતા? પ્રશ્નો કેમ થતા હતા ?

આ કંકુ સુનીતાની કૂખે જન્મી ન હોય તો અત્યારે તે અહીં ક્યાંથી ? પૂજાના લગ્ન ટાણે તેને જેલ તોડી પચમઢી આવવાની શી જરૂર પડી ? ભલે તે મનોહરસિંહના કુળનું લોહી ન હોય; પરંતુ આ લગ્ન જોડે તેને જરૂર કાંઈ સંબંધ હશે – આટલી ગણતરી સ્મિતાએ કરી લીધી.

ચોકીદારે દરવાજો ખોલ્યો ત્યારે બંગલામાં સન્નાટો હતો. મહેમાનો ડિનર લઈ ક્યારના પોતપોતાના આવાસે ચાલ્યા ગયા હતા. એક માત્ર સુનીતા જાગતી બેઠી હતી. ટેબલ-લૅમ્પના પ્રકાશમાં કાંઈક હિસાબ જોડી રહી હતી. સ્મિતા પર નજર પડતાં તેણે બોલપેન બંધ કરી અને ઊભી થઈ ગઈ.

'મેં તને ડિનર પર બોલાવી હતી કે સવારનો નાસ્તો લેવા?' કટાક્ષ કરતાં તેણે ભીંત ઘડિયાળ સામે જોયું. રાતના બાર વાગવામાં ફક્ત દસ મિનિટ બાકી હતી.

'સૉરી સુનીતા.' બારી પાસે પડેલી આરામખુરશીમાં બેસી જતાં સ્મિતા બોલી, 'ઇમરજન્સી ઑપરેશન આવી પડ્યું.'

'ઈમરજન્સી ગઈ. ઈન્દિરા ગાંધી ગઈ પણ હજી તમારાં લોકોની ઇમરજન્સી ચાલુ જ છે. –' કહેતાં વચ્ચે તેણે રસોયાને સાદ દીધો : 'શું સૈનિક હૉસ્પિટલના બધા ડૉક્ટરો હડતાળ પર હતાં કે તારે રોકાવું પડ્યું?'

'હું સ્વેચ્છાએ રોકાઈ હતી.'

સુનીતા ચોંકી. એ જ સમયે બગાસું ખાતાં રસોયાએ દરવાજામાં દેખા દીધી, સુનીતાએ તેને બે થાળી પીરસવાનું કહી ફરી સ્મિતા સામે જોયું.

'સુનીતા !'

'મારે કાંઈ નથી સાંભળવું.' જાણે તે ખૂબ નારાજ હોય એમ મોઢું ચઢાવી તેની સામે પલંગની કોર પર બેસી ગઈ.

'અહીં હું તારી વાટ જોતી ભૂખી બેઠી છું, તને જરા ય દયા ન આવી !'

'તું વાટ જોઈ શકે. ત્યાં પેશન્ટનો પ્રાણ ભયમાં હતો. મૃત્યુ કોઈની વાટ નથી જોતું. હું ત્યાં હાજર ન હોત તો કદાચ એ...' વધુ બોલાઈ ગયાનો ખ્યાલ આવતાં તે ચૂપ થઈ ગઈ.

'એ કોણ?'

'આ પ્રશ્ન ન કરે તો બહેતર છે.'

રસોયાએ આવી વચ્ચે ટિપાઈ ગોઠવી બે થાળી પીરસી અને પાછો ચાલ્યો ગયો.

'શું કોઇ આપણું પરિચિત હતું?' છૂટેલો દોર સુનીતાએ પાછો પકડી લીધો.

ઉત્તરમાં સ્મિતાએ માથું ધુણાવ્યું.

'કોણ હતું?'

'કોસો.'

સુનીતાએ પહેલો કાળિયો લીધો હતો અને હાથ હોઠ સુધી આવી સ્થિર થઈ ગયો. તત્ક્ષણ તેણે કલ્પી લીધું. પ્રેમમાં નાસીપાસ થઈ કોસોએ જાન જોખમમાં નાખ્યો હશે !

'શું તેણે આત્મહત્યાનો પ્રયાસ કર્યો?'

સ્મિતાએ વિગતવાર તેને સઘળી વાત જણાવી. હજી તે એક આંચકામાંથી ઊંચી નહોતી આવી ત્યાં કંકુની પચમઢીમાં હાજરી બાબત જાણી તેને બીજો આંચકો લાગ્યો. સામે પડેલી ઊની ઊની થાળી તેના માટે ઝેર થઈ ગઈ.

'શું આ કંકુ એ જ છે?' સ્મિતાએ હળવેકથી પૂછી લીધું. તેનાથી અહીં કાંઈ છાનું નહોતું. વર્ષોજૂની બંને સાહેલીઓ હતી. આજે પણ બંને વચ્ચે એટલું જ હેત હતું. આજે પણ બંને જણી પોતપોતાનાં સુખદુઃખની વાતો એકમેકને પેટ ખોલીને કરતી હતી.

'કંકુ એ જ છે.' અંતે સુનીતાએ હોઠ ખોલ્યા, 'માતા–પિતાની ભૂલની સજા આજે પણ તે ભોગવી રહી છે. સ્મિતા, હું શું કરું? આ દુઃખ કોને કહું?'

'હવે તેને સ્વીકારતાં તને શું અડચણ નડે છે?'

'માત્ર એક.' તેણે સત્ય જણાવી દીધું, 'પૂજાનાં લગ્ન. એક વાર આ અવસર શાંતિપૂર્વક પતી જવા દે. પછી... પછી હું શ્રેષ્ઠ બેરિસ્ટર રોકી કંકુનો કેસ ફરી ખોલાવવાનાં સપનાં સેવી રહી હતી. અને તેં આવી સમાચાર દીધા કે મારી અભાગી દીકરી જેલ તોડી નાસી છે. મારી સમજમાં કાંઈ નથી આવતું. હવે તું જ કાંઈ માર્ગ સુઝાડ.'

'તારી એક વાત તદ્દન ખરી છે.' સ્મિતાએ ડહાપણની વાત કહી, 'પૂજાનાં લગ્ન પતી જાય પછી આપણે બંને મળી કોઈ અનુભવી બેરિસ્ટરની સલાહ લેશું. ચાલ, હવે બબ્બે કોળિયા જમી લઈએ. આવતી કાલે અનેક કામો આટોપવાનાં છે.'

સુનીતા થાળી સામે જોઈ રહી.

બીજે દિવસે ગીતો ગાતાં પરિચિતો, આમંત્રિત મહેમાનો વચ્ચે તારાએ પૂજાના કપાળે ચાંદલો કર્યો અને એ જ ઘડીએ હૉસ્પિટલના ખાટલા પર બેભાન પડેલા કોસોએ આંખો ખોલી.

૭

ડી.એસ.પી. પૂરબને આ આદિવાસી સરદાર પ્રત્યે માન ઊપજ્યું હતું. વર્ષો પછી કોઈ ખરેખરો મરદ ભેટ્યો ! ડઝન પોલીસોની તેણે પરવા ન કરી. બેડીમાં બંધાયેલો હોવા છતાં તેણે બિન્ધાસ્ત જે હુમલો કર્યો હતો અને જે લડત દીધી હતી, તેનું આ સાહસ પૂરબ ક્યારેય ભૂલવાનો નહોતો.

કોણ છે આ રુસ્તમ? ડૉ. સ્મિતા પાસેથી તે માત્ર આટલું જાણી શક્યો હતો. કોસો તેનું નામ છે. ઝાંઝાંના ઘોટુલનો તે સરદાર છે; પરંતુ પૂરબ આ નહોતો જાણતો કે એક ભાગેડુ કેદી જોડે તેના શું સંબંધ હતા? જ્યાં સુધી તેની નિર્દોષતા પુરવાર ન થાય, પુરબ તેને મુક્ત કરી ન શકે.

કોસોએ આંખો ખોલી હતી, પણ હજી તે પૂર્ણ સ્વસ્થ નહોતો થયો. તે આ પણ નહોતો જાણતો કે અત્યારે તે ક્યાં છે ! શા માટે અહીં છે? તેની સ્થિર આંખો હૉસ્પિટલની ઊજળી છતને તાકી રહી હતી.

પૂરબે આખી રાત અહીં ગાળી હતી. અલબત્ત, આ તેની ફરજ નહોતી. તે ઈચ્છત તો એકાદ પોલીસને અહીં બેસાડી કોઈ હૉટેલમાં નીંદર માણી શક્યો હોત. પરંતુ ગઈ રાતે બનેલી ગોળીબારની ઘટનાએ તેને ડિસ્ટર્બ કરી દીધો હતો. પોતાના એક માણસની મૂર્ખાઈના કારણે જ અત્યારે કોસો હૉસ્પિટલના બિછાનામાં પડ્યો હતો.

કોસોની તેને દયા આવી ગઈ. જ્યાં સુધી તે સાજો ન થાય, પૂરબે પોતે તેની દેખભાળ કરવાનું નક્કી કર્યું હતું. આ પ્રાયશ્ચિત્ત જરૂરી પણ હતું. મન અંદરોઅંદર ડંખી રહ્યું હતું !

બપોર પછી ઇન્સપેક્ટર ચેટર્જી આવતાં તેણે થોડીક હળવાશ અનુભવી. તે પણ એક સ્ટૂલ ખેંચી પૂરબની પડખે બેસી ગયો. 'હવે કેમ છે ?' કોસો પર ઊડતી નજર પાથરતાં તેણે પૂછ્યું.

'ડૉક્ટર સ્મિતાના અભિપ્રાય મુજબ ગોળી સહેજ પણ આગળ ગઈ હોત તો આજનો દિવસ તેણે જોયો નહોત.' ફરી એક વાર હવાલદાર પર શાપ વરસાવતાં પૂરબે જણાવ્યું, 'જ્યાં સુધી બંતાસીંઘ જેવા મૂર્ખાઓ પોલીસ વિભાગમાં હશે, પ્રજા તો ઠીક, આપણી સલામતીનો પણ કાંઈ ભરાસો નહીં.

'સર, તમે એને સસ્પેન્ડ કેમ ન કર્યો?'

'પહેલાં મેં એમ જ ધાર્યું હતું.' પૂરબ કહી રહ્યો હતો, 'પછી વિચાર્યું, એથી શો ફેર પડશે? વિભાગીય કાર્યવાહી પછી એની બદલી કરાશે. અહીંનું દૂષણ કોઈ બીજા ગામમાં ફેલાય એના કરતાં આ સડો ભલે અહીં જ રહે.'

ઇન્સ્પેક્ટર ચેટર્જીને એક વાતનું આશ્ચર્ય થઈ રહ્યું હતું. હજી સુધી ડી.એસ.પી. સાહેબે તેને કંકુ બાબત એકે પ્રશ્ન નહોતો કર્યો. 'સર !' એટલે તેણે જ વિષય છેડ્યો, 'લાગે છે, આપનું ધ્યાન મૂળ કેસ પરથી બીજે દોરવાઈ ગયું છે !'

'હું જાણું છું કે કંકુને ગિરફ્તાર કરવામાં તું નિષ્ફળ રહ્યો છે.'

'કારણ કે મારો ચહેરો ઉત્સાહી નથી ?'

'ના.'

ઇન્સ્પેક્ટર ચેટર્જીને સ્વાભાવિક રીતે જ આશ્ચર્ય થયું. 'તો તમને કેમ જાણ થઈ ?'

'કંકુ કોઈને બીજી તક ભાગ્યે જ દેતી હોય છે.'

'એટલે?'

'હવે તેને ગિરફતાર કરવી લગભગ અશક્ય છે.'

'આપ આ બધું જાણતા હતા છતાં મને કૂતરા સાથે એની પાછળ શા માટે દોડાવ્યો ?'

'એ આપણી ફરજ હતી.' પૂરબે કહ્યું, 'તું માત્ર એક વાર દોડ્યો છે. હું જીવનપર્યંત એની પાછળ દોડતો રહીશ. ઉંદર–બિલાડીની આ રમત અમે બંને જીવતાં રહીશું ત્યાં લગી રમાતી રહેશે.'

'તમારે એ પણ નથી જાણવું કે કંકુ કઈ રીતે છટકી ગઈ ?' ચેટર્જી એ હળવેકથી પ્રશ્ન કર્યો.

'એ કલ્પી શકાય છે.'

'મને જણાવવાની કૃપા કરશો ?'

'તેણે આશ્રય ક્યાં લીધો હતો ?' પૂરબે સામો પ્રશ્ન કર્યો.

'ઝરણા પર ઊભેલા ઘરમાં.'

'હવે એ કહે કે આવડા મોટા ગામમાં એ ત્યાં જઈને શા માટે સંતાઈ ?'

'કારણ કે એ સ્થાન ગામથી દૂર તથા સુરક્ષિત હતું.'

'એવાં બીજા અનેક સ્થાનો છે.'

'હું તમારો મુદ્દો ન સમજ્યો.'

'ત્યાં ઝરણું હતું.' પૂરણે તેને સમજણ પાડી, 'અને ગંધ પારખી આગળ વધતા કૂતરાને થાપ દેવા માટે તે અત્યંત ઉપયોગી હતું. હવે કહે, ઝરણાકાંઠે, થોડે દૂર સુધી જઈ કંકુનું પગેરું ખોવાઈ ગયું હતું કે નહીં ?'

ઇન્સ્પેક્ટર ચેટર્જી ચકિત થઈ ગયો. અત્યાર સુધી તે એમ ધારતો હતો કે ડી.એસ.પી. તરીકે પૂરબની નિમણૂંક વગ વાપરીને કરાઈ હશે ! નહિતર આ છોકરડો આટલી નાની વયે તેનો ઉપરી કેમ બની શકે?

ઇન્સપેક્ટર ચેટર્જી પાંત્રીસ વર્ષનો હતો જ્યારે પૂરબ માત્ર પચ્ચીસનો. ફક્ત ત્રણ વર્ષ ઈન્સ્પેક્ટરના પદે રહી તેની નિમણૂંક ડી.એસ.પી. તરીકે થઈ હતી; પરંતુ આજ પહેલાં તેને ક્યારેય પૂરબ જોડે કામ કરવાની તક નહોતી મળી. આજે પૂરબની ધારદાર બુદ્ધિનો એક ચમકારો જોઈ તેની આંખો પહોળી થઈ જાય એમાં નવાઈ નહીં.

કોસોની નજર છત પરથી સરી દીવાલો પર ભમી રહી હતી. ધીરે ધીરે એની બુદ્ધિ સર્વ કાંઈ ગ્રહણ કરી રહી હતી. ઘેનની દવાની અસર નબળી પડતાં સર્વકાંઈ સ્પષ્ટ થઈ ગયું.

અજાના મોઢે પોતાના પિતાનો કાળો ઇતિહાસ જાણી તેનું માથું ભમી ગયું હતું. એમ. આર. જે તેના માટે પૂજાનીય હતા, જેમના વિષે તેણે ગુંડરુદાદા પાસેથી અનેક પ્રેરણાદાયક વાતો સાંભળી હતી, એ જ પિતા હત્યારા છે જાણી તે બત્રીસ ઓરડાવાળા બંગલામાંથી ચાલી નીકળ્યો હતો.

ઝરણા પર ઊભેલા ઘર સુધી આવતાં તેની મુલાકાત કંકુ જોડે થઈ હતી. કંકુએ તેને પોતાની આપવીતી જણાવતાં કહ્યું હતું કે પોતાની કૂખમાં ઊછરતું અજાનું બાળક તે પાડી ચૂકી છે. કુંકુને લઈને તે અજો તથા કાલીચંદની રમત ઉઘાડી પાડવા પાછો બત્રીસ ઓરડાવાળા બંગલામાં જવા નીકળ્યો હતો અને અચાનક પોલીસ તેના પર તૂટી પડી હતી. કંકુ પલાયન થઈ ગઈ. તે કાંઈ સમજે એ પહેલાં તેના હાથમાં બેડીઓ પડી ગઈ. હડહડતા આ અપમાન બદલ તે વિરાધ દર્શાવે એ પહેલાં ડી.એસ.પી.એ 'ગઠિયા' શબ્દનો પ્રયોગ તેના માટે કર્યો અને તેનો પિત્તો હાથથી ગયો. બેડીઓના બંધન સાથે જ તે પૂરબ પર તૂટી પડ્યો. પછી... પછી એક ધડાકો સંભળાયો હતો. એક ગોળી તેના શરીરમાં ઊતરી ગઈ હતી. અને પછી ? અહીં, હૉસ્પિટલમાં તેની આંખો ઊઘડી.

એક નર્સે સસ્મિત આવી તેનું ટેમ્પરેચર લીધું. 'સરદારની તબિયત કેમ છે?' થર્મોમિટર પાછું ભૂંગળીમાં નાખી કોસોના રિપોર્ટ કાર્ડ પર નોંધતાં તેણે પૂછ્યું.

કોસોએ કાંઈ ઉત્તર ન દીધો. તે એકચિત્તે સામે સ્ટૂલ પર બેઠેલા ડી.એસ.પી. સામે જોઈ રહ્યો, તેની આંખોમાં પૂરબ માટે ધિક્કાર સિવાય બીજું કાંઈ નહોતું.

'સરદારે કાંઈ ખાધું કે નહીં?' આ વખતે નર્સે પૂરબને સંબોધી પ્રશ્ન કર્યો.

'બપારે થાળી આવી હતી.' તેણે જણાવ્યું, 'પરંતુ એ વખતે સરદાર પૂરા હોશમાં નહોતા, ચમચા વડે મેં થોડોક સુપ તેના મોંમાં રેડ્યો હતો.'

નર્સે જતાં પહેલાં પોતાની કાંડાઘડિયાળ પર નજર ઢાળી. 'ડિનરનો સમય થઈ ગયો છે.' ફરી કોસોને સંબોધતાં તે બોલી, 'સરદાર, બે કોળિયા જમશો તો શરીરમાં શક્તિ રહેશે.'

કોસો એકાએક બેઠો થઈ ગયો – એ પુરવાર કરવા કે હજી તે નબળો નથી પડ્યો. અને છાતી પર બંધાયેલા પાટાઓના તેને ખ્યાલ આવ્યો. શસ્ત્રક્રિયાના સ્થાને લેવાયેલા ટાંકાઓ ખેંચાવા લાગ્યા. પીડાએ એવો ભરડો લીધો કે મિનિટભરમાં તેને પાછા સૂઈ જવાની ફરજ પડી. પૂરબ સાથે નર્સ પણ તેની આ હરકત હેરતથી જોઈ રહી.

વોર્ડબૉય ડિનર–ટ્રોલી લઈ વોર્ડમાં પ્રવેશ્યો અને એ જ સમયે પચમઢીનું આકાશ આતશબાજીથી ઝળહળી ઊઠ્યું. એક પછી એક 'દાડમો' આકાશમાં જઈ ફૂટતાં હતાં અને તેમાંથી રંગબેરંગી તારાઓ ઊછળી અંધારામાં માણેકોની જેમ ઝળહળતા ફેલાઈ જતા હતા.

કોસો ચહેરો ત્રાંસો કરી ઉઘાડી બારીમાંથી જોઈ રહ્યો. આજે દિવાળી નથી. આ આતશબાજી કેવી ? તેને પ્રશ્ન થયો. ઉત્તર નજીકના 'બેડ' પરથી મળ્યો. બે પેશન્ટો વચ્ચે ચર્ચા થઈ રહી હતી. એક સગર્વ કહી રહ્યો હતો, 'અરે ભાઈ, બત્રીસ ઓરડાવાળી કુંવરીના લગ્ન થયાં છે અને તે પણ હવામહેલના રાજકુંવર જોડે. આજે તો આખી રાત આકાશ ઊજળું રહેશે.'

વોર્ડબૉયે ટ્રોલી સાથે આવતાં એક થાળી કોસો માટે ઊંચકી અને તે મૂકવા જાય એ પહેલાં કોસોએ સૂતાં સૂતાં તેના હાથમાંથી લઈ બારીમાંથી ઘા કરી દીધો. હાથ ઘુમાવી પાણીનો કુંજો તથા ગ્લાસ ઉડાડી મૂક્યા. નજીક પડેલી ટિપાઈ ઊંધી કરી નાખી. સાથે જ તેણે એક રાડ પાડી અને મૂંગા જનાવરની જેમ ભાંભરડા નાખવા લાગ્યો – જાણે તે હૉસ્પિટલના બેડ પર નહીં, અંગારાઓ પર સૂતો હોય એમ તરફડવા લાગ્યો.

પૂરબે તેના બંને હાથ પકડી બિછાના પર દાબી દીધા. થાળી વહેંચતા વોર્ડબૉયે ધસી આવી તેના પગ પકડી લીધા. કોઈ કલ્પી ન શક્યું કે કોસોને અચાનક શું થઈ ગયું. નર્સે તરત ઘેનનું એક ઈંજેક્શન તૈયાર કર્યું અને કોસોની નસ પર પર સોય દાબી દીધી. ધીરે ધીરે તેનો તરફડાટ શાંત પડી ગયો.તેની આંખો મીંચાઈ ગઈ.

અજાએ આતશબાજીનો કાર્યક્રમ એ પાર્કમાં ગોઠવ્યો હતો જેની શોધ ઠેકેદાર મનોહરસિંહે કરી હતી. ત્યારે સુનીતા કુંવારી હતી અને ભોપાલમાં ચંદ્ર મલહોત્રા નામના કોઈ છોકરાના ચક્કરમાં હતી. એ જ વર્ષે જંગલો કાપતા મજૂરોને પ્રાગૈતિહાસિક ગુફાઓ નજરે પડી હતી.

આ ગુફાઓ સામે બગીચો ઊભો કરી મનોહરસિંહે તેને સુનીતા ગાર્ડન નામ આપવાનું નક્કી કર્યું હતું. આમાં ય મનોહરસિંહ ચાલ ચાલ્યો હતો. સુનીતાએ પોતાના બોયફ્રેંડ જોડે હિમાલયના પહાડો ખૂંદવા જવાનો કાર્યક્રમ ઘડ્યો હતો. બિલકુલ એ જ અઠવાડિયે તેને મનોહરસિંહનો સંદેશો મળ્યો હતો. એ પાર્કનું ઉદ્ઘાટન તેના હાથે થવાનું હતું. સુનીતા હોંશે હોંશે પચમઢી દોડી આવી હતી. તેના બૉયફ્રેંડની કન્ની આપમેળે કપાઈ ગઈ હતી.

આજે એ જ પાર્ક દીપી ઊઠ્યો હતો. પાર્કનાં વૃક્ષો પર નાના નાના બલ્બનાં તોરણ ઝળહળી રહ્યાં હતાં. આકાશમાં રંગબેરંગી સાથિયા પુરાઈ રહ્યા હતા. પચમઢીના લોકો આજે મકાનોની બારી, ઝરૂખા અને ધાબાઓ પરથી આતશભાજી જોઈ રહ્યાં હતાં. કેટલાયે પુરુષો રસ્તાઓ પર ઊતરી આવ્યા હતા. સૌના ચહેરા પર હરખ માતો નહોતો.

અહીં પાર્કમાં પણ ખાસ્સી ભીડ હતી. સુનીતાના લગ્ન પછી, વર્ષો બાદ આજે પહેલી વાર આવો બાદશાહી જશન પચમઢીમાં મનાવાઈ રહ્યો હતો. આખું ગામ ખુશીમાં ઝૂમી રહ્યું હતું. ઠેર ઠેર એક જ વિષય ચર્ચાઈ રહ્યો હતો.

'મેં તો સાંભળ્યું હતું કે રાજાસાહેબના પુત્ર સાદાઈથી વિવાહ આટોપી સમાજમાં દાખલો બેસાડશે !' એકે કહ્યું.

'તે આ સાદાઈ જ કહેવાયને !' બીજાએ ઉત્તર દીધો, – 'હેમંતના લગ્ન વખતે રૂપિયા પાંચ લાખના ફટાકડા ફૂટ્યા હતા. આ વખતે પોણા પાંચ લાખના ફૂટશે.'

તેનો ઉત્તર સાંભળી ભેગા મળેલા લોકો ખડખડાટ હસી પડ્યા. સર્વે ખુશ હતા. કોઈ દુઃખી હોય તો એ માત્ર કોસો હતો. અત્યારે તે હૉસ્પિટલના 'બેડ' પર બેભાન પડ્યો હતો.

પૂજા બત્રીસ ઓરડાવાળા બંગલાના પોતાના ઓરડામાં ડ્રેસિંગ ટેબલના આઈના સામે બેઠી હતી. તારા તેને તૈયાર કરી રહી હતી. આઇનાના કાચમાં ઉઘાડી બારીમાંથી દીસતા ઈંદ્રધનુષી આકાશના પ્રતિબિંબ સ્પષ્ટ જોઈ શકાતાં હતાં. દૂર ક્યાંકમાં ગોળીબાર થતો હોય એમ 'દાડમ' ફાટતાં હતાં અને પૂજાના શરીરમાં જાણે ગોળી ઊતરી જતી હતી. તેના ભાગ્યમાં સર્વ કાંઈ ચૂપચાપ સહન કરવાનું લખાયું હતું.

પરંતુ કંકુ ખામોશ બેઠી રહે એમાંની નહોતી. અજાએ તેની જોડે જે અન્યાય કર્યો હતો એનું વેર વાળ્યા વિના તેને ચેન પડવાનું નહોતું. અજો તેના હૃદય જોડે ખતરનાક ખેલ ખેલી ગયો હતો. કંકુનું જીવન છિન્નભિન્ન થઈ ગયું હતું. બચપણથી લઈ જવાનીમાં સાથે સાથે પગલાં ભરવાનાં સપનાં દેખાડી કંકુની પીઠમાં તેણે છરો ભોંકી દીધો હતો.

આજે કંકુ પણ પાર્કમાં હાજર હતી; પરંતુ આતશભાજીના આ તમાશા જોડે તેને કાંઈ સંબંધ નહોતો. તે સવારથી આવી એક ઘટાદાર વૃક્ષમાં લપાઈ ટેરરિસ્ટની જેમ બેઠી હતી. તે જાણતી હતી; અહીં તેને કોઈ શોધવાનું નહોતું. તેની પાસે ચાના એક થર્મોસ સિવાય કાંઈ બીજું હોય તો એ હતી તેની રિવૉલ્વર. અજાનો ખાતમો કરવાનો તેનો ઇરાદો અચળ હતો. અજો અહીંથી લગ્નની પહેલી રાત મનાવવા ઉતારે જાય એ પહેલાં તેને ખતમ કરવો જરૂરી હતો.

સવારથી તે માળા વિનાની ચકલી જેમ એકલી બેઠી હતી. હરવા–ફરવાના થોડાંક શોખીન દિવસના ભાગમાં અહીં આવ્યા હતા અને લટાર મારી ચાલ્યા ગયા હતા. થોડાંક વિદેશી પર્યટકોએ પણ અહીં દેખા દીધી હતી. તેઓને પ્રાગૈતિહાસિક ગુફા ચિત્રમાં રસ હતો. કલાકો તેઓએ ગુફાઓમાં ગાળ્યા હતા. કંકુએ આ બધું ઊંચી ડાળે બેસી થર્મોસમાંથી ચા પીતાં જોયું હતું.

સૂર્યાસ્ત પછી અહીં ભીડ એકઠી થવા લાગી હતી. આતશબાજીનો કાર્યક્રમ જોવા આસપાસ વસતા લોકો સપરિવાર પધાર્યાં હતાં. કંકુની નજર આ બધા ચહેરાઓ પર વારેવારે ફરતી હતી. તેને પ્રતીક્ષા હતી અજાની.

ઠીક રાતના નવ વાગ્યે એક લાંબી કાર આવી પાર્કની બહાર થોભી ગઈ. સવારથી સુસ્ત બેઠેલી કંકુ હવે સતર્ક થઈ તેણે ઘટાઓમાંથી જોયું તો કારમાંથી બે પુરુષો ઊતરી આગળ વધ્યા. આમાં એક હતો સૂટેડ–બૂટેડ ડૉ. કાલીચંદ. કંકુ તેનાથી પરિચિત નહોતી; પરંતુ તેની જોડે સફારી સૂટમાં પગલાં ભરતા અજાને તેણે તરત ઓળખી લીધો.

ચાનું થર્મોસ બંધ કરી તેણે ડાળે લટકાવી દીધું . હાથમાં રિવોલ્વર લઈ પ્રથમ તેણે સેફ્ટી–કેચ દૂર કર્યું અને તેને ખ્યાલ આવ્યો. આ ભીડમાં અજાનું નિશાન લેવું ખરેખર મુશ્કેલ હતું. તેણે કલ્પના નહોતી કરી કે શિકાર આમ ભીડ વચ્ચે ઘેરાયેલો રહેશે! તે વિચારમાં પડી ગઈ. તેની પાસે ટેલિસ્કોપ–ગન હોત તો અજાની ખોપડીનું નિશાન તે સરળતાથી લઈ શકી હોત !

કાલીચંદ જોડે આગળ વધી અજાએ પોતાના હાથે આતશબાજીનું મુહૂર્ત કર્યું. પહેલી 'સોપારી'ને લાઇટર ચાંપી બંને જણા પાછા ભીડમાં ભળી ગયા. કંકુ સામે એક તક આવી અને ચાલી ગઈ. સોપારી ઊડતી જઈ અધ્ધર ફાટી અને તેમાંથી રંગબેરંગી તારલિયાઓ કૂદી પડી મેલા આકાશમાં ફેલાઈ ગયા.

કંકુએ રિવોલ્વરની નાળ અજા તરફ સ્થિર રાખી હતી. પ્રતીક્ષા હતી વધુ એક તકની. તેના આનંદ વચ્ચે અજો તથા કાલીચંદ પાર્કના કેન્દ્રમાંથી ધીરે ધીરે ખસવા લાગ્યા. આતશબાજીનો કાર્યક્રમ બંગલાના નોકરોએ સંભાળી લીધો હતો. પળે પળે સોપારી તથા 'દાડમ' ઊડતાં અને અજવાળાંઓની નિતનવી ભાત આકાશમાં રચાતી હતી.

બંને ઠગ ભીડની પાછળ આવી થોભી ગયા. હવે નિશાન લેવા માટે કંકુને થોડીક મોકળાશ મળી; પરંતુ હજી ય તેનો માર્ગ તદ્દન સેફ નહોતો. તે ઘોડો દબાવવા જતી અને કોઈ ને કોઈ વચ્ચે આવી જતું.

અજો તથા કાલીચંદને આતશબાજીમાં વધુ રસ નહોતો. સુનીતાને પ્રસન્ન કરવા આ કાર્યક્રમ તેઓએ ગોઠવ્યો હતો. બંને જણા વાતો કરતા ઊભા હતા. કાલીચંદની પીઠ વૃક્ષ તરફ હતી. તે વચ્ચેથી ખસે તો કંકુ સરળતાથી અજાને ભડાકે દઈ શકે. 'અજા!' કાલીચંદ દબાયેલા અવાજે કહી રહ્યો હતો, 'આજે તારા ભાગ્ય આ રાત કરતાં વધુ ઊજળાં છે.'

'કેમ ના હોય!' આકાશમાં જોતાં તેણે જણાવ્યું, 'જેની પડખે તું હોય એનું નસીબ ચંદ્રમા બની જાય એમાં નવાઈ શી?'

'હું ખુશામત નથી કરતો.'

હવે અજાએ તેની સામે જોયું. 'ખુશામત કરવાની ટેવ મને ય નથી.'

'કોઈ મારી પ્રશંસા કરે તો મને આનંદ થાય છે.' કહેતાં કાલીચંદે ઉમેર્યું, 'હકીકત જાણીશ તો આખી રાત તું મારા ગુણગાન ગાઈશ.'

અજાને ખ્યાલ આવી ગયો, કાલીચંદ કોઈ નવી ચાલ ચાલીને આવ્યો છે, 'હું જાણી શકું?'

'તારો શત્રુ નંબર એક કોણ છે?'

'ઘોટુલનો સરદાર – કોસો.'

'અત્યારે તે હૉસ્પિટલના ખાટલા પર બેભાન પડ્યો હશે!' કાલીચંદ બોલ્યો, 'અને કમ સે કમ એક મહિના સુધી બહાર પગ મૂકી નહીં શકે.'

'શું કહે છે?' તેને વિશ્વાસ ન બેઠો.

'ભરોસો ન હોય તો ઉતારે પહોંચી હૉસ્પિટલમાં ફોન કરી જોજે.'

'પણ આ બન્યું કેમ?'

'મને ભય હતો કે એ સરદાર ફરી કોઈ ચક્કર ચલાવશે અને તું લગ્ન પહેલાં રંડાઈ જઈશ.' કાલીચંદે પોતાની શૈલીમાં વિગતવાર જણાવવાની શરૂઆત કરી, 'મેં અહીંના એક હવાલદારને ફોડી નાખ્યો. સો–સોની દસ નોટો દઈ કોસોનું કાસળ કાઢવા માટે મેં તેને રોક્યો હતો.'

'તું એને ઓળખતો હતો?'

'ના.' કાલીચંદે મલકાતાં કહ્યું, 'પણ એ મને ઓળખતો હતો. ગઈ કાલે સવારે માર્ગમાં મળી ગયો તો મારા ચરણસ્પર્શ લઈ કહેવા લાગ્યો – કાલીચંદભાઈ, તમે મારા બાપુનો ઇલાજ કર્યો ન હોત તો ક્યારના તે મસાણ ભેળા થઈ ગયા હોત. હું સમજી ગયો. એના ડોસાને પણ મેં મૂતર પિવડાવી બેઠો કર્યો હશે! બસ, પછી કામ સરળ થઈ ગયું.'

અજાએ સહેજ વિચારી જણાવ્યું, 'પણ કોસો તો ગામ છોડી ચાલી ગયો હતો.'

'એનો શો ભરાસો?' પ્રશ્ન સાથે તેણે આગળ ચલાવ્યું, 'તેના પર ચાંપતી નજર રાખવા મેં બંતાસીંઘને જણાવ્યું હતું. સાથે સૂચના પણ દીધી હતી કે પાછો ફરતો દેખાય તો તેને ભડાકે દઈ લાશ રફેદફે કરી નાખવી.'

'પછી?' અજાને રસ પડ્યો.

• • •

'મારો ભય સો ટકા ખરો પડ્યો.'

'શું બન્યું?'

'બંને શત્રુ એક થઈ ગયાં.'

અજો ન સમજ્યો.

'કોસો તથા કકું એક થઈ ગયાં.' કાલીચંદે સ્પષ્ટતા કરી. 'કંકુને સાથે લઈ કોસો પાછો ફરવાનો હતો.'

અજાના પગ ખરેખર ધ્રૂજી ઊઠ્યા, 'આ બધી વાતની તને કેમ જાણ થઈ?'

'બંતાસીંઘે આજે જણાવ્યું. ધારથી કોઈ ડી.એસ.પી. આવ્યો હતો.'

'પૂરબ ?' તે વચ્ચે બોલી ઊઠ્યો.

'તદ્દન ખરું, તું જાણે છે એને?'

'હા, આગળ કહે.'

'કાલે સાંજે પૂરબ જોડે છાપો મારવા જવાનો આદેશ બંતાસીંઘને મળ્યો.' કાલીચંદ કહી રહ્યો હતો, 'તે તૈયાર થઈ પોતાની ટુકડી સાથે ગયો તો તેણે શું જોયું?'

'શું જોયું?'

'કંકુ તથા કોસો, ઝરણાકાંઠેના ઘરમાં ભરાયાં હતાં. કંકુ તો છટકી ગઈ; પરંતુ કોસો સપડાઈ ગયો. લાગ મળતાં તરત બંતાસીંઘે ઘોડો દાબી દીધો. નિશાન લઈ તેણે ગોળી બરાબર છાતી પર મારી હતી; પરંતુ એ પઠ્ઠાની છાતી એટલી માંસલ અને મજબૂત હતી કે ગોળી હૃદયના પડ સુધી પહોંચી શકી, અંદર પ્રવેશી ન શકી.' અંતે કાલીચંદે આશ્વાસનરૂપે જોડ્યું, 'ઑપરેશન દોઢ કલાક ચાલ્યું હતું.'

'કાલીચંદ !' અજાની આંખો એકાએક ચકળવકળ થવા લાગી હતી. 'કંકુ ગિરફતાર નથી થઈ અને એ મહત્ત્વનું છે. તે જરૂર મારી શોધમાં હશે! કદાચ અહીં ફૂટી નીકળે તો મને નવાઈ નહીં લાગે!'

કાલીચંદને તેનો ભય ખોટો ન લાગ્યો. તે કાંઈ નિર્ણય લે એ પહેલાં પાર્ક વચ્ચેના કુંડાળામાં બૉંબ–ફટાકડાઓની મોટી લૂમ તડાકા–ભડાકા સાથે ફૂટવા લાગી. તેણે બંને હાથ કાને દાબી દીધા. અજો તેનો કોટ ખેંચી કાર તરફ આગળ વધવા ગયો અને એ જ સમયે કંકુની રિવૉલ્વર ગર્જી ઊઠી. બૉંબ–ફટાકડાઓના અવાજમાં તેની રિવોલ્વરનો ધડાકો ભળી એક થઈ ગયો. ગોળી અજાના માથાના વાળને સ્પર્શતી દૂર ક્યાંક અંધારામાં ખોવાઈ ગઈ.

'બાસ્ટર્ડ!' ઘટાટોપમાંથી મનોમન શાપ વરસાવતાં કંકુએ ફરી નિશાન લીધું. ફરી ધડાકો થયો. ફરી ગોળી છૂટી. કાલીચંદનો કોટ ઝાલી તેને ખેંચતો અજો પાર્કના પ્રવેશદ્વાર સુધી આવી પહોંચ્યો હતો.

આ વખતે પણ ગોળી નિશાન ચૂકી ગઈ. અજાના પગ ખોડાઈ ગયા. કાલીચંદ પણ હેબતાઈ ગયો. પ્રવેશદ્વાર પર બંને તરફ શોભતા ફૂટબોલ જેવડા સફેદ ગોળામાંથી એક વીંધાઈ ગયો. કાચનો ગોળો ફટાકડાની જેમ ફૂટી ટુકડે ટુકડા થઈ ગયો.

'સ્વાઈન !' મનોમન બબડતાં કંકુએ ત્રીજુ નિશાન લીધું અને અજો કાલીચંદનો કોટ છોડી દોડ્યો, દોડતા શિકાર પર નિશાન લેવું કંકુ માટે મુશ્કેલ બની ગયું. અજા પાછળ કાલીચંદ પણ દોડી રહ્યો હતો. થોડી વારમાં તો બંને જણા કારમાં પ્રવેશી પુરપાટ દોડાવી ગયા.

અજાનું આખું શરીર પરસેવે રેબઝેબ થઈ ગયું હતું. કાલીચંદે જોયું તો સ્ટીઅરિંગ વ્હીલને કાબૂમાં રાખતા તેના હાથ હજી યે ધ્રૂજી રહ્યા હતા. મૃત્યુ તેને અડીને ચાલ્યું ગયું હતું. એ થોડીક પળોમાં તેણે નર્કનો પ્રવાસ કરી લીધો હતો. યમદૂતનો ચહેરો જોઇ લીધો હતો. ચહેરો એક નહોતો.

• • •

શરીર ઑક્ટોપસ જેવું હતું. આઠ હાથ રાફડામાં સળવળતા સાપની જેમ ગૂંચળાં લઈ રહ્યા હતા. દરેક હાથની અંતે અક્કેક ચહેરો હતો. આઠ ચહેરાવાળો એક યમદૂત હતો. હાથ વીંઝાતાં ચહેરા વીંઝાવા લાગ્યા હતા. આવો જ એક ચહેરો અજાના ચહેરાને સ્પર્શી ગયો હતો.

જેમ કંકુ કાલીચંદથી પરિચિત નહોતી, તેમ કાલીચંદ પણ અજાના આ પરાક્રમ વિષે કાંઈ જાણતો નહોતો; પરંતુ એ જાણવાની તેને ઉતાવળ નહોતી. અત્યારે તો એ અજાનો સેવક બની ગયો હતો. ભવિષ્યમાં માલિક બનવા માટે સેવક બની પગ પસારતાં તે જાણતો હતો.

કાર સ્થિર ગતિએ પચમઢીની ફાઈવસ્ટાર હૉટેલ હોલીડે રિટ્રીટની દિશામાં આગળ વધી રહી હતી. એક રાત માટે અહીં રૂમ શણગારવામાં આવી હતી. લગ્નની પહેલી રાત અજો અહીં જ મનાવવાનો હતો.

પૂજા સફેદ પ્રિન્ટવાળી તપખીરી રંગની સાડીમાં ડબલબેડ પર બેઠી હતી. તારા તેના શૃંગારને છેલ્લા ટચ દઈ રહી હતી. તેની આંખોમાં પસરી ગયેલી કાજળની રેખાને ઠીક કરી રહી હતી.

થોડી વારે તેણે સહેજ છેટે ઊભી રહી પૂજાનું નખશિખ નિરીક્ષણ કર્યું. તેને લાગ્યું, પૂજાની આંખો તેની મા જેવી જ નીલી છે તો નાક હેમંત જેવું. કપાળે ચાંદીના રૂપિયા જેવડો ગોળ ચાંદલો હતો. હાથ તથા પગ પર મહેંદીની વેલબૂટો હતી. ઘરેણામાં મઢાયેલાં કિંમતી નંગો ઝગારા મારી રહ્યાં હતાં.

હવે તારાએ કાંડા ઘડિયાળમાં જોયું. રાતના અગિયાર વાગી ગયા હતા. હજી વરરાજા કેમ નહોતા પધાર્યા? અજો આતશબાજીનું મુહૂર્ત કરી સીધો અહીં આવવાનો હતો. આટલી વાર કેમ લાગી? ફરી તેણે પૂજા સામે જોયું.

આંખો ઢાળી તે ફૂલોનાં તોરણો વચ્ચે ડબલબેડ પર બેઠી હતી. તેના બંને હાથ તેના પગને વીંટળાઈ વળ્યા હતા. ચહેરો ગોઠણોના આધારે ટેકાએલો હતો. ન તે કાંઈ બોલતી હતી, ન કહેતી હતી, અત્યાર સુધીમાં તારાએ તેની જોડે વાત કરવાના ભરચક પ્રયાસ કર્યા હતા. તેણે મોં નહોતું ખોલ્યું. તારાએ તેનું દિલ બહેલાવવા બે શેર કહ્યા હતા. તે ખામોશ જ રહી.

તારાએ વિચાર્યું, આ બધું એટલી ઝડપથી બની ગયું છે કે બિચારી મૂંઝાઈ ગઈ હશે! ધીરે ધીરે સર્વ કાંઈ થાળે પડી જશે?

દરવાજે ટકોરા પડતાં તેના વિચારોમાં ખલેલ પહોંચી. અજાએ દાખલ થઈ તેનો ઔપચારિક આભાર માન્યો. તે બહાર સરકી ગઈ. અજાએ અંદરથી દરવાજો વાસ્યો અને પૂજા સામે જોયું.

પૂજાની આંખોમાંથી આંસુ વહી તેના ગાલ પરથી ગોઠણ પર પડ્યાં, પણ તેની આંખો ઊંચી ન થઈ. જાણે આ રૂમમાં તે એકલી હોય, જાણે આ ગામની તે અનાથ હોય, જાણે આ સૃષ્ટિ પર તેનું કોઈ ન હોય એમ તે ઉદાસ બેઠી હતી.

અજો તેની પડખે બેસવાની હિંમત કરી ન શક્યો. પાર્કમાં થયેલા હુમલાના કારણે અંદરોઅંદર તે હલી ગયો હતો. તેની સમજમાં નહોતું આવતું કે સામે બેસી આંસુ સારતી પૂજાને આશ્વાસન દઈ પડખામાં કેમ લેવી?

એક ખૂણામાં ટિપાઈ પર પડેલી સ્કોચની બૉટલ ખોલી અને બે પેગ તે 'નીટ' ગટગટાવી ગયો. તેને નશો ન ચઢ્યો; પરંતુ પાર્કથી અહીં સુધી સાથે સાથે આવેલું ભયનું વાદળું વીખરાઈ ગયું. મન મુક્ત પંખી બની ઉઘાડા આકાશમાં વિહરવા લાગ્યું.

'પૂજા !'

હવે તે ડબલ બેડની કોરે હળવેકથી બેસવાનું સાહસ કરી શક્યો. 'આપણે કાંઈ એકમેકથી અજાણ્યાં નથી. આપણાં લગ્નને વડીલોએ ગોઠવેલાં લગ્ન કહી શકાય કે નહીં, આ પણ એક પ્રશ્ન છે.'

તે મૌન આંસુઓ સારતી રહી.

'મેં... મેં... તને છેલ્લે જોઈ હતી ત્યારે તું મારા મનમાં વસી ગઈ હતી...' અજાએ આગળ ચલાવ્યું, 'યાદ છે ? એ વર્ષે તું વધુ અભ્યાસ અર્થે મુંબઈ જઈ રહી હતી અને તારી મમ્મીથી જુદી પડતાં તું આમ જ આંસુઓ સારી રહી હતી ! સ્વાભાવિક છે કે આજે પણ તારી આંખો ભરાઈ આવે.'

સહેજે થોભી તેણે ગજવામાંથી ઘડી કરેલો રૂમાલ કાઢ્યો, 'ત્યારે તારાં આંસુ લૂછવાનો મને અધિકાર નહોતો, આજે...'

પુજાએ ચહેરો ઊંચો લીધો – જાણે તેના રૂમાલનો સ્પર્શ પણ તેને સ્વીકાર્ય ન હોય એમ તેણે હોઠ ખોલ્યા, 'અજા ! તારા શબ્દો યાદ કર!'

રૂમાલવાળો હાથ પાછો ખેંચી લેતાં અજાને આશ્ચર્ય થયું. 'ક્યાં શબ્દો?'

'કોસોની હાજરીમાં તે શું કહ્યું હતું?'

તેને કંઈ યાદ નહોતું.

'શું તે ખાતરી નહોતી દીધી કે લગ્ન પછી એક મહિનામાં હું સર્વ કાંઈ વીસરી તારા હૃદયની રાણી બની જઈશ?'

'ખરું... ખરું.' તે બોલી ઊઠ્યો.

'જે દિવસે હું કોસોને વીસરી જઈશ એ દિવસે હું પોતે તને મારી શૈયા શોભાવવા બોલાવીશ.' પૂજાએ જણાવી દીધું, 'આજે નહીં.'

તે સમસમી ગયો.

• • •

૮

એક અઠવાડિયા સુધી કોસો માનસિક તાણ અનુભવતો રહ્યો. તે ભાનમાં આવતો અને તેના માનસપટ ઉપર આતશબાજી શરૂ થઈ જતી. અગનગોળા તેની યાદોમાં ફાટતાં તે વિચલિત થઈ ઊઠતો. ફરી તેના ધમપછાડા શરૂ થઈ જતા. એ જ રાડો, એ જ ચીસો અને એ જ ઈંજેક્શન. ફરી એક ઘેનનું ઈંજેક્શન તેને દેવામાં આવતું અને ફરી એક વાર તે થોડાંક કલાકો માટે શાંત થઈ જતો.

બીજા અઠવાડિયાથી તેનામાં થોડોક ફરક વરતાયો. તેની ચીસો શમી ગઈ. હવે તે બિછાનામાં તરફડતો નહોતો. હવે તે ધમાલ કરતો નહોતો. હવે તે ભાણાની થાળી ઊંચકી ઘા કરતો નહોતો. જાણે તેને આ હૉસ્પિટલ જોડે કાંઈ સંબંધ ન હોય એમ તે ચૂપચાપ પડ્યો રહેતો. વોર્ડબૉય થાળીઓની ટ્રોલી લઈ આવતો. તે ચૂપચાપ જમી લેતો. નર્સ દવાઓ લઈ આવતી. તે કહ્યાગરા બાળકની જેમ પી જતો.

ડૉ. સ્મિતા તેની મુલાકાતે આવતી. તેનું બ્લડપ્રેશર લેતી. ટૅમ્પરેચર જોતી. તે કઠપૂતળાની જેમ પડ્યો રહેતો. હવે તેના વિચારોમાં પણ પરિવર્તન આવ્યું હતું. ભૂતકાળમાં કેન્દ્રિત તેનું ધ્યાન ધીરે ધીરે વાસ્તવિકતા સ્વીકારવા લાગ્યું હતું.

સૌ પ્રથમ તેને આ ખ્યાલ આવ્યો : પહેલાં તે હૉસ્પિટલના જનરલ વૉર્ડમાં હતો. અત્યારે તે એરકંડીશન, સ્પેશિયલ રૂમમાં છે. અહીં એકને બદલે બે 'બેડ' હતા : એક દર્દી માટે જેના પર તે પોઢ્યો હતો. બીજો દર્દીના સંબંધી માટે, જે ખાલી હતો. અહીં રેડિયો હતો : ખૂણામાં તાજા ફૂલોથી શોભતો કુંજો હતો. વાંચવા માટે થોડાંક પુસ્તકો પણ અહીં હતાં.

'ડૉક્ટર !' ત્રીજા અઠવાડિયે તેણે હોઠ ખોલ્યા, 'અહીં આ હૉસ્પિટલનો મારો સઘળો ખર્ચો કોણ ભોગવે છે?'

સ્મિતા તેની નાડ જોઈ રહી હતી. તેને આનંદ થયો. કોસોનો પ્રશ્ન સૂચવતો હતો કે હવે તે યાદોના ઘેરામાંથી નીકળી વર્તમાનમાં પગલાં ભરવા ઇચ્છે છે.

'પહેલા અઠવાડિયાનો તારો ખર્ચો ડી.એસ.પી. સાહેબે દીધો હતો.' સ્મિતાએ નાડ તપાસી ટૅમ્પરેચર લેતાં જણાવ્યું.

કોસોને એ પોલીસવાળો યાદ આવ્યો જેના પ્રતાપે તેના હાથમાં બેડીઓ પડી હતી. 'તે શા માટે મારો ખર્ચો ઉપાડે?' કોસોએ ફરી પ્રશ્ન કર્યો.

'તારા કરતાં વધુ દુઃખી તે છે.' કોસોની બગલમાંથી થરમૉમિટર કાઢી સ્મિતાએ પોતાની આંખો સામે ધર્યું, 'તેના કહેવા મુજબ, આટલા દિવસોથી તું જે કાંઈ ભોગવી રહ્યો છે એ માટે તે પોતે જવાબદાર છે. તેના ખાતાના એક માણસની મૂર્ખાઈના કારણે તને ગોળી વાગી હતી.'

'કોણ છે આ ડી. એસ. પી.?'

'માંડુનો છે.' તેના કેસ પેપર પર ટૅમ્પરેચર નોંધી લેતાં સ્મિતા નજીક પડેલા સ્ટૂલ પર બેસી ગઈ. 'દિવસ–રાત તે અહીં જ રહેતો હતો. એકાદ–બે કલાક પોલીસસ્ટેશને જાય ખરો; પરંતુ બાકીનો સમય એ તારી દેખભાળમાં ગાળે છે.'

કોસોએ સહેજ વિચાર્યું તો પૂરબ તેને સહેજ જુદા પ્રકારનો પોલીસવાળો લાગ્યો. તે ડી. એસ. પી. હતો. ઊંચા હોદ્દે હતો; છતાં પોતાની આટલી કાળજી લે એ કોસો માટે વિસ્મયજનક હતું.

'તમે જણાવ્યું કે...' તેણે સ્મિતા સામે જોયું, 'એક અઠવાડિયું હું જનરલ વોર્ડમાં હતો. ખરું ?'

સ્મિતાએ 'હા ' કહ્યું.

• • •

'તો મને અહીં, આ ખાસ રૂમમાં કોણે ખસેડ્યો?'

'સુનીતાબેને. એક આંતરે તારી મુલાકાતે તે આવે છે.' કહેતાં તેણે ઉમેર્યું, 'જ્યાં સુધી તું બિલકુલ તંદુરસ્ત ન થાય તને અહીં જ રાખવાનો તેમનો આદેશ છે.'

પૂરબ સ્થાનિક પોલીસ–સ્ટેશને ગયો હતો. માંડુથી તેના માટેના સંદેશા ત્યાં જ આવતા હતા. છેલ્લા ત્રણ દિવસથી ધારના એસ.પી. તેને પાછો ફરવા માટે દબાણ કરી રહ્યા હતા. પચમઢીમાં તેનું કામ પૂર્ણ થયું હતું. કંકુની શોધમાં તેને અહીં મોકલવામાં આવ્યો હતો. હવે અહીં રોકાવા માટે તેની પાસે એકે કારણ નહોતું.

'સર !' છતાં તેણે જણાવી દીધું, 'હજી એક આદીવાસીની જુબાની લેવાની બાકી છે. જ્યાં સુધી તે ભાનમાં નહીં આવે, હું અહીંથી નીકળી ન શકું. મને આશા છે કંકુની કોઈ નવી કડી તેની પાસેથી જરૂર મળશે.'

પૂરબને પ્રવેશતો જોઈ સ્મિતા ઊભી થઈ ગઈ. 'સરદાર!' જતાં પહેલાં તેણે કહી દીધું, 'તમે બંને ગપ્પાં મારો. મારે હજી થોડાંક પેશન્ટ પતાવવાના છે.'

ખાલી પડેલા સ્ટૂલ પર બેસી જતાં પૂરબે સ્મિત ફરકાવ્યું, 'કોસો!' આ તેના પ્રથમ શબ્દો હતા, 'જે કાંઈ બન્યું એ બદલ તારી ક્ષમા માગવી એ મારી ફરજ છે.'

કોસો તેની સામે સ્થિર દ્રષ્ટિએ જોઈ રહ્યો.

'હું નહોતો જાણતો કે ઝાંઝાંના ઘોટુલનો તું આદરણીય સરદાર હોઇશ.' તેણે આગળ ચલાવ્યું, 'તારી બહાદુરી, તારા સાહસ માટે મને માન છે. આ બધું મેં પહેલાં જાણ્યું હોત તો તારા હાથમાં બેડીઓ નાખવાની મૂર્ખાઈ પણ મેં કરી ન હોત.'

પૂરબ પ્રત્યેનો તેનો સઘળો ગુસ્સો, રોષ ઓગળી ગયો. પૂરબના શબ્દોમાંથી છલકાતી નિખાલસતા તેના સુચરિત્રનું પ્રમાણપ્રત્ર હતું.

'છતાં –' અંતે પૂરબે કહી દીધું, 'તારા તથા કંકુના સંબંધ મારા માટે હજી એક કોયડા સમાન છે.'

'અમારો સથવારો એક સાંજનો હતો.' કોસોએ હોઠ ખોલ્યા.

'તું એમ કહેવા ઇચ્છે છે કે એ પહેલાં કંકુને તું ક્યારેય મળ્યો નહોતો?'

'તદ્દન ખરું' તેણે ઉત્તર દીધો, 'અકસ્માતે એ સાંજે અમારી મુલાકાત થઈ હતી. ઝરણા પર ઊભેલું ઘર, જે મારા પિતાએ બાંધ્યું હતું એ જ ઘરમાં તે ભરાઈ હતી.'

કોસોની આંખોમાં એ ઘટના ઊતરી આવી. તે એ ઘરમાં દાખલ થયો હતો અને... તેની ડોક પર એક સખત ફટકો પડ્યો. ગલોટિયું ખાઈ તે નીચે પછડાઈ ગયો. આંખોમાં અંધારાં આવી ગયાં. આવો લોખંડી ફટકો પહેલી વાર કોઈએ તેને માર્યો હતો.

તે ઊભો થવા ગયો. દરવાજાની આડમાં સંતાઈ ઊભેલી કંકુ હવે તેની સામે આવી અને પોતાના બંને હાથનો ઉપયોગ કરી બીજા બે ફટકા તેના અક્કેક ખભા પર માર્યા. તે જ્યાં હતો ત્યાં જ ફસડાઈ પડ્યો — જાણે ખભાઓ પર કોઈએ હથોડા વડે પ્રહાર કર્યા હોય એમ તેને તમ્મર આવી ગયાં.

'એ છોકરી નહોતી, યમદૂતની બહેન હતી.' કોસો કહી રહ્યો હતો, 'પરંતુ જ્યારે મેં તેની વાતો જાણી, મને લાગ્યું કે એની છાતીમાં પણ સ્નેહાળ હૃદય છે. એ હૃદયને અજાએ નિર્દયતાપૂર્વક કચડી નાખ્યું છે. હું અજાને ક્ષમા કરી દઈશ, પણ કંકુ તેને કદીએ માફ નહીં કરે.'

પૂરબ જાણતો હતો, કંકુ અજાના પ્રેમમાં હતી. પૂરબ એ પણ જાણતો હતો કે બાળપણથી યૌવન સુધી એ બંને વચ્ચે તણખા ઝરતા રહ્યા હતા, પણ હજી સુધી તે આ કળી નહોતો શક્યો કે ઘૃણા સ્નેહમાં પલટાઈ ગયા પછી અચાનક વેરની આગ કેમ ભડકી ઊઠી ? શું આનું કારણ પૂજા જોડે લગ્ન કરવાનો અજાનો નિર્ણય હોઈ શકે?

• • •

આ પ્રશ્નનો સ્પષ્ટ ઉત્તર તેની પાસે નહોતો કારણ કે પ્રેમમાં નાસીપાસ થયેલી યુવતી આત્મહત્યા કરવાના બદલે પોતાના પ્રેમીની હત્યા કરવા તૈયાર થાય ત્યારે તેનાં કારણો જુદાં હોય છે, મૂળ ઊંડાં હોય છે.

શું કંકુના મગજમાં કાંઈ ખોડ, કાંઈ નબળાઈ હશે? કૉલેજમાં માનસશાસ્ત્ર પૂરબનો વિષય હતો. આ જ કારણે તે ખાતરીપૂર્વક કહી શકતો હતો કે માનસિક રીતે તે બિલકુલ તંદુરસ્ત હતી. અલબત્ત, ધીરે ધીરે તે મગજની સમતુલા ખોઈ રહી હતી. ધીરે ધીરે તે ગાંડપણની સીમામાં પ્રવેશી રહી હતી. નહિતર અજા પર તેણે ઘાતકી હુમલો કર્યો ન હોત ! પાર્કમાં ગોળીઓ છોડી અજાના જાન લેવાનો પ્રયાસ કર્યો ન હોત.

અસ્ત્રાની ધાર જેવી કંકુની બુદ્ધિ માટે તેને માન પણ ઊપજ્યું. પ્રથમ વાર કંકુ તેને હાથતાળી દઈ છટકી ગઈ ત્યારે તે ઝરણા પર ઊભેલા ઘરમાં સંતાઈ હતી, જેથી તેનું પગેરું શોધવામાં પોલીસના કૂતરા સફળ થઈ ન શકે.

બીજી વાર તેણે આતશબાજીની આડ લીધી હતી. જ્યાં ફટાકડાઓ ફૂટતા હોય ત્યાં બંદૂકના ધડાકા કોણ સાંભળે? બંને વાર તેણે જુદાં જુદાં બે સ્થળોનો પોતાના લાભમાં ઉપયોગ કર્યો હતો – અને તે પણ ગણતરીપૂર્વક. જે તીક્ષ્ણ બુદ્ધિ સુમાર્ગે જતાં વિજ્ઞાન કે કલાના ક્ષેત્રે સમાજને લાભપ્રદ થઈ શકે, એ બુદ્ધિ ગેરમાર્ગે દોરવાઈ સમાજવિરોધી કાર્યોમાં ગૂંથાઈ હતી.

સસ્મિત સુનીતા પ્રવેશતાં પૂરબના વિચારો વાદળોની જેમ વીખરાઈ ગયા. આદર ખાતર સ્ટૂલ પરથી ઊભો થઈ તે કોસોના 'બેડ'ની કિનાર પર બેસી ગયો. સુનીતાએ સ્ટૂલ પર જગ્યા લીધી.

કોસો એકીટશે તેની સામે જોઈ રહ્યો. પછી ફક્ત એક શબ્દ ઉચ્ચાર્યો : 'આભાર !'

સુનીતા ન સમજી, 'શેનો ?'

'જનરલ વોર્ડમાંથી તમે મારી બદલી આ ખાસ રૂમમાં કરાવી એમ સ્મિતાબેને હમણાં જણાવ્યું હતું.' તેણે કારણ જણાવ્યું.

'આભાર તે તારે આ ડી. એસ. પી.નો માનવો જોઈએ.' એક નજર સુનીતાએ પૂરબ પર ઢાળી ફરી તેની સામે જોયું. 'તારી ખરી ચાકરી એણે કરી છે.'

પૂરબને આશ્ચર્ય થયું. સુનીતાથી તે પરિચિત હતો. એકાદ–બે વાર તે પૂરબની હાજરીમાં અહીં આવી હતી અને બેભાન પડેલા કોસો પર દયાભરી નજર પાથરી ચાલી ગઈ હતી.

આશ્ચર્ય પામવાનું કારણ આ હતું કે તે હજી સુધી એ કળી નહોતો શક્યો કે સુનીતા જેવી ધનાઢ્ય સ્ત્રીને આ દર્દીમાં હવે શું રસ હોઈ શકે? કોસો ઝાંઝાંના ઘોટુલનો સરદાર હતો તો સુનીતાની ગણના ભારતના પ્રથમ દસ અબજોપતિઓમાં થતી હતી.

સ્મિતા પાસેથી પૂરબ વિશેની માહિતીઓ સુનીતાને મળી હતી. એ જ રીતે બત્રીસ ઓરડાવાળા બંગલાની થોડીક જાણકારી પૂરબે પણ મેળવી હતી. અત્યાર સુધીમાં તેણે આટલું જાણી લીધું હતું. કોસો સુનીતાની પુત્રીના પ્રેમમાં હતો. આમાં કોસોને સફળતા નહોતી મળી. પૂજા અજા જોડે લગ્ન કરી સાસરિયે ચાલી ગઈ હતી. કોસો અહીં તરફડતો રહી ગયો હતો. સુનીતાને હજી યે તેનામાં રસ હોય એ તેના ગળે નહોતું ઊતરતું.

'કોસો !' સુનીતાએ તેની તંદુરસ્તીના સમાચાર જાણી કહ્યું, 'આવતા અઠવાડિયે તને અહીંથી રજા મળશે. હું ઇચ્છું છું ઝાંઝાં જતાં પહેલાં થોડા દિવસો તું મારે ત્યાં આરામ કરે.'

'બેન !' કોસોએ હળવેથી પ્રશ્ન વહેતો મૂક્યો, 'તમને કોણે કહ્યું કે હું પાછો ઝાંઝાં જઈશ ?'

સુનીતા ચોંકી, 'ક્યાં જઈશ ?'

'એ હજી નક્કી નથી, પણ આટલી ખાતરી છે કે હું ઝાંઝાં પાછો નહીં જાઉં. જ્યાં સુધી મારી મૂંઝવણો દૂર ન થાય, હું ગામ જવા ઇચ્છતો નથી.'

'હું કાંઈ તારી મદદ કરી શકું ?'

તેણે હસીને ઉત્તર દીધો, 'તમે, સ્મિતાબેને, પૂરબે મારા પર ઘણા ઉપકાર કર્યાં છે. હવે જે કાંઈ કરવાનું છે એ મારી જવાબદારી છે.'

સુનીતાને પ્રતીતિ થઈ : કોસોના મનમાં કાંઈક ઘોળાઈ રહ્યું છે – પણ શું? આ તે કલ્પી ન શકી, થોડી વાર મૌનદ્રષ્ટિએ તેની સામે જોઈ સુનીતા પૂરબ તરફ ફરી, 'તું માંડુનો છે, ખરું ?'

તેણે ઇશારાથી 'હા' કહ્યું.

'અને કંકુના કેસમાં તપાસ પણ તું જ કરી રહ્યો છે!'

'આ પણ ખરું.'

સુનીતા સહેજ થોભી. અહીં આવવા માટેનાં તેની પાસે એકથી વધુ કારણો હતાં. કોસોની તંદુરસ્તીના સમાચાર જાણવા તે ઉત્સુક હતી. સાથે તે કંકુ વિષે થોડીઘણી માહિતી તેની પાસેથી મેળવવા ઇચ્છતી હતી. કોસોએ થોડાંક કલાક કંકુ જોડે ગાળ્યા હતા એ જાણીતી વાત હતી.

અત્યારે કોસોનો મૂડ જોઈ તે કંકુ બાબત એકે પ્રશ્ન કરી ન શકી. શું આ બાબત પૂરબને પ્રશ્ન કરી શકાય? 'કંકુ વિષે તું શું જાણે છે ?' પ્રશ્ન આખરે તેના હોઠે આવી ગયો.

પૂરબને સ્વાભાવિક રીતે જ અચરજ થયું. તેના મગજમાં બીજો પ્રશ્ન ઊઠ્યો... આ અબજપતિ સ્ત્રીને કંકુમાં શું રસ હોઈ શકે?

'તમારે શું જાણવું છે?'

સુનીતા પાસે આનો ચોક્કસ ઉત્તર નહોતો. તે તો કંકુ વિષે સર્વ કાંઈ જાણવા ઇચ્છતી હતી. તેનું બાળપણ, તેનો ઉછેર, તેનો અભ્યાસ, તેની જવાની.... સુનીતાએ ધાર્યું, પૂરબ ડી. એસ. પી. છે. પોલીસવાળો છે. વધુમાં વધુ કંકુનું તે એક પાસું જાણતો હશે! અને એ પાસું અંધારું હતું. આ બાબત સીધો પ્રશ્ન કરતાં તેને શંકા જાય. આમ જ તેની આંખોમાં શંકાનાં ચિહ્નો નજરે પડી રહ્યાં હતાં.

'મારે આ જાણવું છે કે...' ચાતુરીપૂર્વક તેણે શબ્દો ગોઠવ્યા, 'અજાજી જોડે કંકુના શા સંબંધ હતા ?'

'આ પ્રશ્ન તમને કેમ થયો?'

'કંકુ અહીં પૂજાનાં લગ્ન રોકવા આવી હતી.'

'ખરેખર !'

'તેણે પોતે એક પત્ર દ્વારા જણાવ્યું હતું.' – કહેતાં તેણે કોસો સામે જોતાં પર્સમાંથી કંકુનો પત્ર કાઢી રજૂ કર્યો. 'તું વાંચી શકે છે. આ પત્ર તેણે એક પથ્થર જોડે બાંધી અમારા બંગલામાં ઘા કર્યો હતો.'

પત્ર વાંચી લેતાં પૂરબે સામો પ્રશ્ન ક્યો, 'આ પત્ર વાંચ્યા પછી તમે શું કર્યું?'

'કાંઈ નહીં. આ જવાબદારી કોસો તથા પૂજાની હતી.' તેણે સ્પષ્ટતા કરી, 'નિર્ણય તેઓએ લેવાનો હતો. આ જ પત્ર તેઓએ સર્વેની હાજરીમાં અજાજી સામે રજૂ કર્યો.'

'પછી?'

'પત્ર વાંચી તે હસી પડ્યો.'

'અર્થાત્ પત્રમાં લખાયેલી હકીકત સ્વીકારવાનો તેણે ઇનકાર કરી દીધો.'

'ખરું.'

'અને તમે લોકાએ તેની વાત માની લીધી.'

'આ પણ ખરું.'

'હું કારણ જાણી શકું ?'

'એક સજ્જન તથા એક અપરાધી, આ બંનેમાંથી એકના શબ્દો પર અમારે વિશ્વાસ મૂકવાનો હતો.' સુનીતા કહી રહી હતી, 'વિશેષમાં હિઝ હાઈનેસે કંકુનો ટૂંકો ઇતિહાસ રજૂ કર્યો. એ પરથી અમને ખાતરી થઈ કે કંકુનો ડોળો હવામહેલ પર હતો. અજાજી જોડે લગ્ન કરવાનાં તે સપનાં જોતી હતી. રાજમહેલમાં પ્રવેશી તે રાણી બનવાની ખ્વાહેશ રાખતી હતી. તેનાં આ સપનાં તૂટવાનો ભય ઊઠતાં તે લગ્ન રોકવાના પ્રયાસ કરે એ અમને સ્વાભાવિક લાગ્યું.'

પૂરબે સહેજ વિચારી પૂછ્યું : 'આ પત્ર પરથી તમને આટલી ખાતરી થઈ હશે કે બંને એકમેકને ચાહતાં હતાં.'

'ના. પ્રેમ એકપક્ષી હતો. કંકુ અજાજીને ચાહતી હતી. અજાજી તેને નહોતો ચાહતા.' સુનીતા બોલી, 'લગ્ન પહેલાં હું એકાંતમાં અજાજીને મળી હતી. તેમણે એકરાર કર્યો હતો કે કંકુ માટે તેમના હૃદયમાં સહાનુભૂતિ છે. કૂણો ખૂણો છે. જો તેણે ધારની બૅંક જોડે છેતરપિંડી કરી ન હોત તો કદાચ કંકુને તેમણે પત્ની તરીકે સ્વીકારી હોત ! ઊંચનીચના ભેદભાવમાં તે નથી માનતા.

હવે પૂરબે મૂળ પ્રશ્નની દિશામાં ઝુકાવ્યું, 'સુનીતાબહેન ! જ્યારે તમે આ બધું જાણો છો ત્યારે અજા તથા કંકુના સંબંધ વિષે મને પ્રશ્નો કરવાનો શો અર્થ ?'

ઉંદર બટકું રોટલો ખાવા છટકામાં પ્રવેશે અને ખટાક કરંતુ છટકું બંધ થઈ જાય એવા સ્પષ્ટ ભાવ સુનીતાના ચહેરા પર ફૂટી નીકળ્યા.

'મારું મન ડંખે છે.' સત્ય-અસત્ય વચ્ચે તે ગોથાં ખાવા લાગી, 'ક્યારેક એવું લાગે છે કે કંકુ જોડે અન્યાય થયો છે. તે જે યુવકને ચાહતી હતી એની જોડે મેં મારી દીકરીનાં લગ્ન કરાવ્યાં છે. તેને ન્યાય મળવો જોઇએ.'

'કઈ રીતે ?' પૂરબે સામે પ્રશ્ન કર્યો, 'શું તમે પૂજાના લગ્ન ફોક કરી તેના સ્થાને કંકુને ગોઠવવાનું વિચારી રહ્યાં છો?'

'ના. ના.'

'તો !'

'કમ સે કમ તેના છેતરપિંડીના કેસમાં હું કાંઈ મદદ કરી શકીશ તો મને ખરેખર આનંદ થશે.'

'એ કેસ પર પડદો પડી ચૂક્યો છે.' પૂરબની સમજમાં હજી ય આ સ્ત્રી નહોતી આવી. 'તેને જનમટીપની સજા થઈ ચૂકી છે. વિશેષમાં તે જેલ તોડીને નાસી છે. આમાં કોઈ કાંઈ કરી ન શકે.'

'ઍડવોકેટ જેઠમલાનીને રોકી તેનો કેસ ફરી ખોલાવવાની મારી ઇચ્છા છે.'

'એ શકય નથી.' તેણે જણાવ્યું, 'કંકુનો અપરાધ પુરવાર થઈ ચૂક્યો છે.'

'તો મારું મન કેમ નથી માનતું કે તે અપરાધી છે? વારંવાર મને એમ કેમ લાગે છે કે તે નિર્દોષ છે ? શું એમ બની ન શકે કે અપરાધ કોઈ બીજાએ કર્યો હોય અને ભોગ કોઈ નિર્દોષનો લેવાય !'

'આ કેસમાં એમ નથી બન્યું.'

'શું તને સો ટકા ખાતરી છે કે તેણે વીસ લાખ રૂપિયાની છેતરપિંડી બૅંક જોડે કરી હતી?'

'એથી શું ફેર પડશે ?' – કહેતાં તેણે ઉમેર્યું, 'કોર્ટમાં તેણે સ્વેચ્છાએ પોતાનો અપરાધ કબૂલ્યો હતો.'

સુનીતાની છાતી ધબકી ઊઠી.

'કંકુનો કેસ મારા હાથમાં હતો. જ્યાં સુધી મને યાદ છે, એના પર ન કોર્ટમાં દબાણ થયું હતું, ન જેલમાં. સદ્‌ભાગ્યે જજસાહેબ પણ ભલા હતા. અંતિમ દિવસે પાંજરામાં ઊભી રહી કંકુએ સગર્વ જાહેર કર્યું ન હોત કે તે પોતે અપરાધી છે, તેને જનમટીપની સજા પણ થઈ ન હોત.'

સુનીતા ચૂપ થઈ ગઈ. તેની આશાઓ છિન્નભિન્ન થઈ ગઈ. કંકુનો કેસ પુનઃ ખોલવાની તેની મનોકામના પર પાણી ફરી વળ્યું હતું. જીવનમાં તેને કદાચ પહેલી વાર અહેસાસ થયો : તેની કરોડોની મૂડી, હીરા, માણેક, મોતી, સોનું, ખરીદી શકતી હતી, સુખ નહીં.

'પૂરબ !'

અત્યાર સુધી બંનેની ચર્ચા ચૂપચાપ સાંભળી રહેલા કોસોએ હોઠ ખોલ્યા, 'એક વાત કહે, તારા જણાવ્યા મુજબ કંકુએ વીસ લાખ રૂપિયાની છેતરપિંડી બૅંક જોડે કરી હતી. ખરું?'

પૂરબે તેની સામે જોતાં હકારમાં માથું હલાવ્યું.

'આ વીસ લાખ રૂપિયાનું એ છોકરીએ શું કર્યું?'

પ્રશ્ન મુદ્દાનો હતો. 'એ કોઈએ જાણી નથી શક્યું.

'તું પણ નહીં?'

'ના.'

'તે જાણવાના પ્રયાસ જરૂર કર્યા હશે ?'

'ભરચક.' – કહેતાં પૂરબની આંખો સામે એ દિવસ તરફડી ઊઠ્યો. કંકુને મળવા તે જેલમાં ગયો હતો. કંકુ પોતાની કોટડીના એક ખૂણામાં પગ ગોઠણમાંથી વાળી ખામોશ બેઠી હતી. પૂરબ દરવાજાના સળિયા પકડી બહાર ઊભો હતો.

'કંકુ !'

તેણે ધીરે ધીરે ચહેરો ઘુમાવી પૂરબ સામે જોયું. જાણે કાંઈ જોયું ન હોય એમ તેણે ચહેરો ફેરવી પણ લીધો.

'કંકુ !' પૂરબે કરી કહ્યું, 'હું તારી ભલાઈ ઇચ્છું છું.' તેણે ઉત્તર જ ન દીધો.

'હું તારી મદદ કરવા આવ્યો છું.'

'મારે કોઈની મદદની જરૂર નથી.'

'હું કોઈ નથી, તારો મિત્ર છું.'

'મિત્ર હોય તો પાછો જા.'

'કાલે તારો ફેંસલો આવવાનો છે.'

'હું જાણું છું.'

'હજી સમય છે. તું ઇચ્છે તો –'

તે અકળાઈને બોલી ઊઠી, 'હું કાંઈ નથી ઇચ્છતી.'

'તું તારી દયા ન ખા.' પૂરબ વિચારીને શબ્દો ઉચ્ચારી રહ્યો હતો. 'કમ સે કેમ મારી પાસે મન ખોલી તું મારા પર ઉપકાર કરી શકે છે.'

'કોણ છે તું!' પ્રશ્ન સાથે તે ઊભી થઈ. 'શા માટે હું તારા પર ઉપકાર કરું? તારે–મારે શું લાગેવળગે ? શા માટે મારું લોહી પીવા તું અહીં આવે છે? શું એક કેસ ઉકેલવામાં તું નિષ્ફળ રહીશ તો તારી આબરૂમાં છીંડાં પડી જશે? તારી નામોશી થશે?'

'ના, કંકુ.' તેનો અવાજ સંયમમાં હતો. 'ખ્યાતિની મને પરવા નથી. નામ મેળવવા માટે મેં આ પોશાક નથી સ્વીકાર્યો. તું કહેતી હોય તો ડી. એસ. પી.ના પદેથી હું રાજીનામું દેવા તૈયાર છું; પરંતુ કોઈ ધુતારાના પાપે તારા જેવી નિર્દોષ યુવતીને સજા થતી હું જોઈ નહીં શકું.'

કંકુએ તેની નજીક આવતાં કહ્યું, 'હું નિર્દોષ નથી.'

બંને જણ કોટડીના દરવાજાના સળિયા પકડી સામસામે ઊભાં હતાં. પૂરબે પોતાના હાથ ઊંચકી તેના હાથ પર મૂકી દીધા. કંકુનો ચહેરો સપાટ રહ્યો.

'કંકુ !' સ્થિર દ્રષ્ટિએ તેની સામે જોતાં પૂરબ બોલ્યો, 'હવે મારી આંખોમાં જોઈ કહે કે તું અપરાધી છે.'

'સમજ પૂરબ.' તેના અવાજમાં પરિવર્તન વરતાયું. 'તારામાં મને આજે પણ શ્રદ્ધા છે. તું પ્રામાણિક છે. આજ દિવસ સુધી મેં તારાથી કાંઈ સંતાડ્યું નથી. આજે શા માટે જૂઠ બોલું?'

આ ખરું હતું કે કંકુ તેના પર વિશ્વાસ કરતી હતી. આ વિશ્વાસનાં મૂળ બંનેના બાળપણમાં હતાં. બંને બાળપણમાં સાથી હતાં. સ્કૂલમાં સાથે ભણ્યાં હતાં. કૉલેજમાં બે વર્ષ સાથે ગાળ્યાં હતાં. આ બે વર્ષોમાં પૂરબને જાણે–અજાણે કંકુ જોડે પ્રેમ થઈ ગયો હતો.

સમસ્યા આ હતી કે તેની સમક્ષ પ્રેમની જાહેરાત કેમ કરવી? તે પોતાની લાગણીઓ વ્યક્ત કરે અને કકું હસી દે તો? પૂરબને ખાતરી નહોતી કે જેમ તેની મૈત્રીએ પ્રેમકુંજમાં છલાંગ લગાવી હતી એમ કંકુના હૃદયમાં પણ પ્રેમની કૂંપળો ફૂટી હશે કે નહીં ?

આમ ને આમ દ્વિધામાં થોડાંક વધુ દિવસો વીતી ગયા. આખરે તેણે નિર્ણય લઈ લીધો : કંકુ સાથે સર્વ કાંઈ સ્પષ્ટ કરી દેવું. એક ઘા અને બે કટકા. આ દ્વિધા તો નહીં રહે ! ઘડિયાળના લોલકની જેમ માનિસક તાણમાં જીવવું તો નહીં પડે!

એ જ દિવસે તે નવું સફેદ ખમીસ, સફેદ પૅન્ટમાં ખોસી, હાથમાં ગુલાબનું એક ફૂલ લઇ, કંકુના ઘેર જવા નીકળી પડ્યો. તે માંડુમાં રહેતો હતો. કંકુ ધારમાં. બંનેની મુલાકાત માર્ગમાં જ થઈ ગઈ. પૂરબનું હૃદય બે ધબકારા ચૂકી ગયું. પછી બમણા વેંગે ધબકવા લાગ્યું. અને તેનું કારણ હતું : કંકુના હાથમાં પણ એક ગુલાબ હતું.

'પૂરબ !' તે બોલી ઊઠી, 'આમ વરરાજની જેમ તૈયાર થઈ ક્યાં ચાલ્યો?'

'હું... હું... તારા ઘેર આવી રહ્યો હતો.' થોથવાતાં તેણે કહી દીધું, 'અને તું?'

'હું? હું તારા ઘેર જઈ રહી હતી.' તે હસી.

'કાંઈ ખાસ?'

'મન મીઠી મૂંઝવણ અનુભવી રહ્યું છે. સમજમાં નહોતું આવતું કે શું કરું? લાગ્યું, તને જણાવ્યા વિના ચેન નહીં પડે.'

પૂરબનો ચહેરો પણ ગુલાબ બની ગયો. હે ભગવાન! તેણે મનોમન વિચાર્યું – હું નાહક સંકોચ અનુભવી રહ્યો હતો. આગ બંને તરફ લાગી છે. બંને જણાં પ્રેમના વશમાં વ્યાકુળ થઈ આજે એકમેક સામે ઊભા છે.

'ખરું કહું તો...' પૂરબે જણાવી દીધું, 'હું પણ મારી મીઠી મૂંઝવણ તારી સામે રજૂ કરવા ઈચ્છુ છું.'

'શું તું પણ કોઈના પ્રેમમાં છે?'

આ પ્રશ્ને તેને ચીત કરી નાખ્યો – જાણે પ્રેમવેલને કોઈએ મૂળિયાં સાથે ઉખેડી નાખી. જાણે તેના પગ કોઈએ ગોઠણમાંથી કાપી નાખ્યા.

'બોલ પૂરબ !' કંકુ ઉત્સાહમાં આવી ગઈ હતી. 'કોણ છે એ ભાગ્યશાળી છોકરી ? ક્યાં રહે છે ? આપણી કૉલેજની છે કે બહારની ?'

'પહેલાં તું કહે,' પૂરબે ફિક્કું હસતાં જણાવ્યું, 'શું ખરેખર તું કોઈના પ્રેમમાં છે?'

'આ ગુલાબ મને મારા બૉયફ્રેન્ડે દીધું.'

'આજ સુધી તેં મને જણાવ્યું કેમ નહીં ?'

'આજે જ સુલેહ થઈ ગઈ.'

'સુલેહ ?'

'અજા જોડે.'

'ઓહ !'

'અને અમારી નફરત પ્રેમમાં પલટાઈ ગઈ. તું ક્યાં નથી જાણતો, પહેલાં અમે બંને એકમેકના પડછાયાથી ઘૃણા કરતાં હતાં. અને હવે –' તે સહેજ થોભી, 'એય ! તને ખુશી નથી થતી?'

'થાય છે. થાય છે.' ઝડપથી તે બે વાર બોલી ગયો. 'એટલે તો તારા માટે આ ગુલાબ લઈ આવ્યો છું.'

'હમણાં તેં કહ્યું કે આ ગુલાબ તારી ગર્લફ્રેન્ડ માટે છે !'

'હું મજાક કરતો હતો,' તે બોલ્યો, 'મારા એવા ભાગ્ય ક્યાં કે મારી જોડે કોઈ પ્રેમ કરે!'

કંકુએ વ્યંગ કર્યો, 'તું કહેતો હોય તો હવામહેલમાંથી કોઈ સુંદરી તારા માટે ચૂંટી લાવું !'

તેણે કંઈ ઉત્તર ન દીધો.

આ પહેલા આંચકામાંથી બહાર નીકળવા માટે તે તરફડિયાં મારી રહ્યો હતો ત્યારે તેને ખ્યાલ નહોતો કે તેના નસીબમાં આવા કાંઈ કેટલાય આંચકા લખાયા હશે! લગભગ રોજ એક વીજળી તેના પર તૂટવાની હતી.

કંકુ રોજ તેને શોધી પોતાના પ્રેમની પ્રગતિનો રિપોર્ટ નિર્દોષતાપૂર્વક દેતી અને તેનું હૃદય કટકે કટકે કપાતું જતું. તેનાથી સહન ન થયું. તેણે માંડુ છોડી દેવાનું નક્કી કર્યું. સાથે ધારની કૉલેજ પણ. આબુની પોલીસ એકેડેમીમાં તે ભરતી થઈ ગયો.

અભ્યાસ પૂર્ણ કરી તે પાછો ફર્યો ત્યારે કંકુ બૅંકમાં કામ કરતી હતી. તેને જોતાં જ કંકુએ અર્ધા દિવસની રજા લઈ લીધી. બંને જણાં એક કાફેમાં કૉફી પીતાં બેઠાં અને પૂરબને જાણ થઈ, કંકુ પ્રેમના કળણમાં ગળાડૂબ છે. તેને પીડા ન થઈ. હૃદયની કટકી પણ ન ખરી. બસ, એક નિસાસો તેના હોઠ વચ્ચેથી સરી ગયો, એથી વિશેષ કાંઈ નહીં.

તે પોતાની નોકરીમાં વ્યસ્ત થઈ ગયો. હવે તેના પ્રયાસ એ રહેતા કે કંકુથી તે દૂર રહે. આશાની જે છેલ્લી કિરણ સાથે તે પાછો આવ્યો હતો, એ પણ બાકી નહોતી વધી. અને એક દિવસ એ જ કંકુને ગિરફ્તાર કરવા માટે તેને જવું પડ્યું.

બૅંક–છેતરપિંડીનો કેસ પોલીસચોકીએ નોંધાતા, પહેલાં તેને વિશ્વાસ જ ન બેઠો. કંકુ થોડીક માથાભારે જરૂર હતી; પરંતુ કોઈની જોડે દગો રમવો, છેતરપિંડી કરવી કે ફ્રોડ કરવો એ તેના સ્વભાવમાં નહોતું.

કંકુના હાથમાં બેડીઓ નાખતાં તેનું કાળજુ કંપી ઊઠ્યું, હોઠ ફફડી ઊઠ્યા. તને ગિરફ્તાર કરતાં પહેલાં આ ધરતીમાં હું સમાઈ ગયો હોત તો એને હું મારું સૌભાગ્ય કહેત.

આ કેસમાં પૂરબે ઝીણવટથી તપાસ કરી હતી. બબ્બે લાખ રૂપિયાના દસ બેરર ચેક પૂજા દ્વારા પાસ થયા હતા. સહી નકલી હતી. પ્રશ્ન આ હતો કે નકલી સહી કોણે કરી? કોણે આ દસ ચેક કેશ કરાવ્યા હતા ?

'તારી વાત ખરી છે કે તને આજે પણ મારા પર અપાર શ્રદ્ધા છે.' કોટડીના સળિયા બહાર ઊભેલા પૂરબે જણાવ્યું, 'આ પણ ખરું છે કે તેં તારા લગભગ બધાં રહસ્યો મને જણાવ્યાં છે; પરંતુ આ એક રહસ્ય. –'

'એ રહસ્ય જ નથી.' કંકુ બોલી ઊઠી, 'આમાં મારા સિવાય બીજું કોઈ સંડોવાયેલું નથી.'

'મારે ફક્ત એક નામ જોઈએ છે.' આ વખતે પૂરબે ભારપૂર્વક કહ્યું, 'કોણ હતો એ ઠગ જે ચેક લઈ તારી પાસે આવ્યો હતો ? કોણે નકલી સહી કરી ચેક વટાવ્યો હતો?'

'એ નામ મારી જીભે નહીં આવે.'

'કારણ કે એ તારો પ્રેમી છે?'

કંકુ ચીસ પાડી સળિયા પાછળથી બે પગલાં દૂર ખસી ગઈ. 'ના ! પણ તને એની ઈર્ષા થાય છે એ નક્કી. જ્યારથી અજા જોડે મને પ્રેમ થયો છે, તું મારાથી દૂર થતો ગયો છે. જોજે પૂરબ ! ઈર્ષાની આગમાં આંધળો બની કોઇ નિર્દોષને ન સંડોવતો.'

'તો વીસ લાખ રૂપિયા ગયા ક્યાં?'

કંકુ નિરુત્તર થઈ પાછી ખૂણામાં જઈ બેસી ગઈ. પૂરબે તેની સામે હાથ જોડ્યા, વિનંતી કરી, કરગર્યો. તે ચૂપ રહી. આ બાબત એકે શબ્દ ઉચ્ચારવા તે રાજી નહોતી. અને એક આ જ કડી હતી જે કંકુને કદાચ નિર્દોષ સિદ્ધ કરી શકે !

'મેં... મેં છેલ્લે સુધી તેના સાગરિતોનું નામ જાણવાના પ્રયાસો કર્યા હતા.' કોસો તથા સુનીતાને સંબોધી તે કહી રહ્યો હતો, 'જે દિવસે તેનો ફેંસલો આવવાનો હતો, મેં છેલ્લા ઉપાય તરીકે મારા પિતાને તેની કોટડીમાં મોકલ્યા હતા. કદાચને કંકુ તેમની વાત માની જાય. અફસોસ કે તેના હોઠ સીવેલા રહ્યા.'

'તારા પપ્પાને કંકુ જોડે શું સંબંધ?' સુનીતા વચ્ચે પૂછી બેઠી.

'કંકુ તેમના ખોળામાં ઉછરી છે.'

'ના બની શકે!'

'હું કાકુ હવાલદારનો પુત્ર છું.'

સુનીતાની આંખો સ્થિર થઈ ગઈ.

૯

માંડુના હવામહેલ વિષે પૂજાએ સુનીતા પાસેથી જે કાંઈ સાંભળ્યું હતું એ અકલ્પિત હતું. બાળપણથી લઈ જવાની સુધી ટુકડા ટુકડામાં હવામહેલનું ચિત્ર તેની સામે ખડું થયું હતું. આ ચિત્ર પરીકથાઓનાં પુસ્તકોનાં પાનાંઓ પર અંકાયેલાં સપ્તરંગી પ્રસંગચિત્રો જેવું હતું.

પૂજાએ ક્યારેય હવામહેલ નહોતો જોયો. સુનીતાએ માત્ર એક વાર જોયો હતો. અને તે પણ વર્ષો પહેલાં. એ વર્ષે તે પતિની લાશનો કબજો લેવા ત્યાં ગઈ હતી. ત્યારે પૂજા ધાવણી હતી. ત્યાર પછી ઈચ્છા હોવા છતાં સુનીતા માંડુ જઈ નહોતી શકી, સમય સમયે સરબતસિંહે કાંઈ કેટલાંયે આમંત્રણો તેને પાઠવ્યાં હતાં, અને તે પચમઢી છોડી નહોતી શકી.

હેમંતના સ્વર્ગવાસનાં થોડાંક અઠવાડિયાંઓ પહેલાં જ બબ્બે વેપારનો બોજ તેના માથે આવી ગયો હતો. બે અશ્વોવાળા રથ પર તે સવાર હતી. અને તેની ટ્રેજેડી એ હતી કે એક અશ્વ પૂર્વ ભણી દોડતો હતો તો બીજો પશ્ચિમ ભણી. એક ધંધો લાકડાના ઠેકાનો હતો તો બીજો બિલ્ડરનો. આ બંને ધંધાઓમાં દર વર્ષે લાખોની લેવડદેવડ થતી હતી.

સુનીતાને કોઈ બીજા માટે ભલે સમય ન હોય, પોતાની પુત્રી માટે તેની પાસે હંમેશાં સમય રહેતો. પૂજા સમજણી થતાં તે સૂતાં પહેલાં રોજ રાતે તેને એક વાર્તા કહેતી. તેની લગભગ વાર્તાઓના કેન્દ્રમાં એક મહેલ તથા દરિયાદિલ રાજા રહેતો.

મહેલનું વર્ણન તે એટલી ઝીણવટથી કરતી કે પૂજાની આંખો સામે એક અદ્‌ભુત મહેલ ખડો થઈ જતો. સુનીતાના રાજા-પાત્રનું વર્ણન પણ ચોક્કસ રહેતું. એક દિવસ બાળ પૂજાને પ્રશ્ન થયો હતો : દરેક વાર્તામાં મહેલ એક જેવો હોય છે. દરેક રાજ હૃષ્ટપુષ્ટ, હસમુખો, અણિયાળ મૂછોવાળો હોય છે. આમ કેમ?

પ્રથમ વાર પચમઢીમાં સરબતસિંહના દર્શન થતાં તે સમજી ગઈ હતી : આ જ હતો એ રાજા. મમ્મીએ ચીતરેલું પાત્ર તેની સામે સાક્ષાત્ હાજર હતું. બાળકની બિલ્લોરી નજરે તે સરબતસિંહ સામે જોઈ રહી; પરંતુ લગ્ન પહેલાં હવામહેલ જોવાનું તેના ભાગ્યમાં નહોતું લખાયું.

સરબતસિંહને જોયા પછી તેને આટલી ખાતરી થઈ ગઈ હતી. તેની કલ્પનાનો રાજા આબેહુબ હોઈ શકે તો હવામહેલ પણ વાસ્તવિકતામાં એવો હશે!

કાર માંડુમાં પ્રવેશતાં સ્વાભાવિક રીતે હવામહેલનું ચિત્ર તેની આંખોમાં તરી આવ્યું. પહેલાં ફાટક આવશે. ફાટક પર બે સિક્યોરિટી ગાર્ડ ઊભા હશે. ફાટકના તોતિંગ દરવાજા ઊઘડતાં કાર અંદર પ્રવેશી મહેલના મુખ્ય પ્રવેશ તરફ આગળ વધશે. લગભગ એક માઈલનો આ પ્રવાસ હશે. માર્ગની બંને તરફ પીળા ફૂલોની ક્યારીઓ હશે. હરિયાળી લોન હશે. લોન પર ઊભેલાં આરસપહાણના આદમકદ રોમન શિલ્પો તેનું સસ્મિત સ્વાગત કરશે.

કાર ડ્રાઇવર ચલાવી રહ્યો હતો. પૂજા પાછલી સીટ પર બેઠી હતી. ગાર્ડન સિલ્કની લીલા રંગની સાડી તેના શરીરે શોભી રહી હતી. તેની પડખે અજો બેઠો હતો. તેનું માથું એક તરફ ઢળેલ હતું. આંખો મીંચાયેલી હતી. દિવસ–રાતના ટેન્શન પછી પહેલીવાર તેને કારમાં શાંતિપૂર્વક પોઢી જવાની તક મળી હતી. પાછળ બીજી કાર હતી. તેમાં કાલીચંદ તથા તારા સરબતસિંહ જોડે પ્રવાસ કરી રહ્યાં હતાં.

દૂરથી હવામહેલ નજરે પડતાં પૂજાને આંચકો લાગ્યો, હજી કાર ફાટકમાં પ્રવેશી હતી અને ફાટક જેવું અહીં કાંઈ હોય તો એ માત્ર એક તોતિંગ દરવાજો હતો. બીજો દરવાજો ભોંય પર સપાટ પડ્યો હતો. મિજાગરાઓ કાટમાં સડી ગયાં હતાં. બંને દરવાજા પર જંગલી વેલ ફરી વળી હતી.

ફાટકથી મહેલ સુધીનો માર્ગ જંગલ જેવો હતો. અહીં ન આરસપહાણનાં શિલ્પો હતાં, ન લૉન હતી, ન માર્ગની બંને તરફ પીળાં ફૂલોની ક્યારીઓ હતી. ઠેર ઠેર ઊંચું ઘાસ તથા અજાણ્યાં વૃક્ષો નજરે પડતાં હતાં, ઝાડી–ઝાંખરાંઓના કારણે આખો વિસ્તાર ભેંકાર લાગતો હતો.

આગળ વધતી કારમાંથી તેણે મહેલ પર નજર કેન્દ્રિત કરી. તેને અકળામણ થઈ. ના ! તેનું હૈયું બોલી ઊઠ્યું – આ હવામહેલ નથી. હવામહેલની ચમકદમક કાંઈ જુદી છે. મમ્મીએ એમ જ કહ્યું હતું : સૂર્યનાં પ્રથમ કિરણો મહેલ પર પથરાતાં તેના ગુંબજો સોનાના લાગતા હતા. ઢળતો સૂરજ તેમાં બીજા અનેક રંગોના સાથિયા પૂરતો હતો.

અત્યારે સૂર્ય ઢળી રહ્યો હતો. હવામહેલની ઉદાસી ઘેરી થતી જતી હતી. અહીં વર્ષોથી ન સમારકામ થયું હતું, ન રંગરોગાન. પૂજાને લાગ્યું, તે નગ્ન મહેલની દિશામાં આગળ વધી રહી છે.

કાર થોભે એ પહેલાં એક ભયાનક ધડાકો થયો. માનસિક ખેંચતાણમાંથી તે ચોંકી ઊઠી, કોણે ફાયર કર્યું? કોણે ગોળી છોડી? અજો પણ ઝબકીને ટટ્ટાર થઈ ગયો હતો.

'શું થયું?' પૂજાએ તેની સામે જોતાં પૂછ્યું, 'કોણે ગોળીબાર કર્યો?'

'ચોકીદાર હશે !' કારની જમણી બાજુએથી બહાર નીકળી જતાં અજાએ ઉત્તર દીધો.

બીતાં બીતાં પૂજા ડાબી તરફથી બહાર નીકળે એ પહેલાં અજો તેની પાસે આવી પહોંચ્યો. તેને થોડીક વધુ સ્પષ્ટતા કરવાની જરૂર લાગી. 'સુર્યાસ્ત પછી ક્યારેક જંગલી બિલાડા તથા રખડુ કૂતરાં અહીં ઘૂસી આવે છે. તેઓને રોકવા ચોકીદારને પોતાની રાઇફલનો ઉપયોગ કરવાની ફરજ પડે છે.'

પૂજાનો અધ્ધર થઈ ગયેલો શ્વાસ ધીરે ધીરે નીચે બેઠો. અજો તેની જોડે પગથિયાં ચઢવા લાગ્યો. 'અહીં આરસપહાણનાં પગથિયાં હતાં ને?' પૂજાએ પૂછી લીધું.

'તને કેમ જાણ થઈ ?' આશ્ચર્ય પામતાં અજાએ સામો પ્રશ્ન કર્યો, 'તું પહેલાં ક્યારેય અહીં આવી હોય એવું મને યાદ નથી.'

'મેં એમ સાંભળ્યું હતું.' તેણે ટૂંકો ઉત્તર દીધો.

'આ પગથિયાં આરસપહાણનાં જ છે. જરૂર છે, તેના પર ફરી વળેલા મેલ તથા લીલને સાફ કરવાની.'

મહેલની અંદરની હાલત બહાર કરતાં વધુ સારી નહોતી. પૂજા જોઈ ન શકી, બેઠકખંડ વચ્ચેનો ફૂવારો સુકાઈ ગયો હતો. દીવાલો પરથી ઠેકઠેકાણે રંગોના પોપડા ઉખડી ગયા હતા. સોફાઓના રંગ ઊડી ગયા હતા. પડદા ફિક્કા પડી ગયા હતા. આશ્વાસન માત્ર આટલું હતું કે અહીં થોડીક સ્વચ્છતા નજરે પડતી હતી.

બીજી કાર થોભતાં તેમાંથી કાલીચંદ તથા તારા નીકળી બેઠખંડમાં પ્રવેશ્યાં, 'પપ્પા ક્યાં છે?' સરબતસિંહ ન દેખાતાં અજાએ બંનેને સંબોધી પૂછી લીધું.

'એ તો ચોકમાં ઊતરી ગયાં.' ઉત્તર તારાએ દીધો.

અજાના ચહેરા પર સ્પષ્ટ અણગમો તરી આવ્યો. 'તારા !' તેણે ફરી કહ્યું, 'પૂજાને તું તેના આવાસે લઈ જા. હું થોડી વારમાં આવું છું.'

પૂજા કાંઇ સમજે એ પહેલાં તે બહાર નીકળી ગયો. પળભર વિચારી કાલીચંદ પણ તેની પાછળ પગલાં ભરી ગયો. તે બહાર આવ્યો ત્યારે અજો પોતે કારમાં બેસી કાર શરૂ કરવાની તૈયારીમાં હતો.

'અજા !' કાલીચંદે કારનો દરવાજો ખોલી નાખતાં તેને રોક્યો, 'તું થાકેલો છે. થોડા આરામની તને જરૂર છે.'

'પણ પપ્પા...'

'એમની ચિંતા તું ન કર.' તે બોલ્યો, 'છેલ્લા થોડાંક દિવસોથી તેમને છૂટથી પીવા નથી મળ્યું. પચમઢીમાં મેં તેમના પર સખત જાપ્તો રાખ્યો હતો. અહીં તું રોકી ન શકે.'

'હું નથી ઇચ્છતો કે તે પોતાના થર્ડ ક્લાસ મિત્રો જોડે બેસી આખી રાત પીવે અને સવારે આપણે તેમની શોધમાં ગટરો તપાસવી પડે.'

આ ખરું હતું. સમય સાથે સર્વ કાંઈ બદલાઈ ગયું હતું, હવે એ જાહોજલાલી નહોતી રહી. એ રોનક નહોતી રહી. હવામહેલ પણ એ નહોતો રહ્યો જે પહેલાં હતો. આ દુર્દશાનાં અનેક કારણો હતાં. અને તેમાંનું મુખ્ય કારણ ખર્ચાળ જીવન હતું. આવકનું સાધન એકે નહોતું અને પૈસા ઉડાડવામાં દીકરો બાપને ચડી ગયો હતો.

અલબત્ત, સરબતસિંહને માત્ર એક કુટેવ હતી અને તે હતી શરાબ. રોજના બે બાટલા 'સ્કોચ' તેની જરૂર બની ગઇ હતી. સ્કોચના બે બાટલા એટલે પાંચસો રૂપિયા. આ ઉપરાંત તેનો કાંઈ ખર્ચો હોય તો એ સખાવત હતો.

ગરીબોને તે છૂટા હાથે દાન દેતો. આ કાજે તેણે એક ટ્રષ્ટ પણ ઊભું કર્યું હતું. તેમાંથી દર મહિને હજારો રૂપિયા વિદ્યાર્થીઓને, વિધવાઓને, અપંગો, રોગીઓ, કળાકારોને એક યા બીજા કારણે મળતા હતા. છતાં આર્થિક રીતે સરબતસિંહ સધ્ધર રહ્યો હતો. તેના દીવાન હિમંતસિહે રિલાયન્સ, ટાટા, બિરલા જેવી ધરખમ કંપનીઓના શેરોમાં ધિરાણ કર્યું હતું, અમુક મૂડી ફિક્સ ડિપોઝિટમાં મૂકી હતી. લાખોનાં સેવિંગ્સ સર્ટિફિકેટ ખરીદ્યા હતાં. છેલ્લે ઇન્દિરા પત્રકની યોજનામાં નાણાં નાખ્યાં હતાં. આ સઘળી મૂડી પાંચ–પાંચ, દસ–દસ વર્ષે બમણી થતી રહેતી હતી.

અજો ઉંમરલાયક થતાં પરિસ્થિતિ બદલાઈ ગઈ. તેનો ખર્ચો ધીરે ધીરે વધતો ગયો. સાથે તેને નવી નવી ટેવો પણ વળગતી ગઈ. અંતે રેસના ઘોડાઓ તેને તાણી ગયા.

રેસ મુંબઈમાં હોય, બેંગલોરમાં હોય કે પૂનામાં, તેની હાજરી અચૂક રહેતી. દીવાન હિંમતસિહે એક દિવસ તેને સમજાવવાનું સાહસ કર્યું – 'જો દીકરા !' તેમણે કહ્યું હતું, 'આપણી જે મૂડી ફિક્સ ડિપોઝિટમાં છે તે બમણી થતાં આપણે અર્ધી રકમ મહેલના ખર્ચા માટે રાખવાની હોય અને બાકીની અર્ધી એટલે કે મૂળ રકમનું ફરી રોકાણ થવું જોઈએ. આમ નહીં થાય તો આજે જે સ્થિતિ ભૂતપૂર્વ રાજા, મહારાજા તથા નવાબોની છે તેવી દશા આપણી બેસશે.'

સલાહ સાનેરી હતી. તદ્દન ખરી હતી. ભૂતપૂર્વ રાજાઓનાં સંતાનોમાંથી કેટલાકની સ્થિતિ આજે એટલી કફોડી હતી કે તેઓ સામાન્ય માણસોની જેમ મજૂરી કરતા હતા. લખનૌના બે નવાબોની તસવીરો એક્કો દોડાવતા પ્રકાશિત થઈ હતી.

કેટલાક છેલ્લે છેલ્લે ચેતી ગયા હતા અને નાનકડો ધંધો શરૂ કરી જીવનને સંભાળી લીધું હતું; પરંતુ મહેલો તો લગભગ બધાના વેચાઈ ગયા હતા કે ફડચામાં ચાલ્યા ગયા હતા.

અજાએ કાંઈ ઉત્તર ન દીધો. દીવાને જે કાંઈ કહેવું હતું તેણે સ્પષ્ટ શબ્દોમાં કહી દીધું હતું. વધુ કાંઈ કહેવા માટે અવકાશે નહોતો કારણ કે અજાની વગ ધીરે ધીરે વધી રહી હતી. નાગની જેમ તે માથું ઊંચુ કરી રહ્યો હતો.

દીવાનના શબ્દો સાંભળી તેને આટલી ખાતરી થઈ ગઈ; તેના માર્ગ વચ્ચે માત્ર એક કાંટો હયાત છે. વહેલી તકે દીવાનને મહેલમાંથી દૂર કરવો રહ્યો. તેણે વૃદ્ધ દીવાનની પજવણી શરૂ કરી.

હવામહેલ તરફથી દીવાનને એક હવેલી તથા વીસ એકર જમીન મળ્યાં હતાં. જમીન ફળદ્રુપ હતી. તેના પર કપાસની ખેતી થતી હતી. તેની આવક દીવાનને જતી. અજાએ પહેલી તરાપ એ આવક પર મારી. ખેતીની આવક હવામહેલને મળવી જોઈએ કારણ કે કાયદેસર એ જમીન હવામહેલની કહેવાય.

દીવાને આ બાબત સરબતસિંહને જાણ કરી. સરબતસિંહે એ જ સમયે અજાને બોલાવી દીવાન હિંમતસિંહ સામે ખખડાવી નાખ્યો. અજાએ વળતો એકે શબ્દ ન કહ્યો. પોતાના બચાવમાં પણ તેણે કાંઈ ન કહ્યું.

બીજા અઠવાડિયાથી તે દીવાન પાછળ આદું ખાઈને પડી ગયો. નાના નાના નોકરો સામે તે એ વૃદ્ધનું અપમાન કરવા લાગ્યો, સ્વમાની દીવાનને તેણે એવો હડધૂત કર્યો કે રાજીનામું આપ્યા સિવાય તેની પાસે બીજો કોઈ માર્ગ ન રહ્યો. થોડા મહિનાઓમાં સપરિવાર માંડુ છોડી તે રાજસ્થાન ભેળો થઈ ગયો.

હવામહેલની પડતી તો પહેલાંથી શરૂ થઈ ચૂકી હતી. દીવાનના જતાં તેમાં ગતિ આવી. ફિક્સ ડિપોઝિટોની જમા મૂડી બમણી ત્રણ ગણી થઈ પાછી આવતી પણ તેમાંથી એકે ફૂટી કોડી પાછી જમા ન થતી. ધનના કૂવા સુકાતા ગયા. હવામહેલ બહાર જેટલી પ્રોપર્ટી હતી એ વેચાઈ ગઈ. આટલું જ નહીં, સરબતસિંહના વિશ્વાસુ ચાકરો, માળીઓ, દરવાનો, દાસ–દાસીઓ છૂટાં કરાયાં. ત્રીસેક નોકરોના રસાલામાંથી માત્ર સાત વધ્યા હતા.

સરબતસિંહ લાચાર હતો. અજો જુવાન થતાં તેણે પોતે જ હવામહેલના કારભારમાં તેને રસ લેતો કર્યો હતો. ત્યારે સરબતસિંહે નહોતું ધાર્યું કે તેના પોતાના જ ખર્ચાઓ પર કાપ આવશે! ટ્રસ્ટને તાળાં લાગી જશે. તેના વિશ્વાસુ નોકરોના સ્થાને નવા ચાકરો ગોઠવાઈ જશે. ઇમ્પોર્ટેડ વ્હિસ્કીના બદલે તેને ઇન્ડિયન વ્હિસ્કી પીવી પડશે. છતાં તે દુઃખી નહોતો. જરૂરિયાત મુજબ તેને રોજની બે બૉટલો મળી જતી હતી.

લગ્ન પહેલાં અજાએ પ્રથમવાર પિતાની આદત ઉપર પણ કાપ મૂક્યો. તે નહોતો ઇચ્છતો કે સરબતસિંહ પચમઢીમાં દારૂ ઢીંચી આબરૂના કાંકરા કરે અને સામા પક્ષે લગ્ન રદ કરવાનું કોઈને બહાનું મળી જાય. આ જ કારણે રોજના બે બાટલા પાણીની જેમ ગટગટાવી જનાર સરબતસિંહને ટકી રહેવા માટે રોજની માત્ર અર્ધી બૉટલ મળી હતી.

સ્વભાવિક હતું કે માંડુ આવી તે દારૂની દુકાન પર તૂટી પડે. હવે પહેલાં જેવો સમયે ક્યાં રહ્યો હતો! પત્નીના સ્વર્ગવાસ પછી તે સર્વ કાંઈ ખોઈ બેઠો હતો. સરબતસિંહ હવે એક સામાન્ય દારૂડિયો બની રહી ગયો હતો.

અજો કાર શરૂ કરી ન શક્યો, કાલીચંદની સલાહ યોગ્ય હતી. આજે સરબતસિંહને બેફામ પીતો રોકવાનો કોઈને હક નહોતો. કોઈ ડહાપણ કરવા જાય તો તે કાબૂમાં આવવાનો નહોતો. કાલીચંદે આ બધું વિચારીને સૂચન કર્યું હતું.

જેમ કાલીચંદે કાશીનાથ તાંત્રિકને ગુરુ તરીકે સ્વીકારી લીધો હતો તેમ અજાએ પણ એ મહાન (?) ગુરુના ચેલાને મનોમન પોતાના ગુરુ માની લીધો હતો.

તે કારમાંથી બહાર નીકળ્યો અને દરવાજો બંધ કરી કશુંક વિચારતો જ્યાંનો ત્યાં ઊભો રહ્યો. કાલીચંદને વધુ કાંઈ કહેવાની જરૂર ન લાગી. તેણે એક ઊડતી નજર અજા પર ઢાળી અને પોતાના આવાસ ભણી ચાલી નીકળ્યો.

ખભે બે–નાળી લટકાવી હવામહેલનો ચોકીદાર ટહેલતો મહેલના પ્રવેશ સુધી આવ્યો ત્યારે પણ અજો પોતાના સ્થાને કારના ટેકે ઊભો હતો. ચોકીદાર તેનાથી થોડુંક અંતર રાખી ઊભો રહી ગયો. અજાના વિચારોમાં ખલેલ પહોંચાડવાની તેનામાં હિંમત નહોતી. અજાના સ્વભાવથી તે પરિચિત હતો. કઈ ઘડીએ તે ભડકી ઊઠે એ કોઈ કહી ન શકે.

થોડી વારે અજાની નજર તેના પર ગઈ. ચોકીદારના હાથમાં એક મરેલું સસલું હતું. એ સસલું તેણે પૂંછડીમાંથી પકડી રાખ્યું હતું.

'કેમ મામદ !' અજાએ સહેજ હસી ચોકીદારને સંબોધી કહ્યું, 'શું ખબર છે ?'

'તમારી કૃપા છે, અન્નદાતા.' લળી લળીને સલામ કરતાં તેણે પોતાની સમસ્યા રજૂ કરી, 'વહેલી તકે વાડનું સમારકામ નહીં થાય તો ડુંગરાઓ પરથી વરુઓ પણ શિકારની શોધમાં અહીં ઊતરી આવશે.'

અજો ચૂપચાપ તેની સામે જોઈ રહ્યો. મામદ ગુજરાતના દરિયાકાંઠાનો ખલાસી હતો. તેના દાઢીમૂછમાં સંતાયેલો ચહેરો જોતાં તે કોઈ ચાંચિયા જેવો લાગતો હતો. પોશાકમાં તેણે કાળું જાકીટ તથા લુંગી પહેર્યાં હતાં. કમરે ચાર ઈંચ જાડો ચામડાનો પટો હતો.

'તમારા ગયા પછી બે શિયાળ ઘૂસી આવ્યાં હતાં.' મામદ કહી રહ્યો હતો, 'આજે આ સસલા પાછળ લક્કડબદ્ધો લાળ ટપકાવતો દોડી આવ્યો. એ છટકી ગયો અને આ નિર્દોષ વીંધાઈ ગયું.'

અજાને ન તેની સમસ્યામાં રસ હતો, ન એની શિકારકથામાં. 'હેરત છે!' તે બોલ્યો, 'મારી ગેરહાજરીમાં અહીં બધાં ચોપગાં મુલાકાતીઓ આવ્યાં.'

'ના, અન્નદાતા, એવું નથી.' તે બોલી ઊઠ્યો, 'બે-પગા પણ આવ્યા હતા. પેલા ભાઈ, જે હવામહેલનો હિસાબકિતાબ સંભાળે છે... શું નામ એમનું?'

'રતનસિંહ?'

'એ જ. મોટરમાં આવ્યા અને તમારી પૂછપરછ કરી બહારથી જ ચાલ્યા ગયા.'

'શું પૂછ્યું?'

'તમે પાછા ક્યારે પધારશો!'

'બીજું?'

'બીજું...?'

'મારી ગેરહાજરીમાં અહીં બીજું કોણ આવ્યું હતું?' અજાએ ચિડાઈને પૂછ્યું.

'કોઈ નહીં.'

'હું... દસ દિવસ માંડુ બહાર રહ્યો અને મને મળવા માત્ર એક જ વ્યક્તિ આવી?'

'કામનું માણસ તો એ એક જ હતા.'

'તો શું મને મળવા નકામા માણસો પણ આવે છે?'

મામદે સહેજ વિચારી એક વધુ નામ જણાવ્યું. તેની દ્રષ્ટિએ એ નામ જણાવવા યોગ્ય નહોતું. અને એ જ નામ સાંભળી અજો ઊછળી પડ્યો.

'શું કહ્યું?'

'ઈન્દબાઈ.'

'ફરી કહે!'

'કંકુની ડોસી.'

'તે અહીં શા માટે આવી હતી?'

'એ તો ભગવાન જાણે.'

'તારે પૂછવું જોઈએ કે નહીં?'

'મને પુછવાની તક મળે એ પહેલાં તો તે ચાલી ગઈ.'

'એટલે?'

હવે ચોકીદાર મામદે વિગતવાર હેવાલ દીધો, 'હું હવામહેલની પૂર્વે હતો ત્યારે તે પડછાયાની જેમ પશ્ચિમમાં વાડ પાસે ઊભી હતી, ટગરટગર હવામહેલને જોઈ રહી હતી. હું આગળ વધી તેના સુધી પહોંચું એ પહેલાં તો તે ગુમ થઈ ગઈ. આવું બે વાર બન્યું.'

તે ચૂપ થઈ જતાં અજાએ પૂછ્યું, 'બીજી વાર શું બન્યું ?'

'તે અહીં પ્રવેશ સુધી આવી હતી. સાંજના સાત વાગી ગયા હતા, મેં ધાર્યું કોઈ ચોરટી હશે! હું દોડ્યો. ફરી તે મને થાપ દઈ ઝાડી–ઝાંખરાઓમાં અદ્રશ્ય થઈ ગઈ.'

અજાની ભ્રમરો ખેંચાઈ. આખરે એ ડોકરી ઇચ્છે છે શું? આ હવામહેલ હવે કાંઈ તાજમહેલ નથી રહ્યો કે ઇન્દુબાઈ પર્યટક બની જોવા આવે! જરૂર તેના પેટમાં કાંઈ પાપ હશે !

તે ફરી કારમાં બેઠો અને ધારની દિશામાં કાર મારી મૂકી. ઇન્દુબાઈ હજી યે ગામ બહાર ખડી થયેલી ઝૂંપડપટ્ટી વચ્ચે ટિનના શેડમાં રહેતી હતી. સ્ટીઅરિંગ વ્હીલને કાબૂમાં રાખતાં તે ઝપાટાબંધ વિચારી રહ્યો હતો.

કદાચને કંકુ પચમઢીથી નિરાશ થઈ પાછી આવી હોય ! ઇન્દુબાઈએ તેને ઘરમાં આશ્રય દીધો હોય ! કદાચ આ બાબત ઇન્દુબાઈ તેની જોડે ચર્ચા કરવા ઈચ્છતી હોય ! આખરે તો એ ડોકરી નમકહલાલ છે. હવામહેલનું તેણે નિમક ખાધું છે. તે ગદ્દારી કરી ન શકે.

ઝૂંપડપટ્ટી બહાર કાર ઊભી રાખી તે પગપાળા સાંકડી ગલીમાં પ્રવેશ્યો અને પોતાના સફારી સૂટમાં ડાઘ ન પડે એનો ખ્યાલ રાખતો, સાવચેતીપૂર્વક પગલાં ભરતો તે ઇન્દુબાઈના દરવાજે આવી પહોંચ્યો. અત્યાર સુધીમાં તેણે ભીતરના રોષને અંકુશમાં લઈ લીધો હતો. ઇન્દુબાઈએ દરવાજો ખોલ્યો ત્યારે તેના ચહેરા પર સ્મિત હતું.

'અન્નદાતા !' અજા પર નજર પડતાં તે બોલી, 'તમે! મારા આંગણે ! સંદેશો મોકલાવ્યો હોત તો હું પોતે આવી જાત !'

ઝડપથી એક ઊડતી નજર ફેંકી ઓરડીમાં જોઈ લેતાં તેણે કહ્યું, 'તમને બોલાવત તો મને આવો મીઠો આવકાર કોણ દેત !' કંકુ અંદર હોત તો તેની નજરે પડ્યા વિના ન રહેત.

'અંદર નહીં આવો ?' ઇન્દુબાઈએ સ્નેહભીના સ્વરે કહ્યું, 'આજે તો તમને ચા-પાણી વિના પાછા જવા નહીં દઉં.'

'ખરું કહું તો આજે તમારા હાથની ચા પીવાનું નક્કી કરી મહેલેથી આવ્યો છું.'

'મારાં ભાગ્ય ઊઘડી ગયાં.' ઇન્દુબાઈ પ્રસન્ન થઈ ગઈ. 'મારું ઘડપણ સુધરી ગયું.'

ઘોડાના તબેલા જેવા ટિનના આ શેડમાં બેસવા માટે બે ભાંગેલી ખુરશીઓ તથા સ્પ્રિંગવાળો એક પલંગ હતો. અજાએ ખુરશી પર બેસવાનું સાહસ ન કર્યું. પલંગની કોર પર બેસતાં તેને સહેજ ખ્યાલ આવ્યો :

પતરાના ડબા જેવાં આ ઘરોમાં લોકો કેમ જીવતા હશે ? 'કંકુએ પણ પોતાની ઉંમરનાં પચીસ વર્ષોમાંથી લગભગ વર્ષો અહીં ગાળ્યાં હતાં. કંકુને મળવા તે ક્યારેક અહીં સુધી પણ આવતો હતો. એ દિવસો જુદા હતા. એની વાત જુદી હતી. ત્યારે કંકુ તેના ઇશારા પર નાચતી હતી. અને આજે?

તેના પડછાયાથી પણ ઘૃણા કરે છે ! તેના પ્રાણ હરવા કંકુએ જેલ તોડી હતી. નાસતી ફરતી હતી, પણ વહેલીમોડી તે પાછી અહીં આવવી જોઇએ એમ અજાનું મન કહેતું હતું.

સ્ટવ પર ચા તૈયાર કરી ઇન્દુબાઈએ એક ખુરશી ખેંચી અને તેના પર કપ મૂકી દીધો. પછી પલાંઠો મારી ભોંય પર બેસી જતાં કહ્યું, 'અન્નદાતા, આજે મારું હૈયું ખુશીમાં ફૂલ્યું નથી સમાતું. આમ જ ક્યારેક આ બાજુ આવતા રહો તો તમારી સેવા કરવાની તક મને મળતી રહે. બાકી આ ઘડપણ હવે સાથ નથી દેતું.'

'છતાં હવામહેલની માયા તમને ચેનથી અહીં બેસવા નથી દેતી.' ચાનો કપ ઊંચકતાં અજાએ સંકેત દીધો.

• • •

'હિઝ હાઈનેસનાં દર્શન કર્યે વર્ષો વીતી ગયાં પણ શું કરું? કંકુના કાળા કામે મારા મોઢા પર મેશ ફેરવી દીધી છે. હિઝ હાઈનેસ સામે હવે ક્યાં મોઢે ઊભી રહું ?' તે પોતાનામાં ખોવાઈને બોલી રહી હતી. 'કાંઈ કેટલીયે આશાઓ બાંધી હતી એ છોડી પર, પણ એમાં એનો ય શું વાંક ? એ તો જન્મે દુર્ભાગી છે.'

'લખ્યા લેખ કાંઈ થોડા જ મિટી શકે છે?'

'ખરું અન્નદાતા, ખરું.' ભીની થઈ ગયેલી આંખો ઘરડી આંગળી વડે લૂછી લેતાં તેણે જણાવ્યું, 'એણે પોતાનો ભવ તો બગાડ્યો, સાથે મારા ધોળામાં પણ ધૂળ પાડી. અધુરામાં પૂરું જેલ તોડી નાસી ગઈ. હવે આ દુઃખ હું કોને કહું ? અહીં સળિયા પાછળ હતી તો મહિને દિવસે એકાદ વાર તેને મળી આવતી હતી. મન હલકું થઈ જતું હતું.'

અજાએ ચા પૂરી કરી કપ પાછો ખુરશી પર મૂકી દીધો. હજી સુધી તેણે મૂળ વિષય છેડ્યો નહોતો, 'રડો નહીં, ઇન્દુબાઈ ! જેટલો પ્રેમ તમે એને કરો છો એટલો જ સ્નેહ એને તમારા પર છે. મારું મન કહે છે, તે જરૂર તમને મળવા અહીં આવશે.'

ઇન્દુબાઈએ ભીના ચહેરે તેની સામે જોયું. 'મને પણ એમ લાગે છે. આ મકાન જોડે તેને પ્રીતિ બંધાઈ છે. તે આવવી જોઈએ.'

'તમારી જેમ જ તે છાનીમાની આવશે.' શબ્દ પરથી શબ્દ પકડી અજાએ મુદ્દાની વાત કહી, 'મારી ગેરહાજરીમાં તમે બે વાર ચૂપચાપ આવી ચાલ્યાં ગયાં. મને જાણ થઈ કે હું અહીં દોડી આવ્યો. કાંઈ મુશ્કેલી હોય તો તમે મને નિઃસંકોચ જણાવી શકો છો. હવામહેલના ટ્રસ્ટને ભલે તાળાં લાગી ગયાં; હું હજી જીવતો છું. કહો, હું તમને કાંઈ મદદ કરી શકું?'

'અન્નદાતા !' ભીનો ચહેરો આ વખતે સાડલા વડે લૂછતાં તેણે અજા સામે જોયું, 'ન મારે કાંઈ મદદની જરૂર છે, ન હું મદદ માગવા હવામહેલ આવી હતી.'

'તો?'

'હું તો વર્ષોથી માંડુ નથી આવી, તમને કોણે કીધું?'

'ચોકીદારે.'

'એની આંખે મોતિયો આવ્યો હશે.'

અજો ચોંક્યો. તેના શરીમાં ઉપરથી નીચે સુધી ધ્રુજારી ફરી વળી. એ કલ્પી લેતાં તેને વધુ સમય ન લાગ્યો કે ચોકીદારે અંધકારના કારણે થાપ ખાધી હતી. હવામહેલ પર ઇન્દુબાઈ નહોતી આવી, કંકુ આવી હતી. પચમઢીના પાર્કમાં તેના પર છેલ્લો હુમલો કરી તે પાછી માંડુ આવી પહોંચી હતી. તેની પ્રતીક્ષા કરી રહી હતી, હવામહેલ પર નજર રાખી રહી હતી.

• • •

૧૦

હવામહેલમાં પૂજાની આંખો ખૂલી ત્યારે તેના ચહેરા પર પ્રસન્નતા નહોતી. દુ:ખ પણ નહોતું. આ બંને લાગણીઓ વચ્ચે દોરાએલી રેખા પર તે ક્યાંક ઊભી હતી. અને આ રેખા તલવારની ધાર જેવી હતી. કાંટાળી વાડ હતી.

અહીં તેને એક વાતનો સંતોષ હતો. અજા જોડે થયેલી સમજુતી તેના માટે મોટું આશ્વાસન હતું. વિશેષમાં લગ્ન પહેલાં અજાએ તેને ખાતરી દીધી હતી : પૂજા ! તારાં ચરણોમાં હું મારા સ્નેહનો સાગર ઠાલવી દઈશ. એક મહિનામાં તું સર્વ કાંઈ વીસરી જઈશ. બત્રીસ ઓરડાવાળો બંગલો, મમ્મી, પચમઢી એ ગામ જ્યાં તે ઊછરી હતી, કોસો...

તે જાણતી હતી. તેને વિશ્વાસ હતો. બીજું બધું ભલે તે વીસરી જાય, પ્રથમ પ્રેમ તે ક્યારેય ભૂલી શકવાની નહોતી. અજો જન્મોજન્મ માથાં પછાડતો રહે તો યે પરિણામ શૂન્યમાં આવવાનું હતું. તે કુંવારી પત્ની રહેવાની હતી.

તો આ લગ્નનો શો અર્થ? ભીતરથી પ્રશ્ન ઊઠ્યો, સાથે ઉત્તર પણ જડ્યો. લગ્ન માટે હું જવાબદાર નથી. અજાએ સઘળું જાણ્યા, સમજ્યા પછી મને સ્વીકારી છે. મારા પતિ સામે મેં મારો ભૂતકાળ સંતાડ્યો હોત, તેની જોડે હું દગો રમી હોત તો દોષી હું કહેવાત.

અજો પણ આ બધું જાણતો હતો. એટલે જ પૂજાને પ્રસન્ન રાખવા પોતાનાથી બનતા સઘળા પ્રયાસ કરી રહ્યો હતો. પૂજાની દરેક શરત તે સ્વીકારતો જતો હતો. પૂજાને સહેજે મનદુ:ખ ન થાય એ તેના પ્રયાસો હતા.

લગ્નની પહેલી રાતે પચમઢીની હોલીડે રિટ્રીટમાં અજાને તણે પોતાના શરીરને સ્પર્શતાં રોક્યો હતો. અજાએ તેના પર બળજબરી નહોતી કરી. એકે દલીલ સુધ્ધાં નહોતી કરી. એ રાત બંનેએ હૉટેલના અલગઅલગ કમરાઓમાં ગાળી હતી–જાણે તેઓ બંને પતિ–પત્ની નહોતાં, અજનબી હતાં. બે અજાણ્યાં જણ હતાં. વચ્ચે મર્યાદાની દીવાલ હતી.

અહીં પણ તેણે પોતાનો આવાસ જુદો રાખ્યો હતો. હવામહેલની પાછલી બાજું, સવારમાં ઝાંખતા જે ઓરડામાં વર્ષો પહેલાં હેમંત વસ્યો હતો, એ જ આવાસ પૂજાએ પોતાના માટે પસંદ કર્યો હતો.

પલંગ પરથી સરકી તે ઝરૂખામાં આવી. અહીંથી આખું સરોવર આંખોમાં સમાઈ જતું હતું. કમળવેલો નજરોથી પી શકાતી હતી. આકાશ જોડે વાતો થઈ શક્તી હતી. વાદળો ગીતો ગાતાં હતાં.

સૂર્યોદય થઈ ચૂક્યો હતો. ગઈ કાલે સૂર્યાસ્તના સમયે તે માંડુ આવી હતી. હજી તેણે હવામહેલની ભૂગોળ નહોતી જાણી. હજી તેણે મહેલ ફરતે એક ફેરો પણ નહોતો લીધો. હજી તેને પોતાની જિજ્ઞાસા સંતોષવી હતી. બાળપણથી તેની કલ્પના–ખરા હવામહેલ તથા આ મહેલમાં કેટલું પરિવર્તન આવ્યું છે, એ તેને જાણવું હતું.

દરવાજે ટકોરા થતાં એ સહેજ ચોંકી. અત્યારે કોણ આવ્યું હશે ? – પ્રશ્ન સાથે તે ઝરૂખામાંથી પગલાં ભરતી દરવાજા સુધી આવી અને હળવેકથી ખોલી નાખ્યા. ચાની ટ્રે લઇ સામે એક હબસી સ્ત્રી ઊભી હતી. શરીર ભરેલું હતું. ગળાથી પગની પાની સુધી લાંબા રંગીન ચોળામાં ઢંકાએલું હતું. પ્રભાતના અજવાળામાં તે મધરાત જેવી લાગતી હતી.

તેના ઘૂંઘરાળા વાળ, ગોળ લખોટો જેવી આંખો, પહોળું તથા ચપટું નાક અને મોટા હોઠ જોઈ પૂજા બે ડગલાં પાછળ ખસી ગઈ. હબસી સ્ત્રીએ સ્મિત ફરકાવ્યું. કાળામેશ ચહેરામાં આગળના થોડાંક દાંત ચળકી ઊઠ્યા. કાંઈ કહેવાની બંનેમાંથી એકેને જરૂર ન લાગી.

• • •

હબસી સ્ત્રી ચૂપચાપ અંદર દાખલ થઈ અને સેન્ટર ટેબલ પર ચાની ટ્રે મૂકી, જતાં પહેલાં જાણે તેને કાંઈ યાદ આવ્યું હોય એમ બોલી, 'અન્નદાતાએ આપને સવારે નવ વાગ્યે તૈયાર થઈ નીચે આવવા માટે વિનંતી કરી છે.'

'હું કારણ જાણી શકું ?' પૂજાએ પૂછી લીધું.

'આપ હવામહેલની મહારાણી છો.' હબસી સ્ત્રીએ તેને સગર્વ યાદ દેવડાવ્યું, 'આપે ચાકરોને વિનંતી નહીં, હુકમ કરવાનો હોય.'

'શું નામ તારું?'

'રબ્બાખાતુન' – કહેતાં તેણે ઉમેરી દીધું, 'પણ અહીં બધાં મને કાળકાના નામે ઓળખે છે.'

'હું તને રબ્બા જ કહીશ.' પૂજાએ જાહેર કર્યું, 'હવે એક વાત સમજી લે : હું ઊંચનીચના ભેદભાવમાં નથી માનતી. કોઈને હુકમ દેવો એ મારો સ્વભાવ નથી. કહે, નવ વાગ્યે મારું શું કામ છે?'

'અન્નદાતાએ આપને માંડવગઢ દેખાડવા લઈ જવાનો કાર્યક્રમ ઘડ્યો છે.'

પૂજા છક થઈ ગઈ. પતિ તેનો આટલો ખ્યાલ રાખશે એની તેને કલ્પના નહોતી. તેણે ભીંતઘડિયાળ સામે જોયું, હજી સવારના સાતે નહોતા થયા. બ્રશિંગ કરી તેણે ચા પીધી અને કલાકેકમાં નિત્યક્રમ પતાવી પોતાના પુરાણા લેબાસ, જીન્સ તથા કુરતામાં તૈયાર થઈ ગઈ.

તે બહાર નીકળવાનું વિચારી રહી હતી કે તારા આવી પહોંચી. 'સારું થયું કે તને અહીં આવવાનું સૂઝયું.' તે સહર્ષ બોલી ઊઠી, 'નહિતર ગાઇડની શોધમાં મારે અહીંના પર્યટન વિભાગની મદદ લેવી પડત.'

'ગાઇડ ! શેના માટે?'

'હવામહેલની ભૂગોળ સમજવા.'

તારા કાંઈ કહે એ પહેલાં પૂજા તેનો હાથ ઝાલી તરત બહાર નીકળી ગઈ, 'શરૂઆત ક્યાંથી કરીશું?'

'છત પરથી.' તારાએ સહેજ વિચારી જણાવ્યું, 'ત્યાંથી આખું માંડવગઢ પણ જોઈ શકાશે.'

ઉઘાડા આકાશ હેઠળ ક્રિકેટની પીચ જેટલી વિશાળ છત પર પગલાં ભરતાં પૂજાની નજરે નાનકડા ગુંબજવાળો એક મંડપ પડ્યો. તે પ્રશ્ન કરવા જાય કે એમાં કોણ વસે છે, તારા બોલી ઊઠી, 'કાશીનાથ મહારાજનો તેમાં વાસ છે.'

'કાશીનાથ!'

'કહેવાય છે કે તે સિદ્ધ પુરૂષ છે, પણ હજી સુધી તેમનો એકે ચમત્કાર જોવાનું સૌભાગ્ય કોઈને પ્રાપ્ત નથી થયું.'

પૂજાને આ નામ પરિચિત લાગ્યું. ક્યાંક સાંભળ્યું હતું, પણ ક્યાં એ તે નક્કી કરી ન શકી. તારા રનિંગ કૉમેંટરી દેતી હોય એમ લગાતાર બોલ્યે જતી હતી, 'આ મહારાજ જ્યારથી અહીં પધાર્યાં છે, તેમની દિનચર્યા નક્કી થઈ ગઈ છે. ધીરે ધીરે તારી સમજમાં પણ આવી જશે.'

'દાખલા તરીકે !'

'રાત્રે ખડાઉના અવાજ સંભળાય તો તારે ભીંતઘડિયાળમાં સમય જોઈ લેવો. મધરાતના ઠીક બાર થયા હશે.'

'રાત્રે શું તે ટહેલવા નીકળે છે ?'

'એ તો નક્કી કહી ન શકાય.' તારાએ જણાવ્યું, 'પરંતુ મહેલની ફરતે ફેરા લેતા મેં તેમને જોયા છે.'

પૂજાએ પોતાના મગજને કસી જોયું., મમ્મી પાસે સાંભળેલી મહેલની વાર્તાઓમાં ક્યારેય બાવાનું પાત્ર આવ્યું હોય એવું તેને યાદ નહોતું છતાં આ છત પર વસતા લંગોટિયાનું નામ તેને પરિચિત કેમ લાગતું હતું.

• • •

'મહારાજ કેટલાં વર્ષોથી અહીં છે?'

'તારા લગ્નના બેએક મહિના પહેલાં પધાર્યા હતા.'

હવે પૂજાને બત્તી થઈ. 'આ મહારાજ એ તો નથી જે કાલીચંદના ગુરુ છે?'

'એ જ.' તારાને આશ્ચર્ય થયું, 'તને કેમ જાણ થઈ?'

'પચમઢીથી કાલીચંદ પોતાના ગુરુને મળવા ભોપાલ ગયા હતા.' પૂજાએ ઉત્તર દીધો, 'અને પાછા અમારે ગામ આવવાને બદલે તે ગુરુને લઈ અહીં પધાર્યા.'

'ખરું.'

'અત્યારે મંડપ ખાલી કેમ છે?'

તારા તેને દોરતી છતની પશ્ચિમ તરફની પાળ પાસે આવી અને આંગળી વડે ઇશારો કર્યો, 'જો! ત્યાં બેઠા છે.'

પૂજાએ નીચે જોયું તો તેને ખ્યાલ આવ્યો. છત પરથી સાઠેક ફૂટ નીચે પથ્થરનાં પગથિયાં સરોવરકાંઠે જતાં હતાં. કાશીનાથ તાંત્રિક છેલ્લા પત્રથિયા પાસે આસન જમાવી ધ્યાનમાં બેઠો હતો. હવે તે દિગમ્બર નહોતો રહ્યો. સંસારમાં પાછા ફર્યા પછી તેને લંગોટ પહેરવાની ફરજ પડી હતી.

'રોજ સવારે પાંચના ટકોરે ઊઠી તે સરોવરકાંઠે પૂજાપાઠ કરવા બેસી જાય છે.' તારાએ ઉમેર્યું, 'આ સરોવર મુંજ તળાવના નામે ઓળખાય છે તેની પૂર્વ તરફ કપૂર તળાવ છે.'

પૂજા તાંત્રિક પરથી નજર ખસેડી ઉત્તર તરફની પાળે આવી. 'પેલો મહેલ કોનો છે ?'

'નજીકનું ચણતર જહાજમહેલનું છે. તેની પાછળથી ડોકિયાં કરતો મહેલ હિંડોળાના નામે ઓળખાય છે. તને જાણીને આશ્ચર્ય થશે કે આ બંને મહેલેની હાલત અત્યારે એટલી જર્જરિત છે કે એ જોઈ હવામહેલની આંખોમાં આંસુ આવી જાય.'

પૂજાએ તેની સામે જોયું. 'તારા,' અને કહ્યું, 'હવામહેલની હાલત જોઈ મારું હૈયું રડી ઊઠ્યું હતું. હજુ ય કાંઈ સમજાતું નથી, ક્યાં છે એ મહેલ જેના ખૂણેખૂણામાંથી રાગરાગિણીઓ છેડાતી હતી? ક્યાં ગયો એ મહેલ જ્યાં હિંદુસ્તાનના રાજા–મહારાજાઓનો મેળો લાગતો હતો ? રાણી તથા કુંવરીઓ અહીં અપ્સરાઓની જેમ વિહરતી હતી. રાજહંસો અહીં મોતીનો ચારો ચરતા હતા. તારા, તું જાણે છે આ પડતીનું કારણ...?'

'પહેલા દિવસે આ બધા પ્રશ્નો ન પુછાય.' તેને રોકતાં તારાએ સીડીઓ તરફ ઇશારો કર્યો, 'નીચે ચાલીશું?'

પૂજાને સહેજ માઠું લાગ્યું; પરંતુ એ તેણે જાહેર થવા ન દીધું. આખરે તારા પણ હવામહેલની એક સભ્ય હતી. અહીંની ખાનગી વાતો તેના હોઠે ન આવે એમાં નવાઈ શી ?

છત પરથી બંને જણ પાછાં પહેલે મજલે આવ્યાં અને ત્યાંથી સીડીઓ ઊતરી બેઠકખંડમાં પ્રવેશ્યાં. અહીં પૂજા થોભી ગઈ. તેની આંખો કાંઈક શોધી રહી હતી, 'તારા!' અંતે તેણે મદદ લીધી, 'પેલા ખૂણામાં કમર સુધી ઊંચો એક ચાઈનીઝ કુંજો રહેતો હતો, ખરું ?'

'તેનું શું?'

પૂજાને યાદ હતું, હિઝ હાઈનેસ કોઈના પર પ્રસન્ન થતા ત્યારે એ કુંજામાં હાથ નાખી જેટલી સોનામહોરો મુઠ્ઠીમાં આવે તેટલી કાઢી સામી વ્યક્તિને ભેટ દઈ દેતા. આજે ન એ કુંજો હતો, ન અશરફીઓ. ખૂણો ખાલી હતો. દીવાલો વાંઝણી હતી. પૌરાણિક વસ્તુઓના સંગ્રહસ્થાન જેવો લાગતો મહેલ એક સામાન્ય હવેલી બની ગયો હતો.

તારા કાંઈ જવાબ ન દેતાં આગળ વધી ગઈ. પુજા તેની પાછળ ચાલી. મુખ્ય પ્રવેશમાંથી બહાર નીકળતાં તેને ખ્યાલ આવ્યો : જમણી તરફ માત્ર ઝાડી–ઝાંખરાં હતાં. સામે જંગલ જેવું લાગતું હતું. મહેલના પ્રવેશથી ફાટક સુધી આ જંગલ ફેલાયેલું હતું. પૂજા ડાબી તરફ વળી.

'પહેલાં આ તબેલાઓમાં ડઝનથી વધુ રેસના ઘોડાઓ રહેતા હતા.' તારાએ તેની જોડે પગલાં ભરતાં જણાવ્યું, 'હવે માત્ર એક ઘોડો બાકી વધ્યો છે.'

'મારી મમ્મીને ઘોડેસવારીનું ઘેલું હતું.' ઘોડાને જોતાં પૂજાને યાદ આવી ગયું, 'તેની બરોબરી ભલભલા પુરુષો પણ કરી ન શકતા, ઘોડા પર સવાર થઈ તે બેસતી તો એવું લાગતું જાણે ઝાંસીની રાણી બેઠી હોય.'

'હું જાણું છું.'

સાશ્ચર્ય તેણે તારા સામે જોયું, 'તું કેમ જાણે?'

'જેમ તું હવામહેલ વિષે સર્વકાંઈ જાણે છે.'

'મને તો મારી મમ્મીએ વાર્તાઓ દ્વારા સઘળું સંભળાવ્યું હતું.' – કહેતાં તેણે પૂછી લીધું, 'તને ?'

'તારા પપ્પાએ.'

બંને જણ ખાલી તબેલાઓ પાર કરી દીપડાના એક પાંજરા પાસે આવી પહોંચ્યાં હતાં. જો આ વિકરાળ પ્રાણીને અહીં જોઈ તે સ્તબ્ધ થઈ ન હોત તો તારાને તેણે જરૂર પૂછ્યું હોત કે હેમંત જોડે તેના શું સંબંધ હતા?

'આ... આ દીપડો અહીં ક્યાંથી?'

'શિકારની શોધમાં એ ડુંગરાઓ પરથી ઊતરી આવ્યો હતો.' તારાએ જણાવ્યું, 'ચોકીદાર મામદે તેને જીવતો છટકામાં લઈ લીધો. અજાજીને ગમી ગયો એટલે તેને રાખી લીધો.'

પૂજાને કંપારી વછૂટી ગઈ. દીપડાને કોઈ પાળે એ હજી તેની કલ્પનામાં નહોતું બેસતું. તે એકીટશે પાંજરામાંથી ડોળા ઘુરકાવતા આ ખતરનાક પ્રાણીને જોઈ રહી હતી કે એકાએક તે વીફર્યો. જાણે તેણે પોતાના વેરીને નજીકમાં ક્યાંક જોયો હોય એમ ત્રાડ પાડી અને પાંજરાના સળિયાઓ પર પોતાના પંજા વડે ઝાપટ મારવા લાગ્યો.

ડરીને પુજા બે પગલાં પાછળ ખસી. અજાએ તેને બંને હાથમાં જકડી લીધી. તે ક્યારે આવી પાછળ ઊભો રહી ગયો હશે એ કલ્પી લેતાં પૂજાને સમય ન લાગ્યો, અચાનક દીપડાના સ્વભાવમાં આવેલું પરિવર્તન પણ હવે રહસ્ય ન રહ્યું. નક્કી દીપડો તેને જોઈ વિફર્યો હતો.

તરત તે અજાના હાથમાંથી સપ્રયાસ છૂટી અલગ થઈ ગઈ. અજાએ ખડખડાટ હસી દેતાં ટકોર કરી, 'આ જાનવર પણ ઈચ્છે છે કે આપણે એક થઈ જઈએ !'

તારાની ઉપસ્થિતિમાં બેશરમીથી ઉચ્ચારાયેલું આ વાકય પૂજાને ખૂંચી ગયું. અલબત્ત, તારા માટે કાંઈ છાનું નહોતું, તે તો શું, મહેલના ચાકરો સુધ્ધાં જાણી ગયાં હતાં કે રાત્રે પતિ–પત્ની એક ઓરડામાં નહોતાં સૂતાં – પરંતુ આમ જાહેરમાં એ બાબત ઉલ્લેખ કરવાની અજાને જરૂર હતી ?

પૂજાથી કહ્યા વિના ન રહેવાયું, 'અજા ! મનના મેળ વિના તન સોંપનારી સ્ત્રી વેશ્યા કહેવાય.'

તેણે સામે પ્રશ્ન કર્યો, 'અને એ સ્ત્રીના કપાળે ચાંદલો હોય તો?'

'એ સ્ત્રી વેશ્યા કહેવડાવવાને લાયક પણ ન રહે, સમજ્યો?'

અજો સમસમી ગયો. એ જ પળે કાલીચંદ આવી ચડ્યો ન હોત તો તેણે ડાબા હાથની એક ઝાપટ મારી પૂજાનું મ્હોં બંધ કરી દીધું હોત !

'દીકરી !' પતિ–પત્ની વચ્ચે સર્જાયેલા ટેન્શનને ગ્રહણ કરી લેતાં તે પૂજાને સંબોધી બોલ્યો, 'હવે તું જ જઈને સમજાવ. મેં કેટલું યે કહ્યું; પરંતુ કજરી આપણી જોડે આવવા રાજી ન થઈ.'

અજાએ આ તક ઝડપી લેતાં કાલીચંદ સામે જોઈ પૂજા પર વાર કર્યો, 'જે સ્ત્રી પતિનો આદેશ ઠુકરાવે એ પારકાની વાત શું માને?'

'તમે બંને જઈ વિનંતી કરશો તો જરૂર માનશે.'

પૂજા દ્વિધામાં પડી ગઈ. અજા જોડે જવા તે અત્યારે રાજી નહોતી. 'એક પ્રયાસ કરવામાં મને વાંધો નથી લાગતો.' અંતે નિર્ણય લેતાં તેણે તારાનું કાંડું પકડ્યું અને ચાલી નીકળી.

'તેં... તેં જોયું ને, કાલીચંદ!' અજો ઘાયલ નાગની જેમ વળ ખાઈ બોલી ઉઠ્યો, 'એ ચુડેલ એના મનમાં સમજે છે શું? હું એના પ્રત્યે જેટલી માણસાઈ દર્શાવું છું, એટલી જ તે માથે ચઢતી જાય છે.'

કાલીચંદે કાંઈ પ્રતિક્રિયા ન દર્શાવી.

'લગ્નની પહેલી રાતે મને બહાર ધકેલી દીધો.' બમણા જોશથી તેણે આગળ ચલાવ્યું, 'હું ચૂપ રહ્યો. અહીં તેણે અલગ આવાસની માગણી કરી. હું ખામોશ રહ્યો. હવે કહે છે કે મનના મેળ વિના તન સોંપનારી પત્ની વેશ્યા કરતાં યે બદતર હોય છે.'

'આમાં તેણે ખોટું શું કહ્યું ?' કાલીચંદે સ્વસ્થતાપૂર્વક પ્રશ્ન કર્યો.

રાતાપીળા થઈ ગયેલા અજાના ચહેરા પર એકાએક ગૂંચ તરી આવી : 'કાલીચંદ! તું એમ કહેવા ઈચ્છે છે કે તે ખરી અને હું ખોટો?'

'તદ્દન ખરું.'

'શું એક પત્નીની ફરજ નથી કે તે પોતાનું શરીર પતિની સેવામાં ધરી દે?' અજો પોતાની હાર સ્વીકારવા હજી તૈયાર નહોતો. 'શું એક પતિવ્રતાનો ધરમ નથી કે સ્વામીની દરેક ઇચ્છાઓની પૂર્તિ કરવા માટે તે તૈયાર રહે?'

'ભૂતકાળમાં આ રિવાજ હતો.' કાલીચંદ નો અવાજ તદ્દન નરમ હતો, 'આજના યુગમાં કોઈ પુરુષ પોતાની પત્નીની મરજી વિરુદ્ધ તેને ભોગવે તો અત્યાચાર કહેવાય.'

અજો ચકિત થઈ જોઈ રહ્યો.

'કાયદો સ્ત્રીઓની લાગણીની તરફેણમાં છે.' કાલીચંદે ઉમેર્યું, 'વર્ષો પછી સ્ત્રીઓને આ પુરૂષ સમાજે થોડાંક હક દીધા છે. એ દ્રષ્ટિએ જોતાં તને નથી લાગતું કે પૂજાની દલીલ દમ વિનાની નથી ?'

અજાનો ઉશ્કેરાટ શાંત પડી ગયો.

'બીજું,' તેના ચહેરાના ભાવ વાંચી લેતાં કાલીચંદને પ્રોત્સાહન મળ્યું, 'તારાં લગ્ન ભલે વૈદિક પદ્ધતિએ થયાં હોય, તમારાં લગ્ન, લગ્ન નહોતાં, કોન્ટ્રાક્ટ હતો.'

'કોન્ટ્રાક્ટ ?' અજાએ હવે હોઠ ખોલ્યા.

'કેમ! લગ્ન પહેલાં પૂજાએ શરતો નહોતી મૂકી! તેં એ બધી શરતો નહોતી સ્વીકારી? હવે તું એમ કહે કે તારી પત્ની બીજી હિંદુ નારીઓ જેવી નથી તો આમાં વાંક કોનો?' કાલીચંદ કહી રહ્યો હતો, 'લગ્ન પહેલાં તને સંપૂર્ણ છૂટ હતી, તારે એ બધી શરતો નહોતી સ્વીકારવી !'

'તો મારી જોડે લગ્ન કરવાથી તે ઇનકાર કરી દેત, બલ્કે તેં પોતે ઇચ્છતી હતી કે આ લગ્ન ન થાય.'

'અજા !' કાલીચંદે હવે પોતાના સપાટ શબ્દોમાં થોડીક ચાસણી ભેળવી, 'તું જાણે છે કે પૂજા જોડે તારાં લગ્ન ગોઠવવા માટે મારે કાંઈ કેટલાય કાવાદાવા કરવા પડ્યા છે. વચ્ચેથી કોસોનો કાંટો કાઢવા માટે મેં શું નથી કર્યું ? આજે તે પચમઢીની હૉસ્પિટલના ખાટલા પર તરફડી રહ્યો છે, એથી પણ તું અજાણ નથી.'

•••

સહેજ થોભી તેણે આગળ ચલાવ્યું, 'હવે મારી તને આટલી વિનંતી છે : થોડાંક દિવસ તું તારો ગુસ્સો અંકુશમાં રાખ. નહિતર આ લગ્નનો કોઈ અર્થ નહીં રહે. મારા કર્યાં–કારવ્યા પર પાણી ફરી વળશે. પાંજરામાં આવેલી ચકલી ક્યારે ઊડી જશે એની ન તને સુધ રહેશે ન મને.'

'તારી વાત મને સમજાય છે, કાલીચંદ.' અજાએ તેની દલીલો સ્વીકારી લેતાં સ્મિત ફરકાવ્યું, 'તું પડખે ચડ્યો ન હોત તો કોણ જાણે મારું શું થાત! પંદર વર્ષોના વનવાસ પછી તું અણીને વખતે પાછો ફર્યો – નહિતર આ હવામહેલની હાલત જોઈ વેરાન પડેલા માંડુના મહેલોએ જશન મનાવ્યો હોત.

દૂરથી પૂજા તથા તારાને કજરી જોડે આવતી જોઈ કાલીચંદને આશ્ચર્ય ન થયું. પોતાના પુત્ર કોસો માટે કજરીનો ડોળો પહેલાંથી પૂજા પર હતો. પ્રથમ દ્રષ્ટિએ પૂજા તેને ગમી ગઈ હતી. એ દિવસ કજરીને આજે પણ યાદ હતો.

તે અપ્સરાવિહાર કુંડ પાસેના ઝરણામાં પરોઢિયે સ્નાન કરી રહી હતી. દૂરના ધુમ્મસમાંથી આવતી પૂજા તેની નજરે પડી, ઝટપટ ઝરણામાંથી બહાર નીકળી તેણે પોતાના ડિલે કપડું વીંટાળ્યું અને પૂજા તેની સામે આવી પરીની જેમ ઊભી રહી ગઈ.

એ જ પળે તેના મનમાં મીઠી ઘંટડીઓ રણકી હતી. એ જ પળે તેણે કલ્પનામાં કોસો તથા પૂજાની જોડી જોઈ હતી. એ જ પળે તેને પ્રતીતિ થઈ હતી : બત્રીસ ઓરડાવાળી ઘોટુલના મારા સરદાર માટે સર્જાઈ છે. પણ કોસો ક્યાં? તે પચમઢીમાં હતી અને પુત્ર ઝાંઝાંમાં.

ઈશ્વરે જાણે તેની પ્રાર્થના સાંભળી હોય એમ એક દિવસ તેની આંખ સામે જ કોસો તથા પૂજા સામસામે આવી ગયાં. એ દિવસે પૂજા માવાના પેંડા સાથે ખુશખબર લઈ આવી હતી. સુનીતાના નકોરડા ઉપવાસ પૂર્ણ થયા હતા. કેન્સરમાંથી તે બેઠી થઈ હતી. પૂજાએ કાલીચંદ તથા કજરી પછી કોસોના મોંમાં પણ એક પેંડો દીધો હતો. તે હરખઘેલી થઈ ગઈ હતી.

તેની અંતરપ્રેરણા તદ્દન ખરી પડી હતી. તે હવે ખાતરીપૂર્વક કહી શકતી હતી. કોસો તથા પૂજાએ એકમેકની આંખોમાં જોઈ મનના ભેદ વાંચી લીધા હતા. તેનાથી કાંઈ અજાણ્યું નહોતું રહ્યું.

ત્યાર પછી પૂજા કોસો જોડે ઝાંઝાંના પ્રવાસે ચાલી ગઈ હતી અને કાલીચંદ કજરીને લઈ પોતાના ગુરુના દર્શને ભોપાલ નજીકના ડુંગરાઓમાં ગયો હતો. ત્યાંથી તાંત્રિકને પણ સાથે લઈ કાલીચંદ હવામહેલ પાછો ફર્યો હતો.

તેનાં પિતા રાયસાહેબનો સ્વર્ગવાસ વર્ષો પહેલાં થઈ ગયો હતો; પરંતુ તેની ઘરડી મા હજી હયાત હતી. કાઠી મજબૂત હોવા છતાં ઢળતી ઉંમરે તેને પથારીવશ કરી દીધી હતી. તે અપંગ નહોતી છતાં પોતાનો વધુ પડતો સમય પલંગ પર ગાળતી હતી.

કજરીને સાસુ મળતાં તે પ્રસન્ન થઈ ઘાણીએ જોડાતા બળદની જેમ સ્વેચ્છાએ સાસુની સેવામાં જોડાઈ ગઈ. એ તેની ફરજ હતી. એ તેનો ધરમ હતો. ઘોટુલના સંસ્કાર પણ એ જ કહેતા હતા.

કાલીચંદને કજરીમાં પત્ની તરીકે વધુ રસ નહોતો. જો તે કોસોની સગી મા ન હોત તો કાલીચંદે ક્યારની તેને રઝળતી મેલી દીધી હોત કે પછી તેનું માથું ધડથી અલગ કરી દેવીને ભોગ ચડાવી દીધો હોત. કાલીચંદની કુંડળીમાં કોસોના હાથે મૃત્યુ લખાયું ન હોત તો...

હવામહેલ આવ્યા પછી કાલીચંદ તથા કજરીના સંબંધો પર લગભગ પૂર્ણવિરામ મુકાઈ ગયું હતું. કાલીચંદના આવાસે ફ્રીજ હતું, કબાટ હતા, પલંગ હતો, તો પત્ની તરીકે કજરી પણ હતી.

કજરીનું જીવન ચાર દીવાલો હતું. તે નહોતી જાણતી કે કોસો તથા પૂજાના પ્રેમે પ્રગતિ કરી હશે કે નહીં. તે નહોતી જાણતી કે તેના પુત્રે પ્રભુતામાં પગલાં માંડ્યાં હશે કે નહીં? ક્યારેક આ બાબત વિચારતાં તેને ઉત્તર મળતો : દીકરો લગ્ન કરે અને એ પ્રસંગે માતા હાજર ન હોય એમ કાંઈ બને?

આજે તારા જોડે પૂજાને પોતાના આવાસે ઊભેલી જોઈ તે આશ્ચર્યમાં ગરકાવ થઈ ગઈ હતી. કાંઈ કેટલા યે પ્રશ્નો ટોળે વળી તેના માનસપટ ઉપર ભેગા થઈ ગયા હતાં. પુજા એકલી આવી? કોસોને જોડે ન લાવી ? લગ્નપ્રસંગે માને તેડવા દીકરાએ આવવું જોઈએ કે વહુએ ?

આમાંનો એકે પ્રશ્ન તે કરી ન શકી. અત્યારે તે એટલી બધી ગૂંચવાઈ ગઈ હતી કે તેને જીભ હોત તો યે તે મોં ખોલી શકી ન હોત, પૂછી શકી ન હોત કે લગ્નની તિથિ કઈ છે?'

'કજરીબેન !' તેને પહોળી આંખે જોતી જોઈ પૂજા બોલી ઊઠી, 'મને ન ઓળખી ! હું પૂજા.'

જાણે ભાનમાં આવી હોય એમ તેણે હકારમાં બે વાર માથું ધુણાવી દીધું.

'ચાલો, તૈયાર થઈ જાવ! હું તમને તેડવા આવી છું.'

હકીકતમાં કાલીચંદે આજના કાર્યક્રમ વિષે તેને કાંઈ જણાવ્યું નહોતું. તે ફરી મૂંઝાવા લાગી. ગૂંચવાળા દોરાઓ તેની મોટી મોટી કાજળવાળી આંખોમાં તરવા લાગ્યા. ફરી એક વાર તેની આંખો પૂજાના ચહેરા પર સ્થિર થઈ ગઈ.

'આપણે બૂઢીમાંડવ જોવા જવાનું છે.' થોડીક વધુ સ્પષ્ટતા કરવાની પૂજાને ફરજ પડી. એટલે તેણે ચોક્કસ સ્થળનું નામ જણાવ્યું.

બૂઢીમાંડવ, માંડવગઢથી વધુ છેટે નહોતું. આગળ કાંઈ ન વિચારતાં કજરી ઝડપથી તૈયાર થઈ ગઈ. તેણે લાંબા કેશનો અંબોડો વાળી તેમાં ત્રણ કળાત્મક કાંસકા ભેરવ્યા. કપાળે મોતી ભરેલી પટ્ટી બાંધી. ગળામાં પીળા પથ્થરોની એક માળા હતી. રાતા તથા લીલા પથ્થરોની બે માળા વધુ નાખી. આંખોમાં કાજળ ઠીક કર્યું.

તારા તથા પૂજા જોડે બહાર આવતાં તેની નજરે દીપડાના પાંજરા પાસે ઊભેલા કાલીચંદ તથા અજો પડ્યા. ફરી તેને પ્રશ્ન થયો : કોસો ક્યાં? અત્યારે બૂઢીમાંડવ જવાનો શો અર્થ? અને અચાનક તેને ખ્યાલ આવ્યો. તેના આગળ વધતા પગ થોભી ગયા.

આ વખતે તેણે ધારીને પૂજા સામે જોયું. પૂજાના ચહેરા પર રમતા વાળની એક લટ કપાળ આડેથી ખસેડી ચાંદલો જોયો અને તે ચોંકી ઊઠી. શું આ ચાંદલો ફૅશન છે કે સૌભાગ્યની નિશાની? અજા જોડે કાલીચંદે તેની સામે આવતાં કહ્યું, 'કજરી ! પૂજા આપણા અજાજીની ધરમપત્ની છે.'

કજરીએ ઝટકા સાથે ચહેરો ઘુમાવી અજા સામે જોયું . કાલીચંદ સામે જોયું, પૂજા સામે જોયું, તેનાં સપનાંઓનો મહેલ ગંજીફાનાં પત્તાંની જેમ પવનમાં ફૂંકાઈ ગયો હતો. તેના કાળજા પર કરવત ફરી ગઈ હતી.

હવે તેણે કાલીચંદના ચહેરા પર દ્રષ્ટિ કેન્દ્રિત કરી. તેની આંખોમાં આરપાર જોતાં તે સમજી ગઈ. પોતાના જ પતિએ સાવકા પુત્ર પર વેર વાળ્યું હતું. કોસોનું જીવન તેણે વેરણ–ખેરણ કરી નાખ્યું હતું. ક્યાં હશે એ ગરીબડો? આ ઘા તે જીરવી શક્યો હશે કે નહીં?

તેને પુત્રના શબ્દો યાદ આવી ગયા. પુત્રે તેને વારંવાર ચેતવી હતી. 'મા! આ તો ઝેરી નાગ છે. જેના ઘેર દૂધ પીશે તેને જ ડંખ મારશે.' પ્રથમ વાર કજરીએ શંકાસ્પદ દ્રષ્ટિએ પતિ સામે જોયું. કાલીચંદથી આ છાનું ન રહ્યું.

'કજરી.' વિશેષમાં તેણે બળતામાં પેટ્રોલ છાંટયું, 'અન્નદાતાને આશીર્વાદ નહીં દે?'

તે હલી ગઈ. ચહેરો તમતમી ઊઠ્યો. આંખો સાથે કાનની બૂટો પણ રાતી થઈ ગઈ. પતિ સામે ધિક્કારપૂર્ણ નજરે જોતાં તે ભોંય પર થૂંકી અને પાછી ચાલી ગઈ.

કાલીચંદ સિવાય કોઈ કાંઈ સમજી ન શક્યું.

• • •

૧૧

માંડુ પહાડીની પશ્ચિમ બાજુએ, એક જુદી પહાડી પર આવેલા ઐતિહાસિક સ્થળનું નામ છે, બૂઢીમાંડવ. અહીં પ્રાચીન કિલ્લેબંધીના અવશેષ મળે છે. આ અવશેષો ગીચ જંગલોની વચ્ચોવચ આવેલા છે. વિશેષમાં અહીં એક તળાવ તથા દસમી સદીના મંદિરોના અવશેષો પણ છે.

આ સ્થળ અજાનું પ્રિય હતું. પૂજાને પ્રસન્ન કરવા તેણે પિકનિક માટે આ જ સ્થળ ચૂંટ્યું હતું. ઠીક નવ વાગ્યે કાલીચંદ તથા તારા જોડે તેઓ હવામહેલમાંથી પગપાળાં ચાલી નીકળ્યાં.

તારાના હાથમાં સૅન્ડવિચ તથા ફળોથી ભરેલી બાસ્કેટ હતી. પૂજાના ખભા પરથી ચાનું થરમૉસ ઝૂલી રહ્યું હતું. બંને જણી ગપ્પાં મારતી આગળ ચાલી રહી હતી. કાલીચંદ તથા અજો થોડુંક અંતર રાખી પાછળ પાછળ પગલાં ભરી રહ્યા હતા.

અજાના હાથમાં માછલી પકડવાની ફૅન્સી લાકડી સાથે એક વધુ બાસ્કેટ હતી. આમાં નૅપ્કિનો હતા. ભોંય પર પાથરવા માટે શેતરંજી હતી. ગલમાં ભેરવવા માટે અળશિયાઓથી ભરેલી માટીની એક કુલડી પણ હતી. કાલીચંદના ગળામાં માત્ર એક કૅમેરા હતો.

થોડી વાર પછી તેઓ માંડુની પશ્ચિમ પર્વતીય ધાર પર આવી પહોંચ્યાં. અહીંથી ઉતરાણ શરૂ થતું હતું. સામે હતી ફક્ત એક નાનકડી કેડી. પૂજા આ કેડી જોઈ ઉત્સાહમાં આવી ગઇ. સાહસ તથા જોખમ જોડે તેને બાળપણનો સંબંધ હતો. કહી શકાય તો આ તેના લોહીમાં હતું.

સુનીતા, તેની મમ્મીએ પોતાનાં લગ્ન પહેલાં હિમાલયના પર્વતો ખુંદવાનો કાર્યક્રમ ઘડ્યો હતો. લગ્ન પછી હનીમૂન મનાવવા તેણે કાશ્મીર કે સીમલા નહીં, કાન્હાનું વન પસંદ કર્યું હતું. પૂજાને આ બધું જાણે વારસામાં મળ્યું હતું.

સૌ પ્રથમ તે જ કેડી પર ઊતરી અને પહાડના ઢાળ પર તથા ક્યાંક ધાર પર સરકતી આગળ વધવા લાગી. તારા તેની પાછળ હતી; પરંતુ તે શિલાઓ પર બેસી બેસીને ઊતરી રહી હતી. બંને વચ્ચે અંતર પણ ખાસ્સુ વધી ગયું હતું.

કાલીચંદ તથા અજાની ગતિ તારા કરતાં ય ધીમી હતી. બંને પુરુષો એકમેકને અડીને ફૂંકી ફૂંકીને પગલાં ભરી રહ્યા હતા. વાતાવરણમાં મૌન તરી રહ્યું હતું. પક્ષીઓનો કલરવ તથા ફૂંકાતા પવનનો ઘુઘવાટ આ મૌનમાં સ્પષ્ટ સંભળાતો હતો.

'કાલીચંદ !' અજાએ આખરે હોઠ ખોલ્યા, 'તારી કજરી પાછી કેમ ચાલી ગઈ ?'

'સાથે આવાવાની તેને ઈચ્છા નહીં હોય !' તેણે ઊડતો જવાબ દીધો.

'તૈયાર થઈ પૂજા જોડે શા માટે આવી હતી ?'

'હું શું જાણું?'

'લાગે છે, મારાથી તું કાંઈ સંતાડી રહ્યો છે !'

અડધે રસ્તે શેફાલીના છોડવાઓની ક્તાર શરૂ થતાં અજો થોડી વાર માટે થોભી ગયો. દૂર સુધી કેડીને અડીને સેંકડો શેફાલી ઊભી હતી.

'અજા !' કાલીચંદે તેને જણાવી દીધું, 'મેં ક્યારેય તારા નિજી જીવનમાં ચંચૂપાત નથી કર્યો.'

'મારા જીવનમાં ચંચૂપાત કરવા જેવું કાંઈ છે પણ નહીં.'

'કંકુ કોણ છે ?'

અજો સાણસામાં આવી ગયો.

'શા માટે તેણે પચમઢીમાં તારા પર ગોળીબાર કર્યો?' કાલીચંદ પૂછી રહ્યો હતો, 'શા માટે અહીં હવામહેલની આસપાસ પ્રેતની જેમ તે ભટકે છે ? શા માટે તે તારા પ્રાણ ઇચ્છે છે? મને ઊંઠાં ન ભણાવતો કે કંકુ તારા પ્રેમમાં હતી એટલે...'

'આ ખરું જ છે.' અજો વચ્ચે બોલી ગયો, 'મેં તેની જોડે લગ્ન ન કર્યાં એટલે તે ઉશ્કેરાઈ છે. ભાન ભૂલી છે. કદાચ તું જાણતો નહીં હોય, એ બાળપણથી વેરીલી હતી.'

'અર્થાત્ બાળપણથી તારા સંબંધ તેની જોડે હતા !'

અજાએ 'હા' કહેવું પડ્યું. એક વધુ માહિતી તેણે કાલીચંદને દીધી હતી અને આ તેનો સ્વભાવ નહોતો. કોઈ પણ બાબત જરૂર કરતાં વધુ કોઈને ન જણાવવું એ તેનો વણલખ્યો સિદ્ધાંત હતો.

'અજા !' કાલીચંદે તેને સમજાવવાનો પ્રયાસ કર્યો, 'એક વાત કાન ખોલીને સમજી લે. તું મારી જોડે પણ સંતાકૂકડી રમીશ તો એમાં તારું નુકસાન છે. તું જાણે છે, હવામહેલનું મેં નમક ખાધું છે. હું તારી ભલાઈ ઇચ્છું છું. અને તારી ભલાઈ એમાં છે કે તું મને કંકુ બાબત પૂરેપૂરી માહિતી દે. એ તારું કાટલું કાઢી નાખે એ પહેલાં હું તારા માર્ગ વચ્ચેથી તેને દૂર કરી દઈશ.'

એકાએક અજો ખડખડાટ હસી પડ્યો. તેના હાસ્યના પડઘા ખીણમાં ગુંજી ઊઠ્યા, 'કાલીચંદ !' પછી કેડી પર આગળ વધી જતાં તેણે જણાવ્યું, 'શું તું મને આટલો નબળો ધારે છે કે એક છોકરીથી ડરી હું ભાડૂતી મારો રોકું? એ ન ભૂલ કે હું વાણિયો–બામણ નથી; ક્ષત્રિય છું. મારી રગોમાં રણવીર રાજપૂતોનું લોહી વહે છે.'

કાલીચંદ તેની પાછળ ચૂપચાપ પગલાં ભરી રહ્યો હતો. કહેવા માટે હવે તેની પાસે કાંઈ બાકી રહ્યું નહોતું. વિશેષમાં અજાએ તેનું અપમાન કર્યું હતું. આડકતરી રીતે તેને ભાડૂતી હત્યારો કહ્યો હતો. આ કડવો ઘૂંટ તે ગળા નીચે ઉતારી ગયો.

કેડીના અંત પહેલાં પૂજા થોભી ગઈ હતી. બંને પુરુષોને અહીં સુધી આવતાં હજી સમય લાગવાનો હતો. 'ત્યાં મહુડા તથા બેહડાં છે.' તારાને તે સમજાવી રહી હતી, 'આ તરફ સાગ, શાલ તથા બીજા ઇમારતી વૃક્ષો છે, હવે આને જો!'

કેડીના વચ્ચોવચ ઊભેલા એક ઝાડનાં નાનાં નાનાં ફળ તોડતાં તેણે કહ્યું, 'આ વૃક્ષ આમળાનું છે. હજી ફળ કાચાં છે. એકાદ ચાખી જોઈશ તો તૂરું લાગશે.'

'હું ધારતો હતો કે તું માત્ર ચિત્રકાર છે.' અજાએ ધાર્યા સમય પહેલાં બંનેની નજીક આવી પહોંચતાં પત્નીની પ્રશંસા કરી; 'આજે જાણ થઈ કે તું વનસ્પતિ વિષે પણ સારું એવું જ્ઞાન ધરાવે છે.'

'અજા !' પૂજાએ સગર્વ કહ્યું, 'એ ન ભૂલીશ કે મારા દાદા જંગલના ઠેકેદાર હતા, મારી મમ્મીએ પણ નિવૃત્ત થતાં સુધી આ ધંધાની લગામ સંભાળી હતી.'

કાલીચંદ જોડાતાં ચારે જણ તળેટીમાં સાથે આગળ વધ્યાં. પૂજા કહી રહી હતી, 'ક્યારેક ક્યારેક મમ્મી જોડે હું વનમાં જતી તો તે મારો પરિચય નિતનવી વનસ્પતિઓ જોડે કરાવવાનું ચૂકતી નહીં.'

'પરંતુ...'

અજાએ નાટકીય ઢબે શબ્દ ઉચ્ચારી, ક્ષણિક થોભી આગળ ચલાવ્યું, 'જે વનસ્પતિનો ઉલ્લેખ હું કરીશ એના વિષે તું કાંઈયે જાણતી નહીં હોય !'

પૂજાને આશ્ચર્ય થયું, 'દાખલા તરીકે ?'

'આ જાણી તને અચંબો થશે કે માનવીઓની જેમ વનસ્પતિઓમાં પણ એક વર્ગ માંસાહારી હોય છે !'

• • •

માત્ર પૂજા નહીં, કાલીચંદ પણ તેની વાત સાંભળી ચક્કર ખાઈ ગયો. 'મારા માનવામાં નથી આવતું.' એ બંનેમાંથી એક જણ મોં ખોલે એ પહેલાં તારા બોલી ઊઠી, 'વનસ્પતિના ઉછેર માટે જળ, વાયુ તથા પ્રકાશ જરૂરી હોય છે; પરંતુ કોઈ વનસ્પતિ માંસાહાર તો શું શાકાહાર પણ કરતી હોય એ હું કલ્પી નથી શકતી.'

'અજાજી !' કાલીચંદથી વ્યંગ કર્યા વિના ન રહેવાયું, 'ક્યારેક તમે એવી મોટી તોપ ફોડો છો કે તમારા ગપગોળાનો ધડાકો સાંભળી આ ડુંગરાઓને પણ ગલગલિયાં થાય છે.'

'એમ !' કહેતાં અજાએ સ્પષ્ટતા કરી, 'આફ્રિકાનાં જંગલોમાં ઊગતા રાક્ષસી છોડવાઓનાં પાન ઑક્ટોપસની જેમ પશુપક્ષીઓને ઘેરી ભીંસી નાખતા હોય છે, એ હકીકત છે. અલબત્ત, મેં એ વેલો જોઈ નથી; પરંતુ નાના–નાના કીડા–મકોડાનો ભોગ લેતા એરિસ્ટોલોહિયા જાતિના જંગલી છોડવા મેં અહીંનાં વનોમાં સાક્ષાત્ જોયા છે. ફુદાઓના શિકાર કરવામાં પ્રવીણ હોય છે. બીજું જેમ લાજવંતીને સ્પર્શતાં તેનાં પાન બિડાઈ જાય તેમ અમુક જાતિના ફૂલો પર કોઈ જીવજંતુ બેસતાં તે પણ પોતાની પાંખડીઓ સંકેલી લે અને અંદર કેદ થઈ ગયેલા જંતુને પ્રાણવાયુ ન મળતાં તે રૂંધાઈ મરે.'

તળેટીમાં આદિવાસીઓનું એક નાનકડું ગામડું હતું, નાનકડું એટલે પાંચ–સાત ઝૂપડાંવાળું. એક આદિવાસીએ બે ઢોલિયા ઢાળી બધાંને બેસાડ્યાં અને પીવા માટે પડિયામાં છાશ દીધી.

તારાને સહેજ વિચાર થયો : આ ભોળિયા લોકો અહીં, સમાજ તથા સંસ્કૃતિથી દૂર કેવી રીતે જીવતા હશે! અહીં ન વીજળી હતી, ન શાળા. હૉસ્પિટલ ક્યાંથી હોય ? 'ગામમાં કોઈ બીમાર પડે ત્યારે તમે શું કરો?' તેણે છાશ પીતાં પૂછી નાખ્યું.

'થોડાંઘણાં ઓસડિયાં અમે જાણીએ.' વૃદ્ધ આદિવાસીએ બંને હાથ જોડી જવાબ દીધો, 'બાકી મહારોગમાં તો ભગવાનને ભરોસે રહેવું પડે.'

'માંડુમાં થોડાંક જાણીતા ડૉક્ટરો છે.' ત્રાંસી આંખે કાલીચંદ સામે જોઈ લેતાં તે બોલી, 'અને માંડવગઢ કાંઈ વધુ છેટું નથી.'

'ખરું બેન.' વૃદ્ધ કાંઈ રહસ્ય જણાવતો હોય એમ તેણે કહ્યું, 'પણ ત્યાંના લગભગ ડૉક્ટરો ચોર-ડાકુ કરતાં વધુ સારા નથી. ફરક માત્ર આટલો કે માંડુના ડૉક્ટરો બંદૂક દેખાડ્યા વિના લૂંટી લેતા હોય છે.'

આ જોક નહોતી છતાં પૂજા હસી પડી. અજાએ તેમાં સાથ પુરાવ્યો. અંતે તારા સાથે કાલીચંદ પોતે પણ જોડાયો. વૃદ્ધ આદિવાસી બાઘાની જેમ બધાંને ખડખડાટ હસતાં જોઈ રહ્યો.

ખીણમાં પથરાયેલાં જુવારનાં ખેતરો પર નજર પાથરતાં વગડાની કેડી પાર કરી તે બૂઢીમાંડવના પહાડ સુધી આવી પહોંચ્યાં. આગળનો માર્ગ ચઢાણમાં સુગમ હતો. કલાકેકમાં તેઓ ટોચે આવી પહોંચ્યાં.

અહીંથી દૂર દૂર તળેટીમાં વહેતી નર્મદા નદી ચાંદીના વરખ ચઢાવેલા અળશિયા જેવી લાગતી હતી. સૂર્યના પ્રકાશમાં તેનાં અંગો હીરાકણીની જેમ ઝગારા મારી રહ્યાં હતાં.

પૂજાએ આ સિનેમાસ્કોપ દ્રશ્ય પરથી નજર સંકેલી બૂઢીમાંડવનાં ભગ્ન મંદિરો પર ઢાળી. કાળા પથ્થરોના મોટા ઢગ ચોપાસ પડ્યા હતા. આ ઢગલાઓમાં ક્યાંક ક્યાંક ભાંગેલી–તૂટેલી મૂર્તિઓ પણ જોઇ શકાતી હતી.

કળાનો આ અમૂલ્ય ખજાનો જોઈ પૂજાને પસ્તાવો થયો. તેણે પોતાની સ્કેચબુક સાથે લીધી હોત તો અત્યાર સુધીમાં કાંઈ કેટલાં યે પાનાં તેણે ભરી નાખ્યાં હોત.

અજો થોડે છેટેના વિશાળ તળાવમાં ગલ નાખી માછલી પકડવા બેસી ગયો હતો. શિલ્પો જોતાં પૂજા ધીરે ધીરે, જાણે–અજાણે એક જ દિશામાં આગળ વધી રહી હતી. તારા તેનાથી થોડે છેટે એકલી ઊભી પ્રકૃતિનું સૌંદર્ય માણી રહી હતી.

થોડી વારે તેણે નજરો ઘુમાવી જોયું તો ખ્યાલ આવ્યો, પૂજા તેનાથી દૂર સરકી ગઈ હતી. તે આગળ વધવા ગઈ અને પાછળ ઊભેલા કાલીચંદે તેનું કાંડું પકડી લીધું. તારાને આશ્ચર્ય થયું. આજ પહેલાં આવી ધૃષ્ટતા કાલીચંદે ક્યારેય દર્શાવી નહોતી, તેની આંખો રાતી થઈ ગઈ. એ જ રાતી આંખે તેણે કાલીચંદને પડકાર્યો.

'તારા !' કાંડું છોડી દેતાં તેણે કહ્યું, 'તને નથી લાગતું કે નવા પરણેલા જોડાને આપણે થોડુંક એકાંત દેવું જોઈએ ?'

કાલીચંદનું સૂચન ખોટું નહોતું. પ્રશ્ન એ હતો કે પૂજા તથા અજો એકાંત ઇચ્છતાં હતાં કે નહીં? જે પતિ–પત્ની એકમેકથી અલગ જુદા જુદા આવાસે રાતે સુતાં હોય તે તો એકાંતના શત્રુ કહેવાય છતાં તે નક્કી કરી ન શકી કે તેણે પૂજા પાછળ જવું કે નહીં.

'જો !' કાલીચંદે ગળામાંથી ઝૂલતો કેમેરો હાથમાં લેતાં તળાવની દિશામાં ફોકસ કર્યો. 'અજાજીએ પાણીમાં ગલ તો નાખ્યું, પણ માછલી હજી નથી આવી.'

'કદાચ માછલીને ગંધ આવી ગઈ હોય!'

'એ શકય નથી.'

'કઈ રીતે ?'

એકસાથે બે વાર કેમેરાની ચાંપ દાબી તેણે ઉત્તર દીધો, 'પચમઢીનું સરોવર તજી માછલી માંડુના મીઠા જળમાં આવી છે.'

'તે આવી નથી, તેને પરાણે લાવવામાં આવી છે.' તારા બોલી ઊઠી, 'માછલીનું ચાલત તો કદાચ તે આ તળાવના ગંદા પાણીમાં ન પ્રવેશત.'

'તને કેમ જાણ થઈ કે માંડુના તળાવનું પાણી ગંદુ છે?'

કાલીચંદે તેના વિચારો જાણવા આ પ્રશ્ન કર્યો હતો.

તારાએ તેનો જડબાતોડ ઉત્તર પણ દીધો, 'જે તળાવમાં કરચલા, મગરમચ્છ તથા ઝેરી સાપ વસતા હોય એનું પાણી સ્વચ્છ કઈ રીતે હોઈ શકે ?'

મનોમન તેની સૂઝની પ્રશંસા કર્યા વિના કાલીચંદથી ન રહેવાયું, 'ખરું કહું તો...' થોડી વારે તેણે ઉમેર્યું, 'થોડાંક એકાંતની જરૂર આપણને પણ છે.'

'તને હશે. મને નથી.'

'એમ ન કહે, તારા. આજે પણ હું તને ચાહું છું.'

આ વખતે તારાએ ધારદાર નજરે તેની સામે જોયું, 'એથી શો ફેર પડે છે ?' તે તાડૂકી, 'ન મને તારામાં પહેલાં રસ હતો ન આજે છે.'

'બસ, બસ કર તારા.' એક સફળ અભિનેતાનો અભિનય તેણે શરૂ કરી દીધો. 'મારું હૃદય ભાંગી જશે.'

'હૃદય તેઓના ભાંગે જેઓ પાસે હૃદય જેવું કાંઈ હોય.'

'કાશ કે મારી પાસે હૃદય ન હોત !' તેના શબ્દોની પરવા કર્યા વિના કાલીચંદે આગળ ચલાવ્યું, 'તો આ પીડા પણ ન હોત, બેચેની પણ ન હોત. તારી પાસે આમ પ્રેમની ભીખ માગવી ન પડત, હાથ જોડવા ન પડત. પંદર પંદર વર્ષો વીતી ગયાં છતાં આજે ય હું તારા વિના તદ્દન અધુરો છું.'

તે કાંઈ વધુ કહે એ પહેલાં તળાવકાંઠે બેઠેલા અજાનો અવાજ ઊંચો થયો. પૂજાને તે ધમકાવી રહ્યો હતો, 'તારી આ હિંમત કેમ થઈ? તું જાણે છે, માછલી પકડવાની આ ફેન્સી લાકડી કેટલી કિંમતી હતી ?'

'તારી લાકડી ગઈ જહન્નમમાં અને સાથે તું પણ જા એની પાછળ.' પૂજા બરાડી ઊઠી, 'પણ હું તને આમ તરફડાવી તરફડાવીને માછલીઓ મારવા નહીં દઉં.'

'શું થયું, દીકરી ?' કાલીચંદે દોડી આવતાં કહ્યું.

ઉત્તર અજાએ દીધો, 'સાડા સાત હજારની માછલી પકડવાની મારી ઇમ્પોર્ટેડ લાકડીના તેણે બે કટકા કરી નાખ્યા.' સંકેત પૂજા પ્રત્યે હતો, 'એને જરાય શરમ આવી ?'

'શરમ મને નહીં, તને આવવી જોઈએ.' પૂજા તેના પર વરસી પડી, 'તું માણસ નથી, ખાટકી છે.' હવે તે કાલીચંદ તથા તારા તરફ ફરી, 'આ કસાઈ ગલમાં માછલી આવતાં પાણીમાંથી ગલ કાઢી આંખો સામે ધરી રાખે છે. પછી નિરાંતે બેઠા બેઠા માછલીને તરફડતી જોયા કરે છે. મેં તેને એક વાર સમજાવ્યો, બેવાર મનાવ્યો, ન માન્યો. આખરે મારાથી જોયું ન ગયુ. મેં તેની લાકડી તોડીને બે કટકા કરી નાખ્યા.

એકાએક અજાને કંકુ યાદ આવી ગઈ. બાળપણનો એ દિવસ યાદ આવી ગયો. બાળ અજા હવામહેલના ભવ્ય બેઠકખંડ વચ્ચે શોભતા ફૂવારામાં ગલ નાખી અંદર તરતી રંગબેરંગી માછલી પકડવા ઈચ્છતો હતો અને બાળ કંકુએ તેની લાકડીના આમ જ બે કટકા કરી નાખ્યા હતા.

તેને પ્રથમ વાર ખ્યાલ આવ્યો : શું આ બંને સુંદરીઓ વચ્ચે કાંઈ સંબંધ હોઈ શકે? બંનેની ઉંમરમાં લગભગ પાંચ વર્ષનો ફરક હતો; પરંતુ બંનેના બાંધા એકસરખા હતા. ચહેરા લંબગોળ હતા. બંને અડખેપડખે ઊભી રહે તો બે બહેનો જેવી જરૂર લાગે; પરંતુ એક, હવેલી જેવા બત્રીસ ઓરડાવાળા બંગલામાં ઊછરી મોટી થઈ હતી જ્યારે બીજી ધારની ઝૂંપડપટ્ટીમાં. એકની આંખોનો રંગ ઝાંખો લીલો હતો તો બીજીનો ઝાંખો બ્લૂ. એકનું નાક અણિયાળું હતું તો બીજીનું સહેજ વળેલું અને લીસું. આ બધા તફાવતનું અગત્ય વધુ નહોતું કારણ કે ચહેરાનો નકશો એક હતો – છતાં આ બાબત શાંતિપૂર્વક વિચારવાની જરૂર હતી.

એક વિષય પર પૂર્ણવિરામ લાગતાં બીજા વિષયે તેનું ધ્યાન કેન્દ્રિત કર્યું. આજે ફરી એકવાર તે પોતાની લાગણીઓ પરથી અંકુશ ખોઈ બેઠો હતો. આ તેની નબળાઈ હતી. આ જ તીખા સ્વભાવને બદલવા તેણે અનેક સભાન પ્રયાસ કર્યા હતા છતાં ક્યારેક મગજની સ્પ્રિંગ છૂટી જતી હતી. તેનો પિત્તો હાથથી જતો હતો.

અત્યારે સ્વસ્થતાપૂર્વક વિચારતાં તેને પોતાની ભૂલ સમજાઈ. બીજી પળે તેણે માફી પણ માંગી લીધી. 'પૂજા, તારી લાગણી દુભાવી એ બદલ મને અફસોસ છે. બાકી મારી ઇચ્છા તો તારાં ચરણોમાં સ્વર્ગ ધરી દેવાની છે. તું ક્યાં નથી જાણતી, મારા નિર્દોષ પ્રયાસોને !'

પૂજા ચૂપ થઈ ગઈ, પરંતુ ભીતરના ઝંઝાવાતમાં ફેર ન પડ્યો. અત્યારે તેની સ્થિતિ અજાના ગલમાં સપડાયેલી માછલી કરતાં વધુ સારી ન હતી. વાસ્તવમાં તેણે માછલીના તરફડાટમાં પોતાનો ફફડાટ જોયો હતો, વેદના જોઈ હતી. તેનું હૈયું ચિત્કાર કરી ઊઠ્યું હતું. અજાએ માફી માંગી લેતાં તે તારાને લઈ તળાવ કાંઠેથી ખસી ગઈ.

'અજા!' બંને જણ એકલા પડતાં કાલીચંદે કહ્યું, 'મને ખુશી થઈ કે પૂજાની તેં માફી માગી લીધી.'

'મનમાં થતું હતું કે એ ચુડેલની ગળચી દાબી દઉં.' અજાએ આંગળી ભીંસી ત્યાં જ ઘાસની ચાદર પર બેસી જતાં કહ્યું, 'પણ શું કરું ? લાચાર છું.'

'તારી લાચારી માત્ર થોડાંક દિવસોની છે.' – કહેતાં કાલીચંદ પણ તેની પડખે બેસી ગયો, 'થોડા દિવસો સબૂરી કરવી રહી.'

'ખરું કહું તો એક્કેક દિવસ કાઢવો મારા માટે કાંટાળી કેડી પર ચાલવા બરાબર છે. તું ક્યાં નથી જાણતો, છતી પત્નીએ મારી સ્થિતિ વાંઢા કરતાં કફોડી છે.'

'અજા ! તે લગ્ન સેક્સની ભૂખ સંતોષવા ખાતર નથી કર્યાં, દહેજ માટે કર્યા છે.' કાલીચંદે તેને યાદ દેવડાવ્યું, 'તારી પત્ની તારી જોડે રાત ગાળે કે જુદા ઓરડામાં, તારે એ બાબત બળાપો કરવાનો ન હોય.

'હું જાણું છું છતાં સર્વ કાંઈ વીસરાઈ જાય છે. રાત પડે છે અને મારું મન તરફડી ઊઠે છે. આખી આખી રાત મૂંગા જાનવરની જેમ હું એકલો કણસતો રહું છું.' – કહેતાં તેણે ઉમેર્યું, – 'મારો મિજાજ વધુ તીખો કેમ થતો જાય છે એની પણ હવે મને નવાઈ નથી લાગતી.'

'દહેજમાં કેટલા મળ્યા ?' કાલીચંદ મૂળ વિષય પર આવ્યો.

'એક કરોડ રોકડા.'

'રોકડા?'

'પૂજાના નામે બૅંકમાં ટ્રાન્સફર થયા છે.' તેણે ભૂલ સુધારી, 'તેની મરજી વિના કોઈને એકે પાઈ મળી ન શકે, પતિને પણ નહીં.'

'પતિને કઢાવતાં આવડે તો જરૂર મળી શકે.' કાલીચંદે હળવેકથી કહ્યું.

'કઈ રીતે ?'

'તક જોઈ લોનના બહાને પૂજા પાસેથી થોડાંક લાખ કઢાવી લે. શરૂઆત દસ–વીસ લાખથી કરીશ તો તેને શંકા નહીં જાય.'

'લોન...' અજાએ ક્ષણિક વિચાર કર્યો.

'ધંધા માટે.' તેણે વચ્ચે જ કહ્યું, 'કહી દે કે માંડુમાં એકે ફાઈવસ્ટાર હૉટેલ નથી. અહીં એકાદ ઊભી કરવામાં આવે તો ધૂમ કમાણી થાય.'

બિલાડીના ગળે ખીર ઊતરે તેમ આ વિચાર અજાના ભેજામાં સરળતાથી ઊતરી ગયો, આ રીતે પૂજાને ધીરે ધીરે ખંખેરી નાખવી. તે ખંખેરાઈ જાય પછી તેની માને પણ સિફતથી લૂંટી લેવી. સુનીતા અબજપતિ હતી. તેની એક માત્ર વારસ પૂજા હતી.

લગ્ન પહેલાંથી જ આ બધું નક્કી હતું. આ જ કારણે અજાએ એ જાણવા છતાં કે પુજા કોસોને ચાહે છે, સહેજે અચકાયા વિના તેણે પૂજાનો હાથ સ્વીકારી લીધો હતો.

આવતા અઠવાડિયાથી યોજના અમલમાં મૂકવાનું નક્કી થઈ ગયું. 'એક વાતનો ખ્યાલ રાખજે !' કાલીચંદે ઊભા થતાં ફરી એક વાર તેને યાદ દેવડાવ્યું, 'તારે તારા સ્વભાવને માત્ર અકુશમાં નથી રાખવાનો, મીઠો પણ બનાવવાનો છે. પુજા પર સ્નેહનો સાગર ઠાલવી દે. તેને વિશ્વાસમાં લઈ લે. તને ગાય દોહવાની જરૂર નહીં પડે. આપમેળે તારી તાંબડી દૂધથી છલકાઈ ઉઠશે. સમજ્યો?'

થોડે છેટે એક ઘટાદાર વૃક્ષ હેઠળ પૂજા તથા તારા શેતરંજી પાથરી ચા–નાસ્તાની તૈયારી કરી રહ્યાં હતાં. બાસ્કેટમાંથી બ્રેડ, મસ્કો, જેલી તથા થર્મોસ કાઢી ગોઠવી રહ્યાં હતાં. અજો તથા કાલીચંદ આવી તેઓ સાથે જોડાઈ ગયા.

'પૂજા !' મોનાલીસા જેવું વિશ્વનું મધુરતમ સ્મિત ફરકાવતાં અજાએ કહ્યું, 'સ્ત્રી ઘેર પણ કામ કરે અને બહાર પણ, એ યોગ્ય ન કહેવાય. કમ સે કમ અહીં તો મને તારી સેવા કરવા દે!'

પૂજાની આંખો ફરકી. તે કાંઈ મધ્યમ વર્ગની વહુ નહોતી કે ઘેર ચૂલો ફૂંકવો પડે. હવામહેલની રસોઈમાં બે દાસીઓ હતી. રસોઈનું બધું કામ કાળકા નામની હબસી સ્ત્રીના માર્ગદર્શનમાં તે સંભાળતી હતી. પચમઢીના તેના બત્રીસ ઓરડાવાળા બંગલામાં પણ તેને ક્યારેય રસોઈ કરવાની ફરજ નહોતી પડી. અલબત્ત, હોબી ખાતર ક્યારેક તે સુનીતાને પ્રસન્ન કરવા રાંધતી એ જુદી વાત હતી. થોડાંક દિવસો, કોસોનો પ્રેમ જીતવા તેણે ઝાંઝાંના ખોરડામાં પણ રાંધ્યું હતું.

કોસોની યાદ જૂન મહિનાનાં વાદળાની જેમ ઘેરાઈ આવી. આ દિવસો તે ક્યારેય ભૂલવાની નહોતી. પૂરો એક મહિનો તે ઝાંઝાંમાં રહી હતી. આ મહિનામાં તેણે રસોઈ કરી હતી. નદીએથી પાણી ભર્યું હતું. ઠામ–લૂગડાં

ધોયાં હતાં. ઘર વાળીઝૂડીને સાફ રાખ્યું હતું. પરિણામ ? કોસોના હૈયામાં તે ઊંડે સુધી ઊતરી ગઈ હતી. પ્રેમથી એક ગામ છેટો રહેનારો ઘોટુલનો સરદાર પ્રેમના કળણમાં આખે આખો ઊતરી ગયો હતો.

કોસો માટે તે કાંઈ પણ કરવા તૈયાર હતી; પરંતુ અજા માટે રસોઈ કરવી તો દૂર રહી, ચાનો કપ પણ બનાવી તેની સામે ધરવાની તેને ક્યારેય ઇચ્છા નહોતી થઈ. આમ ક્યાં સુધી ચાલશે એ તે નહોતી જાણતી; પરંતુ આટલી તેને ખાતરી હતી, જ્યાં સુધી કોસોની યાદ જીવંત હતી, તેનું વલણ મક્કમ રહેવાનું હતું. અજો ન તેના મનને સ્પર્શી શકવાનો હતો, ન તેના તનને.

અજો એક હાથમાં બ્રેડની સ્લાઈસ લઈ, બીજા હાથમાં છરી ઘરી માખણ લગાડી સૅન્ડવિચ તૈયાર કરી રહ્યો હતો. કાલીચંદ કાકડી તથા ટમેટાં કાપી રહ્યો હતો. બટાકાની કતરીઓ પહેલેથી કપાઈને તૈયાર હતી.

પહેલું સૅન્ડવિચ તૈયાર થતાં અજાએ સગર્વ પૂજા સામે ધર્યું. 'આમાં માખણ થોડુંક વધારે લાગ્યું છે.' તે વ્યંગમાં બોલી, 'મને હજમ નહીં થાય તો ડૉક્ટરનો ખર્ચો તારા માથે.'

'એટલે તો મેં ડૉક્ટરને પણ પિકનિક પર સાથે લીધો છે.' અજાએ પણ હસતાં હસતા ઉત્તર દીધો. કાલીચંદથી હસ્યા વિના ન રહેવાયું, 'અજાજી !' પછી કહ્યું, 'મારી ફી તમને મોંઘી પડશે.'

'આમાં તેં નવું શું કહ્યું?' અજો બોલી ઊઠ્યો, 'હવે તો અહીંના આદિવાસીઓ પણ જાણી ગયા છે કે માંડુના ડૉક્ટરો વગર બંદૂકે દર્દીને લૂંટી લેતા હોય છે.'

પૂજાના ચહેરા પર તરતું સ્મિત અચાનક થીજી ગયું. તેને થોડે છેટે જર્જરિત મંદિરો પાછળની ઝાડીઓમાં પ્રેતની જેમ ઉભેલી એક યુવતીને જોઈ હતી. તે નહોતી જાણતી કે એ યુવતી તેની સગી બહેન કંકુ છે.

કાલીચંદ તથા અજાની પીઠ ઝાડીઓ તરફ હતી. તેઓ કંકુને જોઈ નહોતા શકતા; પરંતુ કંકુ તેને સ્પષ્ટ જોઈ શકતી હતી. બંને જણ જોક કરી ખડખડાટ હસી રહ્યા હતા. પૂજાની આંખો કંકુ પર સ્થિર હતી.

કંકુએ આંગળી વડે ઇશારો કરી તેને પોતાની પાસે બોલાવી.

• • •

૧૨

આખો દિવસ બૂઢીમાંડવના પહાડ પર ગાળી પાછા ફરતાં ચારે જણ થાકીને લોથપોથ થઈ ગયાં હતાં. કાલીચંદ, તારા તથા અજો પોતપોતાના આવાસે જઈ પથારીમાં પગ લંબાવતાં ઘસઘસાટ ઊંઘી ગયાં. પૂજા સૂઈ ન શકી.

તેની આંખોમાં હજી કંકુ તરી રહી હતી. વેરાન મંદિરો પાછળની ઝાડીઓમાં કંકુ પ્રેતની જેમ ઊભી હતી. પૂજાને છાના ઇશારા કરી પોતાની પાસે બોલાવી હતી. તે નહોતી જાણતી કે એ યુવતી કોણ છે.

પ્રેત હશે? ચુડેલ હશે ? કે પછી ડાકણ ? પૂજા વિચારી રહી હતી. મારી સામે જોઈ તેણે સંકેત શા માટે દીધો? શું તે મારાથી પરિચિત હશે? ના... ના... એ બની ન શકે. મેં પહેલાં તેને ક્યારેય જોઈ નથી.

ચા તથા સેન્ડવિચના નાસ્તા પછી પૂજા સર્વેથી અલગ થઈ એકલી ટહેલવા નીકળી પડી. પથ્થરોના ઢગલાની આસપાસ પગલાં ભરતી તે ઝાડીઓમાં પ્રવેશી. ત્યાં કોઈયે નહોતું. તેણે થોડાંક વધુ પગલાં ભર્યાં. વેરાન, જર્જરિત મંદિરો પાછળથી એક ફેરો લઈને તે પૂર્ણ ખાતરી કરવા ઇચ્છતી હતી. અને તેની નજરે ઝાડીઓમાં ફસાયેલો એક રાતો સ્કાર્ફ પડ્યો.

સ્કાર્ફ સિલ્કનો હતો. કાંટાળા એક છોડવામાં તે અટવાયેલો હતો. સાવધાનીપૂર્વક સ્કાર્ફને કાઢતાં પળભર તે જોઈ રહી. શું આ સ્કાર્ફ એ યુવતીનો હોઈ શકે? ખાતરીપૂર્વક તે કાંઈ કહી નહોતી શકતી. શક્યતા આ પણ હતી કે સ્કાર્ફ કોઈ પર્યટકનો હોય !

ગમે તેનો હોય, પૂજાએ નક્કી કરી લીધું, ફરી એક વાર બૂઢીમાંડવ જઈ શંકાનું નિવારણ કરવું જરૂરી હતું. કદાચને એ યુવતી ત્યાં મળી જાય તો તેને થોડીક પૂછપરછ કરવી. આખરે તે શું ઇચ્છતી હતી ?

પૂજાની આંખો હવે ઘેરાવા લાગી. રાતના લગભગ બાર થયા હશે ! રાત અંધારી નહોતી. રાત ખામોશ પણ નહોતી. છત પર કોઈ પગલાં ભરી રહ્યું હતું. ખડાઉના એ અવાજો સ્પષ્ટ હતા : ખટાક્... ખટાક્... ખટાક્... ખટાક્...!

પૂજા જાણતી હતી. છત પરના મંડપમાં કાશીનાથ તાંત્રિકનો વાસ છે; પરંતુ રોજ રાતે બારના ટકોરે તે છત પરથી ઊતરી ક્યાં જતો હશે એ પૂજા નહોતી જાણતી, અત્યારે તેને જાણવાની દરકારે નહોતી. તેની આંખો ઘેરાઈ ગઈ.

બીજે દિવસે તે સમયસર જાગી ન શકી. તેની આંખો ખૂલી ત્યારે સવારના નવ વાગ્યા હતા. આંખોમાં બૂઢીમાંડવ હજી ય તરી રહ્યું હતું. ચા–નાસ્તો પતાવી હવામહેલથી નીકળતાં સહેજે બે ક્લાક વીતી જાય અને બૂઢીમાંડવ જવા માટે વહેલી સવારનો સમય શ્રેષ્ઠ હતો. અગિયાર પછી તડકો વધતાં બૂઢીમાંડવનો પ્રવાસ ત્રાસ બની જાય એ સ્વાભાવિક હતું.

તે સહેજ નિરાશ થઈ ગઈ. વિચાર્યું, એક દિવસમાં શું ખાટું મોળું થઈ જવાનું છે ! કાલે, પરમ દિવસે ચાલી જઈશ. નિત્યક્રમ પતાવી તે નાસ્તા માટે ડાઇનિંગ હોલમાં જવા તૈયાર થવા લાગી.

દરવાજે ટકોરા પડ્યા. તેણે ધાર્યું, કાળકા ચાની ટ્રે લઈ આવી હશે ! આગળ વધી તેણે દરવાજો ખોલ્યો, અજો પોતે ટ્રે લઈ ફાઈવસ્ટાર હૉટેલના બેરાની જેમ તેની સામે ઊભો હતો.

‘તું !’ પૂજાને અચરજ થયું, ‘કાળકા ક્યાં છે?’

‘એ બિચારી બે વાર તારો દરવાજો ઠોકી પાછી ચાલી ગઈ. સસ્મિત અંદર પ્રવેશી ચાની ટ્રે ડ્રેસિંગ ટેબલ પર મૂકી દેતાં અજાએ જણાવ્યું, ‘અત્યારે તે નાસ્તાની તૈયારીમાં વ્યસ્ત છે.’

'કોઈ બીજી દાસીને મોકલાવવી હતી.' જાણે પોતાનાથી કાંઈ ગુનો થયો હોય એમ પૂજા કહી રહી હતી, 'હું પોતે ડાઇનિંગ હોલમાં આવી ચા પી લેત.'

'સારું થયું કે તું ન આવી – નહિતર તારી સેવા કરવાની આ તક હું ચૂકી જાત.'

પુજા તેની સામે જોઈ રહી.

અજો ડ્રેસિંગ ટેબલના સ્ટૂલ પર બેસી ચાનો એક કપ તૈયાર કરી રહ્યો હતો. ખાલી કપમાં તેણે બે ચમચી સાકર નાખી કાળી ચાની કીટલી રેડી અને દૂધ ઉમેર્યું, 'લે !' તૈયાર ચાનો કપ પૂજા સામે ધરતાં તે ઊભો થઈ ગયો. 'આજે આપણે નાસ્તો બહાર લઈશું.'

'ક્યાં?'

'ચોકમાં.'

પૂજાને નવાઈ લાગી. .

'ત્યાંના મલાઈ–પરોઠા વખણાય છે. તને ભાવશે.'

'આપણે અહીં મંગાવી ન શકીએ ?'

'જરૂર.' અજાએ સ્પષ્ટતા કરી, 'પણ તેની લિજ્જત ત્યાં જ બેસી ગરમગરમ ખાવાની છે.' તે બહાર નીકળી ગયો.

પૂજા પલંગની કોર પર બેસી એકલી ચા પીતી રહી. વિચારતી રહી. એક વાતનો તેને ખરેખર સંતોષ હતો. અજો તેનો પતિ હતો અને પૂજાએ તેને પતિના હક દીધા નહોતા. અજો ઇચ્છે તો તેના પર જબરદસ્તી કરી શકતો હતો. તેની તાકાત સામે પૂજા એકલી શું કરી શકે?

આ જ કારણે તેને અજા પ્રત્યે થોડું માન ઊપજ્યું હતું. હજી સુધી તેણે વગર પરવાનગીએ પૂજાના આવાસમાં પ્રવેશવાની નાદાની પણ નહોતી કરી. નહિતર એક પતિ તરીકે તે રાતે પણ પ્રવેશવાનો અધિકાર રાખતો હતો.

કલાકેક પછી એક નાનકડી દુકાન જેવી હૉટેલ પાસે કાર રોકી બંને જણાંએ કારમાં બેઠાં બેઠાં ચોકમાં નાસ્તો પતાવ્યો અને ત્યાંથી જહાજમહેલ આવી પહોંચ્યાં.

'પૂજા !' તેની જોડે પગથિયાં ચઢી પહેલે મજલે આવતાં અજાએ જણાવ્યું, આ મહેલની શોભા આની બંને તરફ પથરાયેલા તળાવ છે. પૂર્વમાં કપૂર તળાવ અને પશ્ચિમમાં મુંજ તળાવ. ચોમાસામાં તળાવનાં પાણી ઠીકઠીક ઊંચે આવે છે ત્યારે આ જહાજમહેલ ખરેખર પાણીના જહાજ જેવો લાગે છે.'

આ જ મહેલ પૂજાએ હવામહેલની છત પરથી જોયો હતો. નજીકથી જોતાં તેની ભવ્યતાનો તેને ખરો ખ્યાલ આવ્યો. મોગલ શહેનશાહ જહાંગીર માંડુની મુલાકાતે આવ્યો હતો ત્યારે નજીકના તવેલી મહેલમાં નૂરજહાંનો આવાસ હતો. ત્યાંથી તે જહાજમહેલના દર્શન કરતી હતી. એ દિવસોમાં સૂર્યાસ્ત પછી મહેલની દીવાલો પર સેંકડો દીવાઓ મૂકવામાં આવતા હતા. આ દીવાઓની રોશનીનાં પ્રતિબિંબ તળાવના સ્વચ્છ જળમાં ઝળહળી ઊઠતાં આખું દ્રશ્ય અદ્‌ભુત લાગતું હશે એ કલ્પનાથી પૂજાની આંખોમાં પણ દીવા ઝળહળી ઊઠ્યા.

'ગમ્યો ?' અજાએ પૂછ્યું.

'અદ્‌ભુત !'

'તો સમજી લે કે આ મહેલ તારો છે.'

પૂજા જોક સમજી હસી. પછી કહ્યું, 'હું નૂરજહાં નથી, ન તું જહાંગીર છે.'

'હું ભલે જહાંગીર ન હોઉં, પણ તું નૂરજહાં કરતાં થોડીક વધુ જ સુંદર છે અને આમાં શંકાને સ્થાન નથી.' કહેતાં તેણે ઉમેર્યું, 'ક્યારેય તે તારી આંખો અરીસામાં જોઈ છે?'

'કેમ ?'

'મહાસાગરના લીલા સ્ફટિક જળની તેમાં છાંટ છે.'

'મારી મમ્મીની આંખો મને ભેટ મળી છે.'

'અને મારા તરફથી તને આ જહાજમહેલ ભેટ મળશે.'

હવે પૂજા ચોંકી, 'અજા !' તે બોલી ઊઠી, 'તારું ભેજું ઠેકાણે તો છે ને?'

'હજી સુધી તો છે.'

'તો આવી બહેકી બહેકી વાતો કેમ કરે છે?'

'આ મહેલ ખરીદી તેને ફાઈવસ્ટાર હૉટેલમાં ફેરવી નાખવાની મારી યોજના છે.'

પૂજાને તેની વાત સમજાઈ. દેશભરમાં અને ખાસ કરીને રાજસ્થાનમાં અનેક મહેલો હૉટેલમાં પરિવર્તિત થઈ ગયા હતા. જયપુરની લેકપૅલેસ ફાઈવસ્ટાર હૉટેલ તળાવમાં જ હતી, જો જયપુરનો મહેલ હૉટેલ બની શકે તો માંડુનો જહાજમહેલ કેમ નહીં ?

પૂજાને તેનો વિચાર ગમી ગયો. 'સરકારમાં તેં અરજી નાખી છે?'

અજાએ 'હા' કહેતાં સ્પષ્ટતા કરી, 'અહીંના પર્યટન ખાતાના સચિવ દ્વારા મને છ મહિના પહેલાં સંકેત મળ્યો હતો. મેં એ જ મહિને પ્રસ્તાવ મૂક્યો અને મંજૂર પણ થઈ ગયો.'

મહેલની છત પરથી ટહેલતાં બંને જણા પાછાં નીચે આવ્યાં.

અજાએ વિગતવાર યોજનાની સમજણ દીધી, 'આમાં લગભગ એક કરોડ રૂપિયાનો ખર્ચો છે. મહેલના સમારકામ, રંગરોગાન તથા સાજસજ્જામાં લગભગ સાઠેક લાખ નીકળી જશે. તીસ લાખ હૉટેલ માટેની મૂડી જમામાં રાખવી પડશે, જેથી લગભગ છ મહિના સુધી પૂરતા પર્યટકો ન આવે તોયે ખોટ ખાઇને હૉટેલ ચલાવી શકાય. બાકી વધ્યા દસ લાખ, તો એ સરકારી ખાતાંઓમાં વહેંચવા પડશે.'

'વાહ!' તેની જોડે તળાવની દિશામાં પગલાં ભરતાં પુજા પ્રભાવિત થઈ. 'લાગે છે, તેં હૉટેલની બ્લૂપ્રિન્ટ તૈયાર કરી નાખી છે!'

'ના, હજી આ બધું યોજનાના પ્રાથમિક તબક્કે છે. એકાદ અઠવાડિયામાં મુંબઈના શ્રેષ્ઠ આર્કિટેક નૌશિર તલાટીનો સંપર્ક સાધી આ જવાબદારી તેને સોંપવી પડશે.' અજો સહેજ થોભ્યો, 'અને આટલા ટૂંકા ગાળામાં મારી બૅંક-લોન પાસ નહીં થાય.'

'બૅંક કેટલા ધીરશે?'

'પચાસ લાખ.'

'અને બાકીના !'

'મારાં શેર સર્ટિફિકેટો કાઢી નાખવા માટે મેં દલાલોને સૂચના દઈ દીધી છે.'

'તૈયારી પૂરતી કરી છે.' પૂજાએ તેની સામે જોતાં પ્રશ્ન કર્યાં, 'આમાં મુશ્કેલી ક્યાં છે?'

'આ અઠવાડિયે દસ લાખ કટકીનો બંદોબસ્ત કરી સચિવના ખિસ્સામાં નહીં નખાય તો આ આખો સોદો જ રદ થઈ જશે.' કહેતાં તેણે ચહેરા પર થોડીક ઉદાસી ઉતારી. 'અને આ મહેલ તને ભેટ દેવાનું મારું સપનું મારા મનમાં રહી જશે.'

'પ્રશ્ન અત્યારે માત્ર દસ લાખનો છે, ખરું?' શાહી મહેલનાં ખંડેરો વચ્ચેથી પસાર થતાં પૂજાએ પૂછી લીધું.

'તદ્દન ખરું.'

બંને જણ સતી વાવડી તરફ વળ્યાં.

• • •

'એની ચિંતા કરવાની તારે જરૂર નથી.' પૂજા ભોળવાઈ ગઈ, 'હું મારા ખાતામાંથી ચેક ફાડી દઈશ.'

'ના, પુજા, હું નથી ઇચ્છતો કે તારા રૂપિયા મારી યોજનામાં હોમી હું જહાજમહેલ ખરીદું અને તને હૉટેલરૂપે ભેટ દઉં.'

'પણ હું તને લોન દઉં છું. તારાં શેર સર્ટિફિકેટ કેશ થઈ જાય ત્યારે પાછા આપી દેજે.'

માખી કરોળિયાના જાળામાં બરાબર સપડાઈ ગઈ. કાલીચંદે ઘડેલા ષડ્‌યંત્રના પાયામાં પહેલી ઈંટ મુકાઈ. શરૂઆત શુભ હતી. દસ લાખ ખંખેરી લેવાના હતા. પછી વીસ લાખ. પછી પચાસ લાખ અને અંતે કરોડ સાફ. (આમ સીધી આંગળીએ ઘી નીકળતું હોય તો પત્નીને ઘાસલેટ છાંટી સળગાવી નાખવા જેવું ક્રુર કામ કરવાની જરૂર ન રહે !)

'ઠીક છે.' જાણે પરાણે તેનું સૂચન સ્વીકારતો હોય એમ અજાએ કહ્યું, 'આવતી કાલે જ તારો ચેક કેશ કરાવી હું સચિવનો સંપર્ક સાધીશ.'

સતી વાવડી જલમહેલની બાજુમાં હતી. કદાચ કોઈ સદીમાં અહીં કોઈ સ્ત્રી સતી બની હશે ! 'આ રસ્તો ક્યાં જાય છે ?' વાવમાં નીચે જતા રસ્તા તરફ પૂજાએ સંકેત કર્યો.

'તહખાનામાં.'

'એટલે?'

'ભૂગર્ભ કક્ષોની ભુલભુલામણી.' ઉત્તર દેતાં અજાએ થોડી વધુ સ્પષ્ટતા કરી, 'આ ભૂગર્ભ કક્ષોનું નિર્માણ એવી સૂઝપૂર્વક કરવામાં આવ્યું છે કે ઉનાળામાં પણ તેમાં ઠંડક રહે.'

'આપણે અંદર જઈ શકીએ ?'

'જરૂર.' તે વ્યંગમાં બોલ્યો, 'પણ તને એક મુશ્કેલી નડશે.'

પૂજાએ તેની સામે પ્રશ્નાર્થ દ્રષ્ટિએ જોયું.

'તું મારો હાથ નહીં ઝાલે તો અંદર અટવાઈ જવાનો ભય રહે છે.'

પૂજા સમજી ગઈ. શારીરિક સંબંધ તો દૂર રહ્યા, તે અજાના સ્પર્શ માત્રથી દૂર રહેતી હતી. તે નહોતી ઇચ્છતી કે તેના શરીર જોડે અડપલું કરવા માટે પતિને બહાનું મળે !

'અજા !' પળભર દ્વિધામાં ઊભી રહેતાં તેણે સ્મિત ફરકાવ્યું, 'આ તારી શરારત છે કે તારો પડકાર ?'

'સત્ય છે.' તેણે જણાવ્યું, 'ગાઇડ વિના અંદર જવું જોખમભર્યું છે.'

'અને હું જઈ દેખાડું તો ?'

'જવું સરળ છે. પ્રશ્ન એ છે કે તું પાછી બહાર નીકળી શકીશ કે નહીં?'

'ઠીક છે.' પૂજાએ વાવનાં પગથિયાં ઊતરતાં કહી દીધું, 'દસ મિનિટમાં હું પાછી ન ફરું તો તું મારી શોધમાં આવજે.'

અજો કાંઈ સમજે, વિચારે એ પહેલાં તે તે છેલ્લું પગથિયું ઠેકી પ્રવેશના ભૂગર્ભ કક્ષમાં દાખલ થઈ ગઈ. તાપમાન તરત બદલાઈ ગયું. જાણે તે કોઈ વાતાનુકૂલ ઓરડામાં પ્રવેશી હોય એવી શીતળતા તેણે અહીં અનુભવી. માહોલમાં માત્ર ઠંડક નહોતી, ભીનાશ પણ હતી.

પ્રથમ કક્ષમાંથી આગળ વધી તે બિનધાસ્ત બીજામાં પ્રવેશી. વર્ષો પહેલાં આ કક્ષો રાજા–મહારાજાઓના ઉનાળુવાસ હતા. આજે વેરાન પડ્યા હતા. એક પછી એક ખાલીખમ આવાસોમાંથી પસાર થતાં પૂજાની કલ્પના દોડવા લાગી.

આ કક્ષોમાં રાચરચીલું હોય તો તે કેવા લાગે ? ક્યાં દરબાર ભરાતો હશે? ક્યાં નાચગાનની મહેફિલો યોજાતી હશે ? એ સમયે અહીં ફાનસ તથા દીવડાઓના પ્રકાશમાં કેવી ઝાકઝમળ રહેતી હશે! શરાબના છલકાતા જામ વચ્ચે તવાયફોનાં થરકતાં અંગોનાં પ્રતિબિંબ માથે ઝૂલતાં ઝુમ્મરોના અક્કેક કાચમાં ઝળહળી ઊઠતાં હશે !

સમય સાથે ન મહારાજા રહ્યા હતા, ન મહારાણીઓ, ન મહેફિલો રહી હતી, ન નર્તકીઓ, ન ઝૂમ્મરો હતાં, ન રેશમના પડદાઓ. ખાલી ખોખા જેવા આ કક્ષો પૂજા સામે મૃત ભેંસના ઉઘાડા ડોળા જેમ સ્થિર દ્રષ્ટિએ જોઈ રહ્યા હતા. એ જ સમયે તેને ખ્યાલ આવ્યો, અજાને તે દસ મિનિટમાં પાછા ફરવાનું કહી તહખાનામાં પ્રવેશી હતી. મંદ પ્રકાશમાં તેણે કાંડું ઊંચું લઈ ઘડિયાળમાં જોયું, અર્ધો કલાક વીતી ગયો હતો.

તરત તે પાછી વળી. એક ઓરડામાંથી બીજામાં અને બીજા ઓરડામાંથી ત્રીજામાં પ્રવેશતાં તેના પગ ધ્રુજવા લાગ્યા. દરેક કક્ષ લગભગ એક જેવો હતો. દરેક કક્ષને લગભગ બબ્બે–ત્રણ– બારણાં હતાં. ઉત્સાહમાં અંદર પ્રવેશતાં તે વગરવિચાર્યે ભુલભુલામણીની વચ્ચોવચ્ચ ક્યાંક આવી પહોંચી હતી. આ અંદરોઅંદર તે અટવાઈ રહી હતી. મૂંઝાઈ રહી હતી. અજો તેને શોધવા ન આવે તો?

ત્યાં તેની નજરે છાયાચિત્ર જેવી એક આકૃતિ પડી. જે ઓરડામાં તે ગૂંચવાઈને ઊભી હતી તેના સામેના ઓરડામાં આકૃતિ ઊભી હતી. વચ્ચે બારણા વિનાનો દરવાજો હતો. ના, દરવાજાની માત્ર ફ્રેમ હતી. આકૃતિને તે સ્પષ્ટ જોઈ શકતી હતી.

સહેજે ડર્યા વિના તે પોતાના સ્થાને અચળ ઊભી રહી. આકૃતિ ધીરે ધીરે આગળ વધી અને દરવાજો વટાવી તેની સામે આવી.

'મને ન ઓળખી ?'

પૂજાએ ધ્યાનથી તેની સામે જોયું, તેની સગી બહેન કંકુ તેની સામે ઊભી હતી. ન તે જાણતી હતી કે કંકુ તેની બહેન છે, ન કંકુ જાણતી હતી કે પૂજા જોડે તેને કાંઈ સંબંધ છે.

'ગઈ કાલે બૂઢીમાંડવ પર તું જ ઝાડીઓમાં ભરાઈ મને ઇશારા કરી રહી હતી. ખરું ?' પૂજાએ સહેજ વિચારી પ્રશ્ન કર્યો.

કંકુએ માથું ધુણાવી 'હા' કહ્યું.

'શું ઇચ્છે છે?'

'મારો સ્કાર્ફ.'

'ઓહ !' કહેતાં પૂજાએ બૂઢીમાંડવ પરથી જડેલો રાતો સ્કાર્ફ જીન્સના ખિસ્સામાંથી કાઢી તેની સામે ધર્યો.

'મારા ગળામાં નહીં પહેરાવે?'

તેની આ ઇચ્છા પૂજાને વિચિત્ર લાગી. પળભર તેને પ્રશ્ન થયો : શું આ છોકરી ગાંડી હશે? ઝાડી-ઝાંખરાં તથા તહખાનામાં ભટકતી આ યુવતી, યુવતી હશે કે પ્રેત !

કંકુના ગળામાં સ્કાર્ફ નાખી ગાંઠ મારતાં તેણે નજીકથી ચહેરો જોયો. પહેલી વાર તેને ખ્યાલ આવ્યો, પોતાના તથા કંકુના ચહેરામાં ઘણું સામ્ય છે.

સ્કાર્ફની ગાંઠ મારી બે પગલાં પાછળ ખસી જતાં પૂજાએ ફરી પ્રશ્ન કર્યાં. 'મારો પીછો શા માટે કરે છે?'

'પીછો?'

'ગઈ કાલે બૂઢીમાંડવ પર...'

'હં...'

'આજે અહીં...'

'તારી મદદ કરવા ઇચ્છું છું.'

'મારે કોઈની મદદની જરૂર નથી.' પૂજાએ સ્પષ્ટ જણાવી દીધું.

'છે.'

'એ તું જાણે કે હું?'

'તું નાદાન છે, પૂજા.' તે બોલી ઊઠી, 'તારામાં સહેજે અક્કલ હોત તો તેં મારી ચેતવણી છતાં અજા જોડે લગ્ન કર્યાં ન હોત.'

પૂજાની આંખોમાં એક ચમકારો નજરે પડ્યો. હવે તેને ખ્યાલ આવ્યો કે તેની સામે ઊભેલી યુવતી બીજી કોઈ નહીં; પરંતુ કંકુ છે. પૂજાનાં લગ્ન પહેલાં તેણે જ એક પથ્થર જોડે સંદેશો બાંધી બત્રીસ ઓરડાવાળા બંગલામાં નાખ્યો હતો. એ સંદેશાના અંતે કંકુએ સ્પષ્ટ શબ્દોમાં લખ્યું હતું – અજો મારો હતો, મારો છે અને મારો રહેશે.

'કંકુ !' તેણે પહેલી વાર નામ ઉચ્ચાર્યું, 'હું જાણું છું કે અજો તારો હતો; પરંતુ હવે એ મારો છે. મારો પતિ છે. રાજીખુશીથી તેણે મારી જોડે લગ્ન કર્યાં છે.'

'શા માટે?'

'શું?'

'તેં ક્યારેય વિચાર્યું કે તેણે તારી જોડે લગ્ન શા માટે કર્યાં ?'

'વર્ષોના અમારા પારિવારિક સંબંધ હતા. મારા પપ્પા તથા હિઝ હાઈનેસ ગાઢ મિત્રો હતા. અજો મારી જોડે લગ્ન કરે એમાં નવાઈ શી ?'

'તું ફક્ત નાદાન નથી, મૂરખ પણ છે.' કંકુ એકીટશે તેની સામે જોઈ રહી હતી. 'અને મારી ફરજ છે કે હું તને ફરી એક વાર ચેતવું. વારેવારે ચેતવું, ન જાણે કેમ મને તારી દયા આવે છે.'

'કે પછી ઈર્ષ્યા થાય છે?' પૂજાએ ટકોર કરી.

'ના!' તે લગભગ ચીસ પાડી ઊઠી. 'ઈર્ષા કોની એક ફોડની? ધુતારાની? પાંખડીની?'

'ખબરદાર !' પૂજાએ જે હાથે તેના ગળામાં સ્કાર્ફ બાંધ્યો હતો, એ જ હાથે તેની ડોક પકડી લીધી. 'અજો મારો પતિ છે. એના માટે વધુ એકે અપશબ્દ ઉચ્ચાર્યો તો હું તારી ગળચી દાબી દઈશ.'

કંકુ ખડખડાટ હસી પડી. તહખાનાની વેરાન દીવાલો સાથે હાસ્યના અવાજ અથડાતાં પડઘા ઉઠ્યા. લાગ્યું, જાણે સો સો કંકુ એક સાથે હસી રહી હોય. પૂજાની આંખોમાં ભય ઊતરી આવ્યો. પકડ ઢીલી થઈ ગઈ.

'એય !' તેની પહોળી આંખોમાં વિસ્મયથી જોતાં કંકુએ દબાયેલા અવાજે કહ્યું, 'હાથ પાછો કેમ ખેંચી લીધો ? તારે મારી ગળચી દાબવી હતી ને? દાબ, દાબ ! અહીં આપણા બંને સિવાય ત્રીજું કોઈ નથી. કોઈને જાણ નહીં થાય. પણ હા, મારા પ્રાણ લઈ અહીંથી તું જીવતી બહાર નીકળી નહીં શકે !'

'એમ તું ધારે છે.' પૂજાએ સ્વસ્થ થતાં પોતાનો અવાજ સહેજ ઊંચો કર્યો. 'અજો મને શોધતો આવવો જોઈએ. તારી ભલાઈ એમાં છે કે તું વહેલી તકે અહીંથી ખસી જાય.'

'અને ન જાઉં તો ?'

'અજાને કહી હું તારાં હાડકાંપાંસળાં એક કરાવી દઈશ.'

'અર્થાત્ હું તદ્દન સુરક્ષિત છું.'

'એ તારો ભ્રમ છે.'

'ભ્રમમાં હું નથી, તું છે.' કંકુએ જણાવી દીધું, 'અજો તને શોધવાની મૂર્ખાઈ કદાપિ નહીં કરે, બલકે અત્યાર સુધીમાં તો તે પાછો હવામહેલ પહોંચી ખાઈ–પીઈને નિરાંતે પોઢી ગયો હશે.'

પૂજા ચોંકી, 'તું કેમ જાણે ?'

'અજાની નસનસ–રગરગથી હું વાકેફ છું. હું જાણું છું કે એને તારા જીવનમાં નહીં, મૃત્યુમાં રસ છે.'

તે ધ્રૂજી ઊઠી, 'પણ એ મારું મોત શા માટે ઇચ્છે?'

'કારણ કે અજા માટે તું હાથી છે અને જીવતો હાથી કરતાં મૂવેલો હાથી વધુ કિંમતી હોય છે.'

પૂજા બેવકૂફની જેમ તેની સામે જોઈ રહી. કંકુને સ્પષ્ટતા કરવાની ફરજ પડી. 'મારી વાત પર તને હજી યે વિશ્વાસ નથી બેસતો ને? સમજ! તારું મૃત્યુ થતાં તારી મિલક્તનો હકદાર કોણ કહેવાય ? અજો. કાંઈ સમજાય છે ?'

'પણ... પણ... આમાં એનો જરા ય વાંક નથી.' પૂજા બોલી, 'તહખાનામાં એકલી જવા હું પોતે ઇચ્છતી હતી. અહીં મને તેણે નથી ધકેલી. હું જીદ કરી આવી છું.'

'અર્થાત મૃત્યુને તેં પોતે નોતર્યું એ જ કહેવું છે ને તારે ?' – કહેતાં તેણે થોડાંક વધુ પ્રશ્નો વહેતા મૂક્યા, 'શું એની ફરજ નહોતી કે એ તને રોકે ? આપણી નિકટનું કોઈ આત્મહત્યા કરવાની જીદ કરે તો શું આપણે બે શબ્દો બોલી વચ્ચેથી ખસી જઈશું? મોટું મન રાખી તું એને માફ કરી દઈશ છતાં એક પ્રશ્ન હજી ઊભો છેઃ હજી સુધી એ તારી શોધમાં અહીં કેમ નથી આવ્યો?'

પૂજાના પગ ધ્રૂજવા લાગ્યા. કંકુ લગાતાર બોલ્યે જતી હતી, 'આ ભુલભુલામણીની આંટીઘૂંટીઓ જેટલી હું જાણું છું, એટલી તે પણ જાણે છે, તે ઇચ્છે તો ફક્ત પાંચ મિનિટમાં તને શોધી અહીંથી બહાર કાઢી શકે છે છતાં તેણે હજી કેમ દેખા નથી દીધી? બોલ, બોલ ! ચૂપ કેમ થઈ ગઈ ? હોઠે તાળાં કેમ લાગી ગયાં ?'

પૂજા સન્નાટામાં આવી ગઈ. કંકુનો એક પ્રશ્ન તેના માટે વિશેષ અગત્યતા ધરાવતો હતો. આ એ જ પ્રશ્ન હતો જે તેને છેલ્લા કાંઈ કેટલાય દિવસોથી ખૂંચી રહ્યો હતો. અને એ હતો... 'અજાએ તેની જોડે લગ્ન શા માટે કર્યાં?'

સૌ પ્રથમ આવા જ એક પ્રશ્ને લગ્ન પહેલાં માથું ઊંચુ કર્યું હતું, એ જાણવા છતાં કે તે કોસોના પ્રેમમાં ગળાડૂબ છે, અજો મોટું મન રાખી તેની જોડે ચોરીના ચાર ફેરા ફરવા રાજી હતો. એ સમયે તેણે મનને મનાવ્યું હતું : અજો મહાન છે.

અત્યારે કંકુ એ પ્રશ્ન સાથે ઉત્તર પણ દીધો હતો. અજાએ માત્ર ધન ખાતર લગ્ન કર્યાં હતાં. દહેજમાં તે પાંચ લાખના દાગીના તથા લગભગ કરોડ રૂપિયા લઈને આવી હતી; પરંતુ એ કરોડ રૂપિયા રોકડા ન દેતાં સુનીતાએ સૂઝપૂર્વક બૅંકમાં તેના નામે મૂકયા હતા. અજાને તેની સહી વિના એકે પૈસો ન મળે એવી આ વ્યવસ્થા હતી. અલબત્ત, પૂજાનો સ્વર્ગવાસ થતાં પત્નીની મિલકતનો વારસ તે બને એ તદ્દન સ્વાભાવિક હતું.

પૂજાના વિચારો સ્પષ્ટ થઈ ગયા. સર્વ કાંઈ દીવા જેવું ચોખ્ખું હતું. આજે જ અજો તેની પાસેથી દસ લાખ રૂપિયા ઓકાવવાની રમત રમ્યો હતો. પતિને લોન દેવા તે રાજી થઈ હતી. આ જ પતિને એકસાથે કરોડ રૂપિયા તથા પાંચ લાખના દાગીના, સર્વ કાંઈ હજમ કરી જવાની તક મળી હતી. તે નક્કી જાણતો હશે કે પૂજા એકલી ભુલભુલામણીમાં ગયા પછી પાછી નહીં ફરે. અંદરોઅંદર રૂંધાઈને મૃત્યુ પામશે. કોઈ તેની વહારે નહીં જાય. કોઈને જાણ પણ નહીં થાય કારણ કે ભૂગર્ભ તહખાનાઓમાં એકલા જવાની મૂર્ખાઈ કોઈ કરતું નહોતું.

'કંકુ!' – કહેતાં પૂજા તેને ભેટી પડી. 'તારી વાત હવે મને સમજાય છે. અજા જોડે લગ્ન કરી હું વાઘની બોડમાં પ્રવેશી છું. હવે હું શું કરું ?'

'એક ઉપાય છે.' જીન્સના ખિસ્સામાંથી કંકુએ નાનકડી રિવૉલ્વર કાઢી તેની સામે ધરી, 'આમાં એક છેલ્લી ગોળી વધી છે. રાતે એ બાસ્ટર્ડ સૂઈ જાય પછી ભડાકે દઈ દેજે.'

પૂજાના શરીરમાં ઉપરથી નીચે સુધી કંપારી દોડી ગઈ. લોહી થીજી ગયું. આંખો પહોળી થઈ ગઈ. 'ના, ના, ના.' હોઠ ધ્રુજી ઊઠ્યા, 'એ મારાથી નહીં બને. હું કલાકાર છું. મારાથી કોઈની હત્યા નહીં થાય.'

'તારી મરજી !' તેણે રિવૉલ્વર પાછી ખિસ્સામાં સરકાવી દીધી. 'બાકી, એ વાઘ તને બોડમાંથી પાછી જીવતી જવા નહીં દે. ગયા તે ગયા. અજો તો પંચતત્રનો ઢોંગી વાઘ છે. સંતનો તેણે ચોળો પહેર્યો છે. નિર્દોષ પ્રાણીઓ તેના દર્શને બોડમાં જાય તો પાછા ન જ કરે... છૂટાછેડા લેવાની આશા રાખતી હોય તો ભૂલી જજે.'

'કાંઈ બીજો માર્ગ?'

'નાસી છૂટ.'

'અત્યારે ?'

'અત્યારે જ.' કંકુની બુદ્ધિ ઝડપથી કામ કરી રહી હતી. 'અજો એ ભ્રમમાં છે કે તું ભુલભુલામણીમાં અટવાઈ હોઈશ. તે પાછો ચાલ્યો ગયો હશે, કોઈને સહેજે ગંધ નહીં આવે. કોઈ તારી તપાસે નહીં કરે.'

કંકુ તેનું કાંડું પકડી તેને દોરતી મુખ્ય પ્રવેશની દિશામાં આગળ વધી. 'આ જ તક છે, પૂજા. અહીંથી તને ધારની બસ મળશે. ત્યાંથી તને સરળતાથી ભોપાલ કે ઇન્દોરની એસ.ટી. મળી જશે. કદાચને કોઈ ટૅક્ષીવાળો પચમઢી આવવા રાજી પણ થઈ જાય.'

બંને જણ ઝડપી પગલાં ભરતાં, એક પછી એક ભૂગર્ભ કક્ષો પાર કરતાં મુખ્ય પ્રવેશ સુધી આવી પહોંચ્યાં. અચાનક કંકુએ પૂજાનો હાથ છોડી દીધો. અચાનક છલાંગ મારી તેણે દીવાલની આડ લીધી અને જોતજોતામાં તો તે ભુલભુલામણીમાં ગુમ થઈ ગઈ.

પૂજાની સમજમાં કશું ન આવ્યું. તેણે ધાર્યું હતું કે કંકુ તેને ધારની બસમાં બેસાડ્યા પછી જુદી થશે. આમ એકાએક કેમ પલાયન થઈ ગઈ?

પ્રવેશમાંથી બહાર નીકળી તે વાવના પગથિયે આવી અને પાણીમાં તેણે કાલીચંદનું પ્રતિબિંબ તરતું જોયું, બીતાં બીતાં તેણે આંખો ઊંચી કરી. સ્મિત ફરકાવતો કાલીચંદ વાવડીની કોર પર ઊભો હતો.

• • •

૧૩

પૂજા હલી ગઈ. કંકુ ભૂગર્ભકક્ષના પ્રવેશ સુધી આવી કેમ છટકી ગઈ હતી એનું કારણ હવે તેનાથી રહસ્ય નહોતું. તે સતી વાવડીના છેલ્લા પગથિયે ઊભી હતી. કાલીચંદ ટોચે ઊભો હતો. સ્મિત ફરકાવતો તેની સામે ટગર ટગર જોઈ રહ્યો હતો.

સ્વસ્થ થતાં પૂજાને પ્રશ્ન થયો. કાલીચંદ અહીં ક્યાંથી? અને અજો ! તેને ભુલભુલામણીમાં રિબાઈને મરવા એકલી છોડી ખરેખર પાછો ચાલ્યો ગયો હશે? કંકુએ તેને એમ જ કહ્યું હતું : તારો પતિ તારું મૃત્યુ ઝંખે છે.

ધીરે ધીરે પગથિયાં ચઢી તે ઉપર આવી.

'દીકરી !' કાલીચંદે તેની સામે દોડી આવતાં આશ્ચર્ય વ્યક્ત કર્યું, 'અહીં તું એકલી શું કરે છે?

સપાટ શબ્દોમાં પૂજાએ ઉત્તર દીધો, 'હું ભૂગર્ભ કક્ષો જોવા ગઈ હતી.'

'ના બને!'

'કેમ ?'

'આજ સુધી કોઈ એકલું અંદર જઈ જીવતું પાછુ નથી આવ્યું.' તે બોલી ઊઠ્યો.

'હું પ્રેતાત્મા નથી.'

'પણ...'

'જીવતી બહાર આવી છું.'

વાતો કરતાં બંને જણ હવામહેલ તરફ પગલાં ભરવા લાગ્યાં. કાલીચંદને હજી ય વિશ્વાસ નહોતો બેઠો. વારંવાર તે પૂજાના ચહેરા સામે જોઈ લેતો હતો. અંતે તેણે જણાવ્યું, 'ફરી આવી ભૂલ ન કરતી, દીકરી. આ જીવન અમૂલ્ય છે. એને જાણીબૂજીને જોખમમાં ના મુકાય.'

'શું તમારો અજો આ વાત નહોતો જાણતો ?' પૂજાએ પૂછ્યું.

'એ તો અહીંનો ભોમિયો છે. એનું બાળપણ, એની જવાની અહીં વીત્યાં છે. તહખાનાના અક્કેક કક્ષથી તે પરિચિત છે.' – કહેતાં જાણે એકાએક યાદ આવ્યું હોય એમ કાલીચંદ બોલી ઊઠ્યો, 'પણ એ ગયો ક્યાં!'

'મને ભુલભુલામણીમાં એકલી ધકેલી તે મહેલ પર નિરાંતે પોઢી ગયો હશે !'

કાલીચંદે તેના ઉત્તરમાં રહેલા તિરસ્કારને મહત્ત્વ ન દેતાં જણાવ્યું, 'હું હવામહેલથી તેની શોધમાં આવ્યો છું, તેના માટે ધારથી એક અરજંટ કૉલ આવ્યો હતો. બે કલાક પછી ફરી ફોન કરવાનું કહી હું તેની શોધમાં નીકળી પડ્યો. તે મહેલમાં નથી.'

'તો પછી કોઈ હૉટેલમાં મારા મૃત્યુનો જશન મનાવતો હશે !'

'એમ ન કહે, દીકરી.' વડીલ તરીકે કાલીચંદે તેને સમજાવવાનો પ્રયાસ કર્યો. 'અજો, તું ધારે છે એવો નથી. અલબત્ત, તેનામાં થોડીક નબળાઈઓ છે. ક્યારેક વગરવિચાર્યે ઉશ્કેરાઈ જાય છે; પરંતુ એ તને અંતઃકરણપૂર્વક ચાહે છે એ બાબત શંકાને સ્થાન નથી. તેણે જરૂર તને અંદર જતાં ચેતવી હશે. ખરું કહેજે, એણે તને રોકી હતી કે નહીં?'

પૂજા ચૂપ થઈ ગઈ. આ ખરું હતું કે અજાએ તેને ચેતવી હતી. તે બિનધાસ્ત ભૂગર્ભ–કક્ષોની ભુલભુલામણીમાં પ્રવેશી ગઈ હતી. જો તેણે અજાના શબ્દો પર વિશ્વાસ કર્યો હોત તો આ ઘટના ન બનત, પણ અજાના શબ્દો પર તેને ભરોસો કેમ થાય? એ સમયે તે ગંભીર નહોતો. મજાકના મૂડમાં હતો. હસતાં હસતાં એણે પૂજાને કહ્યું હતું કે અંદર હાથમાં હાથ ધરી ચાલવું પડશે.

• • •

કાલીચંદને આ બધું સમજાવવાનો કાંઈ અર્થ નહોતો. આખરે તે હતો કોણ ? એ જ ડૉક્ટર જેણે તેના પ્રેમ પર કુહાડી મારી તેને આ કળણમાં નાખી દીધી હતી !

હવામહેલ પાછી ફરતાં સુધીમાં તેણે નક્કી કરી લીધું. અહીં તે એકલી હતી. તારા સિવાય કોઈને તેના પ્રત્યે સહાનુભૂતિ નહોતી. અને તારા મહેલના કાવાદાવાઓ વિષે કશું જાણતી નહોતી. જ્યારથી હવામહેલની પડતી શરૂ થઈ હતી, વહેતા ઝરણા જેમ મીઠી ગઝલો તરતી મૂકતી એ ગાયિકાનું ગળું સુકાતું ગયું હતું. સરબતસિંહની સ્થિતિ એક સામાન્ય દારૂડિયા જેવી થઈ જતાં તેણે વાજા પેટીને અભરાઈએ ચડાવી દીધી હતી. એક કદરદાન જે આ મહેલમાં હતો તેણે મોં ફેરવી લીધું હતું. હવે તે પોતાનો કંઠ વહેતો મૂકે તો કોના માટે?

પૂજાએ લંચ પછી તેને વિશ્વાસમાં લઈ પેટછૂટી વાત કરવાનું નક્કી કર્યું. ડાઇનિંગ ટેબલ ગોઠવાઈ ગયો. પૂજા તથા તારા સામસામે ખુરશીઓમાં બેસી ગયાં. કાલીચંદ પણ તેમની સાથે જોડાયો. એ જ સમયે અજો હાંફળોફાંફળો બહારથી દોડી આવ્યો.

'અરે! તું અહીં છે!' પૂજા સામે જોઈ તેણે ઊંડા શ્વાસ લેતાં હેરતથી કહ્યું, 'કલાકો સુધી હું તને ભુલભુલામણીમાં શોધતો રહ્યો. મારો તો જીવ અધ્ધર થઈ ગયો હતો!

વધુ કાંઈ ન કહેતાં તે તારાની પડખેની ખુરશીમાં ઢગલો થઈ બેસી ગયો. કાલીચંદે ત્રાંસી આંખે પૂજા સામે જોયું – જાણે તે પૂજાને યાદ દેવડાવતો હોય : મેં નહોતું કહ્યું કે અજો તારા વિના અધુરો છે?

પૂજા કાંઈ ન બોલી.. થાળીઓ પીરસાતાં બધાં જોડે તે ચૂપચાપ ભોજન આરોગવા લાગી. છરી, કાંટા તથા ચમચાના અવાજો સિવાય વાતાવરણમાં સોપો હતો. જાણે ચારે જણાં એકમેકની નજીક હોવા છતાં વચ્ચે માઈલોનું અંતર પથરાઈ ગયું હતું.

'એ તો કહે,' આખરે અજાએ પત્ની સામે જોતાં મૌન તોડ્યું. 'તહખાનામાંથી તું નીકળી કઈ રીતે?'

'અકસ્માતે.' પૂજા જૂઠ બોલી.

'ખરેખર !'

'શું હું જૂઠ બોલું છું?'

'ના. ના. પણ આજ દિવસ સુધી એવું નથી બન્યું કે કોઈ માણસ એમાંથી ભૂલથી પણ બહાર નીકળ્યું હોય!'

'અજાજી !' કાલીચંદે વચ્ચે કહ્યું, 'તમે આ બધું જાણતા હતા છતાં પુજા દીકરીને એકલી અંદર જવા દીધી?'

આ પ્રશ્નની આશા ન પૂજાએ રાખી હતી, ન અજાએ. બંને જણાં એકસાથે ચોંકી કાલીચંદ સામે જોઈ રહ્યાં. તારા વધુ કાંઈ જાણતી નહોતી; પરંતુ ધીરે ધીરે તેની સામે સર્વ કાંઈ સ્પષ્ટ થઈ રહ્યું હતું.

'કોઈ મરવા ઇચ્છતું હોય તો એને કોણ રોકી શકે?' અજાએ કઠોર શબ્દોમાં ઉત્તર દીધો.

'એ કોઈ નથી, તમારી ધરમપત્ની છે.'

'અને મારી ધરમપત્ની કાંઈ નાની ગીગલી નથી કે મારે તેને કૂવો દેખાડી સમજાવવું પડે – આમાં કૂદકો ન મરાય.'

નજીકના બેઠકખંડમાં ટેલિફોનની ઘંટડી રણકી ઊઠી. તેનો અવાજ ડાઈનિંગ હોલમાં સ્પષ્ટ ઊઠતાં ચર્ચા પર આપમેળે પૂર્ણવિરામ મુકાઈ ગયું.

'અજાજી!' જાહેરમાં કાલીચંદ તેને સન્માનપૂર્વક સંબોધતો હતો. 'તમારા એકાઉન્ટન્ટ રતનસિંહનો ફોન હશે. હું તમને જણાવતાં વીસરી ગયો. તેમણે લંચ સમયે ફોન કરવાનું કહ્યું હતું.'

અજો નેપ્કિન વડે હાથ લૂછી બેઠકખંડમાં ચાલ્યો ગયો. થોડી વારે તારા ઊભી થઈ લતામંડપની દિશામાં જવા બેઠકખંડમાંથી પસાર થઈ અને પીઠ કરી ઊભેલા અજાની પાછળ થોડુંક અંતર રાખી એક થાંભલાની આડે ઊભી રહી ગઈ.

દીવાન હિંમતસિંહ, જે હવામહેલનો સઘળો કારભાર વર્ષોથી સંભાળતા આવ્યા હતા, તેમને પાણીચું દઈ અજાએ રતનસિંહ નામના એક ચાર્ટર્ડ એકાઉન્ટન્ટને રોક્યો હતો. અજો ફોન પર આવતાં સૌ પ્રથમ તેને લગ્નના મુબારકબાદ દીધા.

'અજાજી ! તમારી ગેરહાજરીમાં હું એક વાર હવામહેલ આવ્યો હતો. મને તમારા ચોકીદારે જણાવ્યું કે તમે પચમઢી જાન લઈને ગયા છો ત્યારે જ મને લગ્નની જાણ થઈ.'

અજાને અત્યારે આ બધી ઔપચારિક્તામાં રસ નહોતો. પૂજાનું કાટલું કાઢવાની નિર્દોષ તક હાથમાં આવીને સરી ગઈ હતી. હજી સુધી તે એ કલ્પી નહોતો શક્યો કે પૂજા ભૂગર્ભ કક્ષોમાંથી બહાર કેમ કરી નીકળી શકી ! શું કોઇએ તેની મદદ કરી હશે ?

'સૉરી રતનસિંહ.' અજાએ કે ટૂંકો ઉત્તર દેતાં જણાવ્યું, 'લગ્ન બાત તમને સૂચિત કરી ન શક્યો. બલ્કે અહીં પણ કોઈ જાણતું નહોતું. બધું અચાનક ગોઠવાઈ ગયું.'

'કમ સે કમ લગ્ન પછી તો રિસેપ્શત ગોઠવી અમને યાદ કર્યા હોત !'

'હું ખોટા ખર્ચાઓમાં નથી માનતો. દેશમાં કારમો દુકાળ ચાલતો હોય ત્યારે ભોજન સમારંભો ગોઠવવા એ શું યોગ્ય કહેવાય?' – પ્રશ્ન સાથે રતનસિંહને ચૂપ કરી તે મૂળ વિષય પર આવ્યો, 'કહો, ફોન કેમ કરવો પડ્યો?'

રતનસિંહ થોડોક રમૂજ પ્રિય માણસ હતો. અજો લગ્ન કરી વહુને લઈ ઘેર આવ્યો હતો એ પ્રસંગને કેન્દ્રમાં રાખી તેણે ઉત્તર દીધો, 'અજાજી, મુસીબત એકલી ક્યારેય નથી આવતી.'

'શું?'

'જાણે વાત એમ છે કે હવામહેલનો કેસ આવતા મહિને પાટિયે આવશે.'

અજાના પગ હેઠળથી જમીન સરી ગઈ. છેલ્લાં થોડાંક વર્ષોથી હવામહેલ પ્રોપર્ટી વેરાનો કેસ કોર્ટમાં ચાલી રહ્યો હતો. ઍંસી લાખના વેરાનો આ કેસ હતો. આવતા મહિને પાટિયે આવતાં ચુકાદો થઈ જાય – અને કેસ જીતવાની ધૂંધળી આશા પણ હવે બાકી નહોતી રહી.

પ્રશ્ન ગંભીર હતો. ઍંસી લાખ રૂપિયા લાવવા ક્યાંથી? હજી આજે જ તેણે પૂજા પાસેથી દસ લાખ ઓકાવવા નાટક ભજવ્યું હતું. તે લોન રૂપે દેવા માટે રાજી પણ થઈ હતી; પરંતુ ઍંશી લાખ !

'રતનસિંહ ! ' અજાએ સ્વસ્થ થતાં તેને યાદ દેવડાવ્યું, 'તમે ખાતરી દીધી હતી કે હજી એકાદ–બે વર્ષ સુધી વેરો રોકી શકાશે !'

'ખરું.' ચાર્ટર્ડ ઍકાઉન્ટન્ટે રિસીવરમાં સ્વીકાર્યું, 'પણ હવે એ શકય નથી. નવો અધિકારી આપણા સર્વેના દુર્ભાગ્યે નખશિખ પ્રમાણિક છે.'

'એની બદલી કરાવી નાખો.'

'એ માટેની ખટપટ શરૂ કરી દીધી છે, પણ આમાં સમય લાગશે, છ મહિના–વરસ નીકળી જાય.' – કહેતાં તેણે ઉમેર્યું, 'મારી સમજમાં એ નથી આવતું કે અબજપતિની પુત્રીને પરણ્યા પછી ઍંસી લાખ જેવી મામૂલી રકમ માટે તમને આટલી ચિંતા કેમ થાય છે !'

• • •

અજાએ તરત રિસીવર મૂકી દીધું. થાંભલા પાછળ ઊભેલી તારા દબાયેલા પગે સરકી ગઈ. તે કાંઈ વધુ સમજી ન શકી; પરંતુ આટલું તેણે ચોક્કસ સાંભળ્યું હતું : અજાને એંસી લાખ રૂપિયા ક્યાંક ભરવાના આવ્યા છે. તે ભીંસમાં છે અને આ રૂપિયા તે ક્યાંથી મેળવશે એ જોવાનું હતું.

સાંજે પૂજાએ તેને પોતાની સાથે લીધી હવામહેલથી પગલાં ભરતાં બંને જણાં ફાટકની દિશામાં આગળ વધી રહ્યાં હતાં.

કેડીની બંને તરફ ઝાડ–ઝાંખર તથા ઊંચું ઘાસ ઊગી નીકળ્યાં હતાં. મહેલમાંથી ફાટક તરફ જતાં એવું લાગતું હતું. જાણે જંગલ પાર કરી બીજે ગામ જતાં હોઈએ ! લગભગ અર્ધો માગ વટાવ્યા પછી તારાને ખ્યાલ આવ્યો : પૂજાએ હજી એકે શબ્દ ઉચ્ચાર્યો નહોતો. આમ કેમ?

'પૂજા !' અંતે તેણે હોઠ ખોલ્યા, 'આજે તું કાંઈ મૂઝાયેલી લાગે છે!'

પૂજાએ થોભી જતાં તેની સામે જોયું. 'તારી વાત ખોટી નથી.'

'શું થયું?'

'હું એકલી પડી ગઈ છું.'

'એકલી ?'

'આ મહેલમાં મારું કોઈ નથી.'

'એમ ન કહે, પૂજા' તે બોલી ઊઠી, 'હું તારી સાથે છું તારી બહેન છું, સહેલી છું. તારી માના સ્થાને છું. મારા પર વિશ્વાસ મૂકી જો, તને ખાતરી થઈ જશે.'

પૂજા ખામોશ ઊભી રહી. આંખો ઢાળી જમીન ખોતરતી રહી. તારા તેની દ્વિધા સમજી ગઈ. કાંઈ પુરાવા વિના માત્ર તેના શબ્દો પર કોઇ નિશ્વાસ મૂકી ન શકે.

'પૂજા !' તેણે સ્નેહપૂર્વક કહ્યું, 'કદાચ તારા પપ્પાનો ચહેરો તને યાદ નહીં હોય. મને આજે પણ યાદ છે, આ તારું નાક છે ને, એ બિલકુલ તેમના જેવું છે.'

'તું મારા પપ્પાથી પરિચિત હતી?'

તેણે ઇશારાથી 'હા' કહ્યું.

'તારી ઉંમર કેટલી ?'

'તું વીસ વર્ષની છે, ખરું ?' – કહેતાં તેણે મને મનોમન હિસાબ જોડ્યો, 'હું ચાળીસની અંદર છું.'

'લાગતી નથી.'

'મારી ઉંમર તેં શું ધારી હતી ?'

'ત્રીસની ઉપર.'

'મને પ્રસન્ન કરવા જૂઠ નથી કહેતી ને?'

'જુઠ બોલતાં શીખી હોત તો આજે દુ:ખી પણ ન હોત.'

'મને ગર્વ થાય છે કે હજી હું જુવાન લાગું છું.

પૂજાએ સહેજં વિચારી પ્રશ્ન કર્યો, 'મારા પપ્પા જોડે તારી મુલાકાત ક્યાં થઈ હતી ?'

'અહીં,' તે બોલી, 'હવામહેલમાં. હિઝ હાઈનેસના અંગત મિત્રોમાં તે એક હતા. હું લતામાંડપમાં ગાવા બેસતી ત્યારે બિલ્લીપગે આવી તે મારી સામે બેસી જતા.'

'તેમને ગાયિકીમાં રસ હતો એ હું નહોતી જાણતી.'

'પૂજા !' આગળ વધતી વાતને ત્યાં જ રોકતાં તેણે જણાવ્યું, 'હજી તારે ઘણું જાણવાનું–સમજવાનું છે. જ્યાં સુધી તું તારું મન નહીં ખોલે, કશું જાણી નહીં શકે.'

પૂજા ફરી ખામોશ થઈ ગઈ.

'ખરું કહું તો લગ્ન પછી મેં તારા ચહેરા પર માત્ર ગૂંચો જોઈ છે, ખુશી નહીં.' તારાએ આગળ ચલાવ્યું, 'તારી આંખોમાં મેં છાની પીડા જોઈ છે અને મારે જોવો છે હર્ષ.'

બંને જણાં જ્યાં ઊભાં હતાં ત્યાં જ લીમડાની એક ઘટાદાર વૃક્ષની છાયામાં બેસી ગયાં. 'તારા !' આખરે પૂજાએ નિર્ણય લઈ શરૂઆત કરી, 'અજા વિષે તારો શો અભિપ્રાય છે ?'

'તારે શું જાણવું છે?'

'મારી જોડે તેણે લગ્ન શા માટે કર્યાં ?'

તારા વિચારમાં પડી ગઈ. અજા તથા પૂજાનાં લગ્ન એટલી ઝડપથી ગોઠવાયાં અને પતી ગયાં હતાં કે એ બાબત વિચારવાનો તેને સમય જ નહોતો મળ્યો. એ દિશામાં તેનું ધ્યાન પણ ક્યાં ગયું હતું ?

'કદાચ દહેજ માટે કર્યાં હોય એમ હવે લાગે છે.' તારાએ નિખાલસતાપૂર્વક જણાવી દીધું, 'કારણ કે અજો જાણતો હતો કે એને પરણવા તું રાજી નથી, તે એ પણ જાણી ગયો હતો કે તું કોસોને ચાહતી હતી.'

'અને હજી યે ચાહું છું.' તેની ભૂલ સુધારતાં પૂજાએ કહ્યું, 'દિવસ–રાત તેની યાદ મને ઊધઈની જેમ કોરી ખાય છે. લાગે છે – હું સ્ત્રી નથી, લાકડું છું, ધીમે ધીમે સળગ્યા કરુ છું, સમજમાં નથી આવતું કે હું શું કરું.'

તારાએ હળવેકથી કહ્યું, 'વિચારવું પડશે.'

'વિચારવાનો હવે સમય નથી.'

તે ચોંકી, 'કેમ ?'

'અજાએ ખરેખર મારા ધન ખાતર મારી જોડે લગ્ન કર્યાં હશે તો એ મને જીવતી નહીં છોડે, ઘાસલેટ છાંટી મને સળગાવી દે તો યે નવાઈ નહીં.'

તારાની આંખો પહોળી થઈ ગઈ. આજે ડાઈનિંગ ટેબલ પરની ચર્ચા પરથી તે આટલું કળી ગઈ હતી – ભુલભુલામણી પાસે કોઈ દુર્ઘટના સર્જાઈ હશે. શું એ અકસ્માત હતો ?

'તારી વાત ખોટી નથી.' તેની દલીલ સ્વીકારી લેતાં તારા બોલી, 'ત્યાં, સતી વાવડી પાસે સવારે શું બન્યું?'

'મારું કાસળ કાઢવાનો પ્રથમ પ્રયાસ.'

'તો તું બચી કેમ ગઈ ?'

'સદ્ભાગ્યે કંકુ ત્યાં હાજર હતી.'

તારાને વિશ્વાસ ન બેઠો, 'કોણ ?'

'કંકુ.'

'એણે તારી મદદ કરી.'

'એટલું જ નહીં, તેણે મારી આંખો પણ ખોલી.' પૂજા હવે ખુલ્લા દિલે કહી રહી હતી, 'તેણે જ મને ચેતવી કે અજાને મારા પ્રેમમાં નહીં, શરીરમાં નહીં, ધનમાં રસ છે. અને એ ધન મારા મૃત્યુ પછી તેને મળી શકે. ટૂંકમાં અજાને મારે પ્રાણ લેવામાં રસ છે.'

'પછી? પછી ?'

'મને નાસી છૂટવાની તેણે સલાહ દીધી. જો કાલીચંદ વચ્ચે ટપકી પડ્યો ન હોત તો તેણે એસ. ટી.માં મને બેસાડી દીધી હોત.' – કહેતાં તેણે ઉમેર્યું, 'કહે, હવે શું કરી શકાય ?'

'વિચારવા માટે મને એક રાત દઈ શકે ?'

'આમાં વિચારવાનું છે શું ?' પૂજાએ સામો પ્રશ્ન કર્યો.

'તે જે કાંઈ જણાવ્યું, એ બધું હું નહોતી જાણતી. એકાદ દિવસ પહેલાં તેં કહ્યું હોત તો કદાચ હું તારી વાત હસી કાઢત.' – કહેતાં તેણે કારણ બતાવ્યું, 'પરંતુ આજે અજાની ટેલિફોન–ચર્ચા સાંભળી મને ખાતરી થઈ કે તારી ધારણા ખોટી નથી. અજો ભીંસમાં છે. હવામહેલ લીલામ થવાની તૈયારીમાં છે. આવા સંજોગામાં તે કાંઈ પણ કરી શકે – પણ આપણે ઉતાવળિયું પગલું ભરી ન શકીએ. આપણી એક નાનકડી ભૂલ પણ ઘાતક સિદ્ધ થાય!'

સૂર્ય ઢળી ચૂક્યો હતો. અંધારાં ઊતરી આવ્યાં હતાં. એકાએક બંનેને સમયનો ખ્યાલ આવતાં તેઓ ઊભી થઈ ગઈ. 'પૂજા !' હવામહેલ તરફ પાછા જતાં પહેલાં તારાએ કહી દીધું 'આજથી, હમણાંથી આપણે સાવધ રહેવું પડશે. કોઈને પણ આપણા પર સહેજે શંકા થવી ન જોઈએ.'

'તું કહેવા શું ઇચ્છે છે?'

'આજ સુધી આપણા બંનેના સંબંધ નિર્દોષ હતો. હવે નથી રહ્યા. આપણે જાહેરમાં વધુ મુલાકાતો ગોઠવીશું તો શત્રુઓને ગંધ આવી જશે. આપણી ભલાઈ એમાં છે કે આપણે ખાનગીમાં મળીએ. અહીંથી આપણે સાથે ન જતાં અલગ–અલગ પાછાં જઈએ.' – કહેતાં તેણે ઉમેર્યું, 'પહેલાં હું જઈશ. દસ મિનિટ પછી તું આવજે.'

પૂજાએ તેની દલીલ સ્વીકારી લીધી.

'એકલાં બીક તો નહીં લાગે ને?'

તેણે નકારમાં માથું ધુણાવ્યું. તારા ઝડપી પગલાં ભરતી હવામહેલની દિશામાં આગળ વધી ગઈ. દસેક મિનિટ પછી પૂજાએ આગળ વધવા માટે પહેલું પગલું ભર્યું અને બંદૂકનો એક ધડાકો સંભળાયો. તે ધ્રૂજી ઊઠી.

અંધારામાં તે કાંઈ જોઈ નહોતી શકતી. ઝાડીઝાંખરાં તથા વૃક્ષો વચ્ચે તે ઊભી હતી. નજીકમાં ઊબડખાબડ સડક હતી, જે સીધી હવામહેલ તરફ જતી હતી. સડક પરથી ખસી તે ઝાડીઓમાં ભરાઈ ગઈ.

તેના કાને બીજો ધડાકો અથડાયો. હવામહેલની દિશામાંથી કોઈ ફાયર કરી રહ્યું હતું. આ વખતે ગોળી નજીકના લીમડાના વૃક્ષ જોડે અથડાઈ અને તેનાં રૂવાડાં ખડાં થઈ ગયાં. છલાંગ મારી તેણે એક શિલા પાછળ જગ્યા લીધી.

તેને ખ્યાલ આવ્યો, જરૂર કોઈ જંગલી બિલાડો કે શિયાળ હવામહેલની પ્રોપર્ટી પર ઊતરી આવ્યું હશે! વૉચમૅન મામદે એ પ્રાણીને બિવડાવવા ગોળીબાર કર્યાં હશે! પરંતુ ગોળીબાર તેની દિશામાં કેમ થયો? શું એ જાનવર આ બાજુ ક્યાંય સંતાયું હશે?

તે ઝડપથી વિચારી રહી હતી. અને તેના કાને અવાજો અથડાયા, કાંઈ સ્પષ્ટ નહોતું. એક પછી એક હુકમ છૂટી રહ્યા હતા. કોઈ શું બોલતું હતું એ સમજાતું નહોતું. પાંચ–છ જણા જાણે એકસાથે બોલી રહ્યા હતા.

માના પેટમાં બેઠી હોય એમ પૂજા પથ્થરની શિલા પાછળ સંકોચાઈ ગઈ હતી. અત્યાર સુધીમાં તેનું આખું શરીર પરસેવે રેબઝેબ થઈ ગયું હતું. – જાણે મૃત્યુ તેની નજીક ક્યાંક સંતાયું હતું, તેને હડપી જવાની તક શોધી રહ્યું હતું..

મનને મક્કમ કરતાં તેણે શિલા પાછળથી માથું સહેજ ઊંચું લીધું અને વધુ બે ગોળીઓ ફાયર થઈ. એક ગોળી શિલા જોડે અથડાઈ પથ્થરની કરચો ઉડાડતી ત્યાં ફંગોળાઈ ગઈ. તરત તેને પોતાની ભૂલ સમજાઈ. એ જ માથું પાછું નમાવી લીધું.

અવાજો ધીરે ધીરે નજીક આવવા લાગ્યા. આ વખતે તેણે 'દીપડો' શબ્દ બે વાર સાંભળ્યો. કોઈ કહેતું હતું કે દીપડો આ તરફ ગયો છે. કોઈ કહેતું હતું કે પેલી તરફ ઝાડીઓમાં ભરાયો છે.

શું ડુંગરા પરથી દીપડો આવ્યો હશે ? ભીનો થઈ ગયેલો ચહેરો ઊંધા હાથ વડે લૂછતાં પૂજાએ વિચાર્યું અને તેને યાદ આવ્યું : એક દીપડો હવામહેલમાં પણ છે. ઘોડાના તબેલાઓ પાસે તેનું પાંજરુ છે. કદાચને એ જ દીપડો નાસી છૂટ્યો હોય !

સત્ય પણ આ હતું. હવામહેલનો દીપડો પાંજરામાંથી છટકી ગયો હતો. હાથમાં બંદૂક લઈ અજા જોડે તેના પાંચ વિશ્વાસુ માણસો દીપડાને શોધી રહ્યા હતા. એક માણસના હાથમાં મશાલ પણ હતી.

કલાકેક સુધી શોધ ચાલતી રહી. થોડા થોડા અંતરે ગોળીબાર થતા રહ્યા. અર્ધો ડઝન જેટલી ગોળીઓ પૂજાની દિશામાં ફાયર થઈ. સદ્ભાગ્યે તે સુરક્ષિત રહી ગઈ. દીપડો જીવતો પકડાયો હતો. મામદ ચોકીદારે તેને સિફતથી ઘેરામાં લઈ તેના પર જાળ નાખી દીધી હતી.

'આ દીપડો નાસી કેમ છૂટ્યો ?' તારાએ પ્રશ્ન કર્યો, ડિનર પછી બેઠકખંડમાં સર્વે કૉફી પીતાં બેઠાં હતાં.

'મને પણ આ જ સમજાતું નથી.' અજાએ આશ્ચર્ય વ્યક્ત કર્યું.

કાલીચંદે હળવેકથી જણાવ્યું, 'મને સમજાય છે.'

સર્વેની આંખો તેના ચહેરા પર કેન્દ્રિત થઈ.

'દીપડા નાસ્યો નહોતો.' કાલીચંદે બમ ફેંક્યો. 'કોઈએ તેને નસાડ્યો હતો.'

'એટલે?' અજાની ભ્રમરો ઊંચી થઈ.

'સ્પષ્ટ કહું કે કોઈએ જાણી જોઈને પાંજરાનો દરવાજો ખોલી નાખ્યો હતો.'

'પણ કોઈ એમ શા માટે કરે ?'

'એ તમે જાણો, અજાજી.'

પૂજા ચૂપચાપ ચર્ચા સાંભળી રહી હતી. કાલીચંદે આડકતરી રીતે અજા પર આક્ષેપ મૂક્યો હતો – જાણે અહીં જે કાંઈ બની રહ્યું હતું એમાં તેનો પોતાનો હાથ નહોતો. કદાચને તે પૂજાની નજરોમાં પોતાની નિર્દોષતા સિદ્ધ કરવા ઇચ્છતો હોય ! જ્યારે પણ પૂજા તથા અજા વચ્ચે ટેન્શન સર્જાતું, તે પૂજાની ભેર લેતો. પૂજા માટે આ પણ એક ગૂંચ હતી.

'કાલીચંદ !' અજાનો અવાજ ઊંચો થયો, 'તારો ઇરાદો શું છે? શું કહેવું છે તારે?'

'મારે જે કાંઈ કહેવું હતું એ મેં સ્પષ્ટ કરી દીધું છે.'

'છતાં કાંઈ સમજાતું કેમ નથી?'

'સમજદારો માટે ઇશારો પૂરતો હોય છે.' – કહેતાં કાલીચંદ ઊભો થયો. 'અજાજી! ફરી દીપડાને છૂટો મેલી તેનો શિકાર ખેલવાની ભૂલ નહીં કરતા; નહિતર દીપડા જોડે કોઈનો પ્રાણ પણ જશે !' વધુ કાંઈ ન કહેતાં તે પોતાના આવાસ ભણી ચાલ્યો ગયો.

અજો સમસમીને રહી ગયો.

રાતે સૂતાં પહેલાં આ જ ચર્ચા બાબત પૂજાને ફરી એક વાર વિચારવાની ફરજ પડી. તેની દ્રષ્ટિએ અજો તથા કાલીચંદ એક ગાડાના બળદ હતા. બંનેએ સાથે મળી તેને લગ્નના છટકામાં લેવાનું કાવતરું ઘડ્યું હતું. એ વિષે શંકાને હવે સ્થાન નહોતું. એટલે જ કૉફી પરની ચર્ચા તેને આશ્ચર્ય પમાડનારી લાગી હતી.

કાલીચંદે જાહેરમાં ક્યારેય અજા સામે આમ મ્હોં ખોલવાની હિંમત નહોતી દાખવી. આજે પહેલો પ્રસંગ હતો કે અજાને તેણે સુંવાળા શબ્દોને બદલે કડક શબ્દોમાં ખખડાવી નાખ્યો. આના પરથી એક વાત સ્પષ્ટ થતી હતી. તે હવે અજાનો ઓશિયાળો નહોતો રહ્યો. કાલીચંદ તેને ઇચ્છે તેમ રમાડી શકતો હતો. અજો તેના હાથનું રમકડું બની ગયો હતો.

પ્રશ્ન બીજો : આ રાજરમતમાં કાલીચંદને શું રસ છે? શા માટે તે આમાં સક્રિય ભાગ ભજવી રહ્યો છે? લાલો લાભ વિના લોટે નહીં. આ નક્કી હતું, પણ તેનો લાભ આમાં શું હોઈ શકે ? આ પ્રશ્ન મોડી રાત સુધી વણઉત્તર રહ્યો.

મધરાત પછી આજે ફરી છત પરથી ખડાઉના અવાજ ઊઠ્યા. આ અવાજો તેણે ગઈકાલે રાતે પણ સાંભળ્યા હતા; પરંતુ ગઈરાતે તે ખૂબ થાકેલી હતી. 'ખટાફ્ ખટાફ્'ના અવાજો સાંભળતાં તે પોઢી ગઈ હતી. આજે તે સૂઈ ન શકી,

છત પરથી પ્રવાસ કરતા ખડાઉના અવાજો સીડીઓ પર આવ્યા અને ડૂબી ગયા. પૂજા ઊભી થઈ ઝરૂખામાં દોડી આવી. અંધારામાં તે કશું સાફ જોઈ ન શકી. આકાશ સ્વચ્છ અને તારાઓથી શોભતું હતું. તેણે ફરી નીચે જોયું. શું છત પરથી ઊતરી સીડીઓ પર થઈ કોઈ બહાર નહોતું નીકળ્યું?

થોડીવાર ઝરૂખામાં પ્રતીક્ષા કરી તે પાછી ફરવાની તૈયારીમાં હતી કે તેણે તાંત્રિક કાશીનાથની છાયાચિત્ર જેવી આકૃતિ જોઈ. હાથમાં ત્રિશૂળ ધરી એ આકૃતિ લતામંડપની દિશામાં પગલાં ભરી રહી હતી.

અલબત્ત, હવે ન બગીચો રહ્યો હતો, ન લતામંડપ. સર્વ કાંઈ ઝાડીઝાંખરાં ગળી ગયાં હતાં; પરંતુ મહેલ તથા લતામંડપ વચ્ચે ઉભેલું ગોરખ આમલીનું વૃક્ષ આજે પણ ગર્વથી માથું ઊંચુ કરી રહ્યું હતું. તાંત્રિક આ જ ઘટાદાર વૃક્ષની આસપાસ ફેરા ફરી રહ્યો હતો – જાણે એ વૃક્ષ નહોતું, લગ્નની વેદી હતી. તેની હિલચાલ પરથી એવું લાગતું હતું જાણે તેને કોઈ ચોક્કસ સ્થળની શોધ છે.

એ જ સમયે દારૂના નશામાં 'સરસ્વતી' ના નામની રાડો પાડતો સરબતસિંહ પ્રવેશ્યો. સરસ્વતી તેની સ્વર્ગસ્થ પત્ની હતી. આટઆટલાં વર્ષો વીતી ગયાં પત્નીના દેહાંતને છતાં હજુ તે પત્નીને વીસરી નહોતો શક્યો.

'મારા હુકમ વિના મહેલ છોડી કેમ ચાલી ગઈ ?' હવામહેલના પ્રવેશ તરફ ન જતાં તે જમણી તરફ વળ્યો. 'જન્મો જનમનો સાથ દેવાનું કહી એકલી કેમ દોડી ગઈ? બોલ ! મારી જોડે દગો શા માટે રમી ? શું તું નહોતી જાણતી કે અહીં મારા હુકમ વિના એકે પાંદડું નથી હાલતું? મને છોડીને જવાની તારી હિંમત કેમ થઈ?'

ડોલતો લડખડાતો સરબતસિંહ ગોરખ આમલીના વૃક્ષ પાસે આવ્યો. તાંત્રિકની પરિક્રમામાં ભંગ થયો. તેને ઇચ્છા થઈ, ત્રિશુળ ભોંકી એ બેવકૂફને ત્યાં જ ઢાળી દે! એમ ન કરતાં તેણે સરબતસિંહના કાંડા પર પકડ જમાવી અને તેને ખેંચતો મહેલના પ્રવેશ તરફ આગળ વધ્યો.

સરબતસિંહ છંછેડાઈ ઊઠ્યો. 'એ ભભૂતિયા ! જાણે છે, હું કોણ છું? હિઝ હાઇનેસ સરબતસિંહ. હવામહેલનો હું રાજા છું છતાં મને આમ ઘસડીને લઈ જવાની ધૃષ્ટતા તું દાખવે છે?'

થોડીક પળો માટે થોભી તાંત્રિકે તેને બે લાફા માર્યા અને ચૂપ કરી દીધો, પૂજાએ આ દ્રશ્ય પોતાના ઝરૂખામાંથી જોયું. તેની છાતી ધબકી ઊઠી. તેના રૂંવાડાં ઊભાં થઈ ગયાં. મમ્મીએ બાળપણથી સંભળાવેલી વાર્તાનું મુખ્ય પાત્ર આટલું નબળું નહોતું. આટલું ગરીબડું નહોતું.

પૂજાની પોતાની સ્થિતિ પણ અત્યારે એક મૂંગા જાનવર કરતાં વધુ સારી નહોતી. હે ભગવાન ! તેનું અંતરમન પોકારી ઊઠ્યું. આ વેરાન મહેલમાં તેં મને શા માટે ધકેલી ? એવાં તે મેં ક્યાં પાપ કર્યાં હતાં કે જેની સજા મને આ મળી ?

આ કસાઈવાડામાં ત્રણ ખાટકીઓ છે. પહેલો ખાટકી મારો પતિ, મારા પ્રાણ ઇચ્છે છે. બીજો ખાટકી કાલીચંદ. અજાનો તે ગુરુ છે. અને ગુરુનો ગુરુ એટલે કે ત્રીજો કસાઈ – તાંત્રિક કાશીનાથ; જેણે નિર્દયતાપૂર્વક હમણાં જ એક મહાન આત્માને ઝૂડી નાખ્યો. આ ત્રણે ગિદ્ધો મળી મને ચૂંથી નાખે એ પહેલાં, ભગવાન ! મને અહીંથી પલાયન થવાનો કાંઈ માર્ગ સુઝાડજે. મારી મદદ કરજે !

ઝરૂખામાંથી તે પાછી પલંગ પર આવી અને જાણે ઈશ્વરપ્રેરણા થઈ હોય એમ અચાનક ઊછળી પડી. અહીં ટેલિફોન છે. તેનું હૃદય પડઘાઈ ઊઠ્યું. પચમઢી ટ્રંકકોલ જોડી મમ્મીને સર્વ કાંઈ જણાવી દઉં. મમ્મી પોતે મને અહીં આવી તેડી જશે.

પૂજાને આશ્ચર્ય એ વાતનું થઈ રહ્યું હતું કે આ વિચાર તેને પહેલાં કેમ ન સૂઝયો ? અત્યાર સુધીમાં તો સુનીતા અહીં આવી પહોંચી હોત. તે ક્યારની પચમઢી પહોંચી મુક્ત પંખીની જેમ ચિચિયારી કરતી હોત !

તરત તેણે રિસીવર હાથમાં લીધું. તે નંબર ઘુમાવવા ગઈ અને તેને ખ્યાલ આવ્યો : ફોન 'ડેડ' હતો.

• • •

૧૪

પૂજા ત્રણેક કલાકથી વધુ સૂઈ ન શકી. આ થોડાંક કલાકોની નીંદર પણ શાંત નહોતી. જાણે જીવતાજીવ તે કફન ઓઢી સૂતી હોય એમ તરફડતી હતી. અનેક ડાઘુઓ તેની પાંપણો પાછળ લપાઈને બેઠા હોય તેમ વારે વારે માથાં ઊંચાં કરતા રહ્યા. તેના કાનમાં લગાતાર શબ્દો ગુંજતા રહ્યા. રામ બોલો ભાઈ રામ... હે રામ ! આમાં અજાનો અવાજ સ્પષ્ટ હતો.

સવારે તે ચાની ટ્રે લઈ પ્રવેશ્યો ત્યારે પૂજા તેના સ્મિત વેરતા ચહેરામાં પહોળી આંખે જોઈ રહી; જાણે તેની સામે પતિ નહીં, યમદૂત ઊભો હોય !

'પૂજા !' ટ્રે સાથે તેની સામે ઊભો રહી જતાં અજાએ આશ્ચર્ય વ્યક્ત કર્યું, 'શું મને પહેલાં ક્યારે જોયો નથી?'

પૂજાએ આંખો પટપટાવી. વાસ્તવિકતા સ્વીકારી લેતાં તેણે સામો પ્રશ્ન કર્યો, 'આ ફોન ક્યારથી ડેડ છે?'

'ડેડ છે!' આશ્ચર્ય વ્યક્ત કરતાં તેણે ડ્રેસિંગ ટેબલ પર ટ્રે મૂકી રિસીવર ઊંચક્યું. ખાતરી થતાં તેણે રિસીવર પાછું મૂકી દીધું, 'લાગે છે, તારી લાઇનના વાયરમાં કાંઈ ખરાબી છે. ફોન કરવો હતો તારે?'

'જી... જી... હા...'

'તને વાંધો ન હોય તો... મારા બેડરૂમમાંથી કરી લે.'

આ દેખીતું હતું કે પૂજા તેની હાજરીમાં ફોન જોડી ખાનગી વાતો કરી ન શકે, સુનીતાને તે કહી ન શકે કે તેની હત્યાનું ષડ્યંત્ર અહીં ગોઠવાઈ રહ્યું છે. બહુ થોડા દિવસોની તે મહેમાન છે.

'ના... ' ખાલી કપમાં ચા રડતાં તેણે કહી દીધું, 'અત્યારે નહીં.'

'જ્યારે પણ તારી ઈચ્છા થાય તું મારા આવાસે પધારી શકે છે.' વધુ કાંઈ ન કહેતાં તે પૂજાથી થોડું અંતર રાખી પલંગની કોર પર બેસી ગયો.

'તું ચા પીઈશ ?' ઔપચારિકતા ખાતર પૂજાએ પૂછ્યું.

'તું પાઇશ તો ઝેર પણ પી લઈશ.'

તેના વ્યંગને મહત્ત્વ ન દેતાં પૂજાએ એક વધુ કપ ચા તૈયાર કરી તેની સામે ધર્યો.

'થૅંક્સ પૂજા.' કપ સ્વીકારી લેતાં તેણે સહર્ષ કહ્યું, 'મારો આજનો દિવસ સુધરી ગયો. હવે જો તું મને એક કોરો ચેક દઈ દે તો...'

તે વચ્ચે બોલી ઊઠી, 'કોરો ચેક !'

'કેમ! વીસરી ગઈ? દસ લાખની લોન દેવાનું તે ગઇ કાલે નહોતું કહ્યું?'

પૂજાને યાદ આવી ગયું : ગઈ કાલે તે અજા જોડે જહાજમહેલ જોવા ગઈ હતી ત્યારે અજાએ એ મહેલને ફાઈવસ્ટાર હૉટેલમાં પરિવર્તિત કરવાની પોતાની અફલાતૂન યોજના તેની સામે મૂકી હતી. સાથે જ આર્થિક ભીંસનો એવો હૃદયસ્પર્શી ચિતાર રજૂ કર્યો હતો કે પૂજા ભોળવાઈ ગઈ હતી.

'મેં દસ લાખની લોન દેવાનું કહ્યું હતું.' ચાનો ઘૂંટડો ભરતાં તે બોલી, 'બ્લેન્ક ચેક નહીં.'

'અલબત્ત.' અજાએ સ્વીકારી લીધું, 'ચેક ભરવાની તારે માથાકૂટ કરવી ન પડે એટલે મેં કોરો ચેક માંગ્યો. બાકી તું તારા પવિત્ર હાથે ચેક ભરીને પણ દઈ શકે છે.'

પુજાને વિચારમાં પડી ગયેલી જોઈ તેણે ઝડપથી ઉમેરી દીધું, 'પણ બ્લેન્ક ચેક દઈશ તો મને ખુશી થશે. લાગશે કે મારી પત્નીને મારા પર શ્રદ્ધા છે.'

'ના, અજા.' પૂજાએ સ્પષ્ટ કહ્યું, 'હજી શ્રદ્ધા જાગી નથી.'

'હું કારણ જાણી શકું?'

'આપણા લગ્નને હજી એક મહિનો યે પૂરો નથી થયો.'

'અને આ થોડાંક અઠવાડિયાંમાં મેં તારા માટે શું નથી કર્યું?' અજાનો અવાજ ઊંચો થયો. 'તારી દરેક ખ્વાહીશ મેં પૂરી કરી છે. લગ્નની પહેલી રાતે તેં મને તારા શરીરને સ્પર્શ કરતાં રોક્યો, મેં તારી વિનંતી સ્વીકારી લીધી. અહીં તે જુદો આવાસ માગ્યો, મેં તારા માટે ખાસ વ્યવસ્થા કરી. અંતે હું તારો ચપરાસી પણ બની ગયો. રોજ સવારે ચાકરની જેમ હું ચા લઈ તારા બેડરૂમમાં આવું છું. છતાં...'

'એ ન ભૂલ કે મેં તને પહેલાં ચેતવ્યો હતો. મેં સ્પષ્ટ કહ્યું હતું કે તારા લગ્ન મારા ખોળિયા જોડે થશે, આત્મા જોડે નહીં – અને તેં વચન દીધું હતું કે તું મારું મન પણ જીતી લઈશ.'

'હવે હું તને યાદ દેવડાવું કે એક પતિ તરીકે મારા પણ કાંઈ હક છે. એક પત્ની તરીકે તારી પણ કાંઈ ફરજ છે.'

'એટલે શું મારે કોરા ચેક પર સહી કરી દેવાની ?'

'ના.' ચાનો છેલ્લો ઘૂંટડો ભરતાં અજાએ ઝડપથી વિચારી લીધું. બ્લેંન્ક ચેક મેળવી પૂજાના ખાતામાંથી કરોડ રૂપિયા ચ્યાઉં કરવા જતાં દસ લાખ પણ હાથમાંથી જતા રહેશે; એટલે તેને બે પગલા પીછેહઠ કરી. 'કદાપિ નહીં, કોરો ચેક દેવો કે નહીં એ તારી મરજીની વાત છે. એના માટે હું આગ્રહ પણ નથી કરતો.'

'અને દસ લાખની લોન બાબત હું વિચારવા માટે સમય ચાહું છું.'

અજાની અકળામણ વધતી ગઈ, 'તું જાણે છે, મારી પાસે એટલો સમય નથી.'

'એ તારી સમસ્યા છે.'

'લગ્ન પછી સુખદુઃખ વહેંચાતાં હોય છે, પૂજા. તારાં દુઃખ માત્ર તારાં નથી, મારાં પણ છે. મારા દુઃખમાં તું મારી પડખે ઊભી નહીં રહે તો બીજું કોણ મારી મદદે આવશે ?'

'મેં કાંઈ એવી ખાતરી નથી દીધી.'

'તો આ લગ્નનો શો અર્થ?'

'હું નથી જાણતી.'

હાથમાં ધરી રાખેલા ખાલી કપ-સૉસર અજાએ ઘા કરી ફેંકી દીધાં. 'આટલું તો જાણે છે ને કે તું મારી પત્ની છે!'

'ચોરીના ચાર ફેરા ફરી લેવાથી સ્ત્રી પત્ની નથી બની જતી.'

અજાની આંખો રાતી થઈ ગઈ. 'સાલી કૂતરી !' તેણે ઝડપ મારી પૂજાના વાળ પકડી લીધા, 'તારી આ હિંમત!' બીજા હાથે તેણે એક તમાચો પણ જડી દીધો, 'તું મારી પત્ની નથી તો છે કોણ? મારી રખાત? રાંડ ?'

'મારા વાળ છોડી દે!'

અજાએ બીજો તમાચો જડી દીધો. પૂજા નિઃસહાય થઈ રડી પડી. એ જ સમયે કાલીચંદ અંદર ધસી આવ્યો.

'અજાજી !' તે બોલી ઊઠ્યો, 'આ... આ તમે શું કરી રહ્યા છો?'

'આ હલકટને યાદ દેવડાવું છું કે તે કોણ છે.'

'પહેલાં તેના વાળ છોડી દ્યો,' કાલીચંદે કડક થતાં કહ્યું, 'શું આ તમને શોભા દે છે ?'

વાળ છોડી પૂજાને એક તરફ ધકેલી દેતાં હવે તે કાલીચંદ સામે આવ્યો, ' મારી પત્ની મારા પર શંકા કરે એ તેને શોભા દે છે?'

પૂજા પલંગ પર પડી હતી, ધ્રુસકે ધ્રુસકે રડી રહી હતી. કાલીચંદે તેની પડખે બેસી જતાં માથે હાથ ફેરવ્યો, 'રડ નહીં દીકરી. કહે, શું બન્યું?'

પૂજા ધીરે ધીરે બેઠી થઈ. 'મારી... મારી પાસે કોરા ચેક પર તે સહી માગે છે.'

કાલીચંદે ન્યાયાધીશની જેમ અજા તરફ ચહેરો ઘુમાવ્યો. 'શું આ ખરું છે?'

તેણે બેશરમીથી ઉત્તર દીધો, 'તદ્દન ખરું.'

'તમને શરમ આવવી જોઈએ.'

'કાલીચંદ! મારી પત્ની પાસે મદદ માગવાનો પણ મને અધિકાર નથી?'

'છે.' તેણે ભારપૂર્વક કહ્યું, 'સાથે પત્નીને પણ હક હોય છે કે તે પતિની વિનંતી સ્વીકારે કે નહીં. જોરજુલમથી તમે કાંઈ ન કરી શકો, અજાજી! હું જીવતો છું ત્યાં સુધી તો નહીં જ.'

અજાએ પગ પછાડી તિરસ્કારભરી નજરે પૂજા સામે જોયું, કાલીચંદ સામે જોયું અને જતાં પહેલાં વેધક શબ્દોમાં જણાવી દીધું, 'એક પતિ તરીકે હું મારી પત્નીને પડખામાં લઈ સૂઈ શકું, આટલા હક્ક મને છે એમ તું પણ કબૂલીશ.'

પૂજા સ્તબ્ધ થઈ ગઈ. અજાને પડકારવાનું પરિણામ સામે આવી ગયું હતું. આડકતરી રીતે અજાએ તેને ધમકી દીધી હતી. કોરો ચેક નથી દીધો તો રાત્રે બળાત્કાર કરીશ. શરૂઆત આજ રાતથી થવાની હતી. જ્યાં સુધી પૂજાના ખાતાની તળિયાઝાટ સફાઈ નહીં થાય, રોજ રાતે તેના પર બળાત્કાર થવાનો હતો.

કલાકેક પછી તારા આવતાં પૂજાએ તેને વિગતવાર ઘટના કહી સંભળાવી. તે ચોંકી ઊઠી. તેની આંખોમાં પણ લાચારી તરફડી ઊઠી. આખરે આ છટકામાંથી સફળતાપૂર્વક નીકળી જવાનો માર્ગ શું છે?

'પછી તેં શું વિચાર્યું?'

'શેના વિષે?'

'કેમ, ગઈ કાલે તેં કહ્યું હતું ને કે ચોવીસ કલાકમાં તું પલાયન થવા માટેની યોજના ઘડી શકીશ.'

'પૂજા!' તેણે નિખાલસતાપૂર્વક કહી દીધું, 'એ શકય નથી.'

'કેમ!'

'અજાના માણસો તારા પર ડોળો રાખી રહ્યા છે. તેઓની આંખમાં ધૂળ નાખી છટકવું મને સહેજ મુશ્કેલ લાગે છે.'

'શું મારી ચિતા અહીં જ સળગશે?'

'ના...ના...'

'તો?'

'એક ઉપાય મને સૂઝે છે.' તારાએ જણાવ્યું, 'એક પત્ર તું તારી મમ્મીના નામે લખી નાખ. હું ચોકમાં જઈ પોસ્ટ કરી દઈશ.'

પૂજાને આ ઉપાય ગમ્યો; પરંતુ પત્ર પચમઢી પહોંચે અને સુનીતા અહીં સુધી આવે એમાં અઠવાડિયું નીકળી જાય, અને પુજાની પ્રથમ સમસ્યા આજની રાત હતી. આજે રાતે અજો તેના પર હુમલો કર્યા વિના જંપવાનો નહોતો.

'એનો પણ એક ઈલાજ છે.' તારાએ સહેજ વિચારી જણાવ્યું, 'ડિનર પછી તું સીધી અહીં આવી દરવાજા અંદરથી વાસી દેજે. તે ક્યાંથી પ્રવેશશે?'

આ સિવાય બીજો કોઈ માર્ગ સૂઝતો નહોતો, પૂજાએ તરત કાગળ–પૅન લઈ સુનીતાના નામે એક ટૂંકો પત્ર લખ્યો... વહાલી મમ્મી, તું ખૂબ યાદ આવે છે. આ પત્ર મળતાં અહીં એક આંટો આવી જજે. નીચે સહી કરી તેણે કાગળ પરબીડિયામાં નાખ્યો.

સુનીતા માટે આટલો સંકેત પૂરતો હતો. બીજું, પત્ર કોઈના હાથે ચઢે તો આમાં વાંધાભર્યું કાંઈ ન લાગે. ડગલે ને પગલે સાવધાનીથી વર્તવાની જરૂર હતી. અજો હવે ભુરાયો થયો હતો.

તારા જોડે થોડીક વધુ ચર્ચા કરતાં તેને ષડ્યંત્રનો સ્પષ્ટ ખ્યાલ આવી ગયો હતો. અજાએ 'જહાજમહેલ' ખરીદી તેને ફાઈવસ્ટાર હૉટેલમાં પરિવર્તિત કરવાની જે યોજના તેની સામે રજૂ કરી હતી તે ફરેબ હતો. પૈસા ઓકાવવા માટેનું બહાનું હતું. પૂજાની આંખોમાં ધૂળ નાખી તેને ખંખેરી નાખવાની શરૂઆત હતી.

વાસ્તવિકતા એ હતી કે હવામહેલની હરાજી થતી રોકવા માટે અજાને લગભગ એંસી લાખ રૂપિયાની જરૂર હતી. અને આ જંગી રકમ મેળવવાનો એક માત્ર ઉપાય પૂજા હતી. પૂજાનું બૅન્ક બૅલેન્સ હતું. 'ચટ મંગની, પટ બિયાહ' નું રહસ્ય પણ હવે પૂજા માટે ગુપ્ત નહોતું રહ્યું.

લંચ સમયે અજો જાણે તદ્દન જુદો માણસ બની ગયો. થોડાંક કલાક પહેલાં પત્નીને ઝૂડી નાખનાર ખાટકી જાહેર પ્રાયશ્ચિત્ત કરતો હોય એમ તેણે કાલીચંદ તથા તારાની હાજરીમાં ક્ષમા માગી લીધી.

'ન જાણે કેમ આજકાલ મારો પારો વારંવાર ચઢી જાય છે!' અંતે તેણે પોતાના જ માનસનું પૃથક્કરણ કરવાનો પ્રયાસ કર્યો, 'ભરચક પ્રયત્નો કરવા છતાં હું મગજની સમતુલા ખોઈ બેસું છું. વિશ્વાસ કર, પૂજા. પહેલાં ક્યારેય આવું નહોતું બન્યું. મારા સ્વભાવમાં અનિચ્છનીય પરિવર્તન ક્યારેય નહોતું આવ્યું. આ જ કારણે આજે મને આ બાબત ગંભીરતાપૂર્વક વિચારવાની ફરજ પડી. અને મારામાં આવેલા પરિવર્તનનાં મને મૂળ સમજાયાં. એક તરફ હું આર્થિક ભીંસ અનુભવી રહ્યો છું, બીજી તરફ મારું દાંપત્યજીવન મારા માટે કસોટીરૂપ બન્યું છે. લાગે છે, જાણે હું તલવારની ધાર પર પગલાં ભરી રહ્યો હોઉં.'

સહેજ થોભી તેણે પૂજા સામે સ્થિર દ્રષ્ટિએ જોતાં ઉમેર્યું, 'અલબત્ત, આમાં તારો જરાયે વાંક નથી. આ બંને સમસ્યા મારી પોતાની સર્જેલી છે. અને આ બંનેનો ઇલાજ પણ મારે શોધવો રહ્યો. પૂજા, એટલી ખાતરી રાખજે. હવે પછી તને સહેજે તકલીફ થાય એવું પગલું હું કદાપિ નહીં ભરું.'

પ્રમાણિકતાના જે રણકાર સાથે અજાએ ગદ્ગદ કંઠે શબ્દો ઉચ્ચાર્યા હતા એ સાંભળી પૂજા સાથે તારા પણ ગોથું ખાઈ ગઈ, લંચ પછી તે તરત પૂજાનો પત્ર ટપાલમાં નાખવા ચોકમાં જવાની હતી. તેને લાગ્યું, હવે ઉતાવળ કરવાની જરૂર નહોતી. અજાનો મૂડ કહેતો હતો કે કમ સે કમ બે-પાંચ દિવસ સુધી હવામહેલમાં શાંતિ રહેવાની છે.

પૂજાના વિચારો તારાની સમાંતર દોડી રહ્યા હતા. તેની ગણતરી પણ એ જ હતી જે તારાની હતી–અને તે પણ થાપ ખાઈ ગઈ. મોડી સાંજે તેને સાવધાનીથી વર્તવાની જરૂર ન લાગી. ડિનર પછી અજો મખમલમાં મઢાયેલો એક ડબો લઈ તેની સાથે જ ચાલ્યો.

'પૂજા !' પછી પૂછ્યું, 'તને ચેસ રમતાં અવડે છે?'

'ચેસ ?'

'રાજરમત છે.' સીડીઓ ચઢતાં અજાએ મખમલી ડબાનું સગર્વ પ્રદર્શન કર્યું, 'અને હાથીદાંતની સોગઠીઓવાળી આ શતરંજ છે. એક વાર તને આનો ચસ્કો લાગશે પછી તારા દિવસો ક્યાં વીતી જશે એનો યે તને ખ્યાલ નહીં રહે.'

પૂજા તેની આગળ પગલાં ભરી રહી હતી. વિચારી રહી હતી. ચેસની રમત તે અજા જોડે શરૂ કરે તો ઓછામાં ઓછા તેના બે–ત્રણ કલાક શહીદ થઈ જાય. અર્થાત્, એક રમત પૂર્ણ કરતાં મધરાત વીતી જાય અને તે નહોતી ઇચ્છતી કે અજા જોડે તે મોડીરાત સુધી એકલી રહે.

સમસ્યા એ હતી કે અજાને 'ના' કેમ પાડવી ! તે એટલા ઉત્સાહપૂર્વક ચેસના વિષય પર ભાષણ દઈ રહ્યો હતો કે પૂજા તેને રોકી ન શકી.

'કહેવાય છે કે આ રમત પાછળ ગાંડા બનેલા રાજા-મહારાજાઓએ પોતાનાં રાજપાટ ખોયાં છતાં આના વ્યસનથી તેઓ મુક્ત થઈ ન શકયા.' અત્યાર સુધીમાં તે પૂજાના આવાસમાં પ્રવેશી ચૂક્યો હતો, 'લખનઉના નવાબોની દુર્દશાનું એક મુખ્ય કારણ પણ આ જ હતું. આ વિષય પર ધારમાં મેં એક ફિલ્મ જોઈ હતી. તેમાં સત્યજીત રે નામના કોઈ દિગ્દર્શકિ નવાબોની પાયમાલીનું સુંદર ચિત્રણ પડદા પર રજૂ કર્યું હતું.'

અજો પલંગની કિનાર પર બેસી ગયો હતો. ચેસ બોર્ડ પર પ્યાદાં ગોઠવાઈ ગયાં હતાં. 'આવી જા, મેદાનમાં!' અંતે તેણે સામે ઊભેલી પૂજાને પડકારી, 'પહેલી ચાલ તું ચાલી શકે છે.'

પૂજા ન બેઠી, બલ્કે એકીટશે તેની સામે જોતી રહી. આ બધું એટલી સરળતાથી, સહજતાથી ગોઠવાઈ ગયું હતું કે તે ગૂંચવાઈ ગઈ.

'કેમ !' અજાએ આશ્ચર્ય વ્યક્ત કર્યું, 'તબિયત ઠીક નથી ?'

તેને 'ના' કહેવા માટે એક બહાનું મળી ગયું, 'માથામાં સહેજ દુઃખાવો છે.'

'બ...સ!' કહેતાં અજો હસી પડ્યો. 'રમતમાં મન પરોવીશ તો તારા માથાનો દુઃખાવો પાંચ મિનિટમાં દૂર થઈ જશે.'

'ના, અજા.' તેણે સઘળું સાહસ એકઠું કરી સત્ય ઉચ્ચાર્યું, 'મારી ઇચ્છા પણ નથી.'

'ઓહ ! એમ વાત છે !' અજાની ભ્રમરો ખેંચાઈ, 'તારી ઇચ્છા નહોતી તો મને નીચે રોક્યો હોત. અહીં સુધી આવવાની હું તસ્દી તો ન લેત !'

'તે મને બોલવાની તક ક્યાં દીધી !'

'શું ખરું કારણ આ છે?'

'તો બીજું શું હોઈ શકે?' પૂજાએ સામો પ્રશ્ન કર્યો, 'મારું માથું દુઃખે છે. મારી ઇચ્છા પણ નથી. મારા તરફથી તદ્દન સ્પષ્ટ છે. આઈ એમ સૉરી, અજા. તારું દિલ દુભાવવાની મારી સહેજે ઇચ્છા નથી.'

'છતાં મને છંછેડવાની એકે તક તું જવા દેતી નથી.' સોગઠીઓ પાછી એકઠી કરી લેતાં તેણે ડબામાં નાખી. 'પૂજા ! હું સમજું છું. બધું જ સમજું છું.'

'મેં ખરું જ કહ્યું...'

'તારા મનમાં શું ઘોળાઈ રહ્યું છે એ હું જાણું છું. જ્યારે પણ મેં મૈત્રીનો હાથ લંબાવ્યો, તેં મારાં કાંડાં કાપી લીધાં. સ્નેહની મેં નદી વહાવી, આડે તેં દીવાલ ઊભી કરી દીધી. શું હું આટલો નીચ છું કે મારો પ્રેમ પણ તને ઝેર જેવો લાગે છે?'

'એમ ન કહે અજા!'

'તો શું કહું?'

હવે અજો ઊભો થયો. પલંગની એક તરફ તે હતો, બીજી તરફ પૂજા હતી. 'કહું કે તું તારા પ્રેમીને ભૂલવા રાજી નથી? કહું કે લગ્ન પછી આજે પણ તારા હૃદયમાં કુંડળી મારીને તે બેઠો છે ?'

હવે પૂજાથી સહન ન થયું. 'હા, હા, બેઠો છે.' કોસોની યાદ તાજી થતાં તે તરફડી ઊઠી, 'જ્યાં સુધી આ શરીરમાં પ્રાણ છે, તે બેઠો રહેશે. અને આ કાંઈ રહસ્ય નથી. લગ્ન પહેલાં આ બધો ખુલાસો મેં પોતે તારી સામે કર્યો હતો. હવે કહે, અજા! મારી જોડે તેં લગ્ન શા માટે કર્યાં?'

આ પ્રશ્નની તેણે પૂજા પાસે આશા નહોતી રાખી. ક્ષણિક તે ઝેરીલી આંખે જોઈ રહ્યો. તેને નિરુત્તર જોઇ પૂજાએ જણાવ્યું, 'બોલ, અજા! તારા માથે એવી તે કઈ આફત ઊતરી આવી હતી કે તારે ચોરીના ચાર ફેરા ફરવા પડ્યા? શું લગ્ન કરવા માટે કોઈએ તારા પર દબાણ કર્યું હતું? ગામમાં તને કોઈ બીજી કન્યા ન જડી કે તું મને પત્ની બનાવવા માટે અધીરો થઈ ગયો? જવાબ દે, અજા! નહિતર...'

અજાએ થોડાંક પગલાં પાછળ ખસી દરવાજો અંદરથી વાસી દીધો. આ તેનો જવાબ હતો. પૂજા સપડાઈ ગઈ. પાંખ વિનાના પારેવાની જેમ તેનું હૃદય ફફડી ઊઠ્યું. હવે તેને પોતાની ભૂલ પણ સમજાઈ. અજા સામે મ્હોં ખોલવાની તેને શી જરૂર હતી? શું તે નહોતી જાણતી કે તેનો 'પતિ પરમેશ્વર' આવી જ તક શોધતો ફરતો હતો?

મનોમન તેણે પોતાની મૂર્ખાઈ કબૂલ કરી લીધી. સાથે તેણે એ પણ સ્વીકાર્યું: અજાએ તેની દુ:ખની રગ દાબી ન હોત તો કદાચ આ પરિસ્થિતિ ઊભી ન થાત! તેણે વળતો હુમલો કર્યો નહોત!

અજો આગળ વધ્યો. હવે તેના હોઠ વચ્ચેથી ગંદી ગાળો પણ ટપકતી હતી, 'સાલી કુલટા! તું મારા પ્રેમને લાયક નથી. મેં તને લગ્નની રાતે બે ખાસડાં માર્યાં હોત તો તારું ભેજું એ જ દિવસે ઠેકાણે આવી જાત. બેવકૂફી મેં કરી છે, પણ હજી મોડુ નથી થયું, આજે તને સીધીદોર કરી ન નાખું તો મારું નામ પણ અજો નહીં.'

'ના, ના, અજા!' પલંગની ફરતે પૂજા પાછલા પગે સરકવા લાગી, 'મારા શરીરને હાથ ન અડાડતો. હું... હું... તારી માફી માગું છું. તારા પગે પડુ છું...'

વિશાળ પલંગની આસપાસ ઉંદર–બિલાડીની રમત શરૂ થઈ ગઈ. પૂજા કાકલૂદી કરતી રહી. અજો તેને પોતાના બંને હાથના ઘેરામાં લેવા દાવપેચ વિચારતો રહ્યો. અંતે તે કૂદકો મારી પલંગ પર ચડી ગયો.

હવે પૂજા માટે છટકવું મુશ્કેલ હતું. તેણે ટિપાઈ પર પડેલા ફૂલના કુંજાને ઊંચકી તેનો છુટ્ટો ઘા કર્યો. અજો એ જ પળ એક્તરફ ખસી જઈ પલંગ પરથી નીચે કૂદી પડ્યો. કુંજો સામેની દીવાલ સાથે અફળાઈ કટકા કટકા થઈ ગયો.

કાંઈ યે ન સૂઝતાં પૂજાએ એક ખુરશી ઊંચકી લીધી અને જાણે સરકસના સિંહને આઘો રાખવા મથી રહી હોય એમ ખુરશી તેણે અજા સામે ધરી રાખી. અને સાવચેતીપૂર્વક તેની દિશામાં પગલાં ભરી રહ્યો હતો, પૂજા પગલે પગલે દીવાલ તરફ ખસી રહી હતી.

થોડી વારે દીવાલને તેની પીઠ અડી ગઈ; પરંતુ ખુરશી હજી યે તેના હાથમાં હતી. બંનેની વચ્ચે હતી. અજાએ હાથ લંબાવી ખુરશી પર પકડ જમાવી અને એક ઝટકો દીધો. પૂજાના હાથમાંથી ખુરશી છૂટી ગઈ. ખુરશી એક તરફ ફેંકી દેતાં અજો ખડખડાટ હસી પડ્યો. બંને હાથ તેણે પૂજાની આસપાસ દીવાલ પર ટેકવી દીધા. તેનો ચહેરો પૂજાના ચહેરાની સામે હતો. લગોલગ હતો. કહી રહ્યો હતો, 'તું ચુંબન દે છે કે હું લઉં?'

પૂજા નખશિખ ધ્રૂજી ઊઠી, પણ હિંમત ન હારી. પોતાના બંને હાથ અજાની છાતી પર ગોઠવી તેને પાછળ ધકેલવાનો પ્રયાસ કર્યો. અજો પહાડની જેમ અચળ હતો. પોતાના સ્થાનેથી સહેજે ન ચસક્યો. બલ્કે પૂજાને તેણે બંને હાથમાં જકડી છાતી સરસી ચાંપી દીધી.

જાણે ચમત્કાર થયો હોય તેમ બારીનો એક કાચ ખડિંગ કરતો તૂટી ટુકડા થઈ ગયો. પૂજા સાથે અજો પણ ચોંકી ઊઠ્યો. તે કલ્પી ન શક્યો કે કાચ અચાનક કેમ તૂટ્યો હશે! તે કાંઈ વધુ વિચારે એ પહેલાં બીજી બારીના વધુ બે કાચ તડાતડ તૂટી ગયા.

પૂજાને વીસરી તે ઝરૂખામાં દોડી આવ્યો, તેના હાંજા ગગડી ગયા. ગોરખ આમલીના વૃક્ષમાં ગોફણ લઈ ઊભેલી કંકુ એક પછી એક પથ્થરોના ઘા કરી રહી હતી. એક પછી એક બારીઓના કાચ તૂટી રહ્યા હતા. રાતના સન્નાટામાં કાચ તૂટતાં તેના અવાજ પણ સ્પષ્ટ ઊઠતા હતા.

એક પથ્થર તેની સામે આવતાં તેણે ડૂબકી મારી અને સોગંદ લીધા : આજે એ કૂતરીને હું જીવતી નહીં છોડું. સર્વ કાંઈ વીસરી તે દરવાજા તરફ દોડ્યો. પૂજા તેને જતો જોઈ રહી.

સડસડાટ કરતાં સીડી ઊતરી તે પ્રવેશમાં આવ્યો તો તેની નજરે ફાટક તરફ દોડી જતી કંકુની આકૃતિ પડી. તરત તેણે પ્રવેશમાં ઊભેલી કારનો દરવાજો ખોલ્યો. અંદર ઘૂસી સ્ટીઅરિંગ વ્હીલ પર સ્થાન લેતાં તેણે કાર શરૂ કરી, પણ તે આગળ વધી ન શક્યો. કારનાં આગળનાં બે ટાયરોમાંથી કંકુએ પહેલાં જ હવા કાઢી નાખી હતી.

મનોમન કંકુની સાત પેઢીઓ પર શાપ વરસાવતાં તે તબેલા તરફ દોડ્યો. આજે તેણે કંકુનું કાટલું કાઢી નાખવાના સોગંદ લીધા હતા. આવી તક ફરી આવવાની નહોતી, આજે કંકુ બરાબર ઘામાં આવી હતી. નાસીને તે જશે કેટલે ?

તબેલામાંથી ઘોડો કાઢી તે સવાર થઈ ગયો. પલાણ નાખવાની તેને જરૂર નહોતી. ઘોડાના ઉઘાડા વાંસા પર તે બેઠો હતો. સડસડાટ કરતો ઘોડો આગળ વધી રહ્યો હતો.

અચાનક તેને ખ્યાલ આવ્યો : કંકુને ઘામાં લેવા જતાં ક્યાંક તે પોતે જ સાણસામાં ન સપડાઈ જાય ! કંકુ તેને ઘેરી ભડાકે દે તો તે શું કરી શકે? બીજી પળે તેને એ પણ ખ્યાલ આવ્યો : બારીના કાચ તોડવા માટે કંકુએ ગોફણનો ઉપયોગ કર્યો હતો. તેની પાસે રિવૉલ્વર હોત તો તેણે આમ કર્યું ન હોત. અક્કેક ગોળી છોડી અક્કેક કાચ ફોડ્યો હોત ! અર્થાત, કંકુની બંદૂકમાં હવે ગાળીઓ નહોતી વધી. નવી ગોળીઓ ખરીદવાની તેની ત્રેવડ નહોતી. સગવડ નહોતી.

પુરપાટ દોડતો ઘોડો પાળે પાળે ફાટક નજીક જઈ રહ્યો હતો. હવે તે કંકુની દોડી જતી આકૃતિને સ્પષ્ટ જોઈ શકતો હતો. કંકુ ફાટક વટાવી ચૂકી હતી, 'એ કૂતરીને હું ઘોડાના પગ હેઠળ કચડી નાખીશ, તેનો છૂંદો કરી નાખીશ.'

પવન જોડે વાતો કરતો ઘોડો ફાટક સુધી આવ્યો અને અજાને કંકુ હાથવેંતમાં લાગી, થોડીક વધુ પળો અને કંકુનો ખેલ ખતમ, એક શત્રુનો અંત. માર્ગ વચ્ચેથી એક કાંટો દૂર. પછી ન કાઈ તેને ડરાવી શકશે, ન બ્લેકમેલ કરી શકશે, ન કોઈનો તેને ભય રહેશે, ન કોઈ તેનાં કારસ્તાનોમાં અવરોધ બનશે. કંકુ ખતમ થતાં તેની જોડે અજાનાં સર્વે રહસ્યો પણ દફન થઈ જવાનાં હતાં.

ફાટક પાર કરવા અજાએ ઘોડાની લગામ ઢીલી મૂકી દીધી. એ જ પળે ઘોડો અધ્ધર ઊછળ્યો. લગામ તેના હાથમાંથી છૂટી ગઈ. ઘોડો હવામાં ગલોટિયું ખાઈ હણહણાટી સાથે નીચે પછડાઈ ગયો. તેનાથી વીસેક ફૂટ દૂર અજો ઊંચા ઘાસમાં પડ્યો. તેની આંખે અંધારાં આવી ગયાં.

થોડી વાર તે ગુમસૂમ પડ્યો રહ્યો. આંખો મીંચાયેલી હતી છતાં તારામંડળ સાથે ગ્રહો તીવ્ર ગતિએ ચકરાવા લઈ રહ્યા હતા, થોડી વારે તેણે આંખો ખોલી અને બેઠો થયો. તેને ખ્યાલ આવ્યો, તે ઘોડા પરથી ઊછળીને પછડાયો હતો. છતાં તેને ચોટ નહોતી લાગી. ઈજા નહોતી થઈ. માનસિક આંચકો જરૂર લાગ્યો હતો. આ જ કારણે તે તરત બેઠો થઈ નહોતો શક્યો. તેની બુદ્ધિ બહેર મારી ગઈ હતી.

ઊભો થતાં તેને પહેલો વિચાર આવ્યો. ઘોડો અચાનક ગલોટિયું કેમ ખાઈ ગયો? ધીરે ધીરે તે ઘટનાસ્થળે આવ્યો અને ફરી એક વાર તેના મોંમાંથી ગાળ નીકળી ગઈ.

કંકુએ આજે તેના પર પૂર્વયોજિત હુમલો કર્યો હતો. પૂરી તૈયારી સાથે તે હવામહેલના ફાટકમાં પ્રવેશી હતી. પોતાની સુરક્ષાની સંપૂર્ણ વ્યવસ્થા કર્યા પછી જ તેણે પગલું ભર્યું હતું.

તે પહેલેથી જાણતી હતી કે કદાચને કોઇ તેનો પીછો કરે! એટલે તેણે કારનાં ટાયરોમાંથી હવા કાઢી નાખી હતી. કદાચને કોઈ ઘોડા પર સવાર થઈ તેને આંબી જવાનો પ્રયાસ કરે એટલે તેણે ફાટક પાસે સામે સામે ઊભેલા બે વૃક્ષોના થડ જોડે નાયલોનનો જાડો દોરો કસકસાવીને બાંધી દીધો હતો.

આ જ દોરો પવનવેગે દોડતા ઘોડાના પગમાં અટવાતાં ઘોડો ગલોટિયું ખાઈ પછડાઈ ગયો હતો. દોરો હજી ય સાબૂત હતો. ભોંયથી ચાર ફૂટ અધ્ધર સિતારના તાર જેમ કસાયેલો હતો.

થોડે છેટે મૂંગી વેદનામાં કણસતો ઘોડો ઊભો થઈ તેની સામે જોઈ રહ્યો હતો. અજાએ તેની લગામ હાથમાં લીધી અને તેને દોરતો પાછો હવામહેલ તરફ પગપાળા ચાલી નીકળ્યો. અર્ધો રસ્તો પાર કરતાં તેને એક વધુ આંચકો લાગ્યો.

હવામહેલની પ્રોપર્ટીનું રક્ષણ કરવા અજાએ પોતાના એક ખાસ માણસ મામદ ખલાસીને ચોકીદાર તરીકે રાખ્યો હતો. મામદ ગુજરાતના સાગરકાંઠાનો વતની હતો. આ ચાંચિયો ભરેલી બંદૂક સાથે હવામહેલની આસપાસ ફેરા કર્યા કરતો. ખાસ તો ડુંગરાઓ પરથી ઊતરી આવતાં જાનવરોને તેની નજર શોધ્યા કરતી.

આ જ મામદ ખલાસી માર્ગની એક તરફ બેભાન પડ્યો હતો. તેનાં જડબાં હલી ગયાં હતાં. તેની નાસિકા ફૂટી જતાં હોઠો પર લોહી જામી ગયું હતું. તેની હાલત જોઈ અજાએ ધ્રુજારી અનુભવી.

વહેલી તકે કંકુને ખતમ કરવામાં નહીં આવે તો તે પોતે જ ખતમ થઈ જશે એનો ખ્યાલ તેને આવી ગયો. પણ કંકુને ખતમ કેમ કરવી? શું એક અબળાને જેર કરવા માટે મારે કાલીચંદની મદદ લેવી પડશે? હજી સુધી કંકુ બાબત તેણે કાલીચંદને એકે શબ્દ નહોતો કહ્યો. આજે તેને લાગ્યું, આમાં પણ કાલીચંદનો સાથ લેવો પડશે.

• • •

૧૫

ગઈ રાતની ઘટના પછી અજો સદંતર હલી ગયો. તેનું અસ્તિત્વ હલી ગયું. એક તરફ પૂજાએ મક્કમ વલણ અપનાવ્યું હતું તો બીજી તરફ કંકુ ફૂંફાડા મારી રહી હતી. પૂજા, જેને ફોસલાવીને તેણે દસ લાખ રૂપિયા લેન દેવા રાજી કરી હતી, તેણે વાંસો દેખાડી દીધો હતો. હવે તે અજાને એક પૈસો દેવા તૈયાર નહોતી. આમ અચાનક તેનામાં પરિવર્તન કેમ આવ્યું?

મુંજ તળાવ પર પાણીમાં ગલ નાખી બેઠેલો અજો શાંતિપૂર્વક વિચારી રહ્યો હતો. પૂજા, જે તેને રાજીખુશીથી નાણાકીય સહાય કરવા તૈયાર હતી, તેણે એકાએક મોં કેમ ફેરવી લીધું? આ એક પ્રશ્ન પર વિચારતાં બીજા અનેક પ્રશ્નોના ફણગા ફૂટતા હતા.

શું કોઈએ તેને ચેતવી હશે? કોણે? તારાએ? કદાચ. આખરે તો તારા હેમંતની પ્રેમિકા હતી. તે પોતાના પ્રેમીની પુત્રીની ભલાઈ ઇચ્છે છે એ પણ સમજી શકાય એવું હતું, પણ આ શક્ય નહોતું.

તારા સ્વભાવે ખટપટોથી દૂર રહેનારી સ્ત્રી હતી. ન તેણે ક્યારેય હવામહેલના કારભારમાં રસ લીધો હતો, ન માથું માર્યુ હતું. અજાની ધારણા મુજબ તે અંદરના કાવાદાવાઓથી પરિચિત નહોતી. અહીંની મેલી રાજરમતોની તેને ગંધ આવી હોય એની સંભાવના નહોતી. આમ હોત તો તારાએ લગ્ન પહેલાં પૂજાને ચેતવી હોત. પૂજા જોડે લગ્ન કરવાની અજાની યોજના પડી ભાંગી હોત.

થોડે છેડે એક વૃક્ષની છાયામાં બેઠેલો કાલીચંદ ત્રાંસી આંખે અજાના ચહેરાના ચડાવ–ઉતાર બારીકાઈથી જોઈ રહ્યો હતો. તેને લાગ્યું, અજો જેટલો બહાર દેખાય છે, તેટલો અંદર પણ છે. કાચબાની જેમ પગ સંકેલી નિર્દોષતાનો તે ડોળ કરી શકે છે. વખત આવ્યે એ જ પગને તે વાઘના પંજા પણ બનાવી શકે છે.

અત્યારે અજો ભારે મુશ્કેલીમાંથી પસાર થઈ રહ્યો હશે એ કળી લેતાં પણ તેને સમય ન લાગ્યો; પરંતુ કાંઈ પ્રશ્ન કરી પૂછતાછ કરવી એ કાલીચંદનો સ્વભાવ નહોતો. તેને ખાતરી હતી, સમય આવ્યે અજો તેના શરણમાં આવી જશે. અજો પોતે જ પોતાનાં સઘળાં હથિયાર તેનાં ચરણોમાં મૂકી લગામ તેના હાથમાં સોંપી દેશે. આ માટે થોડીક ધીરજની જરૂર હતી.

કાલીચંદમાં પુષ્કળ ધીરજ હતી. હવામહેલના ભૂગર્ભ ખજાના પર તરાપ મારવા તેણે વર્ષો વાટ જોઈ હતી; પરંતુ હવે વધુ વાટ જોવી નહીં પડે એમ તેનું મન કહેતું હતું. બસ, માત્ર એક સમસ્યા હલ કરવાની જરૂર હતી – અને એ હતી પ્રોપર્ટી ટૅક્ષની.

આ કેસ પાટિયા પર આવે તો એંસી લાખ રૂપિયા વેરો એકાદ મહિનામાં ભરવો પડે. વેરો ન ભરાતાં હવામહેલ લિલામ થઈ જાય અને કાલીચંદ આ જ નહોતો ઈચ્છતો. હજી તો તેણે ખજાનાની શોધ પણ શરૂ નહોતી કરી. અલબત્ત, આ બાબત તે અનેકવાર ગંભીરતાપૂર્વક વિચારી ચૂક્યો હતો.

ખજાનો શોધવા અમુક સ્થાનોએ ખોદકામ શરૂ કરાવવું પડે. ચોક્કસ સ્થળની માહિતી ન હોવાના કારણે આમાં લાંબો સમય નીકળી જાય. આ કામ તે છાની રીતે ન કરી શકે – અને બિનધાસ્ત કરવા જતાં કોઈને પણ પશ્નો થાય. શંકા જાય, તે શું ઉત્તર દે?

હવે જો હવામહેલની હરાજી થાય તો તેનાં સપનાં ધૂળમાં મળી જાય. હવામહેલ ખાલી કરી બોરિયા–બિસ્તરા સાથે તેને નવો આવાસ શોધવો પડે. ભવિષ્યમાં ક્યારેય તે હવામહેલમાં પ્રવેશી ન શકે. આ જ કારણે તેણે પ્રથમ સમસ્યાને પ્રથમ સ્થાન લીધું હતું. ગમે તેમ કરી હવામહેલને ફડચામાં જતો રોકવો.

પંદર વર્ષોના આદિવાસી જીવન પછી પાછા હવામહેલમાં દાખલ થઈ તેણે ટૂંક સમયમાં ડામાડોળ સ્થિતિ ગ્રહણ કરી લીધી હતી. આનો ઉપાય પણ તેણે અજાને સૂચવ્યો હતો. પૂજા જોડે તેણે જ લગ્ન ગોઠવી દીધાં હતાં.

અજો પ્રસન્ન થઈ ગયો હતો, પણ હજી તે કાલીચંદના કાબૂમાં નહોતો આવ્યો. ધીરે ધીરે આવી રહ્યો હતો એ જુદી વાત હતી. કહી શકાય તો લગભગ અંકુશમાં આવી ગયો હતો; નહિતર તેનું પાણી માપવા કાલીચંદ તેને જાહેરમાં ખખડાવી નાખે અને તે ચૂપ બેસે ? અશક્ય.

અજો હજી યે ગલ નાખી તળાવકાંઠે બેઠો હતો. આજે જાણે માછલીઓ હડતાલ પર ઊતરી હતી કે પછી અજાની ગલને ઓળખી ગઈ હોય એમ એકે માછલી તેમાં ફસાવા રાજી નહોતી. મનોમન તે ધૂંધવાઈ રહ્યો હતો. એક નાનકડી માછલી હું ફસાવી ન શકું તો મોટી માછલી ક્યાંથી છટકામાં લઈ શકીશ?

ફરી તેના વિચાર પૂજા પર કેન્દ્રિત થયા. પૂજા તેની નજરમાં એક માછલી હતી. લગ્નનું ગલ નાખી તેણે એ માછલીને ફસાવી લીધી; પરંતુ હજી તે અજાને પડકારી રહી હતી. તાળવામાં ફસાયેલ ગલ સાથે તે તરફડી રહી હતી; પરંતુ સહકાર દેવા રાજી નહોતી. આમ કેમ ? કોણ તેના કાન ફૂંકી રહ્યું છે ? કોણ તેની ભેરે ચડ્યું છે ? કોણે તેને સતી વાવડીના ભૂગર્ભ–કક્ષોની ભુલભુલામણીમાંથી બહાર કાઢી?

ગલમાં ખરેખર માછલી આવતાં દોરી હલવા લાગી. સાથે તેની બુદ્ધિમાં પણ ચમકારો થયો. શું આ શકય નથી કે પૂજાને ભુલભુલામણીમાં કંકુ ભેટી ગઈ હોય? કંકુએ તેને ચેતવી હશે અને બહાર નીકળવાનો માર્ગ પણ દેખાડ્યો હશે !

ફિશિંગ રૉડને સ્થિર રાખતાં તેણે દોરો લપેટવાની શરૂઆત કરી. તેની માછલી પકડવાની આ ફેન્સી લાકડીમાં એક રીલ પણ હતું. ચાંપ દાખતાં આપમેળે દોરો લપેટાવા લાગતો હતો. બીજી ઇમ્પોર્ટેડ લાકડીઓમાં આ સુવિધા નહોતી. અજા પાસે માછલી પકડવાની દેશવિદેશની લાકડીઓનો સંગ્રહ હતો.

માછલી જેવી સપાટી પર દેખાઈ કે ચાંપ પરથી તેણે આંગળી ઊંચકી લીધી. હવે તે માછલીને હવામાં અધ્ધર ઝૂલતી રાખી તરફડાટ જોઈ રહ્યો. તેને લાગ્યું : એ માછલી નહોતી, પુજા હતી.

પળભર માટે કાલીચંદને પણ તેનાથી ઘૃણા થઈ આવી. માછલીને ગલમાં ફસાવી કોઇ આમ તેને આંખો સામે તરફડાવતું હશે ! તરફડાટમાં આમ આનંદ લેતું હશે ?

અજાના ચહેરાએ ફરી રંગ બદલ્યો. ઉદાસી, ચિંતા, ભયના ભાવ ઓગળી ગયા. તેનું સ્થાન ક્રૂર આનંદે લીધું હતું. કાલીચંદથી સહન ન થયું. વૃક્ષની છાંયમાંથી ઊભો થઈ તે અજા પાસે આવ્યો.

‘બસ કર, અજા !’ તે બોલી ઊઠ્યો, ‘માછલીઓની હાય ન લેવાય!’

‘આ માછલી કરોડ રૂપિયાની છે.’ તરફડતી માછલી પર નજર સ્થિર રાખતાં અજાએ જણાવ્યું, ‘જ્યાં સુધી તે પોતાનું બૅંક બેલેન્સ નહીં ઓકે, હું તેને વધુ તરફડાવીશ.’

કાલીચંદને લાગ્યું, તેનું ગાંડપણ વધી રહ્યું છે. હકીક્તમાં અત્યારે અજાની પોતાની સ્થિતિ ગલમાં ફસાયેલી માછલી જેવી હતી. આર્થિક રીતે તે પડી ભાંગવાની તૈયારીમાં હતો, દેવાળું ફૂંકવાના દિવસો જેમ જેમ નજીક આવતા જતા હતા, તે બેબાકળો થતો જતો હતો.

‘સમજ અજા !’ કાલીચંદે પડખે બેસી જતાં તેને સમજાવવાનો પ્રયાસ કર્યો, ‘હું જાણું છું કે મુશ્કેલીનાં ઘેરાં વાદળો તારે માથે ઘેરાઈ રહ્યાં છે. અત્યારે તારે સ્વસ્થતાપૂર્વક વિચારવાની જરૂર છે, નહીં કે આમ ગાંડાવેડા કરવાની.’

અજાએ હવે તેની સામે જોયું. ‘કાલીચંદ ! તારી સલાહ માની મેં લગ્ન કર્યાં અને કળણમાં હું પોતે ઊતરી ગયો. હવે તું જ કહે, હું શું કરું ?’

‘ગઈ રાતે શું બન્યું ?’

‘મેં ધાર્યું હતું કે પૂજાને બળાત્કાર કરવાની ધમકી દઈશ તો તે માની જશે.’ – કહેતાં તે સહેજ હસ્યો, ‘પોતાની જ પત્ની પર બળાત્કાર... વિચિત્ર ! હું તેના પર ધાક બેસાડવા ઇચ્છતો હતો.’ દોરો ખેંચી ગલમાંથી

માછલી કાઢી લેતાં તેણે આગળ ચલાવ્યું, 'આ એક જ શસ્ત્ર મારી પાસે હતું જે તેની પાસેથી ધાર્યું કામ કઢાવી શકે.'

'પછી?'

'એ જ વખતે કંકુએ પથ્થરમારો શરૂ કર્યો. એ ચુડેલ પૂરી તૈયારી સાથે આવી હતી. હું તેનો વાળે વાંકો કરી ન શકું એટલે તેણે પહેલાંથી પોતાની સુરક્ષાની સઘળી વ્યવસ્થા કરી રાખી હતી.'

'દાખલા તરીકે ?'

'મારી કારનાં આગલા બે ટાયરોમાંથી તેણે હવા કાઢી નાખી હતી.' અજો કહી રહ્યો હતો, 'ઘોડાના માર્ગમાં બે વૃક્ષ વચ્ચે નાઈલોનનો મજબૂત દોરો બાંધી દીધો હતો. તેનો પીછો કરતાં હું ઘોડા સાથે ઊછળી પછડાઈ ગયો. સદ્‌ભાગ્યે હું ઘાસમાં પડ્યો નહિતર અત્યારે હું હૉસ્પિટલમાં હોત.'

'અર્થાત્–' કાલીચંદે ગંભીર થતાં જણાવ્યું, 'તારી કંકુ ધાર્યા કરતાં વધુ ખતરનાક છે. આજે તે હવામહેલના પ્રવેશ સુધી આવી, કાલે તે અંદર પણ આવી શકે છે.'

'અંદર દાખલ થઈને તે શું કરશે?'

'તારું ખૂન, બીજું શું?' સ્પષ્ટ શબ્દોમાં ચેતવણી દેતાં કાલીચંદે તેને યાદ દેવડાવ્યું, 'શું પચમઢીમાં તેણે તારી હત્યાનો પ્રયાસ નહોતો કર્યો ?'

અજો વિચારમાં પડી ગયો. પછી હળવેકથી કહ્યું, 'કંકુને માર્ગ વચ્ચેથી દૂર કરી ન શકાય ?'

'બિલકુલ.'

'તો વાટ કોની જુએ છે?'

'જ્યાં સુધી તું હુકમ ન દે, હું એકે પગલું ભરી ન શકું.' કાલીચંદે થોડાંક નમ્ર થતાં જણાવ્યું, 'બસ. હવે તું આ જવાબદારી પણ મારા પર છોડી દે.'

'તું શું કરીશ ?'

'હાલ એ કહેવું સહેજ મુશ્કેલ છે. તારી પાસેથી કંકુ વિષે સંપૂર્ણ માહિતી મેળવ્યા પછી યોજના નક્કી થશે.'

અજાને લાગ્યું, કંકુ વિષે વધુ નહીં તો થોડીક માહિતીઓ દેવી પડશે. 'તારે શું જાણવું છે?'

'કંકુ કોણ છે? શું છે? તારી પૂંઠે શા માટે પડી છે ? શા માટે એ તારા પ્રાણ ઇચ્છે છે ?' કાલીચંદે એકસાથે અનેક પ્રશ્નો તેને પૂછી નાખ્યા.

'ટૂંકમાં કહું તો કંકુ જોડે મારે બાળપણનું વેર હતું. છેલ્લો વાર મેં કર્યો અને તેને ગર્ભ રહી ગયો.'

'અર્થાત્, તેં એને પ્રેમજાળમાં ફસાવી વેર વાળ્યું.'

'ખરું.' અજાએ કબૂલ્યું, 'જ્યાં સુધી મારાં લગ્ન નક્કી નહોતાં થયાં, તે આ જ ભ્રમમાં જીવી રહી હતી કે તેના વિના હું જીવનપર્યંત કુંવારો રહીશ.'

'શું તારા પ્રાણ લેવાના પ્રયાસો પાછળનું કારણ આ છે?'

'લગભગ.'

'જો અજા !' કાલીચંદ થોડોક સખત થયો, 'મારી જોડે તું સંતાકૂકડી રમીશ તો હું તારી કાંઈ મદદ કરી નહીં શકું.'

અજાને વિચારમાં ખોવાઈ ગયેલો જોઈ તેણે જ પ્રશ્ન કર્યો, 'કંકુને જેલ શા માટે થઈ હતી ?'

'એ તો જગજાહેર વાત છે.' તે તરત બોલી ગયો, 'ધારની એક બૅંક જોડે તેણે વીસેક લાખની છેતરપિંડી કરી હતી.'

'તેણે છેતરપિંડી કરી હતી કે તે એનો ગેરલાભ લીધો?'

'એમ જ સમજી લે.'

'શું સમજી લઉં?'

'મારા ખાતર તેણે ઉચાપત કરી હતી.'

'પછી?'

'સજા ઠોકાઈ ગઈ.'

'તારું નામ તેણે ન સંડોવ્યું ?'

'ના.'

'કારણ ?'

'ગાંડો પ્રેમ.' – કહેતાં તેણે આગળ ચલાવ્યું, 'મેં કહ્યું ને કે મારા લગ્નના સમાચારે તેનો ભ્રમ ભાંગ્યો અને જેલ તોડી તે વેર વાળવા બહાર પડી.'

હવે કાલીચંદ સામે સ્પષ્ટ ચિત્ર ખડું થયું. કંકુ પર બદલો લેવા અજાએ ગલ નાખી માછલીની જેમ તેને પ્રેમજાળમાં ફસાવી. કંકુને ગર્ભ રહી જતાં તેની પાસે ગર્ભપાત કરાવ્યો. આટલું જ નહીં, એ સમયે બૅંકમાં નોકરી કરતી કંકુ પાસે તેણે એક વધુ કાળું કામ કરાવ્યું. બૅંક જોડે વીસ લાખ રૂપિયાનો ફ્રોડ કરાવ્યો છતાં એ છોકરીએ ઉફ સુધ્ધાં ન કર્યું.

છેલ્લે સુધી તે પોતાના પ્રેમીને છાવરતી રહી, આડ દેતી રહી. પોતે ગુનો કબૂલી જનમટીપની સજા સ્વીકારી લીધી; પરંતુ પ્રેમીની શાખને આંચ આવવા ન દીધી. સ્વાભાવિક છે કે આવી નિર્દોષ, પ્રમાણિક યુવતીને જાણ થાય કે તેની જોડે દગો રમાયો છે તો એ વીફરે. વેર વાળવા મેદાનમાં ઊતરે. કંકુએ આ જ કર્યું હતું.

લાંબા વિચારના અંતે તેણે ફરી પ્રશ્ન કર્યો, 'કંકુના પરિવારમાં કેટલા સભ્યો છે?'

'માત્ર એક એ અને તેની ડાશી છે.'

'ક્યાં રહે છે?'

'ધારમાં.'

'એનાથી તું પરિચિત હોઈશ !'

'પહેલાં તે નર્સનું કામ કરતી હતી. એકાદ વર્ષ તેણે હવામહેલમાં પણ સેવા દીધી હતી.'

'તે... ઇન્દુબાઈ નર્સ હોઈ શકે ?'

'તું ઓળખે છે એને?'

'કેમ નહીં ?' કાલીચંદે જણાવ્યું, 'એ દિવસોમાં તારી મમ્મીના લકવાનો ઇલાજ હું પોતે કરી રહ્યો હતો. તેમને માલિશ કરવા માટે ઇન્દુબાઇને મારી પરવાનગીથી રોકવામાં આવી હતી.'

'તો એની જોડે ક્યારેક હવામહેલમાં આવતી એક બાળકીને પણ તે જોઈ હશે !'

'તદ્દન ખરું.'

'ગઈ કાલની એ જ નિર્દોષ છોકરી આજે મારા પ્રાણ ખાતર પોતાના પ્રાણની બાજી લગાડી મેદાનમાં ઊતરી છે. અને કોઇપણ કિંમતે ખતમ કરવી રહી. અને હજી સુધી તે કિંમત નથી જણાવી.' અજાનું અંતિમ વાક્ય સૂચક હતું.

'હું ભાડૂતી હત્યારો નથી.' કાલીચંદે તેના જ શબ્દોનો ઉપયોગ કરતાં જણાવ્યું, 'મેં હવામહેલનું લૂણ ખાધું છે. હિઝ હાઈનેસની મીઠી નજર મારા પર રહી ન હોત તો આજે હું શ્રેષ્ઠ કોટીનો ડૉક્ટર પણ ન હોત. અજા! હું તો તારી થોડીઘણી સેવા કરી મારા માથે લદાયેલો ઉપકારનો બોજ ઉતારવાનો પ્રયાસ માત્ર કરી રહ્યો છું.'

• • •

અજાને તેના શબ્દો પર લગીરે ય વિશ્વાસ ન બેઠો. તે કળી ગયો હતો, કાલીચંદની રમત ગૂઢ છે, પણ શું હશે, એ તેની કલ્પનાની પરે હતું. એટલે જ તેણે સાહસ કરી એક સૂચક વાકય વહેતું મૂક્યું હતું. કદાચને કાલીચંદના ઉત્તરમાંથી તેને કાંઈ જાણવા મળે. કાલીચંદ એટલો ભોળો નહોતો જ.

'અજા !' થોડી વારે તે બોલ્યો, 'હજી એક મુદ્દો મને ગૂંચવી રહ્યો છે. ગઈ રાતે કંકુએ જે હુમલો કર્યો એની પાછળ તેનો આશય શું હોઈ શકે ?'

'એ તો તદ્દન સરળ છે,' તેણે કહ્યું, 'કંકુ મારા પર માનસિક દબાણ લાવી મને ગાંડો બનાવી દેવા ઇચ્છે છે. ખરું કહું તો હું લગભગ ગાંડા જેવો બની ગયો છું.'

'હં...'

'કાલીચંદ !' અજાએ ઉમેર્યું, 'દોસ્ત, તું આમાંથી કાંઈ માર્ગ કાઢ. નહિતર...'

'આમ નાસીપાસ ન થા, નહીં તો તારા વિચાર વધુ ગૂંચવાશે, તું વધુ મૂંઝાઈશ.' – કહેતાં તે ફરી પોતાના અંતિમ મુદ્દા પર આવ્યો, 'તને ખાતરી છે કે ગઈ રાતની પથ્થરબાજી પાછળ કંકુની ગણતરી માનસિક દબાણ માત્ર હતી ?'

'ત્યારે શું પથ્થર મારી મારું માથું ફોડવાની તેની નેમ હતી ?' તે સહેજ અકળાયો.

'ના, ના.' કાલીચંદ તદ્દન સ્વસ્થતાપૂર્વક શબ્દો ઉચ્ચારી રહ્યો હતો, 'કદાચને તે કોઈ સંદેશો પૂજા સુધી પહોંચાડવા ઇચ્છતી હોય !'

અજો ચક્કર ખાઈ ગયો. એ દિશામાં તેણે વિચાર્યું નહોતું. લગ્ન પહેલાં પણ કંકુએ એક પથરા જોડે સંદેશો બાંધી બત્રીસ ઓરડાવાળા બંગલામાં તેનો ઘા કર્યો હતો. આ વખતે પણ કાંઈ સંદેશો પાઠવ્યો ન હોય એની શી ખાતરી ?

'તારી દલીલ મને સમજાય છે.' કાલીચંદ સામે જોતાં તેણે સ્વીકાર કર્યો. 'હું એટલું કલ્પી શક્યો હતો કે ભુલભુલામણીમાંથી પૂજાને બહાર કાઢવા માટે કંકુએ મદદ કરી હોવી જોઈએ; પરંતુ તારો આ મુદ્દો તો હું સપનામાં યે વિચારી ન શક્યો.'

સહેજ થોભી તેણે આગળ ચલાવ્યું, 'પ્રશ્ન એ છે કે એ સંદેશો શું હોઈ શકે ? શું મારી હત્યા કરવા માટે કંકુ પૂજાની મદદ ઇચ્છતી હશે?'

'એ જાણવા માટે તું પૂજા પર નજર રાખ.' કાલીચંદે ઉપાય સૂચવ્યો, 'હું આજથી કંકુની શોધ શરૂ કરું છું.'

'ક્યાં હશે ?' તે બોલ્યો, 'કેવી રીતે કરશે?'

'એ મારી સમસ્યા છે.'

'પણ તું એનો ચહેરો પણ નથી જાણતો !'

'એમ તું ધારે છે.'

અજાને અચરજ થયું, 'એટલે ?'

ઉત્તરમાં કાલીચંદે કોટના ખિસ્સામાંથી એક છબી કાઢી તેની સામે ધરી. 'આ છોકરી કોણ છે ?'

અજો ફાટી આંખે જોઈ રહ્યો. કાલીચંદે તેના હાથમાં જે ફોટોગ્રાફ મૂક્યો હતો. એ બીજા કોઈનો નહીં, કંકુનો હતો. ક્યારેક તે ફોટા સામે જોતો હતો, ક્યારેક કાલીચંદ સામે, તેની બુદ્ધિ બહેર મારી ગઈ હતી.

'આ... આ ફોટો તને ક્યાંથી જડ્યો ?'

'મેં પોતે ખેંચ્યો છે.'

'શું?' અજાની આંખોમાં એકસાથે અનેક પ્રશ્નો તરવરી ઊઠ્યા. 'તું એમ કહેવા માગે છે કે કંકુ તારી પાસે ફોટો પડાવવા આવી હતી? તેણે પોઝ દીધો અને તેં કૅમેરાની ચાંપ દાબી?'

કાલીચંદ સહેજ હસ્યો. પછી અજાને તેણે યાદ દેવડાવ્યું : જ્યારે તેઓ પૂજા તથા તારા જોડે બૂઢીમાંડવ પિકનિકે ગયા હતા ત્યારે કાલીચંદે પોતાનો કૅમેરો સાથે લીધો હતો. પ્રાકૃતિક સૌંદર્ય તથા ઐતિહાસિક મંદિરોના તેણે થોડાંક ફોટાઓ શોખ ખાતર ત્યાં ઝડપ્યા હતા.

આમાંના એક ફોટામાં દૂર દૂર ઝાડીઓ પાછળ ઊભેલી કંકુનો ચહેરો ઝડપાઈ ગયો હતો. અલબત્ત, કાલીચંદ એ નહોતો જાણતો. જે કાંઈ કૅમેરાની આંખે જોયું હતું એ તેણે નહોતું જોયું. તેણે તો માત્ર મંદિર સાથે તેના વાતાવરણનો ફોટો ખેંચ્યો હતો.

બીજે દિવસે તેની સામે પ્રિન્ટ આવતાં એક ફોટામાં દૂર દૂર દેખાતા ટપકા જેવા રહસ્યમય ચહેરા પર તેની આંખો સ્થિર થઈ ગઈ. તેને પ્રશ્ન એ થયો : કોણ હશે? પૂજા કે તારા ? આ શક્ય નહોતું. તેણે એ ફોટો ઝડપ્યો ત્યારે હવામહેલની બંને સ્ત્રીઓ ચાદર પાથરી નાસ્તાની તૈયારી કરી રહી હતી.

શંકાનું સમાધાન કરવા તેણે ફોટાનો એ ટપકાવાળો ભાગ પોસ્ટકાર્ડ સાઇઝમાં ડેવલપ કરાવ્યો અને ઝાંખી પરંતુ ઓળખી શકાય એવી એક છબી તેના હાથમાં આવી. આ છબી કંકુની હતી.

'આ પરથી એક વાત સિદ્ધ થાય છે.' કાલીચંદે તેના હાથમાંથી ફોટો પાછો લઈ પોતાના ખિસ્સામાં સરકાવી દેતાં જણાવ્યું, 'કંકુ, પૂજાનો સંપર્ક સાધવા મથી રહી છે. કદાચને પ્રથમ વાર બંને જણાં ત્યાં, બૂઢીમાંડવ પર મળ્યાં હોય. બીજી મુલાકાત ભુલભુલામણીમાં થઈ હશે. આ મુલાકાત સુરક્ષિત હોવાના કારણે બંને જણીઓએ લાંબી ચર્ચા કરી, કોઈ ખતરનાક યોજના ઘડી હોય તો નવાઈ નહીં.'

સવારના લગભગ અગિયાર થયા હતા. અજાએ માછલી પકડવાની લાકડીને ફોલ્ડ કરી સાથે લાવેલી બાસ્કેટમાં મૂકી અને કાલીચંદ જોડે ચર્ચા કરતો આગળ વધ્યો. થોડે દૂર જતાં તેમની નજર તારા પર પડી. તારા ચૉકની દિશામાં ઝડપી પગલાં ભરતી એકલી જઈ રહી હતી.

બંને ઠગોએ પ્રશ્નાર્થ દ્રષ્ટિએ એકમેક સામે જોયું અને તારાનું પગલેપગલું દાબતાં અંતર રાખી ચાલી નીકળ્યા. થોડીક દુકાનો વટાવી તારા પોસ્ટ ઑફિસમાં પ્રવેશી. બંને જણાએ દૂરથી જોયું અને સમજી ગયા. કોઈ અરજન્ટ લેટર પોસ્ટ કરવા તારા આવી છે.

પત્ર ડબ્બામાં ન નાખતાં તેણે પોસ્ટ માસ્તરના હાથમાં મૂક્યો. કાંઈ સૂચના દીધી અને આસપાસ એક ઊડતી નજર ફેંકી પાછી હવામહેલની દિશામાં ચાલી નીકળી. આંખોથી તે ઓઝલ થતાં બંને જણા પોસ્ટ ઑફિસમાં પ્રવેશ્યા.

વૃદ્ધ પોસ્ટમાસ્તર બંનેને સાથે આવેલા જોઈ હરખાઈ ગયો. આવા મોંઘેરા મહેમાનો જવલ્લે જ તેની પોસ્ટ ઓફિસે આવતા હતા, 'આજે કાંઈ માર્ગ ભૂલ્યા ?' બંનેને સંબોધી તેણે આશ્ચર્ય વ્યક્ત કર્યું.

'કેમ !' ઉત્તર કાલીચંદે દીધો, 'અમારા દર્દીના ખબર પૂછવા અમે આવી ન શકીએ ?'

'કોણે કીધું કે હવે હું દર્દી છું ?' પ્રશ્ન સાથે વૃદ્ધ પોસ્ટ સગર્વ ખુલાસો દીધો, 'તમે મારા પગના સોજાની દવા કરી હતી એને પણ વર્ષો વીતી ગયાં. કહો, હું તમારી શી સેવા કરી શકું ?'

કાલીચંદ તરત મૂળ વિષય પર આવ્યો. 'આ અમારા અજાજીએ એક પત્ર ડિલિવરી માટે મોકલાવ્યો હતો–'

'એ તો તારાબેન હમણાં જ દઈ ગયાં.'

'ખરેખર !'

'કેમ, તમને માર્ગમાં ન મળ્યાં?'

'ના રે.' કાલીચંદે આશ્ચર્યનો ડોળ કરતાં ઉમેર્યું, 'અમે મુંજ તળાવે હતા. અજાજીને એકાએક યાદ આવ્યું. પરબીડિયામાં ભૂલથી જુદો પત્ર બિડાઈ ગયો છે. વિચાર્યું પાછા જતાં પહેલાં તપાસ કરતા જઈએ.'

વૃદ્ધ પોસ્ટ માસ્ટરે ઢગલા પરથી પત્ર ઊંચકી તેની સામે ધર્યો, 'આ જ છે?'

કાલીચંદે પચમઢીનું સરનામું એક નજરે વાંચી લેતાં પરબીડિયું અજા સામે ધર્યું, 'જોઈ લ્યો, અજાજી.'

અજાએ સ્વીકારી લેતાં બીજી પળે 'હા' કહી દીધું. બંને જણાએ વૃદ્ધ પોસ્ટમાસ્તરનો ખૂબ ખૂબ આભાર માન્યો અને પાછા ચાલી નીકળ્યા. થોડે દૂર જઈ એકાંત સ્થળે અજાએ પરબીડિયું ફાડ્યું. અધ્ધરશ્વાસે તે પત્ર વાંચવા લાગ્યો.

કાલીચંદની આંખો તેના ચહેરા પર સ્થિર હતી. અજાને પૂછવાની તેને જરૂર ન પડી કે પત્રમાં શું લખાયું છે. તેના ચહેરાના ભાવ પરથી તે કળી ગયો. વિશેષમાં તેણે પરખીડિયા પર સુનીતાનું નામ તથા સરનામું વાંચ્યુ હતું. પત્ર પૂજાનો હોઈ શકે. તેણે કલ્પી લીધું. તારાને પોસ્ટ કરવા દીધો હશે !

'માને તેડવા બોલાવે છે?'

અજાએ પત્ર પરથી આંખો ઊંચી કરતાં તેની સામે જોયું, 'તદ્દન ખરું.'

'શું લખે છે ?'

'વાંચી સંભળાવું ?'

કાલીચંદે ઇશારાથી 'હા' કહ્યું.

'વહાલી મમ્મી......' તે ઝડપથી વાંચી ગયો, 'તું ખૂબ ખૂબ યાદ આવે છે. આ પત્ર મળતાં અહીં એક આંટો આવી જજે. તારી પૂજા.'

કાલીચંદે તેના હાથમાંથી પત્ર લઈ પાછા પોસ્ટ ઑફિસ તરફ ફરતાં જણાવ્યું, 'આપણે ધારીએ છીએ એના કરતાં તારી પત્ની વધુ ચાલાક છે. પત્રમાં એણે એકે શબ્દ એવો નથી લખ્યો જે તેનો ભય વ્યક્ત કરતો હોય! છતાં સંકેત પણ દઈ દીધો છે.'

'આખરે એ દીકરી કોની છે?' અજાએ તેની જોડે પગલાં ભરતાં દાઢમાં કહ્યું, 'સુનીતા સિંહની – એ માની, જે બબ્બે કંપનીઓના કારભાર એકલી ચલાવતી હતી. તેની સંતાન આપણા જેવા બે માથાભારે મર્દોને શિંગડાં ભેરવે એમાં નવાઈ નહીં.'

અચાનક અજાને ખ્યાલ આવ્યો, હવામહેલ તરફ જવાના બદલે કાલીચંદ પોસ્ટ ઑફિસની દિશામાં ક્યાં ચાલ્યો ? તેણે પૂછી નાખ્યું, 'કાંઈ કામ છે?'

'ક્યાં?'

'ચોકમાં.'

'ના, કેમ ?' કહેતાં પોસ્ટ ઑફિસ પાસે થોભી ગયો.

'તો અહીં – ?'

'એ પત્ર નવા પરબીડિયામાં નાખી પોસ્ટ કરવાનો છે.'

અજો હલી ગયો. કાલીચંદનું ભેજું ફરી તો નથી ગયું ? પૂજાનો પત્ર પોસ્ટ કરવાનો અર્થ 'આવ બલા પકડ ગલા' થતો હતો. સામે ચાલી એક વધુ મુસીબતને આમંત્રણ દેવાનો થતો હતો. પોતાનાં હાથે પોતાના પગ પર કુહાડી મારવી તે આનું નામ.

'કાલીચંદ !' તેનાથી કહ્યા વિના ન રહેવાયું, 'આમ જ આપણે હેરાન–પરેશાન છીએ, કંકુ આદુ ખાઈને મારી પાછળ પડી છે. તારાએ પક્ષપલટો કર્યો હોય તો નવાઈ નહીં. વિશેષમાં તું સુનીતાને ચેતવીશ તો મારું શું થશે?'

'આજથી તારી સઘળી ચિંતા મારી છે.' કાલીચંદે તેને આશ્વાસન દીધું, 'આજે તેં કંકુ બાબત મારી સમક્ષ પેટછૂટી વાત કરી છે. તે તારાં સઘળાં રહસ્યો મારા પર વિશ્વાસ મૂકી મને જણાવી દીધાં છે. ખાતરી રાખજે, હું જે કાંઈ કરીશ એ તારી ભલાઈ માટે હશે.'

'પણ...'

'બસ વધુ એકે શબ્દ હવે ન ઉચ્ચારતો.' કાલીચંદે તેને ખામોશ કરી દેતાં જણાવ્યું, 'એક નવા પરબીડિયા પર સરનામું લખી આ પત્ર બીડી દે. હું અહીં બહાર ઊભો છું.'

હજી યે અજાને વિશ્વાસ ન બેઠો છતાં તેણે કાલીચંદના હુકમનો અમલ કર્યો. મનના કોઈ અજ્ઞાત ખૂણાએ તેને પ્રેરણા દીધી હતી. કાલીચંદ કાંઈ મામૂલી ગુરુ નથી, કાશીનાથ તાંત્રિકનો ચેલો છે. તે જે કાંઈ પગલું ભરશે, સમજી વિચારીને ભરશે.

જેમ કુદરતનો ભેદ સમય પહેલાં કોઈ જાણી નથી શકતું તેમ કાલીચંદના પેટમાં શું ખદબદતું હશે એ પણ કોઈ કહી ન શકે. અજાએ હિંમતથી સુનીતાના નામે પત્ર પોસ્ટ કરી દીધો.

• • •

૧૬

કાલીચંદની એક ગણતરી સો ટકા ખરી હતી. કંકુએ પાછલી રાતે જે પથ્થરમારો પૂજાના આવાસ પર કર્યો હતો તેની પાછળનો આશય સંદેશો પહોંચાડવાનો હતો. કંકુ ઇચ્છત તો સંદેશા સાથે એક જ પથ્થરનો ઘા કરી છટકી ગઈ હોત; પરંતુ એ શક્ય નહોતું .

તે ગોફણનો ઘા કરવા ગોરખ આમલીના ઝાડે ચઢી ત્યારે પૂજાના આવાસમાં તેને અજો પણ નજરે પડ્યો. ગોરખ આમલીના ઘટાદાર વૃક્ષ તથા હવામહેલ વચ્ચે લગભગ પચીસેક ફૂટનું અંતર હતું. ઉઘાડી બારીમાંથી તે સર્વ કાંઈ સ્પષ્ટ જોઈ શકતી હતી. અજો પૂજા પર તૂટી પડવા મથી રહ્યો હતો. એટલે તેણે અર્ધો ડઝન પાણાઓના ઘા તેનું ધ્યાન દોરવા માટે કર્યાં હતા. જેવો અજો દરવાજા તરફ દોડ્યો કે તેણે સંદેશાવાળો પથ્થર ફેંક્યો અને વૃક્ષ પરથી સડસડાટ કરતી નીચે આવી ફાટક તરફ દોડી ગઈ.

પૂજા થોડીક વાર માટે સ્તબ્ધ ઊભી રહી. તે ધ્રૂજી રહી હતી; જાણે અજો હજી યે તેના ઓરડામાં સાક્ષાત્ યમદૂતની જેમ હાજર હોય એમ તેને પરસેવો છૂટી રહ્યો હતો. ફાટી આંખે તે ચોપાસ જોઈ રહી હતી અને તેની નજરે સંદેશાવાળો પથ્થર પડ્યો.

સ્વસ્થ થતાં તે આગળ વધી અને જોઈ રહી; પછી કંપતાં હાથે પથ્થર ઊંચકી તેમાંથી સંદેશો અલગ કર્યો. ઘડી કરેલો કાગળ ખોલી વાંચતાં તેની આંખો ચળકી ઊઠી; ચહેરો મરકી ઊઠ્યો. એક મીઠી ઝણઝણાટી તેની રુવાંટીઓને ઊભી કરતી આખા શરીરમાં દોડી ગઈ.

સંદેશામાં કંકુએ પલાયન થવાની નવી અને ચોક્કસ યોજના રજૂ કરી હતી. આ યોજના મુજબ પૂજાએ સતી વાવડીમાં બપોરના બે વાગ્યે પહોંચવાનું હતું. ત્યાંથી કંકુ તેને પોતાની સાથે લઈ તૈયાર રાખેલી ટૅક્સીમાં બેસાડી દેવાની હતી. આ ટૅક્સી તેને માંડુથી સીધી પચમઢી લઈ જવાની હતી.

પૂજાની ડામાડોળ થઈ ગયેલી સ્થિતિમાં નવો પ્રાણ પુરાયો. રગોમાં નવું લોહી દોડી રહ્યું હતું. અંગ અંગમાં ચેતના છલકાઈ રહી હતી. હવે તે શત્રુ સામે અડગ ઊભી રહી શકતી હતી. શત્રુને તે બિનધાસ્ત પડકારી શકતી હતી. એક વાત તેણે નક્કી કરી લીધી હતી : ચૂપચાપ નહીં મરું, એકલી નહીં મરું, એકાદ–બેને સાથે લઈ પ્રાણ તજીશ. કોઈ મારા પર ઘાસલેટ છાંટી મને સળગાવી દેવાનો પ્રયાસ કરશે તો હું મારા ભડકે બળતા શરીર સાથે મારા શત્રુને વળગી પડીશ. મારી જોડે તેને પણ પરલોકના પ્રવાસે લેતી જઈશ.

કંકુના સંદેશાવાળો કાગળ ફાડી તેની ચબરખીઓ પૂજાએ ઝરૂખામાંથી ઉડાડી દીધી, ત્યારે રાતના અગિયાર થયા હતા. તેને નીંદર પણ સારી આવી ગઈ. મધરાતે ખડાઉના અવાજો તેને ખલેલ પહોંચાડી ન શક્યા. મધરાત પછી ઢીંચીને આવેલા સરબતસિંહના બરાડા અસહ્ય હોવા છતાં તે ઘસઘસાટ ઊંઘતી રહી.

સવારે ઊઠી નિત્યક્રમ પતાવતાં તે મનોમન ગણતરી કરવા લાગી. બસ, માત્ર થોડાંક કલાકોની આ રમત છે. બપોરે બે વાગ્યે કંકુને મળવાનું છે. અર્થાત્, લંચ લઈ ઘરેથી તરત નીકળી જવું પડશે – અને ન નીકળી શકાય તો?

પ્રશ્ન કંપારી છોડાવે તેવો હતો. અજાને સહેજે શંકા જતાં પરિણામ ભૂંડું આવવાનું હતું. ગઈ રાતનો અનુભવ હજી તાજો હતો. ગઈ રાતે ધાક બેસાડવા તેણે પૂજા પર બળાત્કાર કરવાનો પ્રયાસ કર્યો હતો. પલાયન થવાની યોજનાની તેને ગંધ આવતાં પૂજાની તે ચામડી ઉતરડી નાખે તો નવાઈ નહીં.

સ્નાન પતાવી વાળ ઓળતાં તે વિચારી રહી હતી અને દરવાજે ટકોરા પડ્યા. તે ધ્રૂજી ઊઠી. તેણે ધારી લીધું, રોજની જેમ આજે પણ અજો ચાની ટ્રે લઈ આવ્યો હશે ! શું તેને અંદર પ્રવેશવા દેવો ?

ઝડપથી વિચારી લેતાં તેણે નિર્ણય લઈ લીધો. રોજ સવારે અજો પ્રેમાળ બની જાય છે અને રાત્રે ઘાતકી. ચાની ટ્રે લઈ આવવાનો અર્થ પ્રાયશ્ચિત્ત થતો હતો, મૈત્રી થતો હતો. યુદ્ધવિરામ પણ કહી શકાય.

બિનધાસ્ત તેણે દરવાજો ખોલી નાખ્યો. તેના આશ્ચર્ય વચ્ચે અજાના સ્થાને આજે હબસી સ્ત્રી કાળકા ચાની ટ્રે લઈ તેની સામે ઊભી હતી. સ્વાભાવિક રીતે પૂજાને પ્રશ્ન થયો, આજે અજો કેમ ન આવ્યો? શું હજી તે ગુસ્સામાં હશે ? જવાળામુખીની જેમ અંદરોઅંદર ભભૂકતો હશે ? નવા પેંતરા વિચારતો હશે ?

'અજાજી હજી જાગ્યા નથી ?' દરવાજા વચ્ચેથી ખસી જતાં પૂજાએ નિર્દોષતાપૂર્વક પૂછી લીધું.

કાળકા ચાની ટ્રે સાથે અંદર દાખલ થઈ – જાણે તે બહેરી હતી, જાણે પ્રશ્ન સાંભળ્યો નહોતો. ટ્રે ટિપાઈ પર મૂકી ઉત્તર દીધા વિના તે પછી ચાલી ગઈ. પૂજા પહોળી આંખે જોઈ રહી.

હજી તારાએ પણ દેખા નહોતી દીધી. કાલીચંદનો અવાજ પણ નહોતો સંભળાતો. રોજ સવારે તે પોતાના આવાસે બેડ–ટી પતાવી હવામહેલમાં આવી જતો હતો. સવારનો ચા–નાસ્તો તે અહીં લેતો. અજા જોડે ડાઇનિંગ ટેબલની ખુરશી પર બેસી તડાકા મારતા તેનો અવાજ દૂર સુધી સંભળાતો હતો.

આજે ડાઈનિંગ રૂમ પણ ખામોશ હતો. આજે સવારના પહોરમાં સઘળા ક્યાં ગયાં ? શું પલાયન થવાની તેની યોજનામાં સહકાર દેવા બધા તેના માર્ગ વચ્ચેથી ખસી ગયા હતા?

સવારે અગિયાર પછી દબાયેલા પગે તારા તેના ઓરડામાં પ્રવેશી અને હળવેકથી દરવાજો વાસી દીધો.

'ક્યાં હતી તું?' પૂજા તેનો હાથ પોતાના હાથમાં લઈ ડબલબેડ પર બેસી જતાં બોલી, 'સવારથી તારી વાટ જોઈ રહી છું.'

તારા તેની સામે બેઠી, 'તારો પત્ર પોસ્ટ કરવા ગઈ હતી.'

પૂજાએ વિચાર્યું. ગઈ કાલે તેણે એક પત્ર મમ્મીના નામે લખી તારાને દીધો હતો. આ પત્રમાં સુનીતાને હવામહેલ આવવા માટે સંકેત હતો, પણ હવે એ પત્રનો શો અર્થ ? પત્ર પચમઢી પહોંચે એ પહેલાં તે ત્યાં પહોંચી જવાની હતી.

'અજો ક્યાં છે?' તેણે બીજો પ્રશ્ન કર્યો.

'આજે સવારે તે કાલીચંદ જોડે મુંજ તળાવની દિશામાં ગયા છે.' તારાએ જણાવ્યું, 'સાથે ફિશિંગ–રોડ તથા બાસ્કેટ લેતો ગયો છે. તેઓને પાછા ફરતાં બે–ત્રણ કલાક લાગશે એમ ધારી હું તારો પત્ર ટપાલમાં નાખવા ચોક જઈ આવી. કહે, તારા શું ખબર ?'

ગઈ રાતે બનેલી બળાત્કાર તથા પથ્થરબાજીની ઘટના ટૂંકમાં સમજાવી તેણે કંકુના સંદેશા વિષે જણાવ્યું, 'તારા,' પછી ઉમેર્યું, 'એ છોકરીએ બધી તૈયારી કરી રાખી છે. આ તક હું ખોઈશ તો મને ખાતરી છે કે ઈશ્વર મને બીજો મોકો નહીં દે. મારી અર્થી અહીંથી નીકળશે અને મારી ચિતા પણ અહીં જ સળગશે.'

'નિરાશાવાદી ન બન, પૂજા !' તેના હોઠ પર હાથ મૂકી દેતા તારાએ તેને હિંમત દીધી, 'આજે ભાગ્ય તારી સાથે છે. બંને ઠગો અહીં હાજર નથી. કદાચ તે સાંજ સુધી પાછા ન પણ આવે.'

સર્વ કાંઈ નક્કી થઈ ગયું. તારા ચૂપચાપ નીકળી પાછી પોતાના આવાસે ચાલી ગઈ. પૂજા બેચેનીપૂર્વક બપોરના બે વાગવાની વાટ જોવા લાગી. વારંવાર તેની આંખો ઊંચી થઈ ભીંતઘડિયાળ પર ઠરી જતી હતી. ઘડિયાળના કાંટાઓ તેના વેરી હોય એમ સ્થિર હતા. લોલકમાં પ્રાણ હતા. આશા હતી.

પલંગની કિનાર પર તે એકલી બેઠી હતી. ઊભી થઈ એક દીવાલથી બીજી દીવાલ સુધી આંટા મારવા લાગી. તે પોતે જીવતું જાગતું લોલક બની ગઈ. દરેક ફેરા સાથે તેના વિચારો પણ ઝૂલવા લાગ્યા.

સાથે કાંઈ યે લઈ જવાનું નહોતું. ઘરેણાંઓ પણ નહીં. માર્ગમાં કોઈ ભેટી જાય તો શંકા જવી ન જોઈએ ! મહેલના નોકરચાકરોને ગંધ આવવી ન જોઈએ. ટહેલવા જતી હોય એવો ભ્રમ ઊભો કરવાનો હતો. તે બહાર

નીકળી જવાની હતી. થોડી વાર પછી તારા તેની સાથે જોડાવાની હતી. બંને સહેલીઓ સાથે સાથે મહેલમાંથી નીકળતાં કોઈની આંખે ચઢી જાય એની પણ એકમત થઈ બંનેએ તકેદારી લીધી હતી. આ જ કારણે બંને જણી છાનીછપની મળતી અને છૂટી પડી જતી હતી.

ઘડિયાળમાં સાડાબારનો એક ટકોરો થતા તેણે છેલ્લી વાર ડ્રેસિંગ ટેબલના આઈનામાં પોતાના પ્રતિબિંબને જોઈ લીધું. આંખોમાં ગંભીરતા હતી. સ્નાયુઓને સપ્રયાસ ઢીલા કરી તેણે ચહેરા પરથી તાણ દૂર કરવાનો પ્રયાસ કર્યો. વસ્ત્રો ઠીક જ હતાં. સફેદ કુરતું, જીન્સ અને પગમાં કોલ્હાપુરી ચંપલ, આ તેનો રોજનો પોશાક હતો.

ક્ષણિક તેને વિચાર આવ્યો : હાથમાં તે સ્કેચબુક લઈ લે તો કોઈને પ્રશ્ન કરવાની જરૂર ન રહે. તેનો પોશાક તથા સ્કેચબુક જોઈ સામી વ્યક્તિ ધારી લે કે તે રેખાચિત્રા દોરવા જઈ રહી છે.

તરત તેણે કબાટના ખાનામાંથી સ્કેચબુક તથા પેન કાઢ્યા અને બહાર નીકળી ગઈ. સીડીઓ ઊતરતાં તે મનોમન પ્રાર્થના કરવા લાગી. ભગવાન કરે ને બંને ઠગો પાછા ફર્યાં ન હોય ! અને તેની નજર કાલીચંદ પર પડી.

સવારનું છાપું બપારે વાંચતો તે ડાઇનિંગ ટેબલની ખુરશીમાં લંચ માટે બેઠો હતો. તારા તેની જમણી બાજુએ બેઠી હતી. પૂજાની વાટ જોવાઈ રહી હતી. તારા સામેની ખુરશીમાં તે ગોઠવાઈ જતાં કાળકાએ પીરસવાની શરૂઆત કરી. કાલીચંદે છાપું ઘડી કરી નીચે મૂકી દીધું.

પહેલો કોળિયો લેતાં પુજાને ખ્યાલ આવ્યો : અજો ક્યાં? કાલીચંદ એકલો કેમ પાછો ફર્યો? શું તે માછલી પકડતો હજી યે મુંજ તળાવે બેઠો હશે ? આ બધા પ્રશ્નોના ઉત્તર તેની પાસે નહોતા.

‘પૂજા!'

કાલીચંદનો અવાજ કાને અથડાતાં તેણે વિચારોમાંથી જાગી તેની સામે જોયું.

‘હું માત્ર ડૉક્ટર નથી, જાદુગર પણ છું અને કહી શકું છું કે અત્યારે તું શું વિચારી રહી છે!' – કહેતાં તેણે સ્મિત ફરકાવ્યું.

પૂજા સ્થિર દ્રષ્ટિએ તેની સામે જોઈ રહી.

‘બસ, આમ થોડીક પળો મારી સામે જો.' તે કહી રહ્યો હતો, ‘અને હું તારી આંખોમાં તારા પ્રશ્નો વાંચી લઈશ.'

પૂજાને થયું કે તે પોતાની આંખો ઢાળી દે; પરંતુ એમ કરતાં નબળાઈ સામે આવી જાય.

‘તું વિચારી રહી છે કે અત્યારે અજાજી ક્યાં હશે ?'

પૂજા સાથે તારા પણ ચકિત થઈ ગઈ; કારણ કે બંનેના વિચારો સમાંતર દોડી રહ્યા હતા. બંને જણી એક જ પ્રશ્ન પર વિચારી રહી હતી. અને એ જ પ્રશ્ન કાલીચંદે છતો કરી દીધો.

‘તને કેમ જાણ થઈ ?' તારા બોલી ઊઠી.

કાલીચંદ હસી પડ્યો, ‘પૂજાની આંખોમાં મેં ચિંતા જોઈ.' હસતાં હસતાં જ ઉત્તર દઈ તેણે ઉમેર્યું, ‘અને એક પત્નીને પતિની ચિંતા થાય એ તદન સ્વાભાવિક છે. મેં કલ્પી લીધું, અજાજી હજી સુધી નથી આવ્યા એટલે મારી દીકરીને ફિકર થતી હશે.'

પૂજા હલી ગઈ. કાલીચંદને તેણે જેટલો ઊંડો ધાર્યો હતો એના કરતાં તે સહેજ વધુ ઊંડો હતો. રોજબરોજ આ ઊંડાણ વધતું જતું હતું. તેનું મન પાતાળકૂવો હતું. એનો તાગ કાઢવો અશક્ય હતું છતાં આટલું સ્પષ્ટ હતું : પૂજાની આંખોમાં ડોકિયાં કરતો ભય તેણે વાંચી લીધો હતો; પરંતુ જે કારણ તેણે દીધું, એ છેતરામણું હતું. હવામહેલમાં સર્વ કોઈ જાણતું હતું કે પૂજાના લગ્ન, લગ્ન નથી; સર્કસ છે, પતિ–પત્ની જુદા જુદા આવાસે રાત્રે

સૂએ છે. ન પતિને પત્નીની પરવા છે, ન પત્નીને પતિની ફિકર. આવી સ્થિતિમાં પૂજા પોતાના પતિની ચિંતા કરે એ કારણ ગળે નહોતું ઊતરતું.

સર્વે ચુપચાપ ભોજન આરોગી રહ્યાં હતાં ત્યાં કાલીચંદે ફરી એક તુક્કો વહેતો મૂક્યો, 'બે સ્ત્રીઓ સામે સામે મૌન બેસે એને વિશ્વની આઠમી અજાયબી કહેવાય !'

બંને જણી એકસાથે ચોંકી ઊઠી, પૂજાના પેટમાં ફાળ પણ પડી. શું કાલીચંદના પેટમાં કાંઈક ખદબદી રહ્યું હશે ?

'અહીં બોલવા જેવું કાંઈ રહ્યું છે?' ઉત્તર તારાએ દીધો.

'કાંઈ ન સૂઝતું હોય તો હું મદદ કરુ!'

'એથી કાંઈ ફેર નહીં પડે.'

'તેં કેમ જાણ્યું ?'

'હું કલ્પી શકું છું...' તારાએ કહ્યું, 'હું મારું ગીત ભૂલી ગઈ છું... આ જ સૂચવવું છે ને તારે?'

'ગીત નહીં ગઝલ.' કાલીચંદે તેની ભૂલ સુધારી, 'મને યાદ છે – જ્યારે તું ગાતી ત્યારે હું લોહચુંબક જેમ ખેંચાઇ તારી પાસે દોડી આવતો. કલાકો તારી સામે બેસી તારી રચનઓ સાંભળ્યા કરતો. અફસોસ કે એ સુખ વધુ ન ટક્યું.'

તારાને ખામોશ રહેવામાં પોતાની સલામતી લાગી. તે નહોતી ઇચ્છતી કે આ વિષય પર ચર્ચા આગળ વધે અને પૂજાને અહીં રોકાઈ રહેવું પડે. આજે સમય કિંમતી હતો.

'આજે મારી એક વિનંતી તારે સ્વીકારવી પડશે, તારા.' ભોજન પૂર્ણ કરતાં કાલીચંદે આગ્રહ કર્યો, 'આજે તારે ગાવું પડશે.'

'કાલીચંદ !' તે બોલી ઊઠી, 'હું ફરમાઈશ પર નથી ગાતી. આમ પણ વર્ષોથી મેં મારાં વાજાપેટી અભરાઈએ ચઢાવી દીધાં છે.'

'પણ શા માટે?'

'એક કદરદાન આ મહેલમાં હતો એ ન હવે દિનનો રહ્યો છે, ન દુનિયાનો.' તારા જાણે–અજાણે પાછી ચર્ચામાં ઊતરી ગઈ, 'જ્યારથી હેઝ હાઈનેસની આર્થિક તથા માનસિક પડતી શરૂ થઈ, મારા ગળામાં સુરો સુકાતા ગયા. હવે તો માત્ર સૂકા ઝરણાનો પટ વધ્યો છે. એમાં કાંકરાં છે. કાંટા છે. થોર છે.

પૂજાએ ઘડિયાળમાં જોયું, લગભગ દોઢ વાગી ગયો હતો.

હવે તે વધુ સમય અહીં રોકાઈ ન શકે. ભોજન ક્યારનું પતી ગ્યું હતું. તે ઊભી થવા ગઈ તો કાલીચંદે તેની તરફ જોતા પૂછી લીધું, 'દીકરી, કાંઈ ઉતાવળ છે?'

'ના, ના.' કહેતાં તે પાછી બેસવા ગઈ અને બીજી પળે પોતાને સંભાળી લેતાં બોલી, 'તમે બંને ગપ્પાં મારો, મારે થોડાંક રેખાચિત્રો દોરવાં છે.'

'આ તડકામાં?'

'તડકો કળાકારોને ન નડે.'

'કમ સે કમ તારાના કંઠે એક ગઝલ તો સાંભળતી જા.'

'તે ગાવા રાજી નથી એમ તેણે સ્પષ્ટ જાહેર કર્યું છે.'

'એનું કારણ છે. મારી વિનંતી પાછળ રહેલું કારણ તે નથી જાણતી.' સસ્મિત કહેતાં કાલીચંદે ઉમેર્યું, 'આજે મારો જન્મદિન છે.'

'તો ?' તારા વચ્ચે બોલી.

'આજે તું મારી વિનંતી ઠુકરાવી ન શકે.'

'બેસી જા, પૂજા.' એકાએક તારાએ ગુલાંટ મારી. 'હવે તો મારે ગાવું જ પડશે.'

કાલીચંદ સાથે પૂજા પણ ચોંકી ગઈ. તારાને આ શું સૂઝ્યું ? અચાનક બાજી કાં પલટાઈ ગઈ? શા માટે તારા મને રોકી રહી છે? અહીં હું તેની ગઝલ સાંભળવા બેસીશ તો ઓછામાં ઓછો મારો એક કલાક શહીદ થઈ જશે અને ત્યાં ભુલભુલામણીમાં મારી વાટ જોતી કંકુ પાછી ચાલી જશે. પૂજાની સમજમાં ન આવ્યું કે તેણે શું કરવું?

'કલાક પછી રેખાચિત્રો દોરવા જઈશ તો કાંઈ ખાટું–મોળું નહીં થઈ જાય!' તારાએ તાણ કરી, 'આજે કાલીચંદનો બર્થ-ડે છે. ગાન પછી આપણને તે મલાઈના ખાજા ખવડાવવા ચોકમાં પણ લઈ જશે. ખરું ને કાલીચંદ?'

'હા, હા. કેમ નહીં ?' તે બોલી ગયો.

પૂજાને બેસી જવું પડ્યું. તેણે ફરી કાંડાઘડિયાળમાં જોયું. બે વાગવામાં ફક્ત વીસ મિનિટ બાકી હતી. તેના કપાળે પરસેવા બાઝવાની શરૂઆત થઈ ગઈ.

'કાલીચંદ,' પૂજાની મનોમન દયા ખાતાં તારાએ કહ્યું, 'વાજાપેટીનો બંદોબસ્ત કરવાનો છે.'

'હમણાં જ લઈ આવું છું.' તરત તે ઊભો થયો અને એક ચાકરને સાથે લઈ સીડીઓ ચઢી ગયો.

'પૂજા !' બીજી જ પળે તારા તેના તરફ ફરી. 'છટકી જા ! મારી વાટ ન જોતી. હું આ ઠગને અહીં રોકી રાખીશ.'

હવે પૂજાની સમજમાં તારાની રમત આવી. સ્પ્રિંગની જેમ ખુરશી પરથી ઊછળી તે ઊભી થઈ ગઈ. તારાની ખુરશી પાસે આવી એક સ્નેહભીનું ચુંબન તેના કપાળે લીધું અને ઝડપથી બહાર પણ દોડી ગઈ.

અચાનક મોસમ બદલાઈ ગઈ. પહેલાં એક વાદળ ક્યાંકથી આવી સૂરજને વીંટળાઈ વળ્યું, પછી ધીરે ધીરે દૂરના ડુંગરાઓ પરથી વાદળાની ટુકડીઓ આ દિશામાં આવવા લાગી. તડકાની ચાદર ઊંચકાઈ ગઈ હતી. પૂજા ફાટકની બહાર નીકળી ત્યાં સુધીમાં વાતાવરણ શીતળ પણ થઈ ગયું.

તેણે છેલ્લી વાર કાંડાઘડિયાળમાં જોયું. બે વાગવામાં દસ મિનિટ બાકી હતી. હજી સમય હાથમાં હતો. તે ઠીક સમયે સતી વાવડી પહોંચી ભુલભુલામણીમાં ઊતરી જવાની હતી.

અહીં હવામહેલમાં ચાકર માથે હારમોનિયમ લઈ કાલીચંદ તારા પાસે આવ્યો. પૂજાની ખુરશી ખાલી જોતાં તેને આંચકો લાગવો જોઈતો હતો, ન લાગ્યો. આશ્ચર્ય પણ ન થયું. વિશેષમાં તેના ચહેરા પર પાતળું સ્મિત ફરી વળ્યું.

તારાએ આ જોયું અને તેને શંકા ગઈ, આમ કેમ? શું કાલીચંદ પહેલેથી જાણી ગયો હશે કે તેની જોડે રમત રમાઈ રહી છે! બીજી પળે તેને ઉત્તર મળ્યો ! ના, રમત કાલીચંદ જોડે નહોતી રમાઈ રહી. કાલીચંદની કોઈ અજાણી રમતના તે તથા પુજા પ્યાદાં હતાં. કાલીચંદની ઈચ્છા મુજબ પ્યાદાંઓ ચાલ્યાં હતાં. આમ ને થાત તો જરૂર તેને આંચકો લાગત! પણ આ રમત શું હશે એ તે કલ્પી ન શકી.

'હાર્મોનિયમ ક્યાં મૂકવાનું છે?'

'અહીં ડાઈનિંગ રૂમમાં નહીં ફાવે.' તારા બોલી, 'બેઠકખંડ ઠીક રહેશે.'

કાલીચંદ ચાકર જોડે આગળ વધી ગયો. તારા ખુરશી પરથી ઊભી થઈ તેની પાછળ ચાલી. 'કહે કાલીચંદ!' થોડી વાર પછી બેઠકખંડના ગાલીચા પર હારમોનિયમ સામે બેસી જતાં તેણે પૂછ્યું, 'શું સાંભળીશ? ઠુમરી, કજરી કે ગઝલ?'

'કોઈ ફડકતી ચીજ ગા કે મારા જન્મદિન સાથે આખું વરસ સુધરી જાય.'

'સાંભળ !' – કહેતાં તેણે મૃત્યુ પર એક ગઝલ શરૂ કરી દીધી. ઘણાં વર્ષે આજે તેણે પોતાનો કંઠે વહેતો મૂક્યો હતો. હારમોનિયમની ચાંપ પર તેની આંગળીઓ સરળતાથી રમી રહી હતી. ચહેરો મરક મરક થઈ રહ્યો હતો. તેના સ્વરના ચડાવઉતારમાં પણ વધુ ફરક વરતાતો નહોતો. મૃત્યુને લક્ષમાં રાખી તે એવી રીતે ગાઈ રહી હતી જાણે પ્રેમગીત હોય !

'બસ !' કાલીચંદ આખરે અકળાઈ ઊઠ્યો, 'બસ કર !'

'કેમ!' તારાએ આશ્ચર્યનો ડોળ કર્યો.

'લગ્નપ્રસંગે કોઈ મરસિયા ન ગાય.'

'આજે ન લગ્નપ્રસંગ છે, ન હવામહેલની સુવર્ણ જ્યંતી.'

'તું કહેવા શું ઈચ્છે છે?'

'માત્ર આટલું કે તારો જન્મદિન આ જ તારીખે આવતા મહિને છે.' તારાએ દ્રઢતાપૂર્વક જણાવ્યું.

'ખરેખર ?' તક્ષક્ષણ આશ્ચર્ય વ્યક્ત કરી તેણે કબૂલી લીધું, 'અરે હા, તારી વાત તદન ખરી છે. ન જાણે મને ભ્રમ કેમ થયો ?'

'તું ઇચ્છતો હોય તો એ પણ હું જણાવીશ.'

'મને આનંદ થશે.'

તારાએ એક નજર સામેના ખૂણામાં ડબાની જેમ ઊભેલા ઘડિયાળ પર ઢાળી. અઢી વાગી ગયા હતા. તેણે કલ્પી લીધું, અત્યાર સુધીમાં પૂજા સતી વાવડી પહોંચી ગઈ હશે. ભુલભુલામણીમાં કંકુને તે મળી હશે. કંકુએ તેને ભૂગર્ભ–કક્ષોના બીજા છેડેથી બહાર કાઢી ટૅક્સીમાં બેસાડી દીધી હશે. ટૅક્સી ધાર સુધી પહોંચી ગઈ હોવી જોઈએ. ત્યાંથી ઇન્દોર, ભોપાલ, હોશંગાબાદ અને પચમઢી.

'કહે તારા !' તેને મૌન જોઈ કાલીચંદે પોતાનો પ્રશ્ન દોહરાવ્યો, 'મને ભ્રમ કેમ થયો ?'

'તને ભ્રમ નહોતો થયો.' તારાએ તેની આંખોમાં સીધું જોતાં જણાવ્યું, 'પૂજાને રોકવા તું ચાલ ચાલ્યો હતો.'

'પણ હું પૂજાને શા માટે રોકું?'

'કારણ કે તું જાણી ગયો છે.'

'શું?'

'પૂજા રેખાચિત્રો દોરવા નહોતી જઈ રહી.'

'તો ક્યાં જઈ રહી હતી?'

તારા સહેજ થોભી. તે લપસણી ભૂમિ પર ઊભી હોય એમ તેને લાગ્યું. અહીંથી એકે પગલું ભરતાં લસરી જવાનો ભય હતો, 'શું મારા કપાળે લખાયેલું છે કે હું બેવકૂફ છું ?' કારણ ન જણાવતાં તેણે સામો પ્રશ્ન કર્યો, 'આખરે તું મને સમજે છે શું ?'

કાલીચંદે સ્મિત ફરફાવતાં પોતાની લાક્ષણિક ઢબે ઉત્તર દીધો, 'હું તને શું સમજું છું એ તું સમજી ગઈ હોત તો આજે આપણા વચ્ચે પાંચ ફૂટનું અંતર પણ ન હોત. તારા! મેં તને ખરા હૃદયથી ચાહી છે. આજે પણ એટલી જ ચાહું છું. આ મારી સજ્જનતા છે કે તારી મરજી વિના હું તારો સ્પર્શ નથી કરતો.'

પળભર માટે તારા ગોથું ખાઈ ગઈ. તેણે સપને પણ નહોતું ધાર્યું કે વિષય આમ વળાંક લેશે, 'એ ન ભૂલ કાલીચંદ, હવે તું કુંવારો નથી.'

'ખરું તારા, હું પરિણીત છું.' – કહેતાં તેણે સ્પષ્ટતા કરી, 'કજરી જોડેનાં મારાં લગ્ન સગવડિયાં હતાં. કજરી મારા મોટાભાઈ એમ. આર. ની વિધવા હતી. હું તેને તેડવા આદિવાસીઓના ગામ ઝાંઝાં ગયો તો મારે

તેની જોડે પરાણે લગ્ન કરવાં પડ્યાં. જો હું તેને ન સ્વીકારત તો મારી બાની અંતિમ ઇચ્છા અધૂરી રહી જાત. તું ક્યાં નથી જાણતી કે તે જીદ લઈને બેઠી હતી કે તેને મોટાની વહુનો ચહેરો જોવો છે.'

થોડીક પળો મૌન રહી તેણે ફરી હોઠ ખોલ્યા, 'લગ્ન કરવાનું એક કારણ તું પણ હતી.'

'હું?' તે ચોંકી.

'મને એમ કે તને પરણેલા પુરુષો પ્રત્યે વિશેષ આકર્ષણ છે.'

'છે.' હેમંતના સંદર્ભમાં ચાબુકના ફટકાની જેમ વીંઝાયેલા પ્રશ્નનો ઉત્તર દેતાં તેણે ભારપૂર્વક જણાવ્યું, 'શરત માત્ર આટલી કે એ પુરૂષ રણવીર હોવો જોઈએ. પીઠ પાછળ ઘા કરનારો કાયર નહીં.'

'આ સંવાદ સોળમી સદીનો છે.' – કહેતાં તેણે હસી દીધું, 'આ યુગમાં તો જે વિજેતા હોય તે જ શૂરવીર કહેવાય, વિજય કેમ કરી મેળવાયો એ કોઈ જોતું નથી.'

'કોઈ ભલે ન જુએ. મારી દ્રષ્ટિએ...'

'એક ખાનગી વાત કહું?' તારાને રોકતાં તેણે વચ્ચે કહ્યું, 'બહુ જલદી હું આ મહેલનો માલિક બનવાનો છું. પંદર વર્ષો પહેલાં આ મહેલની જે જાહોજલાલી હતી, જે રોનક હતી એ મારા હાથમાં લગામ આવતાં પાછી ફરશે. ત્યારે હું રાજા કહેવાઈશ અને મારી અંતરમનની ઇચ્છા છે કે તું મારી રાણી બને. હું તારા શરીરને હીરામાણેકોથી મઢી દઈશ.'

તારા સ્તબ્ધ થઈ તેની સામે જોઈ રહી. આજ પહેલા કાલીચંદે ક્યારેય પોતાના મનના ભેદ કોઈની સામે નહોતા ખોલ્યા. આજે પહેલી વાર તેણે પોતાની ભાવિ યોજના બિનધાસ્ત તારા સામે રજૂ કરી હતી. તેને હજી યે વિશ્વાસ બેઠો ન હોય એમ તે કાલીચંદ સામે જોઈ રહી હતી.

'તારા !' તેણે સહેજ ગંભીર થતાં કહ્યું, ' માની જા! મારો પ્રસ્તાવ સ્વીકારી લે. વર્ષો પ્રતીક્ષા કરી મેં મારા પ્રેમની સચ્ચાઈ પુરવાર કરી છે. કસોટીમાંથી હું સાંગોપાંગ પાર ઊતરી ગયો છું. વિચારવાનું હવે તારે કાંઈ કારણ નથી, '

'છે.' તે બોલી ઊઠી, ' જે માણસે મારા જીવનમાંથી પ્રેમ ઝૂંટવી લીધો હોય, એ માણસ મારા પ્રેમને લાયક કહેવાય?'

કાલીચંદ ચૂપચાપ તેની સામે જોઈ રહ્યો.

તારાને શૂરાતન ચઢ્યું. આ વખતે તેણે ખુલ્લો આક્ષેપ કર્યો, 'હેમંતની હત્યા કોણે કરી?'

'મેં' કાલીચંદ એ ઢબે બોલ્યો જાણે તેણે કોઈ જીવતો જાગતો માનવી નહીં, મચ્છર કે માંકડને માર્યો હોય. પછી તે સહેજ હસ્યો, 'પ્રેમમાં સાત ખૂન માફ હોય છે, તારા; મેં એક જ કર્યું છે. શું કરું? મારાથી સહન ન થયું. હું તને બીજા પુરૂષના પડખામાં જોઈ ન શક્યો. મારે વચ્ચેથી તેનો કાંટો દૂર કરવા પડ્યો.'

તારા તરફડી ઊઠી, 'આ બધું આટલી સરળતાથી જણાવતાં તને જરા યે શરમ નથી આવતી ?'

'એક પરિણીત પુરૂષની રખાત બનતાં તને શરમ આવી હતી?' ચાબખા જેવો બીજો પ્રશ્ન તારાના વાંસે વીંઝાયો, 'એ વખતે તેં વિચાર્યું હતું કે તું કોઈ પરણેલી સ્ત્રીનો હક ઝૂંટવી રહી છે? કોઈના લગ્નજીવનમાં ખાઈ ખોદી રહી છે?'

'ના!' તે ચીસ પાડી ઊઠી, 'આ બધું જૂઠ છે. મેં કોઈનો હક નથી લૂંટ્યો. હું હેમંતને ફોસલાવવા નહોતી ગઈ, પણ તું હત્યારો છે. કસાઈ છે. બાપની હત્યા કરી તારા હૈયાને ટાઢક નથી થઈ એટલે હવે તું દીકરીનું કાસળ કાઢવા તૈયાર થયો છે; પરંતુ આટલું જાણી લે કે તારી રમત ક્યારની પૂર્ણ થઈ. પીંજરામાંથી પંખી ઊડી ગયું છે.'

કાલીચંદ ખડખડાટ હસી પડ્યો. તારા કાંઈ સમજે એ પહેલાં તેના કાને પૂજાની ચીસો અથડાઈ. તે ઊભી થઈ દરવાજા તરફ દોડવા ગઈ અને પૂજાના માથાના વાળ પકડી તેને ઢોરની જેમ ઘસડતો અજો અંદર દાખલ થયો.

તારા સ્તબ્ધ થઈ ફાટી આંખે જોઈ રહી. અજો સીડીઓ તરફ આગળ વધી ગયો. ખાટકીવાડે જતી ગાયની જેમ કણસતી ચીસો પાડતી પૂજા તેની પાછળ ઘસડાઈ ગઈ.

•••

૧૭

તારા સ્તબ્ધ ઊભી હતી. જાતે તેણે કોઈ ડરામણું સપનું જોયું હોય એમ તે ફાટી આંખે જોઈ રહી હતી છતાં તેની સામે કાંઈ યે નહોતું. સર્વ કાંઈ ઓગળી ગયું હતું., અદ્રશ્ય થઈ ગયું હતું – જાણે તે કચ્છના રણ વચ્ચે ક્યાંક ઊભી હતી. ન તેની સામે બેઠકખંડ હતો, ન દીવાલો હતી, ન સૂકો ફુવારો હતો, ન કૉફિન જેવું ઘડિયાળ હતું.

ધીરે ધીરે થોડે છેટે ઊભેલા કાલીચંદની આકૃતિ સ્પષ્ટ થઈ. અચાનક આ બધું શું બની ગયું? વાસ્તવિક્તામાં પહેલું પગલું ભરતાં તેને પહેલો પ્રશ્ન થયો. પૂજા બે વાગ્યા પહેલાં હવામહેલથી નીકળી કંકુને મળવા માટે ભુલભુલામણીમાં ગઈ હતી. તેણે પોતે કાલીચંદને અહીં રોકી રાખ્યો હતો. અંતે તેણે કાલીચંદને પડકાર્યો પણ હતો. પંખી પાંજરામાંથી ઊડી ગયું છે. પૂર્ણ વિશ્વાસ સાથે તેણે કહ્યું હતું. અને એ જ સમયે અજો પૂજાના વાળ પકડી તેને ઘસડતો દાખલ થયો હતો.

‘કાલીચંદ !’ સ્વસ્થ થતાં તે બોલી ઊઠી, ‘આ... આ અન્યાય છે. અત્યાચાર છે.’

કાલીચંદે કાંઈ ઉત્તર ન દીધો. જાણે તારાનું અસ્તિત્વ ન હોય એમ તે નજીક પડેલા હાર્મોનિયમ પાસે બેસી ગયો. તેનાં આંગળાં હાર્મોનિયમની ચાંપ પર રમવા લાગ્યાં. તે હાર્મોનિયમ વાદક નહોતો. ચાંપો પર તે ગમે તેમ આંગળાંઓ મારી રહ્યો હતો. ચિત્રવિચિત્ર સૂરો હવામહેલના સન્નાટામાં ગુંજી રહ્યા હતા.

કાંઈ યે ન સૂઝતાં તારા સીડીઓ તરફ દોડી. અજો પૂજાને લઈ ઉપર ગયો હતો. તે જાણવા ઇચ્છતી હતી કે પૂજા સહીસલામત હશે કે નહીં ! ઉપર લઈ જઈ અજો તેના પર બળાત્કાર કરતો હશે કે અત્યાચાર ? પૂજા આમ જ અધમરી હતી. શું અજાએ ક્રોધમાં તેની ડોક...

હજી તે સીડીઓ સુધી પહોંચી હતી અને તેની નજરે નીચે આવતો અજો પડ્યો. તે જ્યાંની ત્યાં સ્થિર થઈ ગઈ. અજો તેની સામે આવ્યો અને થંભી ગયો. હવે તેની નજરો અજાની આંખો પર ઠરી. તેને લાગ્યું, એ આંખો નહોતી, અંગારા હતા.

‘અજાજી !’ છતાં તેણે હિંમત કરી પૂછી લીધું, ‘હું જાણી શકું કે પૂજા ક્યાં છે?’

‘તેના આવાસે.’ ઉત્તર દેતાં તે કાલીચંદ તરફ આગળ વધી ગયો. તારા ઉપરની તરફ દોડી. એકસાથે બબ્બે પગથિયાં છલાંગતી તે ઉપલા મજલે આવી અને તેના પગ જામી ગયા.

પૂજાના આવાસનો દરવાજો બંધ હતો. બહાર તાળું ઝૂલી રહ્યું હતું. તારા સમસમી ગઈ. હવે તેનો પિત્તો હાથથી ગયો. તે પાછી નીચે આવી અને અજાને પડકાર્યો.

‘સ્ત્રીની રક્ષા કાજે કેસરિયાં કરનારા રાજપૂત આજે આટલા વામણા થઈ ગયા છે કે પત્નીને કેદ કરી પોતાની બહાદુરી દેખાડે?’

‘કોણ પત્ની ?’ અજો તાડૂક્યો, ‘કોની પત્ની ?’ તે સૉફા પર બેસી ગયો હતો. ‘ક્યાં છે પત્ની ?’

‘પૂજા કોણ છે ?’

‘જઈને એને જ પૂછ.’

‘ચાવી દ્યો.’

‘તાળું નહીં ખૂલે.’

‘હું કારણ જાણી શકું?’

અજાએ વેધક શબ્દોમાં ઉત્તર દીધો, ‘પતિનું શબ ખોળામાં લઈ ચિતા પર ચઢી જનારી પતિવ્રતાએ પતિની જ પીઠ પાછળ ઘા કર્યો છે. સજા તેણે ભોગવવી પડશે.’

કાલીચંદને જાણે તેની સામે ખેલાતા વેશમાં રસ ન હોય એમ તે હજીયે એક બાળકની જેમ હાર્મોનિયમની છેડતી કરી રહ્યો હતો. તે એક આંગળી દાબતો અને એક સૂર ઊઠી વાતાવરણમાં ફેલાઈ જતો. તે બીજી ચાંપ દાબતો અને ચહેરો સહેજ ત્રાંસો કરી સાંભળી રહેતો.

'અજાજી !' તારાએ કડક શબ્દોમાં કહ્યું, 'રજવાડાના એ દિવસો ક્યારના પૂરા થયા જ્યારે સ્ત્રીઓને ગોલી–ગુલામડીઓની જેમ કારાવાસમાં ધકેલી દેવામાં આવતી હતી. આ સ્વતંત્ર ભારત છે. સ્ત્રીની સુરક્ષા અર્થે અહીં થોડાંક કાયદાઓ પણ ઘડાયા છે. પાંચ મિનિટમાં તમે પૂજાનાં દરવાજેથી તાળું દૂર નથી કર્યું તો હું આ જ કાયદાઓનો આધાર લઈશ.'

'ગોલીની ઓલાદ !' અજો હવે ઊભો થયો. 'તારી આ હિંમત કે તું મારી સામે મોં ફાડે ? એ દિવસો ભૂલી ગઈ જ્યારે તું ભૂખે મરતી હતી અને હિઝ હાઈનેસે તને ગટરમાંથી ઊંચકી મહેલમાં જગ્યા દીધી? જે થાળીમાં ખાધું એમાં જ થૂંકીશ ?

'ઇચ્છા તો થાય છે કે તમારા મોં પર થૂંકું.' તે બોલી ગઈ, 'પણ શું કરું, હિઝ હાઈનેસની શરમ આડે આવે છે.'

'આખરે સંતાન તો તું એક રખાતની છે ને! પણ એક વાત તું ભૂલી ગઈ. સૂર્ય પર કાઈ થૂંકે તો એ થૂંક એને પોતાના જ મોં પર પડે.' – કહેતાં અજો તેના તરફ આગળ વધ્યો, 'હવે તારા દિવસો પણ ભરાઈ ગયા છે, તારા ! કાન ખોલીને સાંભળી લે, હવામહેલની અંગત બાબતોમાં ભવિષ્યમાં ક્યારેય ચંચુપાત કર્યો છે તો ચોકમાં બેસી ભીખ માગતી દેખા દઈશ.'

'ઠીક છે.' તે બોલી ઊઠી, 'આમ પણ આ ખખડધજ મહેલની હરાજી થવાની છે. વહેલામોડા તમે પણ ચોકમાં દેખા દેવાના છો. હું આજથી, બલ્કે અત્યારે જ હવામહેલ છોડું છું.'

તે ખરેખર પ્રવેશ તરફ આગળ વધી અને કાલીચંદને ખ્યાલ આવ્યો. તારા મહેલ બહાર જાય તો તે કાંઈ પણ પગલું ભરી શકે. કદાચને પોલીસમાં ફરિયાદ નોંધાવી પૂજાને મુક્ત કરાવી લે. તેનો શું ભરોસો ? તે કોસોનો સંપર્ક સાધે તો આભ તૂટી પડે.

'તારા !' હાર્મોનિયમ બંધ કરી તે ઊભો થઈ ગયો. તારાના પગ ઉંબરામાં થોભી ગયા.

'અજાજીની ભૂલ બદલ હું તારી માફી માગું છું.' દિલગીરી વ્યક્ત કરતાં કાલીચંદ કહી રહ્યો હતો, 'તેઓ મૂરખ છે. તેમનામાં આટલી યે અક્કલ નથી કે એક ઊંચા કુળની સુસંસ્કૃત પત્નીને સંમાનપૂર્વક કેમ રખાય!'

'કાલીચંદ !' અજો વચ્ચે બરાડી ઉઠ્યો, 'તારી જીભડીને લગામ કર !'

'તે તારું અપમાન કરે એમાં નવાઈ શી ?' તેની ધમકીની દરકાર કર્યા વિના કાલીચંદ તારાને સંબોધી કહી રહ્યો હતો, 'પણ તારે એમનું માઠું લગાડવાનું ન હોય. આ મહેલમાં તારું સ્થાન હિઝ હાઈનેસની બહેન બરાબર છે, તું પૂજનીય છે. દેવી છે. તને અહીંથી કોઈ બહાર કાઢી ન શકે.'

અજો ધૂંઆંપૂંઆ થતો તેની સામે આવ્યો.

'અજાજી !' તે એકે શબ્દ ઉચ્ચારે એ પહેલાં કાલીચંદે ધડાકો કર્યો, 'અહીંથી તારા જશે તો તેની પાછળ હું પણ મહેલનો ત્યાગ કરીશ.'

અજાના પગ હેઠળથી જાજમ ખેંચાઈ ગઈ. પહોળી આંખે તે કાલીચંદ સામે જોઈ રહ્યો. અત્યારે તે આર્થિક કળણમાં ગળાડૂબ હતો. આવી હાલતમાં તેને છેડી કાલીચંદ ચાલ્યો જાય તો તે ખરેખર રસ્તે રઝળતો ભિખારી બને.

તેની આંખોમાં લાચારી વાંચી લેતાં કાલીચંદે હુકમ છોડ્યો, 'તારાને ચાવી સોંપી દ્યો!'

તણખા ઝરતાં ઝઘડાનો મૂળ મુદ્દો વીસરાઈ ગયો હતો. એકાએક હોશમાં આવ્યો હોય એમ અજાએ પોતાના સફારી સૂટનાં ખિસ્સાં ફંફોળ્યાં અને એક ખિસ્સામાંથી ચાવી કાઢી તારાની દિશામાં ઘા કર્યો. તારાએ તિરસ્કારભરી નજરે તેની સામે જોયું અને પગ પાસે પડેલી ચાવી ઊંચકી લીધી.

'તારા !' સીડીઓ તરફ તેને આગળ વધતી જોઈ કાલીચંદે પૂર્ણ નમ્રતા સાથે જણાવી દીધું, 'મારા વતી મારી દીકરીની પણ માફી માગી લેજે અને તેને ખાતરી દેજે કે ભવિષ્યમાં કોઈ તેની સામે આંખો ઊંચી કરશે તો મારા કરતા ભૂંડો બીજો કોઈ નહીં હોય!'

કપાઈ ગયેલી પાંખોવાળા કબૂતરની જેમ અજો ફફડીને રહી ગયો. આ યુગ રજવાડાંઓનો હોત અને કાલીચંદે આમ તેનું જાહેર અપમાન કર્યું હોત તો અજાએ તેને નક્કી હાથીના પગ તળે કચડાવી તેનો છૂંદો કરી નાખ્યો હોત ! આ પળે પણ તેને તીવ્ર ઇચ્છા થઈ રહી હતી કે કાલીચંદને તે ડોકમાંથી પકડી દીપડાના પાંજરામાં ફેંકી દે.

પલંગ પર સૂતેલી પૂજા બીઇને ઊભી થઈ ગઈ. તેણે ધાર્યું હતું, ફરી અજો આવ્યો હશે. ફરી એક વાર તેના પર અત્યાચાર શરૂ થશે ! અજાના સ્થાને તારાને જોઈ તેને વિશ્વાસ નહોતો બેસતો. આંખોને જાણે ભ્રમ થતો હોય એમ તેણે વારવાર આંખો પટપટાવી.

તારાએ પીઠ પાછળ દરવાજો વાસી દીધો. હવે પૂજાને ખાતરી થઈ કે ના, તે જે કાંઈ જોઈ રહી છે તે આભાસ નથી, સત્ય છે. તેની આંખો સામે તારા, તેનો એક માત્ર આધાર ઊભી છે. તે દોડીને તારા પાસે આવી અને ડૂબતાને તણખલું મળી જાય એમ તેને વળગી પડી. તેની જ છાતી પર માથું ઢાળી રડી પડી.

થોડી વાર પૂજાને તેણે રડવા દીધી. ઊનાં ઊનાં આંસુઓ તેની ડોક નીચેના ભાગને ભીનો કરતાં રહ્યાં. આખરે તેનો ઊભરો શાંત પડતાં તારા તેને પોતાની સાથે લઈ પલંગ સુધી આવી અને બેસાડી દીધી. તે પોતે સામેની એક ખુરશી પર બેસી ગઈ.

પૂજાનો ભીનો ચહેરો તેની સામે હતો. ડરી ગયેલી સસલીની જેમ હજી કે તેની આંખો પહોળી હતી. હજી યે શરીર કંપી રહ્યું હતું. થોડી થોડી વારે આંચકી ખાઈ રહ્યું હતું.

'શું બન્યું ?' તારાએ હળવેકથી પ્રશ્ન કર્યો.

શબ્દો તેના કાને અથડાયા ન હોય એમ તે શૂન્યમાં તાકી રહી. હકીકતમાં સર્વ કાંઈ તેના ચિત્ત પર ચકડોળની જેમ ઘૂમી રહ્યું હતું. ઠીક બેને પંદર મિનિટે તે સતીવાવડી પહોંચી હતી. નક્કી સમય કરતાં તે સહેજ મોડી પડી હતી. છતાં તેને ખાતરી હતી કે કંકુ તેની વાટ જોતી ભૂગર્ભ-કક્ષોમાં ક્યાંક ઊભી હશે!

ચોપાસ એક નજર ઘુમાવી તે વાવનાં પગથિયાં ઊતરી ગઈ. (જો તેણે ધ્યાનથી જોયું હોત તો તેનો પીછો કરતો અજો તેની નજરે પડ્યા વિના રહ્યો ન હોત !) તેનું હૃદય ઊંચા અવાજે ધબકી રહ્યું હતું. આ ધબકારા તે સાંભળી શકતી હતી. અનુભવી શકતી હતી.

ભય, સાહસ તથા રોમાંચની મિશ્ર લાગણીઓમાં તેનું શરીર ઝણઝણવા લાગ્યું. ભૂગર્ભ–કક્ષોનું પ્રવેશ તેની સામે હતું. હિંમતથી તે અંદર દાખલ થઈ ગઈ. (અજો સડસડાટ વાવના પગથિયાં ઊતરી નીચે આવી ગયો.)

પૂજા નહોતી જાણતી કે કંકુ તેની વાટ જોતી ક્યાં ઊભી હશે ! આ ભુલભુલામણીમાં નાનામોટા અનેક કક્ષો હતા, એક–મેકમાં સંકળાયેલા હતા. એકમાંથી બીજામાં જવાતું હતું, બીજામાંથી ત્રીજામાં.

ઝપાટાબંધ આગળ વધી તે આઠેક કક્ષો વટાવી નવમામાં પ્રવેશી અને તેની નજરે કંકુનો રાતો સ્કાર્ફ પડ્યો. તેણે શંકા-કુશંકાઓ વચ્ચે સ્કાર્ફ ઊંચક્યો તો તેમાંથી ઘડી કરેલો એક કાગળ સરી પડ્યો. પળભર તે હેરતથી જોઈ રહી.

શું પલાયન થવાનો આજનો કાર્યક્રમ કંકુએ મુલતવી રાખ્યો હશે ? શું તેને કાંઈ મુશ્કેલી નડી હશે? પૂજાનું મન ડહોળાયું. શું તે ટેક્ષીની વ્યવસ્થા કરી શકી નહીં હોય કે પછી પૂજા પોતે પંદરેક મિનિટ મોડી પડી એટલે તે સંદેશો મૂકી ચાલી ગઈ હશે ?

ધ્રૂજતા હાથે તેણે ઘડી કરેલો કાગળ ઊંચકી ખોલ્યો અને તેની છાતીના ધબકારા જાણે અચાનક બંધ થઈ ગયા. કાગળમાં માત્ર બે લાઇનો અને તે પણ ઝડપથી લખાઈ હતી. 'પાછી જા ! તારી પાછળ હડકાયો કૂતરો પડ્યો છે.'

હડકાયો કૂતરો ? તેને પ્રશ્ન થયો. બીજી પળે ઉત્તર પણ જડ્યો, વિશેષણ સાથેનો આ શબ્દ પ્રતીકરૂપે વપરાયો છે. જરૂર માર્ગમાં કોઈને મારો પીછો કરતાં કંકુએ જોઈ લીધો હશે! મારી પહેલાં તેણે આવી આ સંદેશો લખ્યો હશે અને તરત છટકી પણ ગઈ હોવી જોઈએ.

તે કાંઈ વધુ કલ્પે એ પહેલાં પાછળથી તેના વાળ ખેંચાયા. ચહેરો ઊંચો થતાં અજાનો તીખો ચહેરો તેની સામે આવી ગયો. એ ચહેરામાં તગતગતી બે રાતી આંખો સામે આવી ગઈ.

'કાગળ સોંપી દે!'

કાગળ પૂજાના હાથમાં હતો. તત્ક્ષણ નિર્ણય લઈ અજાને ન સોંપતાં તેણે ડૂચો કરી પોતાના મોંમાં નાખી દીધો. તેની ઇચ્છા કાગળ ગળી જવાની હતી. તે નહોતી ચાહતી કે આ સંદેશો અજો વાંચે.

પૂજાની ચાલ તે સમજી ગયો. તેના એક હાથમાં પૂજાના વાળ હતા. બીજા હાથે તેણે ડોક પર પકડ જમાવી. કાગળ ગળા નીચે ઉતારવો તો દૂર રહ્યો, શ્વાસ રૂંધાવા લાગ્યો. મોં ખૂલી ગયું. કાગળના ડૂચો બહાર ફેંકાઈ ગયો.

અજાએ તેને ઊંધા-ચત્તા ત્રણ સજ્જડ લાફા મારી દીવાલ તરફ ધકેલી દીધી. તે દીવાલ સાથે અથડાઈ અને ત્યાં જ ઢળી પડી. અજાએ કાગળ ખોલી વાંચ્યો અને તેના શરીરમાં લાય લાગી. સંદેશામાં 'હડકાયો કૂતરો' શબ્દો પ્રતીકરૂપે તેના માટે જ વપરાયો હતો.

ચહેરો ઘુમાવી તેણે ઘૃણાપૂર્વક પૂજા તરફ જોયું. તે હજી યે બંને હાથ ભોંય પર ટેકવી ચોપગા પ્રાણીની જેમ હાંફતી બેઠી હતી. ગળું દબાવવાના કારણે તેની શ્વાસોચ્છવાસ ક્રિયા અનિયમિત થઈ ગઈ હતી.

કાગળના કટકે કટકા કરી અજો તેની પાસે આવ્યો અને તેના વાળ પર પકડ જમાવી તેને ઊભી કરી દીધી, 'અહીં શા માટે આવી હતી?'

પૂજા મૌન રહી.

'ધારની એ રાંડ જોડે શું યોજના ઘડી હતી?' અજો વીફર્યો, 'બોલ, નહિતર તારી ચામડી અહીં જ ઉતરડી નાખીશ!'

'મારી નાખ !' સઘળી હિંમત એકઠી કરી પૂજા બોલી ઊઠી, 'કાપી નાખ ! મારા કટકા કરી નાખ ! હું તારા એકે સવાલનો જવાબ નહીં દઉં.'

'તું એમ નહીં માને !' – કહેતાં અજાએ પોતાના એક પગ વાળી તેના પેટમાં ગોઠણ ફટકાર્યો.

'ઓ મા!' પૂજા રાડ પાડી ઊઠી.

'કહે ! મારું કાસળ કાઢવાનું ષડ્યંત્ર ઘડ્યું હતું કે પીંજરામાંથી ઉડી જવાની યોજના બનાવી હતી?'

પૂજાએ પોતાનો નિર્ણય જણાવી દીધો હતો. વધુ કાંઈ કહેવા તે હજી યે રાજી નહોતી. આંખોમાં પડકાર આંજી તે અજા સામે જોઈ રહી. આ વખતે અજાએ તેને ઢોરની જેમ ઝુડી નાખી. લાતો, મુક્કા, તમાચા, અંધાધૂંધ માર્યા. પૂજા 'ઓ મા ! ઓ મા... !' ચીસ પાડતી રહી. વેરાન દીવાલો વચ્ચે પડઘા ગુંજતા રહ્યા. અહીં તેની પોકાર સાંભળનાર ઈશ્વરે નહોતો.

• • •

'જ્યાં સુધી હું મોં ન ખોલું,' પૂજાએ માંડેલી વાત પૂરી કરતાં ઉમેર્યું, 'અજાની ઇચ્છા મને ભૂખી તરસી પોતાના કબજામાં રાખવાની હતી. મને રિબાવી રિબાવીને મારી નાખવાની હતી.'

તારાએ તેને આશ્વાસન દેતાં જણાવ્યું, 'પૂજા ! દરેક નિરાશામાં ક્યાંક આશાનું કિરણ સંતાયેલું હોય છે. તારી વાત સાંભળી મને આટલી ખાતરી થઈ છે; અજો તારા પ્રાણ નથી ઈચ્છતો – નહિતર તે સરળતાથી તારી હત્યા ભુલભુલામણીમાં કરી શક્યો હોત ! પણ તેણે આ અંતિમ પગલું ન ભર્યું, બલ્કે તને અહીં પાછી લઈ આવ્યો.'

'અહીં જ તારી ભૂલ થાય છે, તારા !' મનનો ઊભરો ઠલવાઈ જતાં પૂજા થોડીક સ્વસ્થ લાગતી હતી, 'તે મારા પ્રાણનો ભૂખ્યો છે અને એમાં શંકાને સ્થાન નથી. સાથે તે એ પણ નથી ચાહતો કે મારી હત્યા તે પોતાના હાથે કરે. આમાં જોખમ છે. પોલીસ–તપાસમાં સપડાઈ જવાનો ભય છે. તે એ પણ જાણે છે કે હું ગુમ થઈશ કે ક્યાંકથી મારી લાશ મળશે તો તું નક્કી તેના તરફ આંગળી ચીંધીશ. અજો આ કદાપિ નહીં ઇચ્છે.'

'તે મારી પણ હત્યા કરી શકે છે.' તારાએ દલીલ મૂકી.

'ના, તારા. એકસાથે બબ્બે હત્યા કરવી રમત નથી, મારી ભૂલ થતી ન હોય તો તે કોઈ એવી યુક્તિ કરશે કે હું મૃત્યુ પામીશ અને તું સર્વ કાંઈ જાણવા છતાં લાચાર હોઈશ.'

આ મુદ્દો તારાની બુદ્ધિએ તરત ગ્રહણ કરી લીધો, 'તું માનીશ !' તેના હોઠ વચ્ચેથી શબ્દો સરી ગયા, 'તારા પપ્પાની હત્યા આમ જ થઈ હતી.'

પૂજા વિસ્ફારિત નેત્રે તેની સામે જોઈ રહી. તેની જાણ મુજબ હેમંતનો દેહાંત એક અકસ્માત હતો.

'આમ જ એટલે ?' તેણે પૂછી લીધું.

પંદરેક વર્ષો પહેલાંની એ ઘટના તારાની આંખોમાં આજે પણ તરવરી રહી હતી. પત્નીના સ્વર્ગવાસનો આઘાત સરબતસિંહ જીરવી નહોતો શક્યો. એ ગોઝારી રાતે તેણે બેફામ પીધું હતું. આખી રાત તેણે બંધ બારણા પાછળ બરાડા પાડ્યા હતા...

સરસ્વતી! મારા હુકમ વિના તું મહેલ છોડી કેમ ચાલી ગઈ ! હેમંતથી આ સહન નહોતું થયું. વર્ષા તથા વીજનું તોફાન હોવા છતાં તેણે તારાના ઝરૂખામાંથી સરબતસિંહના ઝરૂખામાં જવા માટે બહાર દીવાલની પાળે તે ઊતર્યો હતો; પરંતુ તે સરબતસિંહના ઝરૂખામાં પ્રવેશે એ પહેલાં ત્યાં લપાઈને ઊભેલાં કાલીચંદે તેને નીચે ધકેલી દીધો હતો.

'હે ભગવાન !' પુજા બોલી ઊઠી; 'શું આ બધું તારી આંખો સામે બન્યું હતું?'

'તદ્દન ખરું.'

'તો... તો... કાલીચંદનું નામ તેં જાહેર કેમ ન કર્યું?'

'કારણ કે તારા પપ્પાની હત્યાના બે દિવસ પહેલાં તે લાંબા પ્રવાસે જવા હવામહેલ છોડી ચાલ્યો ગયો હતો.' તારાએ પોતાની લાચારી દર્શાવી, 'હું કોઈને કહું તો શું કહું ? મારી વાતનો વિશ્વાસ કોણ કરત? કાલીચંદ હવામહેલનો પ્રતિષ્ઠિત ડૉક્ટર છે.'

અચાનક પૂજાને ખ્યાલ આવ્યો. 'પણ... કાલીચંદને મારા પપ્પાની હત્યા કરવાની શી જરૂર પડી?' તેણે પૂછી લીધું. તારા સ્થિર દ્રષ્ટિએ તેની સામે જોઈ રહી. આ પ્રશ્નનો ખરો ઉત્તર તેની પાસે હતો.

હેમંત તેના પ્રેમમાં હતો. તે પોતે પણ હેમંતને અંતઃકરણપૂર્વક ચાહતી હતી. કાલીચંદથી આ ન જોયું ગયું. તેણે પોતાના માર્ગ વચ્ચેથી હેમંતનો કાંટો કાઢી નાખ્યો. આ બધું પૂજાને જાણવાને કાંઈ અર્થ નહોતો.

'જાણે વાત એમ બની કે...' તેને પોતાની રીતે ઉત્તર દેવાનો પ્રયાસ કર્યો, 'કાલીચંદને તેમના પર શંકા હતી.'

'શેની શંકા? કેવી શંકા?'

'તેમનો ડોળો ખજાના પર છે એમ કાલીચંદ માનતો હતો.'

'આમાં ખજાનો ક્યાંથી ઘૂસી ગયો !'

'હવામહેલના તળિયામાં કરોડોનો ખજાનો પડ્યો છે.' તારાએ સ્પષ્ટતા કરી, 'આ ખજાના વિષે કોઈ કશું યે જાણતું નથી. કાલીચંદને પણ ચોક્કસ સ્થળની ખબર નથી. અકસ્માતે એક દિવસ ભૂગર્ભ ખજાનાનું પ્રવેશદ્વાર મને જડી ગયું. મેં તારા પપ્પાને દેખાડ્યું. કાલીચંદને ગંધ આવી ગઈ હતી.'

એકાએક પૂજાના વિચારો હેમંત પરથી સરી ખડાઉના અવાજો પર ઉતરી આવ્યા. રોજ રાતે કાશીનાથ છત પરથી ઊતરી નીચે આવતો હતો. હવામહેલ ફરતે તે લટાર મારતો હતો. કોઇક સ્થાને શંકા જતાં તે ત્રિશૂળ પણ ભોંકતો હતો. એવું લાગતું હતું જાણે તેને પણ કાંઈ શોધ હોય! શું એ લંગોટિયાની શોધ પણ ખજાનો હોઈ શકે ?

'કદાચ તારી વાત ખરી હોય !' તારાએ જણાવ્યું, 'કદાચને આ જ કારણે તેને કાલીચંદ પોતાની સાથે લેતો આવ્યો હોય ! તેની ગેબી શક્તિઓ દ્વારા ખજાનાનું ચોક્કસ સ્થળ જાણવા માગતો હોય ! ગમે તે હોય, આપણી સમસ્યા ખજાનો નથી.'

'હું જાણું છું.' પૂજાએ વિચારી કહ્યું, 'પરંતુ એ બાબત વિચારતાં મને લાગે છે કે મારી મુક્તિની કડી તેના જોડે સંકળાયેલી છે!'

'કઈ રીતે ?'

'એક પ્રશ્ન કરું એનો ખરો ઉત્તર દઈશ ?'

'શું તને હજી યે મારા પર ભરોસો નથી ?'

'મારી ભલાઈ ખાતર મારાથી તું અમુક રહસ્યો સંતાડે એમ બની શકે!'

'તું કહેવા શું માગે છે?'

'આટલાં વર્ષોથી તું ખજાના વિષે જાણતી હતી છતાં મને કેમ ન જણાવ્યું?'

તારા ચોંકી, 'શું તને યે ધનનો મોહ જાગ્યો છે?'

'અફસોસ તો એ વાતના છે કે તું યે મને ઓળખી ન શકી.'

'તને ઓળખું છું એટલે જ મને આશ્ચર્ય થાય છે.'

'તારા ! હું ખજાનો નથી ઇચ્છતી, ભૂગર્ભ-માર્ગ જાણવા ઇચ્છું છું.'

હવે તારાની બુદ્ધિમાં ચમકારો થયો. ગોરખ આમલીની ફરતે ઝાડીઓ હતી. વર્ષો પહેલાં તે બાળ અજા જોડે દડા વડે રમી રહી હતી અને દડો ઊછળીને એ ઝાડીઓમાં ગયો હતો. તારાએ દડા સાથે ત્યાં એક પોલાણની પણ શોધ કરી હતી. આ જ પોલાણમાં તે એક રાત્રે પ્રવેશી ભોંયરામાં ઊતરી ગઈ હતી. ભોંયરું ખાસ્સુ લાંબું હતું. તેના અંતે હવામહેલની નકલ જેવો ભૂગર્ભમાં બીજો મહેલ પણ હતો. (હેમંત જોડે તે ફરી એક વાર આ મહેલમાં પ્રવેશી હતી. ત્યારે તેણે આને 'લીલિયો મહેલ' નામ દીધું હતું.) આટલું જ નહીં, અહીં ચાંદીના સાત પટારા ભરી ખજાનો પણ તેણે શોધી કાઢ્યો હતો. (આમાંનો એક પટારો ખોલતાં હેમતની આંખો અંજાઈ ગઈ હતી.)

અગત્યની વાત આ હતી કે ગોરખ આમલીના પોલાણમાં થઈ ભોંયરું લીલિયા મહેલ સુધી જતું હતું અને લીલિયા મહેલના બીજા છેડેથી આગળ વધી મુંજ તળાવ થઈ સામા કાંઠે નીકળતું હતું .

પૂજાની મુક્તિનો આ એક જ માર્ગ હતો. કોઈને જાણ થવાની નહોતી. કોઈને ગંધ આવવાની નહોતી છતાં હજી યે એક વાત તેના મગજમાં ઉતરતી નહોતી.

'તને કેમ ખ્યાલ આવ્યો કે ભૂગર્ભમાં માર્ગ પણ છે ?' તેણે પૂછી નાખ્યું.

'ખજાનો રાજા—મહારાજાઓનો છે, કોઈ તેલી—તંબોળીનો નથી.

'પણ, એ માર્ગ બીજા છેડે સરોવરના સામા કાંઠે નીકળતો હશે...

.... રણકાર હતી, કારણકે મેં બીજી વાર પણ અંદર જવાનું સાહસ કર્યું હતું.'

'શું કહે છે?' પૂજા ચકિત થઈ વચ્ચે બોલી ઊઠી. 'મેં તો ધાર્યું હતું કે એ ભોંયરું અંદર ક્યાંક ખજાના સુધી જઈ પૂર્ણ થઈ જતું હશે! મમ્મી મને તેડવા આવે ત્યાં સુધી તેમાં સંતાઈ હું સુરક્ષિત રહી શકું.'

સર્વ કાંઈ નક્કી થઈ ગયું. પલાયન થવાની એક નવી યોજના તૈયાર થઈ ગઈ. આ વખતે પૂજા એકલી પલાયન નહોતી થવાની. તેની જોડે તારા પણ હવામહેલ ત્યાગવાની હતી. હવે તારા અહીં રહી ન શકે. બંને ઠગો જાણી ગયા હતા કે પૂજાનું પીઠબળ તે પોતે છે. પૂજા છટકી જતાં તેના પર આફતની પરસાળ તૂટી પડે એ કલ્પી શકાતું હતું.

વાદળો બપોરથી ઘેરાઈ રહ્યાં હતાં. સૂર્ય આથમવાનો આજે પ્રશ્ન નહોતો. બપોરના બે પછી સૂર્ય ક્યાંક લપાઈ ગયો હતો. વાતાવરણ ધૂંધળું હતું. સમયનો અંદાજ લેવા માટે પણ ઘડિયાળમાં જોવું જરૂરી હતું.

પૂજાએ ફરી એક વાર ભીંતઘડિયાળ સામે જોયું. હજી રાત શરૂ થઈ હતી. પલાયન થવા માટે રાતનો ત્રીજો પહોર નક્કી થયો હતો. આનું કારણ કાશીનાથ તાંત્રિક હતો. ત્રિશૂળ લઈ મધરાતે તે ભૂગર્ભ—ખજાનાનું ચોક્કસ સ્થળ શોધવા હવામહેલની ફરતે ફાંફાં મારતો હતો. મંત્રોચ્ચાર કરતાં તે અહીંતહીં ત્રિશૂળ ભોંકતો હતો અને કલાકેક પછી પાછો છત પર ચાલ્યો જતો હતો. તે જ્યાં સુધી ખુલ્લામાં હોય પૂજા તથા તારા માટે મહેલ બહાર નીકળી ગોરખ આમલી સુધી પહોંચવું ખતરાથી ખાલી નહોતું. બીજું, પીઠામાંથી પીઈને પાછા ફરવાનો સરબતસિંહનો સમય લગભગ આ જ હતો. ત્યાં તેની જોડે અકસ્માતે ભેટો થઈ જાય અને નશામાં તે રાડારાડ શરૂ કરી દે તો તેઓના બાર ત્યાં જ વાગી જાય. પૂજા પર તૂટી પડવા માટે અજાને એક વધુ કારણ મળી જાય. કાલીચંદ પણ હાથ ઊંચો કરી કહી દે.. હું તો તમારી મદદ કરવા ઇચ્છું છું... તમે લોકો ભોંમાંથી ભાલાં ઊભાં કરો એમાં અજાજીનો શું વાંક ?

પોતાના આવાસે તારા પણ બેચેન હતી. રાતના નવ થતાં ઝીણી ઝીણી વર્ષા શરૂ થઈ અને તેના પેટમાં ફાળ પડી. તેને એ રાત યાદ આવી જેનાં અંધારાં હેમંતને ગળી ગયાં હતાં. એ રાતની શરૂઆત પણ આમ થઈ હતી. વાદળાંની ટુકડી હિંસક હુમલો કરી સૂર્યને ગળી ગઈ હતી. દિવસ સુધ્ધાં રાત બની ગયો હતો. એ રાત પણ આવી જ રહસ્યમય હતી.

એ જ રાતે તેણે હેમંતને પોતાના ઝરૂખામાં થઈ સરબતસિંહના ઝરૂખામાં જતો રોકવા કાકલૂદી કરી હતી. તેની સામે હાથ જોડ્યા હતા. તેના પગે પડી હતી. તે નહોતો માન્યો. આખરે તેણે પોતાની જીદ પૂરી કરી હતી. પરિણામ ?

તારા વિનાલગ્ન વિધવા બની ગઈ હતી. માત્ર એક રાત લીલિયા મહેલના શયનખંડમાં ગાળી તેણે પોતાની બંગડીઓ ભાંગી નાખી હતી. વિશેષમાં તેણે સફેદ સાડલાને પોશાક તરીકે સ્વીકારી લીધો હતો – નહિતર તેના હૈયાના ભેદ કોણ જાણતું હતું? તેને લગ્ન કરતાં આજ દિવસ સુધી કોણ રોકી શક્યું હોત ? ના, હેમંતની તે વિધવા હતી. હેમંત જોડે ગાળેલી એક સ્વર્ગીય રાતની મહેક હજી બાકી હતી. જીવન સાર્થક કરવા માટે પૂરતી યે હતી.

રાતના દસ થતાં ગાજવીજ સાથે વરસાદ તૂટી પડતાં તે તરફડી ઊઠી. તેને ખાતરી થઈ ગઈ, ઈતિહાસનું પુનરાવર્તન થઈ રહ્યું છે. એ ગોઝારી રાતે હેમંતનો ભોગ લીધો હતો. આ રાત કોનું બલિદાન લેશે? અજાનું? એ શક્ય નહોતું.

• • •

કાલીચંદનું ? એની પણ સંભાવના નહોતી. પૂજાનું ? પ્રશ્ન સાથે જ પલંગ પરથી ઊછળી જાણે–અજાણે તે ઝરૂખામાં દોડી આવી. એ જ સમયે કડાકા સાથે વીજળી ઝબૂકી, હવામહેલ બહારની દીવાલો સાથે ઝાડી–ઝાંખરાં તથા નીતરતાં વૃક્ષો પણ દિવાળી બની ગયાં.

આ જ ક્ષણિક પ્રકાશમાં તેણે જોયું તો પૂજા વર્ષામાં ભીંજાતી બે ઝરૂખા વચ્ચેની પાળ પર ઊભી હતી. બિલકુલ એ રીતે જે રીતે સરબતસિંહના આવાસે પહોંચવા મૃત્યુ પહેલાં હેમંત ઊભો હતો.

તે સ્તબ્ધ થઈ જોઈ રહી. પાણીની વાછટો તેના ચહેરા પર થપાટો મારતી રહી. ક્ષણિક પ્રકાશિત થઈ ઊઠેલું વાતાવરણ ફરી અંધારામાં ડૂબી ગયું હતું.

• • •

૧૮

વીજળીના ઝબકારામાં જે દ્રશ્ય તારા સામે ખડું થયું એ જોઈ તે હેબતાઈ ગઈ હતી. તેણે પ્રેત નહોતું જોયું, પૂજા જોઈ હતી. ગાજવીજના તોફાનમાં તે હવામહેલ બહારની પાળ પર ઉભી હતી.

તારાએ જાણે સાક્ષાત્ મૃત્યુ ઊભેલું જોયું હોય એમ તેની છાતી ધબકી રહી હતી. બુદ્ધિ સૂન મારી ગઈ હતી. મગજ રાખની ઢગલી બની ગયું. કાંઈ સૂઝતું નહતું. કાંઈ સમજાતું નહોતું.

ભ્રમ ! માત્ર ભ્રમ ! આ શકય નહોતું, તેણે જે કાંઈ જોયું એ સંભવિત નહોતું. આ તોફાનમાં પચાસ ફૂટ ઊંચે ત્યાં પાળ પર ઊભી રહેવા માટે પૂજા પાસે કાંઈ કારણ નહોતું. જરૂર મારી આંખો છેતરાઈ છે. તેણે ધારી લીધું, છતાં મનને સંતોષ ન થયો.

તે પાછી ઝરૂખામાં આવી અને ધાબળો માથે ઓઢી વર્ષામાં ઊભી રહી ગઈ. ચોપાસ અંધકાર હતો. ધોધમાર પાણી વરસી રહ્યું હતું. જ્યાં સુધી વીજળી ફરી ન ઝબૂકે મનનો વહેમ દૂર કરવો શકય નહોતું.

તે વિચારવા લાગી. ખરેખર પૂજા પાળ પર હોય તો એ બાબત શું કરી શકાય? કાંઈ પગલું લેવું ? તેને બચાવવા પોતે પાળ પર ઉતરી જવું ? તે મૂંઝાઈ ગઈ. જે કાંઈ ઉપાય સૂઝતો હતો, આત્મઘાતી હતો.

તેની મૂંઝવણ દૂર કરવા વીજળી ફરી ઝબુકી. જાણે આખું માંડુનગર પળભર માટે ફરી દિવાળી બની ગયું. હવામહેલ ઝગમગી ઊઠ્યો. આ વખતે તેણે જોયું તો પાળ પર કોઈ નહોતું. આ શો ચમત્કાર થઈ ગયો ? શું ત્યાં પૂજા નહોતી ?

એક કોયડામાંથી બહાર નીકળી તે બીજામાં સપડાઈ ગઈ; પરંતુ આટલું તે ખાતરીપૂર્વક કહી શકતી હતીઃ જરૂર કાંઈક બન્યું છે. નહિતર તે આમ ન છેતરાય !

વધુ કાંઈ ન વિચારતાં તે નીતરતો ધાબળો ફેંકી દરવાજા તરફ દોડી. તેની ઇચ્છા પોતાના આવાસેથી નીકળી પૂજાના આવાસે જવાની હતી. ઉંબર બહાર તે પગ મૂકી ન શકી. અજાના આવાસની બત્તી હજી બળતી હતી. કાલીચંદ જોડે તે ગપ્પાં મારી રહ્યો હતો.

તરત તેણે પોતાનો અધખૂલો દરવાજો વાસી દીધો. અત્યારે પૂજાની મુલાકાત લેવામાં જોખમ હતું. હજી રાતના અગિયાર થયા હતા. પૂજા જોડે ઘડાયેલી યોજના મુજબ રાત્રિના ત્રીજા પહોરે ભોંયરામાં થઈ તે બંને નાસી છૂટવાની હતી. અત્યારે ઠગોને શંકા જતાં તેઓની યોજના ધૂળમાં મળી જાય. તારાએ વાટ જોવાનું નક્કી કર્યું.

કાલીચંદ તથા અજો ડિનર પછી સીધા અજાના આવાસે આવી ચર્ચા કરતાં બેઠા હતા. ચર્ચાનો વિષય હતો પૂજા; પરંતુ શરૂઆત કાલીચંદે અજાના કરેલા હડહડતા અપમાનથી થઈ હતી. થોડાંક કલાકો પહેલાં અજાને તેણે બે કોડીના નોકર જેમ તારાની હાજરીમાં ખખડાવી નાખ્યો હતો.

'તે મૂરખ છે !' તારાને સંબોધી તેણે કહ્યું હતું, 'તેનામાં આટલી યે અક્કલ નથી કે એક ઊંચા કુળની સુસંસ્કૃત પત્ની જોડે સંમાનપૂર્વક કેમ વરતાય !' તેના આ શબ્દો અજાને શૂળની જેમ ભોંકાયા હતા. તે મનોમન ધૂંધવાઈ રહ્યો હતો. કાલીચંદથી આ અજાણ નહોતું; એટલે જ તે ડીનર પછી અજા જોડે ઉપર આવ્યો હતો.

'કાલીચંદ !' અજાએ સંયમમાં રહી પોતાનો ઊભરો ઠાલવતાં જણાવ્યું, 'તારા માટે મને માન છે. તેનો અર્થ એ નથી થતો કે હવામહેલના ગાદીવારસની તું માન–મર્યાદા વીસરી જાય ! ભાવિના હિઝ હાઈનેસને તું મનફાવે તે કહે !'

'જા, તને માફ કર્યો.' અંતે ઉદારતાપૂર્વક તેને ઉમેર્યું, 'ફરી આવી ભૂલ ન કરતો.'

• • •

'ગધેડાને કોઈ ગધેડો કહે એને ભૂલ ન કહેવાય,' કાલીચંદ તેની સામે જોઈ મરક્યો, 'કોણ જાણે તારામાં અક્કલ ક્યારે આવશે ? એક હજાર ને એક વાર તને કીધું કે તારે તારું મગજ ઠેકાણે રાખવાનું છે. તું નથી રાખી શકતો. જેમ જેમ દિવસો વીતતા જાય છે, તારો પારો ચઢતો જાય છે.'

'એટલે મને જાહેરમાં નીચું દેખાડવાનું?' આ વખતે અજો બરાડ્યો.

'તદ્દન ખરું,' તે ફરી મ્હોં ખોલવા જાય એ પહેલાં કાલીચંદ આગળ વધી ગયો, 'બેવકૂફ! તને ભાન છે કે તારાને હવામહેલમાંથી બહાર ફેંકી તું કેવી ભયંકર ભૂલ કરી રહ્યો હતો?'

'ભૂલ !'

'અહીંથી તે સીધી પોલીસચોકીએ જઈ ફરિયાદ નોંધાવત અને પૂજાને આપણા છટકામાંથી બહાર કાઢી સીધી પચમઢી ભેગી કરી દેત.'

મનોમન અજાએ પોતાના પર શાપ વરસાવ્યા, સાથે પ્રશ્ન થયો : આ બધું તેને પોતાને કેમ સૂઝતું નહોતું? તેની તીક્ષ્ણ બુદ્ધિને શું થઈ ગયું છે ? ઘસાઈ ગઈ ? બુઠ્ઠી થઈ ગઈ ? આવી ખતરનાક ભૂલ તો કોઈ ગમારે ન કરે, કાલીચંદ મને મૂરખ, ગધેડો ને બેવકૂફ કહે એમાં નવાઈ શી ?

બહાર પવન ફૂંકાઈ રહ્યો હતો. બંનેની ચર્ચાના શબ્દો અજાના આવાસેથી ઊછળી પૂજાની બારીએ અથડાઈ રહ્યા હતા. પૂજા કાન દઈ સાંભળવાના ભરચક પ્રયાસ કરી રહી હતી. તેને લાગ્યું કાંઈક ખદબદી રહ્યું છે. અત્યાર સુધીમાં તે 'તારા', 'ભૂલ' તથા 'પોલીસ' જેવા થોડાંક શબ્દો ઝીલી શકી હતી. વધુ સ્પષ્ટતાપૂર્વક સાંભળવા માટે ઝરૂખામાંથી પાળ પર ઊતરી અજાના આવાસની બારીઓ સુધી જવાની જરૂર હતી.

તેણે તત્ક્ષણ નિર્ણય લઈ લેતાં આમ જ કર્યું. પાળ પર ઊતરી તે ધીરે ધીરે સરકતી પતિના આવાસની બારી સુધી આવી અને લપાઈને અંધારામાં ઊભી રહી ગઈ. ફૂંકાતા પવન સાથે હવે વર્ષા પણ શરૂ થઈ ગઈ.

અજાએ વ્હિસ્કીની બૉટલ ખોલી બે પેગ તૈયાર કર્યા અને એક કાલીચંદ સામે ધર્યો. થોડી વાર બંને જણા ચૂપચાપ ઘૂંટ ભરતા રહ્યા. કાલીચંદે આ દરમિયાન બે વાર ત્રાંસી આંખે જોયું. અજો તેને વામણો લાગ્યો.મીંયાની મીંદડી જેમ તે સંકોચાઈને સૉફામાં બેઠો હતો.

'અજા!' તેને થોડુંક આશ્વાસન દેવા કાલીચંદે હોઠ ખોલ્યા, 'આમાં તારો વાંક નથી. તારા સ્થાને હું હોત તો હું પણ મૂંઝાઈ જાત !'

'ખરું; પણ મારા જેવા છબરડા તું ન જ કરે.'– કહેતાં અજાએ તેની સામે જોવાનું સાહસ કર્યું, 'કાલીચંદ! કાંઈ પણ કર. આ બધાનો અંત હવે આવવો જોઈએ – નહિતર મારો અંત નક્કી છે. હું ગાંડો બની પાગલખાનામાં ફેંકાઈ જઈશ કે પછી ગળે ફાંસો ખાઈ આત્મહત્યા કરી લઈશ. નથી જીરવાતું, નથી સહેવાતું.'

'હું જાણું છું.'

'તો કાંઈ ઉપાય કરતો કેમ નથી ?'

'મારે એક કાંકરે બે પક્ષી મારવાં છે.'

'બાર માર. બાવીસ માર. સો માર. તને કોણ રાકે છે!'

બારી બહાર પાળ પર ઊભેલી પૂજા નીતરી ગઈ હતી છતાં પોતાના સ્થાને તે અચળ ઊભી હતી. બંને ગઠિયાઓ વચ્ચે ચાલતી ચર્ચા ધ્યાન દઈ સાંભળી રહી હતી.

'હજુ સમય નથી પાક્યો.'

'સમય નથી પાક્યો ?' અજો બે પેગ પી ચૂક્યો હતો. ત્રીજો તૈયાર કરતાં તે વળ ખાઈને બોલ્યો, 'મારા મૃત્યુ પછી પાકી જશે ને ?'

'આ વખતે તું ખરું બોલ્યો.'

'શું!!!' ત્રીજો પેગ એક જ ઘૂંટડે ગટગટાવી જતાં તે ભડકી ઊઠ્યો, 'તું હોશમાં તો છે ને?'

'મેં હજી મારો પહેલો પેગ પૂરો નથી કર્યો.' કાલીચંદે જણાવ્યું, 'સમજ ! તારી પૂજાનો પ્રેમી કોસો પચમઢીની સૈનિક હૉસ્પિટલમાં સારવાર લઈ રહ્યો છે.'

'તેનું શું?'

'એકાદ અઠવાડિયામાં તેને રજા મળશે. કજરીને મોકલાવી હું તેને અહીં બોલાવી લઈશ.'

'અહીં?'

'જેથી હું તેનું કાસળ કાઢી જાહેર કરી શકું કે તું મૃત્યુ પામ્યો છે.'

અજાનું ભેજું ૩૬૪ અંશ ફરી ગયું. જોકરની જેમ તે કાલીચંદ સામે જોઈ રહ્યો. આખરે આ બાંઠિયા ડૉક્ટરનો ઈરાદો શું છે? મને મૃત જાહેર કરી તે શું સિદ્ધ કરવા માગે છે?

કાલીચંદે પોતાની અફલાતુન યોજના તેને વિગતવાર સમજાવી. દોઢેક મહિના હૉસ્પિટલમાં ગાળવાના કારણે કોસો શારીરિક રીતે નબળો પડી જાય એ કલ્પી શકાતું હતું, આવી સ્થિતિમાં તેની હત્યા સરળતાથી થઇ શકે અને સાથે એમ જાહેર કરવામાં આવે કે અજાનો દેહાંત થયો છે તો પુજાને સતી બનાવી ચિતા પર ધકેલી શકાય. આ રીતે એક કાંકરે બંને પક્ષી સ્વધામ પહોંચી જાય.

મુશળધાર વર્ષા લગાતાર વરસી રહી હતી. હજી યે પૂજા અજાના આવાસ બહાર પાળ પર ઊભી હતી. આકાશમાં એક ભયાનક કડાકો થયો અને વીજળી ઝબૂકી, (આ જ પળે તારાએ પોતાના ઝરૂખામાંથી પહેલી વાર પૂજાને જોઈ હતી.)

અજાના બંને ડોળા કાલીચંદના ચહેરા પર રમી રહ્યા હતા. આવી અદ્ભુત યોજના કોઈ વિચારી શકે એ તેના માટે અકલ્પિત હતું. આજ દિવસ સુધી ન કોઈ ફિલ્મમાં આવો જબરદસ્ત પ્લોટ તેણે જોયો હતો, ન કોઈ નવલકથામાં વાંચ્યો હતો.

'હવે એ કહે !' કાલીચંદની સ્કીમ સ્વીકારી લેતાં તેણે ખુલાસો માગ્યો, 'હત્યા કોસોની થવાની હોય તો લોકોને કેમ વિશ્વાસ બેસશે કે દેહાંત મારો થયો છે?'

'લાશના ધડ પર માથું નહીં હોય.' કાલીચંદ ઉત્તર સાથે તૈયાર હતો. 'બીજું, તેના શરીરે પોશાક તારો હશે – આવો જ એકાદ સફારી સૂટ. ત્રીજું, તારી મમ્મીનો સ્વર્ગવાસ થયો હતો ત્યારે હિઝ હાઈનેસે બહાર કોઈને જાણ નહોતી કરી. અહીં, સરોવરકાંઠે હવામહેલનાં દાસ–દાસીઓની હાજરીમાં તારી મમ્મીને અગ્નિદાહ દેવાયો હતો. તારો અર્થાત્ કોસોનો અંતિમસંસ્કાર પણ આ રિવાજ મુજબ થશે અને હાજરી હશે તારા મારેલા ચાકરોની.

કોઈપણ અડચણ વિના અજાના ગળે આ મુદ્દો ઊતરી જતાં તેણે બીજી શંકા રજૂ કરી, 'જે સ્ત્રી મને અંતરમનથી ધિક્કારતી હોય તે મારા મૃત્યુ પછી સતી થાય કે જશન મનાવે?'

'તારી વાત ખોટી નથી.' કાલીચંદે જણાવ્યું, 'પૂજાને મારે પરાણે ચિતા પર ચઢાવવી પડશે. આમ પણ લગભગ વિધવાઓને ધક્કા મારી પતિના શબ સાથે સળગાવી દેવાતી હોય છે. આને પણ થોડુંક અફીણ ઘોળી તૈયાર કરવી પડશે. અને એ મારા ડાબા હાથનો ખેલ છે.'

'હવે એક અંતિમ પ્રશ્ન.' અજાએ સાતમો અને છેલ્લો પેગ પૂર્ણ કરતાં પૂછી લીધું, 'હું મૃત જાહેર થઈશ તો મારું શું થશે?

'પૂજા સતી થાય એના બીજા અઠવાડિયે તું પાછો જીવતો થઈ જજે.'

'એટલે?'

'આપણે જાહેર કરી દેવાનું કે તું કોઈને પણ જણાવ્યા વિના અગત્યના કામે મુંબઈ ચાલ્યો ગયો હતો. અહીં લોકોએ કોઈ ભળતાના દેહને તારો સમજી અગ્નિદાહ દઈ દીધો.' – કહેતાં કાલીચંદે થોડીક વધુ સ્પષ્ટતા

કરી, 'ઓળખી ન શકાય એવી કોઈ લાશના અગ્નિસંસ્કાર કોઈ ભળતા પરિવારે કર્યો હોય, અને જે સજ્જનના નામે આમ થયું હોય તે જીવતો પાછો ફરે... આમાં કાંઈ નવું નથી. આવા દુઃખદ છબરડાઓના કિસ્સા અખબારોમાં તેં પણ વાંચ્યા હશે.'

વર્ષામાં નીતરતું પૂજાનું આખું શરીર ધ્રૂજી રહ્યું હતું. વધુ કાંઈ સાંભળવાની હવે તને જરૂર નહોતી, બંને ઠગોનું કાવતરું તેની સમજમાં આવી ગયું હતું. ધીરે ધીરે પાળ પરથી સકરતી તે પોતાના ઝરૂખા સુધી આવી અને અંદર પ્રવેશી ગઈ. આ જ પળે વીજળી ઝબૂકી. (પોતાના આવાસના ઝરૂખામાંથી તારાએ બીજી વાર આ જ પળે જોયું હતું અને તેને પૂજા નજરે નહોતી પડી.)

રાતના સાડા અગિયાર વાગી ગયા હતા. કાલીચંદ હજી અજાના આવાસે બેઠો હતો. ઊભો થઈ ગયો. 'આવા ધોધમાર વરસાદમાં તું કેમ જઈશ ?' અજાએ તેની જોડે ઊભા થતાં પૂછી લીધું, 'તને વાંધો ન હોય તો એક રાત અહીં રોકાઈ જા.'

'મારે ક્યાં વધુ છેટે જવું છે ?' કાલીચંદે આગળ વધતાં જણાવ્યું. તેનો આવાસ મહેલની ડાબી તરફ ઊભેલા બે-માળિયા બંગલામાં હતો. ઉપરના ભાગમાં તે રહેતો હતો. નીચેના ભાગમાં પશુચિકિત્સક ડૉ. રત્નાકર નિવૃત્ત જીવન ગાળી રહ્યા હતા.

છત્રી લઈ બંને જણા બહાર નીકળ્યા. 'અજા!' સીડીઓ ઊતરી નીચે આવતાં કાલીચંદે છત્રી ખોલી 'આ વરસાદ શુકનની નિશાની છે.'

અજો મનોમન મોસમ પર શાપ વરસાવી રહ્યો હતો, એટલે તેને સહેજ આશ્ચર્ય થયું.

એક જ છત્રીમાં માથા સાથે શરીરને સુરક્ષિત રાખવાના બાલિશ પ્રયાસ કરતા બંને જણા એકમેકને અડીને પગલાં ભરી રહ્યા હતા. મહેલની ડાબી તરફ વળતા વર્ષાના તોફાનમાં ગાંડા બનેલા દીપડાએ ભયાનક ત્રાડ પાડી અને પંજા વડે પાંજરાના સળિયાઓ પર થપાટો મારવા લાગ્યો.

'પંદરેક વર્ષો પહેલાં આવા જ વર્ષાના એક તોફાને તારી પૂજાના પિતાનો પ્રાણ લીધો હતો.' અજા જોડે આગળ વધતાં કાલીચંદ કહી રહ્યો હતો, 'આજની મોસમ દીકરીના દિવસ ભરાઈ ગયાના એંધાણ છે.'

'કાલીચંદ !' અજો અધીર થઈ બોલી ઉઠ્યો, 'હવે વધુ મોડું ન કરતો. પૂજા આજે મરતી હોય તો કાલ ન કરતો.'

એ જ સમયે કોઈ ખડખડાટ હસ્યું. ગાંડા વરસાદમાં તેના ડરામણાં પડઘા ઊઠ્યા અને બંને ઠગો ધ્રુજી ગયા.

'કેમ? પૂજાને મારી નાખવી છે?' પ્રશ્ન સાથે કાદવમાં પડેલો સરબતસિંહ લથડિયાં ખાતો ઊભો થઈ ગયો. તે બંને ઠગોની દિશામાં લવારો કરતો આગળ વધ્યો. 'મારી નાખો ! પૂજા દીકરીને ખલ્લાસ કરી નાખો ! એના ટુકડા કરી ગીધોને નાખી દ્યો. વચ્ચે પડનાર હું કોણ ?'

'પપ્પા !' અજાએ તેને રોકવાનો પ્રયાસ કર્યો.

'સાચું બોલજે કાલીચંદ !' સરબતસિંહ બંનેની સામે ભીંજાતો ઊભો હતો. 'હેમંતનું કાટલું તે કાઢી નાખ્યું ત્યારે મેં તને એકે શબ્દ કીધો હતો ?'

કાલીચંદના પગ હેઠળની ધરતી સરી ગઈ. અત્યાર સુધી તે આ જ ભ્રમમાં હતો કે તેનું રહસ્ય માત્ર તારા જાણે છે. શું હિઝ હાઈનેસને તારાએ જણાવ્યું હશે ? નહિતર કોઈ ત્રીજી વ્યક્તિને જાણ કેમ થાય?

અજાએ ત્રાંસી આંખે તેની સામે જોયું. આજે પહેલી વાર તેને કાલીચંદનું એક રહસ્ય જાણવા મળ્યું હતું.

'બોલ, કાલીચંદ ! આજ દિવસ સુધી મેં તને કાંઈ કીધું ?' નશામાં પ્રશ્ન દોહરાવતાં સરબતસિંહે ઉત્તર પણ દીધો. – 'ના કીધું. પૂજાનું કાસળ કાઢી નાખશો તો યે હું ખામોશ રહીશ.' હવે તે રાડો પાડવા લાગ્યો, 'મારી

નાખો ! બધાંને મારી નાખો ! આખી દુનિયાને ખતમ કરી નાખો! સરસ્વતી વિનાની આ સૃષ્ટિ ખાલીખમ ખોખું છે. મને કાપી નાખો...'

બંને ઠગોએ એકસાથે છલાંગ મારી તેના મોઢા આડે હાથ દાબી દીધો, ' પપ્પા !' અજો બોલી ઊઠ્યો. 'આજે તમે ફરી ગટરનો શરાબ પી આવ્યા છો ! ચાલો, હું તમને તમારા આવાસે છોડી દઉં.'

'ક્યાં છે મારો આવાસ ?' પૂરી તાકાત વાપરી સરબતસિંહ બંનેની પકડમાંથી છૂટી ગયો. 'ક્યાં છે હવામહેલ ? ક્યાં ગઈ મારી સરસ્વતી? ક્યાં ગયો મારો હેમંત ?'

તે લથડિયું ખાઈ ફરી કીચડમાં ધસી જાય એ પહેલાં કાલીચંદ તેને ટેકો દેવા ગયો. 'ખબરદાર જો મને કોઈએ હાથ અડકાડ્યો છે તો !' ગમે તેમ શરીરને ટટ્ટાર રાખતાં તે તાડૂક્યો. 'શું તમે લોકો મને દારૂડિયો સમજો છો?'

'ના, ના, પપ્પા...'

'તું પણ ખસી જા મારા રસ્તામાંથી! હું પોતે મારા આવાસે ચાલ્યો જઈશ. હજી આ બાવડાઓમાં જોર છે. હજી આ પગ લૂલા નથી થયા. હજી ઘડપણે મને ઘેર્યો નથી.' બડબડાટ કરતો તે પીઠ કરી મહેલના પ્રવેશ તરફ આગળ વધી ગયો.

રાતના ત્રણના ટકોરા થતાં તારા ઊભી થઈ ગઈ. પૂજા જોડે ઘડેલી પલાયન થવાની યોજના મુજબ ઠીક ત્રણના ટકોરે તેણે પોતાના આવાસેથી નીકળવાનું હતું. પૂજાને સાથે લેવાની હતી. ઝડપથી સીડીઓ ઊતરી બહાર સરકી જવાનું હતું.

ગોરખ આમલીનું વૃક્ષ લતામાંડપ તથા બેઠકખંડના પાછલા દરવાજા વચ્ચે હતું. આ જ વૃક્ષના પોલાણમાં થઈ ભોંયરું ભૂગર્ભના લીલિયા મહેલ સુધી પહોચતું હતું. પૂજાને તેમાં ઉતારી એ જ ભોંયરા દ્વારા સરોવરના સામા કાંઠે સુરક્ષિત લઈ જવાની હતી.

તારાએ ફરી એક વાર પોતાના આવાસનો દરવાજો ખોલ્યો અને ફરી એક વાર તેની છાતી ધબક્ ધબાક્ ધબકી ઊઠી. મામદ ચોકીદાર એક હાથમાં ફાનસ તથા નીતરતી છત્રી લઈ બીજા હાથે અજાના આવાસનો દરવાજો લગાતાર ઠોકી રહ્યો હતો.

'દરવાજો ખોલો, અન્નદાતા ! ઝટ્ કરો !'

અજાનો આવાસ તારા તથા પૂજાના આવાસના માર્ગો વચ્ચે હતો. તારા માટે આગળ વધવું શકય નહોતું. તે અધખુલા દરવાજાની આડમાં ઊભી રહી ગઈ. તેને જાણવું હતું કે આ સમયે કયું આભ તૂટી પડ્યું હશે ? અચાનક એવું શું બન્યું કે આવા જંગલી તોફાનમાં મામદ આમ દરવાજો ધણધણાવતો હશે ?

અજો હજી કલાકેક પહેલાં કાલીચંદને તેના આવાસે મૂકી આવી સુતો હતો. હજી માંડ તેની આંખો લાગી હતી અને જાણે ધરતીકંપ આવ્યો હોય એમ તેના દરવાજા ખખડી રહ્યા હતા. તે બેઠો થઈ ગયો.

'અન્નદાતા, ગજબ થઈ ગયો ! દરવાજો ખોલો !'

તેને લાગ્યું, હવે તે સહેજ પણ ઢીલ કરશે તો મામદ દરવાજો તોડી પાડશે. મનોમન તેની સાતે પેઢીઓની ધૂળ ખંખેરતાં ઊભો થઈ તે આગળ વધ્યો અને દરવાજો ખોલી નાખ્યો.

'અન્નદાતા!'

'શું થયું ?'

'હિઝ હાઈનેસ...'

'તેમનું શું?'

'દીપડાએ તેમને ફાડી ખાધા.'

• • •

મામદે ફાનસ સહેજ ઊંચું લીધું અને તેના પીળા પ્રકાશમાં અજાનો ચહેરો પીળો પડી ગયો.

પોતાના આવાસના દરવાજા આડે ઊભેલી તારાના પગ ડગમગી ગયા. તેણે નજીકની ખુરશીનો ટેકો લીધો અને તેમાં ફસડાઈ પડી, એક સૂર્ય આથમી ગયો હતો. એક યુગ સમાપ્ત થયો હતો. રાજપૂતોનાં શૌર્ય, સાહસ, બલિદાનના જીવંત પ્રતીકસમો એક તારો ખરી પડ્યો હતો.

તારાનું અંતરમન ચિત્કાર કરી ઊઠ્યું. ચંદ્રમાની જેમ સરબતસિંહે પોતાના સ્નેહની ચાંદની ગરીબ–તવંગરનો ભેદ રાખ્યા વિના લૂંટાવી હતી. એ જ ચંદ્રમા આકાશમાંથી તૂટી ગટરમાં પડ્યો હતો. કૂતરાના મોતે મરવાનું તેના ભાગ્યમાં લખાયું હતું.

મામદના શબ્દો પર અજાને હજી યે વિશ્વાસ બેઠો ન હોય એમ તે પહોળી આંખે જોઈ રહ્યો હતો. શું મામદની કાંઈ કહેવામાં ભૂલ થઈ? કદાચ સાંભળવામાં મારી જ ભૂલ થઈ હશે ! આમ ન બની શકે.

તે કાંઈ પ્રશ્ન કરે એ પહેલાં મામદ ફાનસ તથા છત્રી સાથે સીડીઓ તરફ દોડ્યો. તેની પાછળ પગલાં ભરી જવા સિવાય અજા પાસે બીજો ઉપાય નહોતો. બંને જણા બબ્બે ત્રણ ત્રણ પગથિયાં કૂદતાં બેઠકખંડમાં આવ્યા અને મુખ્ય પ્રવેશમાંથી બહાર નીકળી મહેલની ડાબી તરફ વળી ગયા.

અહીં ઘોડાનો તબેલો હતો. તેનાથી થોડા અંતરે બીજા ખાલી તબેલામાં દીપડાનું પાંજરુ હતું. અજો સ્તબ્ધ થઈ ફાનસના પ્રકાશમાં જોઈ રહ્યો. મામદ તેના માથે છત્રી ધરી ઊભો હતો. હજી મુશળધાર વર્ષા ચાલુ હતી.

સરબતસિંહ દીપડાના પાંજરા પાસે કીચડમાં પડ્યો હતો. તેનો એક હાથ ખભામાંથી છૂટો પડી ગયો હતો. એ હાથ હજી યે દીપડાના પંજાઓ વચ્ચે હતે. ગળામાંથી તે વિચિત્ર અવાજો કાઢતો તેમાં દાંત ભેરવી માંસ ચુંથી રહ્યો હતો.

અજાને કલ્પી લેતાં વધુ સમય ન લાગ્યો. કાલીચંદને તેના આવાસે મૂકવા જતાં સરબતસિંહ બરાડા પાડતો એની સામે આવ્યો હતો. ત્યાંથી સરબતસિંહ છૂટો પડી પોતાના આવાસે જવાના બદલે નશાના કારણે અહીં આવ્યો હશે ! અહીં જ ઢળી પડ્યો હશે. પાંજરાના સળિયાઓ વચ્ચેથી પોતાનો પંજો બહાર કાઢી સરબતસિંહનો હાથ ખભામાંથી ચીરી નાખવો દીપડા માટે તદ્દન સરળ હતું. સરબતસિંહનો મૃતદેહ હજી પાંજરાને અડીને પડ્યો હતો.

દીપડો ઘુરકાટ કરતો ફરી પાંજરાના આગળના ભાગમાં આવ્યો. આ વખતે તેણે પંજો લંબાવી શબના મ્હો પર માર્યો. અજાને કંપારી છૂટી ગઈ. આ ક્રૂર દ્રશ્ય તેનાથી જોયું ન ગયું.

દીપડો આખેઆખી લાશ સળિયાઓ વચ્ચેથી અંદર લેવા મથી રહ્યો હતો. તરત અજાએ મામદના ખભેથી રાઇફલ ખેંચી અને એ જ પળે દીપડાને શૂટ કરી દીધો.

૧૯

સુનીતા ચીસ પાડીને બિછાનામાંથી બેઠી થઈ ગઈ. રાતના બે થયા હતા. બત્રીસ ઓરડાવાળા બંગલામાં સન્નાટો હતો. ફાટીફાટી આંખે તે દીવાલોને જોઈ રહી, હાંફી રહી, કપાળે પરસેવો બાઝી રહ્યો હતો. આવું બિહામણું સપનું તેણે આજ પહેલાં ક્યારેય જોયું નહોતું. શું આનું કારણ પૂજાનો પત્ર હોઈ શકે?

સુનીતાને તેનો પત્ર સમયસર મળી ગયો હતો. પત્રમાં પૂજાએ માત્ર બે લીટીઓ લખી હતી : 'વહાલી મમ્મી, તું ખૂબ યાદ આવે છે. આ પત્ર મળતાં અહીં એક આંટો આવી જજે.'

તે વિચારમાં પડી ગઈ.

હું તેને ખૂબ યાદ આવું છું. અર્થાત્... તે જરૂર કાંઈ મુશ્કેલીમાં હોવી જોઈએ : પરંતુ તેની મુશ્કેલી શું હશે એ સુનીતા કલ્પી ન શકી. જમાઈ સંસ્કારી, વિવેકી, યુવાન છે. (એમ તે ધારતી હતી) ઊંચા કુળનો છે. મારી દીકરી પર હેત રાખે છે છતાં પુજા દુઃખી હોઈ શકે એ કેમ માન્યામાં આવે?

જે દિવસે તેને પત્ર મળ્યો હતો એ જ દિવસે તેણે માંડુ ટ્રંકકૉલ જોડ્યો હતો. બીજા છેડે અજાએ રિસીવર ઊંચક્યું. જાણે તે પત્ર વિષે કાંઈ જાણતો ન હોય એમ તેણે પૂર્ણ સંમાન સાથે સુનીતા જોડે વાતો કરી. સુનીતાની તબિયતના સમાચાર પૂછ્યા.

'હું તો બિલકુલ ઠીક છું, અજાજી; પણ મારી દીકરી કેમ છે?' સુનીતાએ પ્રશ્ન કર્યો.

'હજી તે પિયરનો સ્નેહ ભૂલી નથી.' અજાએ સરળતાથી જણાવ્યું, 'મેં તેને કહ્યું કે એકાદ અઠવાડિયું પચમઢી રહી આવે. આમ પણ લગ્ન પછી એકે વાર માવતરે ગઈ નથી. તો કહે કે અહીં મારું ધ્યાન કોણ રાખશે? હવે તમે જ કહો, હું કંઈ ધાવણું બાળક છું કે મને એકલો મૂકી તે ક્યાંય જઈ ન શકે?'

સુનીતાને આશ્ચર્ય થયું. પતિ–પત્નીમાં મેળ બેસી ગયો છે એ જાણી તેને આનંદ પણ થયો. એક ભય કે કોસોને તે ભૂલી નહીં શકે, આજે દૂર થઈ ગયો.

'સુનીતાબેન !' તે કાંઈ વધુ વિચારે એ પહેલાં અજાએ ઉમેર્યું, 'હવે તો પૂજા જોડે મારે પણ પચમઢી આવવું પડશે.'

'જરૂર ! જરૂર, અજાજી. આ બંગલો તમારો જ છે.' કહેતાં તેણે પૂછી લીધું, 'પૂજા બહાર ગઈ છે ?'

'ના રે.' તે બોલ્યો, 'અહીં મારી પડખે બેઠી છે. એક મિનિટ...'

તેણે પૂજા સામે રિસીવર ધર્યું. પૂજા શું બોલે?

'...તું સુખી તો છે ને?'

અજાની આંખોમાં સીધું જોતાં તે કતરાઈને બોલી, 'જેને ફરિશ્તા જેવો પતિ મળ્યો હોય એને જીવનમાં બીજું શું જોઈએ? હું ખૂબ જ સુખી છું, મમ્મી.'

'તો તારા પત્રનો શું અર્થ?'

'આ પણ ખરું કે તું યાદ આવે છે.'

'એનો ઉપાય અજાજીએ હમણાં જ સૂચવ્યો.' સુનીતા રિસીવરમાં બોલી રહી હતી. 'તમે બંને થોડા દિવસ માટે પચમઢી ચાલ્યાં આવો; નહિતર મારે ખરેખર માંડુ આવવું પડશે.'

દીકરી સુખી છે એ જાણી તેને ખરેખર હર્ષ થયો હતો. પત્ર વીસરી તે ફરી સપના વિષે વિચારવા લાગી. હજી સપનાનો અર્થ તે ગ્રહણ કરી નહોતી શકી. સપનું પણ કેવું ડરામણું હતું ! કંકુને તેણે આભમાં વિમાનની જેમ સળગતી જોઈ હતી. જેમ વિમાન થોડી વાર સળગી ધડાકા સાથે ફાટે એમ કંકુના કટકે કટકા અલગ થઈ આભમાં વેરાઈ ગયા હતા.

• • •

પૂજા ક્ષેમકુશળ છે. શું કંકુ કાંઈ તકલીફમાં હશે? એ રાતે તે મોડે સુધી સૂઈ નહોતી શકી. આટલું જ નહીં, થોડાંક દિવસો સુધી આ સપનું પ્રેતની જેમ તેનો પીછો કરતું રહ્યું હતું, વારે વારે યાદ આવતું રહ્યું હતું. આખરે વીસરાઈ ગયું. વિચારવા માટે હવે તેની પાસે નવો વિષય હતો.

પૂજાનો પત્ર આવ્યાને પખવાડિયું વીતી ગયું હતું. હજી સુધી દીકરી–જમાઈ પચમઢી નહોતાં આવ્યાં. મનોમન તેણે નક્કી કરી લીધું આવતા અઠવાડિયે એક આંટો માંડુ જઈ આવીશ.

તેને ખ્યાલ આવ્યો. આવતા અઠવાડિયે કોસોને હૉસ્પિટલમાંથી રજા મળવાની છે. હૉસ્પિટલમાંથી નીકળી તેને પોતાના બંગલે થોડાંક દિવસો ગાળવાનું સુનીતાએ આમંત્રણ દીધું હતું, અલબત્ત, આ બાબત કોસોએ હજી સુધી નિર્ણય નહોતો લીધો.

કદાચ તે રાજી થઈ જાય તો? સુનીતા તેને બંગલામાં એકલા મૂકી અહીંથી નીકળી ન શકે, અતિથિ શું વિચારશે? બધું વિચારતાં તેને લાગ્યું, આ બાબત કોસો જોડે ચર્ચા કરવી જરૂરી હતું.

બપોર પછી તૈયાર થઈ સુનીતા હૉસ્પિટલે જવા નીકળી. બત્રીસ ઓરડાવાળા બંગલામાંથી બહાર પગ મૂકતાં તેને હળવાશ મહેસૂસ થઈ. બહારની સડક પર ઊભી રહી તેણે એક ઊડતી નજર બંગલા પર ઢાળી. બંગલો તેને જેલ જેવો લાગ્યો.

પૂજાનાં લગ્ન પછી તે તદ્દન એકલી પડી ગઈ હતી. બત્રીસ ઓરડાઓ તેને ખાવા દોડતા હતા. જ્યાં સુધી તે અંદર રહેતી, એક પ્રકારની ગૂંગળામણ ધુમ્મસના ગોટા જેમ તેની ભીતર સર્જાતી. બહાર નીકળતાં મુક્તિની પ્રતીતિ થાય એમાં નવાઈ નહીં.

હૉસ્પિટલની દિશામાં પગપાળા આગળ વધતાં તેને કંકુ યાદ આવી. આમાં નવું કાંઈ નહોતું. એક અફસોસ તેના જીવનમાં આ જ બાકી રહી ગયો હતો. એક ભૂલની સજા રૂપે આજે પણ તેનું મન તેને અંદરોઅંદર ડંખતું રહ્યું હતું. અને તેની લાચારી આ હતી કે કંકુ માટે કાંઈ કરી નહોતી શકતી. અબજો રૂપિયાની તેની મિલકત પણ એ અભાગણી દીકરીને પાછી મેળવવા માટે કોડી બરાબર હતી.

જો કંકુએ બૅંક જોડે વીસ લાખ રૂપિયાની છેતરપિંડી કરી ન હોત, છેતરપિંડી કરી સ્વેચ્છાએ અપરાધ સ્વીકાર્યો ન હોત, જેલ તોડી પોતાના અપરાધમાં વધારો કર્યો ન હોત તો સુનીતાએ તેને મેળવવા માટે પોતાની તિજોરી ઉઘાડી મૂકી દીધી હોત.

આ દુઃખ તથા બત્રીસ ઓરડાવાળા બંગલાનું એકાંત બંને મળી તેનું ગળું રૂંધી નાખતાં. આ જ કારણે તે પોતાનો વધુ પડતો સમય બહાર ગાળવાનું પસંદ કરતી, ખાસ કરીને અહીંના અનાથાશ્રમમાં.

પચમઢીના અનાથાશ્રમ 'સ્નેહ સદન'નો ચાર્જ તેણે પોતાના હસ્તક લઈ લીધો હતો. લગ્ન પહેલાં પણ તે ભોપાલના એક અનાથાશ્રમમાં પાર્ટ ટાઈમ સેવા બજાવતી હતી. અહીં તે પોતે સંચાલિકા બની પોતાનો પૂરો સમય દેતી હતી. બલ્કે ઓવરટાઈમ કરતાં તેને વિશેષ આનંદ મળતો હતો.

અલબત્ત, અહીં કાંઈ કામનો બોજ એટલો નહોતો કે તેને વધારાનો સમય દેવાની જરૂર પડે; પરંતુ તે કામ શોધતાં પણ જાણતી હતી. છેલ્લાં થોડાંક અઠવાડિયાંઓમાં તેણે અનાથાશ્રમની કાયાપલટ કરી નાખી હતી. 'સ્નેહ સદન'નું જર્જરીત ચણતર, સમારકામ તથા રંગરોગાન થતાં પિકનિક કોટેજ જેવું આકર્ષક બની ગયું હતું.

પહેલાં અહીં દરેક બાળક ચહેરા પરથી અનાથ લાગતું હતું. હવે તેઓ કોઈ શ્રીમંત ઘરનાં બાળકો હોય તેટલી સુવિધાઓ તેઓને મળી હતી. તેમનાં વસ્ત્રો, તેમનો ખોરાક... તેમના રોજિંદા જીવનમાં ધરમૂળથી પરિવર્તન આવ્યું હતું. સુનીતા લગભગ એંસી બાળકોની મા બની ગઈ હતી.

• • •

જાણે આટલું પૂરતું ન હોય તેમ આજે સવારે તેણે પોતાના સૉલિસિટરને ઘેર બોલાવી પોતાના વિલમાં થોડા ફેરફારો કરાવ્યા હતા. તેમાંનો એક સુધારો : સુનીતાના સ્વર્ગવાસ પછી એકાવન લાખ રૂપિયા 'સ્નેહ સદન' ટ્રસ્ટને મળવાના હતા.

સુનીતા સૈનિક હૉસ્પિટલમાં દાખલ થઈ ત્યારે બપોરના ત્રણ થયા હતા. તે સીધી કોસો પાસે ન જતાં સ્મિતાની કૅબિનમાં દાખલ થઈ. સ્મિતાનો આ સમય વિશ્રામનો હતો. તે ચા પીતી કોઈ મેડિકલ જર્નલનાં પાનાં ફેરવી રહી હતી.

'શું ખબર ?' સામયિક ટેબલ પર મૂકી દેતાં તેણે સુનીતાને બેસવા માટે સંકેત કર્યો.

'તું સંભળાવ.' તે સામી ખુરશી પર બેસી ગઈ.

'ચા પીઈશ ?'

'ચા–કૉફીનું વ્યસન છોડ્યાને આજે મહિના વીતી ગયા.' સુનીતા બોલી, 'કહે, આપણા સરદારની તબિયત હવે કેમ છે?'

'તેને આવતી કાલે રજા મળી જશે.'

'મને એમ કે આવતા અઠવાડિયે...'

'તે જીદે ચઢ્યો છે.' સ્મિતાએ ચાનો કપ પૂર્ણ કરતાં જણાવ્યું. 'અને સત્ય એ છે કે હવે તેને અહીં રહેવાની જરૂર નથી. તેનો ઘા તદ્દન રુઝાઈ ગયો છે. તે હરીફરી શકે છે. રોજ સવારે ઊઠી હૉસ્પિટલના કમ્પાઉન્ડમાં વૉક લેવા પણ જાય છે. પણ...'

'પણ શું...'

'હૃદયનો ઘા હજી લીલો છે.'

'સમય સાથે બધા ઘા રુઝાઈ જતા હોય છે, સ્મિતા.'

'આ સત્ય દરેક વ્યક્તિને લાગુ ન પડે.'

'તને શંકા છે?'

'બલ્કે ખાતરી.'

સુનીતા તેની સામે જોઈ રહી.

'કલાકો તે પોતાનામાં ખોવાયેલો રહે છે. તેનો ચહેરો જોતાં એવું લાગે જે તેનું ખોળિયું અહીં છે અને આત્મા ક્યાંક બીજે.' સ્મિતાએ આગળ ચલાવ્યું, 'ક્યારેક મારી જોડે વાતો કરતાં તે જાણે મારાથી માઈલો દૂર ક્યાંક વેરાનમાં બેસી વાંસળી વગાડતો હોય એવો ભાસ થાય છે. સ્મૃતિઓનાં વાદળો હું તેની આંખમાં તરતાં જોઉં છું.'

'તું જાણે છે સ્મિતા...' સુનીતાએ દુઃખ વ્યક્ત કરતાં હોઠ ખોલ્યા, 'આમાં ન મારો દોષ છે ન તેનો. તને ખ્યાલ હોય તો છેલ્લી ઘડી સુધી પૂજા પણ તેની પડખે ઉભી હતી છતાં તેના હોઠ સુધી આવેલો સુખનો પ્યાલો ઢોળાઈ જાય તો એને હું નસીબનો ખેલ કહીશ. ખેર, એનો ભાવિ કાર્યક્રમ શું છે?

'માંડુ જવાનો.'

સુનીતા ચોંકી ગઈ.

'માંડુ જઈ તે શું ઇચ્છે છે?' તેણે સ્મિતાને પુછી નાખ્યું.

'આ મેં નથી પૂછ્યું.'

'તે એમ ધારતો હોય કે પૂજા હજી યે તેને ચાહે છે તો એ એની ભૂલ છે.'

આ વખતે સ્મિતાને આશ્ચર્ય થયું, 'શું પૂજા તેને આટલો જલદી ભૂલી ગઈ ?'

'મેં કહ્યું ને, સમય સાથે બધા ઘા રુઝાઈ જતા હોય છે!'

'તને કોણે કહ્યું કે પૂજા...'

'તેણે પોતે જ.' સુનીતાએ સગર્વ જણાવ્યું, 'ફોન પર વાત કરતાં તેણે કહ્યું કે જેને ફરિશ્તા જેવો પતિ મળ્યો હોય તેને બીજું શું જોઈએ?'

સ્મિતાના ચહેરા પર પ્રતિક્રિયા જોતાં તેણે ઉમેર્યું, 'તે સુખી છે અને હું એ કદાપિ નહીં ઇચ્છું કે તેના દાંપત્યજીવનમાં કોઈ દખલ દે.'

'તારી વાત ખોટી નથી.' સ્મિતાએ સહેજ વિચારી તેની દલીલ સ્વીકારી લીધી. 'તું પોતે કોસોને મળી આ બાબત ચોખવટ કરી લે તો વધુ ઠીક રહેશે.'

દસ મિનિટ પછી સુનીતા કોસો સામે બેઠી હતી.

'અહીંથી તારે સીધા મારા બંગલે આવવાનું છે.' ઔપચારિકતા પૂર્ણ થતાં તેણે સ્નેહપૂર્વક જણાવ્યું, 'કૃપા કરી ના ન કહેતો, આ હૉસ્પિટલવાળાઓએ ભલે તને રજા દીધી હોય, હજી તને પંદરેક દિવસ આરામની જરૂર છે, સમજ્યો?'

'મારી પાસે હવે આટલો સમય નથી.'

'એટલે?'

'ઘણા દિવસો હું મારા ઘોટુલથી દૂર રહ્યો છું.'

'તો શું તું પાછો ગામ જઈશ?' સુનીતાની આંખોમાં ચમકારો નજરે પડ્યો.

'થોડાંક કામ પતાવ્યાં પછી.'

'હું કાંઈ તારી મદદ કરી શકું?'

તેણે સ્પષ્ટ 'ના' કહેતાં ઉમેર્યું, 'કામ અહીં નથી. માંડુમાં છે.'

સુનીતાએ અકળામણ અનુભવી, 'માંડુ ન જાય તો ના ચાલે?'

'તમને ભય છે કે હું ફરી પૂજાના જીવનમાં પગલાં ભરીશ?'

'તને જોઈ એનું સુખી લગ્નજીવન ઝોલાં ખાવા લાગે એ તદ્દન સ્વાભાવિક છે.'

કોસો સહેજ હસ્યો. એ હાસ્યમાં આંસુઓની ભીનાશ હતી, 'સુનીતાબહેન!' તેણે જણાવ્યું, 'કોઈનું સુખ ઝૂંટવી લેતાં હજી હું શીખ્યો નથી.'

'પણ...'

'પૂજા સુખી છે એ જાણી મને આનંદ થયો. ઈશ્વર તેને વધુ સુખી કરે એ જ મારી પ્રાર્થના છે!'

'તો માંડુ જવાનો શો અર્થ?'

'મારે મારાં મૂળ શોધવાં છે.' કોસો કહી રહ્યો હતો, 'મારા સ્વર્ગસ્થ પિતા એમ. આર. માંડુના હતા. તેમના પર એક હત્યાનો આરોપ છે. મારે એ જાણવું છે કે હું હત્યારાનો પુત્ર છું કે સજ્જનનો. અને માંડુમાં એક વ્યક્તિ એવી છે કે જે આ વિષે થોડુંઘણું જાણે છે.'

'આ માહિતી તને પૂરબે દીધી હોય તો એ તેના પિતા કાકુ હવાલદાર હોઈ શકે!'

'તમારી ધારણા ખોટી નથી.' કોસોએ સ્વીકાર કર્યો, 'માંડુ પાછા જતાં પહેલાં પૂરબે મને જણાવ્યું હતું. સાથે માંડુ આવવા માટે તેણે ભારપૂર્વક આમંત્રણ પણ દીધું છે.'

તત્ક્ષણ વિચારી લેતાં સુનીતા બોલી ઊઠી, 'માત્ર કાકુને મળવા તારે માંડુ જવાની જરૂર નથી. હું કાર મોકલાવી તેને અહીં બોલાવી દઈશ. તને વાંધા ન હોય તો...'

કોસો સમજી ગયો. તેને માંડુ જતો રોકવા આ સ્ત્રી કાંઇ પણ કરશે.

• • •

'કાકુને મળ્યા પછી તને સંતોષ ન થાય તો તું બેલાશક માંડુ જજે.' તેના ચહેરાના ભાવ જોઈ સુનીતાએ ઝડપથી ઉમેર્યું, 'આવતો અઠવાડિયે હું પોતે જવાની છું. અહીંથી આપણે બંને સાથે જઈશું.'

સુનીતાનું સૂચન સ્વીકાર્ય હતું છતાં કોસોને એ યોગ્ય ન લાગ્યું. દૂરથી પૂજાનાં દર્શન કરવાની એક છાની આશા તેના મનના કોઈ અજ્ઞાત ખૂણામાં ભરતીના મોજાની જેમ છલકાઈ રહી હતી. ન જાણે કેમ વારંવાર તેની ભીતર પડઘા ઊઠતા હતા કે કોઈ તેને સાદ દઈ રહ્યું છે. આ 'કોઇ' બીજું કોણ હોઈ શકે ?

તે સત્યથી પણ સભાન હતો. પૂજા પરિણીત છે. હવામહેલની રાણી છે. અજાની પત્ની છે. હવે તેના જીવનમાં દખલ દેવાનો કોસોને અધિકાર નથી છતાં મન કેમ માનતું નહોતું ? દૂરથી તેના દર્શન કરવાની લાલસા કેમ જાગતી હતી?

પ્રેમની બાજી હાર્યાં પછી ન તેને પોતાના જીવનમાં રસ રહ્યો હતો, ન પોતાનાં મૂળ શોધવામાં. ઝાંઝાંમાં પૂજા જોડે એક મહિનો ગાળી તે પાછો પચમઢી આવ્યો હતો ત્યારે તેની સામે મૂંઝવતા અનેક પ્રશ્નો હતા. કાનુસો પાસેથી મેળવેલી માહિતીઓએ તેને ચોંકાવી દીધો હતો. તેમાંની એક કડી હતી, કજરીએ પોતાના પતિના હત્યારા જોડે શા માટે લગ્ન કર્યાં હશે?

આજ દિવસ સુધી તે પોતાની માને સમજી નહોતો શક્યો. આજ દિવસ સુધી તેને પોતાની માને સમજાવાની તક ક્યાં મળી હતી ? એટલે જ ક્યારેક તેને ખ્યાલ આવતો : શું તેની મા કોઈ વિશેષ સ્ત્રી છે કે તેના જીવનમાં બબ્બે શહેરી બાબુઓ પ્રવેશ્યા ? અને એ બંનેએ વારાફરતી તેની જોડે લગ્ન કર્યાં? આવું પહેલાં ક્યારેય નહોતું બન્યું. કોઈ આદિવાસી કન્યાએ શહેરી યુવક જોડે લગ્ન કર્યાં હોય એવું યે તેણે નહોતું સાંભળ્યું. અને તેનાં કારણો હતાં.

એક તો એ કે ઝાંઝાં ગામ શહેરની સંસ્કૃતિથી દૂર હતું. બીજું, સુધરેલા લોકો ઘોટુલ–પ્રથાને વેશ્યાવાડો સમજતા હતા. એટલે ઘોટુલની કન્યા જોડે પરણવાનો કોઈ શહેરી યુવક માટે પ્રશ્ન ઉપસ્થિત નહોતો થતો. ત્રીજું, તેની મા મૂંગી–બહેરી હતી. અલબત્ત, તે રૂપાળી હતી; પરંતુ તેની બે ખોડના કારણે તેના માટે ગામમાં મુરતિયો શોધવો મુશ્કેલ હોય ત્યાં બબ્બે ભણેલા ગણેલા પુરૂષો તેને પરણવા રાજી થઈ જાય એ વાત ગળે કેમ ઉતરે ?

આ બાબત હવે કાંઈ જાણકારી મેળવવી તેના માટે લગભગ મુશ્કેલ હતું; પરંતુ તે આ તો જાણી શકતો હતો કે કાલીચંદને તેના પિતા એમ. આર.ની હત્યા કરવાની શી જરૂર પડી ?

પૂજા પારકી થઈ જતાં આ બધા પ્રશ્નો ગૌણ થઈ અગત્યતા ખોઈ બેઠા હતા. હવે તેને ન કાલીચંદમાં રસ હતતો, ન માંડુ જઈ પોતાના મૂળની શોધ કરવા ઇચ્છતો હતો. શા માટે કોસો?

તેના અંતરમનમાં પ્રશ્ન ઊઠ્યો : શું તું પ્રમાણિકપણે કહી શકે કે તારા પરિવારનો ઇતિહાસ માત્ર જાણવા તું માંડુ જવાની ખ્વાહેશ રાખે છે?

ઉત્તર 'ના' માં મળ્યો. ખરેખર તો તે પુજાની નજીક જવા ઇચ્છતો હતો. પૂજાને નજીકથી જોવા ઇચ્છતો હતો.

લગ્ન પછી પૂજા તેને વીસરી ગઈ હશે ? શું તે ખરેખર સુખી હશે ? તે સુખી હોય તો છેલ્લી વાર તેનાં દર્શન કરી ગામ પાછા ફરવું એવો કાર્યક્રમ જાણે-અજાણે તેના મનમાં ઘડાઈ ગયો હતો. સ્વાભાવિક હતું કે સુનીતાનું સૂચન તેને યોગ્ય ન લાગે છતાં તેણે સ્વીકારી લીધું. સુનીતા પ્રસન્ન થઈ ગઈ.

'કોસો !' તે બોલી, 'હવે અહીં હૉસ્પિટલમાં રહેવાનો કાંઈ અર્થ નથી. તને આવતી કાલે રજા મળવાની છે અને આજનો દિવસ લગભગ પૂર્ણ થઈ ગયો. ચાલ, મારો ખાલીખમ બંગલો તારી વાટ જુએ છે.'

કોસોએ 'ના' ન કહી. સુનીતા ફરી એક વાર સ્મિતાને મળી અને હૉસ્પિટલનાં બાકી સઘળાં બિલ ચૂકવી દીધાં.

• • •

'કોસો!' તેની જોડે બંગલાની દિશામાં પગપાળા પાછાં ફરતાં સુનીતાએ કહ્યું, 'તને જાણીને આશ્ચર્ય થશે કે તારા પિતા મારા પતિના અંગત મિત્રોમાં હતા. હેમંત તેમને ખેલાડી કહી સંબોધતો હતો.'

કોસોને રસ પડ્યો : 'ખેલાડી!'

'બાવન પત્તાંનો જાદુગર. ગંજીફાનાં પત્તાં વડે કુંડળી ગોઠવી તે અચૂક ભવિષ્ય ભાખતા હતા. પૂજા એનો જીવતો જાગતો પુરાવો છે.'

'કઈ રીતે ?'

'તેના જન્મ પહેલાં તારા પિતાએ મારાં પત્તાં જોઈ કહી દીધું હતું કે મને પુત્રી અવતરશે.'

કોસોને હવે ખ્યાલ આવ્યો : બાળપણથી તે ઝાંઝાં ગામના ગારુડી ઉસી ઉસેંદી પ્રત્યે આકર્ષાયો હતો. તેની પાસેથી કોસો અનેક ખેલ શીખ્યો હતો. જો તેણે વધુ રસ લીધો હોત તો આજે લોકો તેને પણ ખેલાડી તરીકે ઓળખતા હોત.

સ્મિતા ડૉક્ટરના પતિ રમેશને તેમણે વિદેશ–પ્રવાસની લગભગ ચોક્કસ તારીખ દીધી હતી અને એ જ અઠવાડિયે તે પ્લાસ્ટિક સર્જરીમાં સંશોધન કરવા વિદેશ ચાલ્યા ગયા. સુનીતા કહી રહી હતી, 'બહુ ભલા માણસ હતા, તારા પિતા. એક વાર અમારે બંગલે પણ આવ્યા હતા. જો મારી ભૂલ થતી ન હોય તો તે દિવસે તેઓ ખૂબ પ્રસન્ન હતા. ઝાંઝાંથી લગ્ન કરી નવા નવા આવ્યા હતા. ઝરણાકાંઠે તેમણે પોતાના હાથે ઘર બાંધી તારી બાને ભેટ દીધું હતું. તેમની ઈચ્છા હતી કે અમે સજોડે તેમના નવા ઘેર ભોજન લઈએ; પરંતુ એ સુખ અમારા ભાગ્યમાં લખાયું નહોતું... તને થાક નથી લાગતો ને?'

પંદર મિનિટ પછી કોસો એ જ બંગલાના ફાટકમાં પ્રવેશ્યો જેમાં તેણે પોતાના જીવનની થોડીક અમૂલ્ય પળો ગાળી હતી. અક્કેક પગલે તે વિચારી રહ્યો હતો. અક્કેક ક્ષણમાં પૂજાનો સ્મિત વેરતો ચહેરો તેની સામેથી દોડી જતો હતો.

ના ! આ બંગલામાં તે એકે રાત ગાળી ન શકે. હમણાંથી તેનો શ્વાસ રૂંધાઈ રહ્યો હતો. તે થોડાંક પગલાં વધુ ભરી લૉન પર ગોઠવાયેલી એક ખુરશી પર બેસી ગયો. માથે બ્લૂ તથા સફેદ પટાવાળી વિશાળ છત્રી હતી.

સુનીતા તેની સામે જોઈ રહી હતી કે બંગલાના પ્રવેશમાં રસાઈયાએ દેખા દીધી. 'કોઈ બે જણા આપને મળવા આવ્યા હતા.' તેણે જણાવ્યું,

'કોણ હતા?'

'ભોપાલથી આવ્યા હતા.' કહેતાં તેણે બંડીનાં ખિસ્સાં ફંફોળ્યા, 'આ કાર્ડ દેતા ગયા છે. કહ્યું, અર્ધા કલાકમાં પાછા ફરશે.'

સુનીતાએ કાર્ડ જોયું તો કોઈ પત્રકારનું હતું. સાથે ફોટોગ્રાફર હોવો જોઈએ. તેણે કલ્પી લીધું. કાર્ડનું શું કરવું. એ સમજમાં ન આવતાં તેણે રસોયાને પાછું દઈ કચરાની ટોકરીમાં નાખી દેવા કહ્યું.

'કોસો !' ફરી સુનિતાએ તેના તરફ જોયું, 'તેં પગપાળા આવવાનો આગ્રહ ન રાખ્યો હોત તો તને થાક પણ ન લાગત.'

'થાક નથી લાગ્યો.' તે બોલ્યો, 'બોજ લાગે છે.'

સુનીતા ન સમજી. 'આવ, હું તને ટેકો દઉં !'

તે ઊભો ન થયો. તેની આંખોમાં સંતાકૂકડી રમતી પૂજા ઘૂમરીઓ લેતી ઊંચે ચઢવા લાગી. તે ઉઘાડા આકાશ ભણી જોઈ રહ્યો. પછી કહ્યું, 'સુનીતાબહેન ! તમે જોયું ?'

'શું?'

'પૂજા.'

• • •

'ક્યાં છે?'

તેણે આકાશમાં દોડી જતાં વાદળો ભણી ઇશારો કર્યો. સુનીતા સમજી ગઈ. સ્મિતાએ ખરું જ કહ્યું હતું, કોસોના તનનો ઘા રુઝાઈ ગયો છે; મનનો ઘા હજી લીલો છે. તેની હાલત જોઈ સુનીતા પોતે ગૂંચવાઈ ગઈ.

એ જ પળે કૅમેરાની ફ્લૅશનો પ્રકાશ ક્ષણિક તેના ચહેરા પર પથરાઈ ગયો. તે કાંઈ સમજે એ પહેલાં થોડે છેટે ઊભેલા ફોટોગ્રાફરે કૅમેરાની ચાંપ ફરી દાબી. ફરી ફ્લૅશ ચમકી. તેણે આંખો પટપટાવી. હવે તેને ખ્યાલ આવ્યો. ફોટોગ્રાફરની પાછળ સિગારેટ ફૂંકતી એક યુવતી પણ હતી. કદાચ તે પત્રકાર હોઈ શકે, પણ આ તે કેવી પત્રકાર ! તેના માથે એકે વાળ નહોતો.

'મારું નામ અરુણા છે.' પત્રકારે આગળ આવી પોતાનો પરિચય દીધો. 'ભોપાલ ટાઈમ્સની હું સંપાદક છું. કૈલાશ અમારો ફોટોગ્રાફર છે.'

'મારી પરવાનગી વિના મારા ફોટો ઝડપવાનો તને અધિકાર નથી એ તું જાણતી હોઈશ.' સુનીતા 'તાડૂકી, રોલ સોંપી દે.'

'તમને કાંઈ ભય છે કે અમે તેનો દુરુપયોગ કરીશું ?'

ફોટોગ્રાફર છેટો જ રહ્યો. સુનીતાએ તેના પરથી નજર સરકાવી ફરી સફાચટ માથાવાળી યુવતી સામે જોયું, ' પ્રશ્ન ઉપયોગ દુરુપયોગનો નથી.'

'તો?'

'તમારી આચારસંહિતા શું કહે છે?'

'પહેલાં ફોટો લ્યો, પછી પરવાનગી.' સસ્મિત એક ઊંડો કશ લઈ ધુમાડાનો ગુબાર છોડતાં પત્રકારે ઉમેર્યું. 'વિશ્વાસ રાખજો, આંટી! અમે તમારા ફોટાનો સદ્દુપયોગ જ કરીશું.'

'ઇન્ટરવ્યૂ લેવા આવી છે?'

'તદ્દન ખરું.'

'કાલે આવજે.' કહેતાં તેણે કોસો સામે જોયું. તે હજી આકાશ સામે મીટ માંડી પોતાનામાં ખોવાયેલો બેઠો હતો. 'મારી પાસે સમય નથી.'

'કદાચ તમે જાણતાં નહીં હો...'

'અત્યારે મારે કાંઈ જાણવું નથી.' સુનીતા રસોઈયાને સાદ દઈ બંનેને બહાર ધકેલી દે એ પહેલાં પત્રકાર બોલી ઊઠી, 'હવામહેલની રાણી તમારી પુત્રી થાય ખરું?'

સુનીતાની આંખો સ્થિર થઈ ગઈ. હમણાં સુધી તે આ ભ્રમમાં હતી કે ચૂડીદારવાળી આ પત્રકાર તેનો ઇન્ટરવ્યૂ લઈ તેના જીવન પર કાંઈ લેખ તૈયાર કરવા ઇચ્છતી હશે! વર્ષમાં બેચાર વાર આવા ભૂલ્યા–ભટક્યા પત્રકાર પચમઢી આવી જતા હતા. છેલ્લે 'બૉમ્બે' માસિકનો સંવાદદાતા કોઈ પરિષદમાં હાજરી દેવા અહીં આવ્યો હતો. આ તકનો લાભ લઈ તેણે સુનીતાનો ઇન્ટરવ્યૂ લીધો હતો જે હાલમાં પ્રકાશિત થયો હતો. શીર્ષક હતું – એક એકલી અબજપતિ.

આમાં તેના વ્યકિતત્વ, તેના કાર્યને નહીં, તેના એકાકી જીવનને વિશેષ મહત્ત્વ દેવામાં આવ્યું હતું અને આ જ કારણે પત્રકારોથી તે નારાજ હતી; પરંતુ આ યુવતીના હોઠે પૂજાનું નામ આવતાં તેને સહેજ આશ્ચર્ય થયું.

'પૂજાને તું ઓળખે છે ?'

'થોડાં દિવસોમાં આખું વિશ્વ તેને ઓળખશે.' – કહેતાં તેણે ઠૂંઠુ થઈ ગયેલી સિગારેટ ઘા કરી ફાટક બહાર ફેંકી દીધી.

'તું કહેવા શું માગે છે?'

'શું તમે કાંઈ નથી જાણતાં?'

'મારી પુત્રી વિષે ?!'

'તદ્દન ખરું.'

'એક મા પોતાની દીકરી વિષે જે કાંઈ જાણતી હોય એ હું જાણ છું; પરંતુ આખું વિશ્વ તેને ઓળખે એવી પ્રતિભા કદાચ મારી પુત્રીમાં હોય તો હું નથી જાણતી.'

કહેતાં સુનીતાને યાદ આવી ગયું, લગ્ન પહેલાં પૂજા આદિવાસીઓના ગામ ઝાંઝાં ગઈ હતી. ત્યાં તેણે ઢગલાબંધ રેખાચિત્રો દોર્યાં હતાં. પોતાના ભાવિ ચિત્રપ્રદર્શન માટેની પુષ્કળ સામગ્રી એકઠી કરી હતી. આ સામગ્રીમાંથી એણે તૈલચિત્રો બનાવ્યાં હોય અને માંડુમાં પ્રદર્શન યોજાયું હોય તો શકયતા છે કે એક જ રાતમાં વિશ્વખ્યાતિ તેને મળે.

'તું પૂજાનાં તૈલચિત્રોના સંદર્ભમાં કાંઈ કહેવા ઈચ્છે છે?'

'ઓહ ! તો તે ચિત્રકાર હતી !' ડાયરીમાં નોંધ ટપકાવતાં પત્રકારે સ્વગત કહ્યું, પછી સામો પ્રશ્ન કર્યો, 'કળાનો અભ્યાસ તેણે ક્યાં કર્યો હતો ?'

'જે. જે. કૉલેજમાં, પણ...'

'મુંબઈ ?'

'ખરું.'

'ધર્મમાં તેને કેટલી રૂચિ હતી ?'

'એ... શું નામ તારું?'

'અરુણા.'

'તું મારો ઇન્ટરવ્યૂ લેવા આવી છે કે મારી પુત્રીનો ?'

'તમારો.' કહેતાં તે ઝડપથી મૂળ વિષય પર સરી આવી. 'હજી તમે મારા પ્રશ્નનો ઉત્તર નથી દીધો. તે બાળપણથી ધર્મિષ્ઠ હતી કે...'

'ગેટ આઉટ !' સુનીતા બરાડી ઊઠી, 'આમ ઊભાં ઊભાં આજ દિવસ સુધી કોઈએ મારી જોડે વાતો કરવાની ધૃષ્ટતા નથી દાખવી.'

'આપણે અહીં જ બેસીએ.' તેણે ખુરશીઓની દિશામાં સંકેત દીધો.

'હવે તું અહીંથી જાય છે કે તને ધક્કા મારી બહાર કાઢું?' સુનીતાનો પિત્તો હાથથી ગયો. એ જ પળે ફાટોગ્રાફરે કૅમેરાની ફરી ચાંપ દાબી. સુનીતાનો એક તીખો પોઝ ઝડપાઈ ગયો.

'બે મિનિટથી વધુ સમય નહીં લઉં.' – કહેતાં અરુણા કોસોની પડખે ખાલી ખુરશી પર બેસી ગઈ. સુનીતાને લાગ્યું આ ટકલી સરળતાથી નહીં નીકળે; પરંતુ તે લાચાર હતી. પત્રકાર કે ઉંદર એક વાર ઘરમાં ઘૂસી આવે તો તેને કાઢવો મુશ્કેલ હતું.

'ધનજી !' અંતે તેણે રસોયાને સાદ દીધો.

'આંટી !' અરુણાએ તદ્દન સ્વસ્થતાપૂર્વક વિનંતી કરી, 'મારા છેલ્લા પ્રશ્નનો ઉત્તર દઇ દ્યો. હું ચાલી જઈશ.'

પહેલવાન જેવા રસોયાએ પ્રવેશમાં દેખા દીધી. 'આને અહીંથી ઊંચકી બહાર ફેંક! સાથે પેલાનો કૅમેરો પણ આંચકી લે !' રસોઇયો આગળ વધે એ પહેલાં ફોટોગ્રાફર ગેઇટ બહાર દોડી જઈ ઊભો રહી ગયો.

'જુઓ આંટી !' અરુણાએ ઊભી થઈ જતા પ્રમાણિકપણે કહી દીધું, 'હું ઇચ્છત તો મારા આગમનનું કારણ તમને પહેલાં જણાવી દેત; પરંતુ એ જાણ્યા પછી તમે સ્વસ્થ રહી શક્યાં ન હોત.'

રસોયો કાંઈ પગલું ભરે એ પહેલાં સુનીતાએ અરુણાનું કુરતું કૉલરમાંથી પકડી લીધું, 'શું કીધું?'

'ગઈ કાલે તમારી પુત્રીનો સ્વર્ગવાસ થઈ ગયો.'

સુનીતાના હાથ ધ્રૂજી ઉઠ્યા. થોડા દિવસો પહેલાં જોયેલા સપનાનો અર્થ એકાએક સ્પષ્ટ થઈ ગયો. આભ પર ચોંટેલી કોસોની નજર ધરતી પર ઊતરી આવી. કાંઈક તેણે પણ સાંભળ્યું હતું.

'ના !' સુનીતા લગભગ ચીસ પાડી ઊઠી. 'આ શકય નથી, સત્ય નથી. પખવાડિયા પહેલા મેં તેની જોડે ફોન પર વાત કરી હતી. તેના નખમાં યે રોગ નહોતો.'

'તે સતી થઈ ગઈ.'

સુનીતા ચક્કર ખાઈ ઢળી પડે એ પહેલાં કોસોએ તેને સંભાળી લીધી.

ગેઇટ બહાર ઊભેલા ફોટોગ્રાફરે આ તક પણ જતી ન કરી.

૨૦

પૂજા ચોથી સપ્ટેમ્બરે સતી થઈ હતી. પાંચમી સપ્ટેમ્બરના એક સ્થાનીય હિંદી દૈનિક 'માંડુ પત્રિકા'એ બોલ્ડ મથાળું બાંધ્યું હતું : 'એકવીસમી સદીની આત્મહત્યા.'

નીચે ત્રણ કૉલમના રિપોર્ટમાં પૂજાના બે ફોટાઓ સહિત ટૂંકી માહિતી આપવામાં આવી હતી. પૂજા બાળપણથી ધર્મિષ્ઠ હતી. હવામહેલના કુંવર અજાજી જોડે લગ્ન કરી માંડુ વસાવ્યા પછી સતીવાવ તેની પ્રિય બેઠક બની ગઈ હતી. અહીં તે કલાકો ગાળતી હતી. વિશેષમાં તેના લગ્નજીવનની તુલના મીરાંબાઈ જોડે કરવામાં આવી હતી. જેમ મીરાંબાઈ રાણાના સંસારથી વિમુખ થઈ હરિભક્તિમાં ઓતપ્રોત રહેતી હતી તેમ પૂજાએ પણ સંસારસુખથી મોં ફેરવી લીધું હતું. આ વાતની સાબિતી મહેલના દાસ–દાસીઓએ સગર્વ દીધી હતી. તેઓએ એકસૂરે જણાવ્યું હતું કે લગ્ન પછી ક્યારેય પૂજા પતિના ઓરડામાં સૂતી હોય એવું તેમણે જોયું કે જાણ્યું નથી.

અંતે તારાના શબ્દો ટાંકવામાં આવ્યા હતા. તેણે જણાવ્યું હતું કે, સ્વૈચ્છાએ પતિની ચિતા પર ચઢી પોતાનું જીવન સમર્પિત કરનારી પચમઢીની પૂજાએ રાજપૂતોની જ્વલંત પરંપરા જાળવી છે.

આ અખબારનો ફેલાવો ફક્ત માંડુ તથા તેની આસપાસનાં ગામડાંઓ સુધી સીમિત હોવાના કારણે સમાચાર મર્યાદિત લોકોમાં ફેલાયા હતા; પરંતુ ત્રીજે દિવસે એટલે કે છઠ્ઠી સપ્ટેમ્બરે ધારના અખબાર ''દૈનિક દૂતે'' મથાળું બાંધ્યું :

''આખિર પૂજા સતી હો હી ગઈ.''

આ અખબારે 'માંડુ પત્રિકા' કરતાં થોડીક વધુ માહિતી રજૂ કરી હતી. પચમઢીની કઈ સ્કૂલમાં પૂજાએ અભ્યાસ કર્યો, વધુ અભ્યાસ અર્થે તે ક્યાં શહેરમાં ગઈ, કઈ કૉલેજમાંથી તેણે ચિત્રકળાની ડિગ્રી મેળવી તથા લગ્ન પછી તેનામાં સત પ્રગટતાં તે એકાએક સર્વકાંઈ ત્યાગી હરિભક્તિમાં કેમ લીન રહેતી તેનો અભ્યાસપૂર્ણ લેખ પીરસવામાં આવ્યો હતો.

ધીરે ધીરે આ સમાચાર આગની જેમ સમસ્ત ભારતમાં ફેલાતા ગયા. અંગ્રેજી પ્રેસ સાથે ઇતર ભાષાનાં અખબારો, અઠવાડિકો, માસિકો પણ પોતાના લાભમાં આ ઘટનાનો ફાયદો ઊંચકવા ગીધડાંઓની જેમ તૂટી પડ્યાં.

''સતી.''

દિલ્હીના એક અગ્રેજી અખબારે માત્ર એક શબ્દનું બોલ્ડ મથાળું બાંધ્યું હતું. નીચે પૂજાના લગ્નનો ફોટો છાપી જણાવ્યું હતું : ''પતિને પરમેશ્વર માની પૂજાએ પોતાનો આ ભવ સાર્થક કર્યો હતો. હજારોની મેદની સામે પતિની ચિતા પર અગ્નિસ્નાન કરી તેણે પરભવ પણ ઉજ્જવળ કરી દેખાડ્યો.''

'સતી'ને કૅશ કરતા આ બધા દલાલોનાં નગારાં વચ્ચે અરુણા જરીવાલાએ પોતાના ભોપાલ ટાઈમ્સમાં બાંધેલું મથાળું ''પૂજાની ધોળે દિવસે હત્યા'' પિપૂડીના અવાજની જેમ દબાઈ ગયું. સુજ્ઞ વાચકો માટે તેનો લેખ આંખો ઉઘાડનારો હતો. આમાં તેણે અનેક શંકા–કુશંકાઓ વ્યક્ત કરી હતી.

તેણે મુદ્દાના પ્રશ્નો ઉઠાવ્યા હતા : 'શું પૂજા સ્વેચ્છાએ સતી થઈ હતી? પોશાક તરીકે જીન્સ પહેરનારી આ એકવીસ વર્ષની ચિત્રકાર શું ધર્મિષ્ઠ હોઈ શકે?' આવા ચોંકાવનારા સવાલો કરી અંતે તેણે સતીપ્રથા પર પ્રહાર કર્યો હતો.

'રાણી લક્ષ્મીભાઈ તથા રાણી દુર્ગાવતી પતિના સ્વર્ગવાસ પછી ચિતા પર નહોતાં ચઢ્યા. હાથમાં તલવાર લઈ દુશ્મનો સામે ઝઝૂમ્યાં હતાં.' આજની સ્ત્રીઓ સામે વીરાંગનાઓનાં આવાં દ્રષ્ટાંતો રજૂ થવા જોઈએ – નહીં કે કહેવાતી સતીઓનાં.

• • •

ચોથા દિવસે એટલે કે સાતમી સપ્ટેમ્બરે સુનીતાની કાર માંડુમાં દાખલ થઈ ત્યારે ક્યાંક મેળો ભરાયો હોય એવી ભીડ માર્ગો પર નજરે પડતી હતી.

વાતાવરણમાં અનેરી ચમક હતી. પુરુષોના ચહેરા પર ગર્વ હતો. સ્ત્રીઓની આંખોમાં શ્રદ્ધાભાવ હતો. જે સાહસની તેઓ કલ્પના નહોતી કરી શકતી એ હવામહેલની રાણીએ સિદ્ધ કરી દેખાડ્યું હતું.

કારમાં સુનીતા એકલી નહોતી. કોસોને પણ તેણે પોતાની સાથે લીધો હતો. હજી બે દિવસ પહેલાં કોસોને માંડુ જતો રોકવા તેણે પોતાનાથી બનતા સઘળા પ્રયાસ કર્યા હતા. ત્યારે તેના મનમાં છાનો ભય હતો. તે નહોતી ઈચ્છતી કે પૂજાના પ્રેમ પર ફરી વળેલી રાખમાંથી ફરી અંગારા માથાં ઊંચાં કરે, અને તેના દાંપત્યજીવનમાં ઊભી તિરાડ પડી જાય.

આ ભય તેને હવે નહોતો રહ્યો. હવે ભયનું કારણે ક્યાં રહ્યું હતું ? અબજો રૂપિયાની મિલકતની એક માત્ર કાયદેસરની વારસદારે પોતાના જીવન પર પૂર્ણવિરામ મૂકી દીધું હતું. આ સમાચાર પ્રથમ વાર સાંભળી તે ચક્કર ખાઈ ઢળી પડી હતી. ભાનમાં આવતાં તેણે હૈયાફાટ રુદન કર્યું હતું. આખરે તેનાં આંસુઓ પણ સુકાઈ ગયાં. તે વિચારવા લાગી :

આમ કેમ બન્યું ? અજો બિલકુલ તંદુરસ્ત હતો. ન તે ધર્મિષ્ઠ હતો ન પૂજા હતી. છતાં પૂજા સતી બની જાય, આ વાત હજી યે તેના ગળે નહોતી ઊતરતી.

પચમઢીથી નીકળતાં પહેલાં તેણે માંડુ કૉલ જોડવાની ભરચક કોશિશ કરી હતી. મુશળધાર બાર કલાક પડેલી વર્ષાના કારણે ટેલિફોનના વાયરોમાં પાણી ઊતરી ગયાં હતાં. માંડુના લગભગ બધા ફોન ડેડ પડ્યા હતા.

સદ્‌ભાગ્યે એક વાર લાઇન મળી જતાં સામા છેડે કાળકાએ રિસીવર ઊંચક્યું હતું, એ સમયે મહેલમાં બીજું કોઈ હતું યે નહીં કે જેની પાસેથી સુનીતા વિગતવાર માહિતી મેળવી શકે. છતાં તે આટલું જાણી શકી હતી :

અજાનું મૃત્યુ અકસ્માતે થયું હતું. વર્ષાના ભયાનક તોફાનમાં માનવભક્ષી બનેલા દીપડાને તેણે ભડાકે દીધો હતો. એક જ ગોળીમાં કામ પતી જશે એવી તેની ગણતરી હતી કારણ કે તેણે નિશાન લઈ ગોળી દીપડાની છાતી પર મારી હતી.

દીપડો ઢળી પડ્યો હતો; પરંતુ થોડીક પળો માટે જ. તરફડિયાં મારી તે ફરી બેઠો થતાં અજાએ કરી રાઇફલનો ઘોડો દાબ્યો.

આ વખતે ગોળી ન છૂટી. તે રાઇફલ ખોલી તપાસવા ગયો કે અંદર વધુ ગોળીઓ છે કે નહીં અને અકસ્માતે એક ગોળી છૂટી તેની પોતાની છાતી આરપાર ઊતરી ગઈ. એ જ પળે અજાનું મૃત્યુ થયું હતું. આ ઘટનાની થોડી મિનિટો પહેલાં દીપડાએ સરબતસિંહને ફાડી ખાધો હતો. એક જ રાતમાં હવામહેલ વિધવા થઈ ગયો હતો.

કાર ચોક વટાવી એક તરફ થોભી ગઈ. સુનીતાએ ડ્રાઇવર સામે જોયું. તેણે આંગળી વડે સંકેત કરી ગલી દેખાડી, 'કોસો !' સુનીતાએ તેની જોડે બહાર નીકળતાં કહ્યું, 'તું જાણે છે, પૂરબનું મકાન ક્યાં છે ?'

'ચોક વટાવી તેણે પહેલી ગલીમાં વળવા જણાવ્યું હતું.'

'આ ગલીમાં હારબંધ બે ડઝન મકાનો છે.'

'તેનું મકાન ચોથું કે પાંચમુ હોવું જોઈએ.' – કહેતાં કોસો તેને દોરતો આગળ વધ્યો. થોડી વારે બંને જણાં ચોથું મકાન વટાવી પાંચમા પાસે આવી થોભી ગયાં. બહાર કાકુ હવાલદારના નામનું પાટિયું ઝૂલી રહ્યું હતું. પૂરબ કાકુનો પુત્ર હતો.

બંડી તથા ધોતિયામાં એક વૃદ્ધ દરવાજે આવ્યો.

'કોણ...?' કપાળે હાથ ધરી અતિથિના ચહેરા ઓળખવાનો પ્રયાસ કરતાં તેણે કહ્યું.

પહેલી નજરે સુનીતા તેને ઓળખી ન શકી. આ કાકુ એ નહોતો જેની ચાલ કડક હતી અને હૃદય નરમ. આ કાકુ એ પણ નહોતો જેના ચહેરામાં જોતાં મનમાં ગલગલિયાં થાય. બકરા જેવી તેની દાઢી જે તેની વિશેષતા હતી, એ હવે નહોતી રહી. આંખે ઝાંખપ આવી હતી. શરીર કમરમાંથી ઝૂકી ગયું હતું. હાથમાં લાકડી હતી. આંખ આડે ચશ્માં હતાં. તેની આ હાલત જોઈ સુનીતાની સૂકી આંખોમાં પણ ઝળઝળિયાં આવી ગયાં.

'કાકુ !' તે ભીના અવાજે બોલી, 'હું સુનીતા, હેમંતની...' તે નક્કી ન કરી શકી કે તેણે 'વિધવા' શબ્દપ્રયોગ કરવો કે 'પત્ની.' કાકુએ પૂછ્યું, 'કોણ હેમંત ?' ઘડપણે કાકુના મગજને પણ કોરી ખાધું હતું. સુનીતાને એક વધુ આંચકો લાગ્યો.

તે એકીટશે કાકુ સામે જોઈ રહી હતી કે અંદરથી ઇન્દુબાઈ દોડી આવી. 'આવ સુનીતા !' જાણે અહીં થયેલી ટૂંકી ચર્ચા સાંભળી હોય એમ તે બોલી ઊઠી. 'આવ, દીકરા !' કોસો તરફ ફરતાં તેણે સ્નેહથી ઉમેર્યું, 'આવો, અંદર આવો !'

સુનીતા ઇન્દુબાઇને ઓળખી ન શકી, વર્ષો પહેલાં બંનેનો ભેટો ફક્ત એક વાર થયો હતો.

'કાકુ !' બંને અતિથિઓને સૉફામાં બેસાડી તેણે કાકુના હાથમાંથી લાકડી લઈ લીધી, ટેકો દઈ તેને સામેના સૉફા પર બેસાડ્યો. પછી તેના કાન સુધી પોતાનો હાથ લઈ જઈ સહેજ ઊંચા અવાજે સ્પષ્ટતા કરી, 'પચમઢીવાળા હેમંતભાઈની ઘરવાળી છે.'

'હં.... હં....' કહેતાં કાકુએ બે વાર માથું ધુણાવી સુનીતા સામે જોવાનો પ્રયાસ કર્યો. 'માણસ ખોટો નહોતો.'

બસ. વધુ કાંઈ ન કહેતાં તે પોતાના તરંગોમાં ખોવાઈ ગયો, જાણે અહીં અતિથિ આવ્યા નહોતા; જાણે અહીં તેના સિવાય કોઈ બીજું હાજર નહોતું. જાણે આ વિશ્વમાં તે એકલો પડી ગયો હતો.

સુનીતાએ ઇન્દુબાઈ સામે જોયું. કાકુના સૉફા પાછળ તે ઊભી હતી. બોલી, 'પૂરબ આવવો જ જોઈએ.'

'શું લેશો?' થોડી વારે ઉમેર્યું, 'ચા કે કૉફી ?' કોસો પણ મૌન રહ્યો.

'છાસ લેવામાં તો વાંધો નહીં હોય ને?'

સુનીતાએ કોસો સામે જોયું. ઇન્દુબાઈ સામે જોયું, તે રસોઇમાં ચાલી ગઈ હતી. સુનીતાને સ્વભાવિક રીતે પ્રશ્ન થયો, આ બાઈ કોણ હશે ? કાકુની બા ? મોટી બહેન? તેની પાસે ઉત્તર નહોતો.

પૂરબ ઘરમાં દાખલ થયો અને બંનેને ગુમસૂમ બેઠેલાં જોઈ તેના પગ થોડા અંતરે થોભી ગયા. તત્ક્ષણ તેણે વિચારી લીધું : એકે પુત્રી ખોઈ હતી, બીજાએ પ્રેમ. તેની સમજમાં ન આવ્યું કે વાત ક્યાંથી શરૂ કરવી ?

'પૂરબ !' તેના ચહેરાના ભાવ વાંચી લેતાં સુનીતાએ કહ્યું, 'તારી દ્વિધા હું સમજી શકું છું. ખરું કહું તો અહીં જે કાંઈ બન્યું છે એ જાણી હું અંજાઈ ગઈ છું. મારી સમજમાં પણ હજી કાંઈ નથી આવતું.'

એક ટ્રેમાં ઇન્દુબાઈ છાશના ત્રણ ગ્લાસ લઈ આવી અને અક્કેક ગ્લાસ કોસો તથા સુનીતાને સોંપતાં પૂરબ સામે જોયું, 'તું પીઈશ, દીકરા ?'

'હું હમણાં જ ચા પી આવ્યો છું.'

'તારા બાપુ હંમેશાં કામ પરથી આવી ઘેર ચા પીતા હતા.'

'ખરું, પણ હું માત્ર હાજરી પુરાવી પાછો ફર્યો છું.'

ઇન્દુબાઈએ ત્રીજો ગ્લાસ કાકુના હાથમાં ધરતાં તેના કાનમાં કહ્યું, 'છાસ છે.'

તેના આ વ્યવહારથી સુનીતા ઔર મૂંઝાઈ. શું ઇન્દુબાઈ કાકુની પત્ની હોઈ શકે ? ના, ના, દેખાય છે તંદુરસ્ત, પણ કાકુ કરતાં તે ઓછામાં ઓછી વીસેક વર્ષ મોટી હોવી જોઈએ.

'આમને ઓળખો છો, સુનીતાબહેન?' પૂરબે કાકુ પડખેના સૉફામાં બેસી જતાં ઇન્દુબાઈના સંદર્ભમાં પ્રશ્ન કર્યો.

'ક્યાંક મુલાકાત થઈ હોય એવું લાગ્યા કરે છે.'

'કંકુની બા... ઇન્દુ માસી છે.'

સુનીતા સ્તબ્ધ થઈ ગઈ. દુનિયાની નજરમાં ભલે તે કંકુની મા હોય, સુનીતાની દ્રષ્ટિએ તે એક નર્સ હતી. એ જ નર્સ જે સુનીતાના લગ્ન પહેલાંની પ્રસૂતિ વખતે હાજર હતી. ભોપાલના સૂમસાન બંગલામાં કંકુનો જન્મ તેના હાથે થયો હતો.

એકચિત્તે તે ઇન્દુબાઈ સામે જોઈ રહી. જે સ્નેહ કંકુ પર તેણે છલકાવવો જોઈતો હતો તે ઇન્દુબાઈએ છલકાવ્યો હતો. જે હાલરડાં તેણે ગાવાં જોઈતાં હતાં તે ઇન્દુબાઈએ ગાયાં હતાં. મમતાની જે છાંય તેણે દેવી જોઈતી હતી તે ઇન્દુબાઈએ દીધી હતી. પોતાના સ્તનના દૂધનો એક છાંટો યે એ દુર્ભાગી પુત્રીને નસીબ નહોતો થયો.

શું ઇન્દુબાઈના દૂધમાં કાંઈ મિલાવટ હશે કે કંકુ ગેરમાર્ગે દોરવાઈ ગઈ? અચાનક એક પ્રશ્ન ઊઠ્યો અને તેના પડઘા ફેલાય એ પહેલાં તે પૂરબ સામે જોઈ બોલી ઊઠી : 'કંકુના શું ખબર ?'

'તે ઇન્દોરમાં છે એવા સમાચાર મળ્યા હતા.' પૂરબે ઉત્તર દીધો, 'ત્રણ દિવસ ત્યાં ગાળી આજે સવારે જ ખાલી હાથે પાછો આવ્યો છું.'

'તે ઇન્દોર શા માટે જાય?'

'આ તો હું પણ કલ્પી ન શક્યો. અમારા એસ.પી. સાહેબને સી.આઈ.ડી. ખાતા તરફથી વાવડ મળ્યા હતા.'

'પૂરબ !' લાંબા સમયથી કાકુના સૉફા પાછળ મૌન ઊભેલી ઇન્દુબાઈ બોલી ઉઠી, 'નાહક તું શા માટે ફાંફાં મારે છે ? તે કોઈના હાથે નહીં આવે.'

તેણે સામે પ્રશ્ન કર્યો, 'તમને ખાતરી છે ?'

'બલ્કે વિશ્વાસ.' કાકુના હાથમાંથી છાસનો ખાલી ગ્લાસ લઈ લેતાં તેણે જણાવ્યું, 'હવામાં ઓગળી જતાં તે જાણે છે.'

પૂરબ મૌન રહેતાં તેણે હળવેકથી ઉમેર્યું, 'છેલ્લે તું કંકુની શોધમાં મારા ઘેર આવ્યો હતો ત્યારે તે ત્યાં હાજર હતી.'

'અર્થાત, તમે જૂઠ બોલ્યાં હતાં કે કંકુ ઘેર નથી.'

'ખરું.'

'શા માટે?'

'મા પોતાની દીકરીના હાથમાં ચુડલો પહેરાવે, બેડીઓ નહીં.'

'તમે જાણા છો કે કંકુને ગિરફતાર કરવા માટે હું આકાશ–પાતળ એક કરી રહ્યો છું.' ઇન્દુભાઇની દ્રષ્ટિએ તે વેરી હોઈ શકે એમ ધારી પૂરબે પૂછ્યું, 'તમે અહીં આવવા શા માટે રાજી થઈ ગયાં ?'

'તારા બાપુએ મને માનું સ્થાન દીધું છે.' તે બોલી, 'હું વર્ષો પહેલાંની વાત કરું છું. મને આજે પણ યાદ છે, તું ધાવણો હતો ત્યારે હેમંત મારા ઘેર રમકડાંઓનો ખડકલો કરી જતો અને તું એ ઢગ વચ્ચે બેસી ચોપાસ ટગર ટગર જોયા કરતો. નાની નાની દરેક વસ્તુને તું ઝીણવટથી જોતો, જ્યારે કંકુને તોફાન મચાવવામાં અનેરો આનંદ મળતો. આજે પણ તમારા બંનેના સ્વભાવમાં મને સહેજે ફેર નથી વરતાતો. જો કોઈમાં પરિવર્તન આવ્યું હોય તો

એ તારા બાપુ છે. તેમની સ્થિતિ જ્યારે તેં મારી સામે વર્ણવી, મારાથી ન રહેવાયું. આમ પણ હું એકલી રહેતી હતી. વિચાર્યું, ઘડપણમાં દીકરો માનો ટેકો બને, પણ મારો આ દીકરો...'

આંખો ઢાળી કાકુ પ્રત્યે સંકેત કરતાં તેણે આગળ ચલાવ્યું, 'આખું જીવન દોડધામ કરી સમય પહેલાં ઘરડો થઈ ગયો. એને મારી જરૂર છે. હું અહીં ચાલી આવી.'

પૂરબ પાસે કહેવા માટે હવે કાંઈ બાકી રહ્યું નહોતું. 'સમજ દીકરા !' કાંઈક યાદ આવતાં ઇન્દુબાઈએ ફરી હોઠ ખોલ્યા, 'વધુ ઉત્સાહી બની તારા બાપુ જેમ શરીરને ઘસી નાખતાં પહેલાં આટલો ખ્યાલ રાખજે, તારો અંત તારી સામે બેઠો છે.'

'ઇન્દુમાસી ! તમારી સલાહ ખરી પણ હોય તો મારા માટે એ શક્ય નથી. મારી રગરગમાં એક પ્રામાણિક માણસનું લોહી વહે છે.' કહેતાં તે વીસરાઈ ગયેલા મુદ્દા પર આવ્યો. 'તમે એ તો જણાવ્યું નહીં કે કંકુને અચાનક તમારી યાદ કેમ આવી ગઈ?'

ઇન્દુબાઈએ ઉત્તર દેતાં પહેલાં સહેજ વિચાર કર્યો. કાકુના હાંથમાંથી લીધેલા છાસનો ગ્લાસ ટિપાઈ પર મૂક્યો. પાછી કાકુના સૉફા પાછળ આવી ઊભી રહી. તેનો ચહેરો કહેતો હતો કે તે કાંઈ નક્કી કરી રહી છે. તેની મૂંઝવણ એ હોઈ શકે કે ખરો ઉત્તર દેવો કે નહીં ?

'કંકુ મૂંઝાઈ ગઈ હતી.' અંતે તેણે નિર્ણય લેતાં કહ્યું 'પૂજાને તે પ્રથમ વાર સતીવાવની ભુલભુલામણીમાં મળી હતી ત્યારથી તેને અનેક પ્રશ્નો પજવતા હતા. આ પ્રશ્નોનું તે સમાધાન ઈચ્છતી હતી.'

'દાખલા તરીકે?' પૂરબ સાથે સુનીતા તથા કોસોને પણ રસ પડ્યો.

'પૂજાને જોઈ તેના મનમાં સ્નેહનું ઝરણું કેમ ફૂટ્યું? પૂજા તેને પારકી કેમ ન લાગી ? પૂજામાં એવું તે શું જાદુ છે કે કંકુ તેને ભૂલી નથી શકતી ?' ઇન્દુબાઈએ એકસાથે ત્રણ સવાલો વહેતા મૂકી આગળ ચલાવ્યું, 'મારે તેને ખરું કારણ જણાવવું પડ્યું. તમે માનશો, પૂજા તેની સગી બહેન થાય એ જાણી તેને સહેજે આશ્ચર્ય ન થયું. – જાણે તેની ધારણા ખરી પડી હોય એમ તેણે માત્ર હુંકારો દીધો.'

'શું આ રહસ્ય એને જણાવવાની જરૂર હતી?' આ વખતે સુનીતાએ પ્રશ્ન કર્યો.

'નહોતી ?'

'તે આમ જ દુઃખી છે. આ રહસ્ય જાણી તેને કયું સુખ મળ્યું હશે ?'

'એ હું નથી જાણતી.' ઇન્દુબાઈએ જણાવ્યું, 'પણ આટલું નક્કી હતું ! અજાજીની હત્યા કર્યા વિના તેને ચેન પડવાનું નહોતું અને તેને રોકવા માટે મારી પાસે આ જ એક ઉપાય હતો. હું નહોતી ઇચ્છતી કે તે પોતાની બહેનનો ચાંદલો ભૂંસી નાખે.'

ઇન્દુબાઈની દલીલ કોસો તથા પૂરબને પણ યોગ્ય લાગી. કંકુને જાણ થાય કે પૂજા તેની બહેન છે તો અજાની હત્યા જેવું અંતિમ પગલું ભરવાની મૂર્ખાઈ કદાચ તે ન કરે.

'હું એ પણ ચાહતી હતી કે તે પોતાની સગી માના શરણમાં ચાલી જાય.' ઇન્દુબાઈએ આગળ ચલાવ્યું, 'મને ખાતરી છે કે સુનીતા કાંઈ માર્ગ શોધી તેને નવું જીવન દેશે.'

'તેણે શું કર્યું ?' સુનીતાથી પૂછ્યા વિના ન રહેવાયું.

'તે રાજી થઈ હતી.'

'ખરેખર ?'

'વહેલોમોડો એ તારો સંપર્ક સાધશે એની મને ખાતરી છે.'

• • •

થોડી મિનિટો પહેલાં સુનીતાએ ઇન્દુબાઈના લોહી પર શંકા કરી હતી. તેને જ મુખે કંકુ વિષે જાણી સુનીતાની આંખોમાં તે મુઠ્ઠી ઊંચેરી બની ગઈ. જે સ્ત્રીએ લોહી–પસીનો એક કરી પારકા સંતાનને પોતાનું માની ઉછેર્યું હતું એ જ સ્ત્રી સુનીતાને પોતાના હૃદયના કટકાસમી કંકુ ભેટ દેવા માટે રાજી પણ થઈ હતી.

'હવે તમારો પ્રોગ્રામ શું છે?' ટિપાઈ પર પડેલા ત્રણે ખાલી ગ્લાસ ઊંચકી રસોઈની દિશામાં જતાં ઇન્દુબાઈએ પૂછી લીધું, 'અહીં જમીને જશો કે...'

'ઇન્દુમાસી !' પૂરબ વચ્ચે બોલી ઊઠ્યો, 'હજી મેં મારા સરદાર મિત્ર જોડે છૂટથી વાતો પણ નથી કરી.'

'તમે ત્રણે ગપ્પા હાંકો, હું રસોઈની વ્યવસ્થા કરું છું.'

તે જતાં પૂરબ સુનીતા તરફ ફર્યો, 'તમને હવામહેલ પહોંચવાની ઉતાવળ હશે એ હું કલ્પી શકું છું.'

'છતાં ભૂખ્યા પેટે તે અહીંથી જઈ ન શકે.' કોસો બોલ્યો, ' છેલ્લા ચોવીસ કલાકથી સુનીતાબહેને અન્નનો દાણો યે પેટમાં નથી નાખ્યો. હમણાં છાસ પીધી એટલું જ.'

'કોસો !' સુનીતાને કહેવાની ફરજ પડી, 'તારી વેદના પણ મારાથી છાની નથી. પચમઢીમાં ચોધાર આંસુડે રડી મારી વ્યથાનું મેં જાહેર પ્રદર્શન કર્યું અને તારી વેદના તારા શાંત ચહેરા પાછળ સંતાયેલી રહી. ખરું કહેજે, મારી જોડે તે પણ ઉપવાસ નથી કર્યા ?'

'હું જુવાન છું.'

'અને હૉસ્પિટલમાંથી બેઠો થઈ બે દિવસ પહેલાં આવ્યો છે એ ન ભૂલીશ.'

ઇન્દુબાઈ ચાર થાળીઓ લઈ આવતાં ચર્ચા આપમેળે સંકેલાઈ ગઈ. કલાકેક પછી ત્રણે જણાં સાથે જ કારમાં નીકળ્યાં. હવામહેલની દિશામાં જતા લોકોનો ધસારો વધી ગયો હતો. ટોળેટોળાં હાથમાં નાળિયેર લઈ સતીસ્થળે જઈ રહ્યાં હતાં.

આ જોઈ પૂરબથી કહ્યા વિના ન રહેવાયું, 'સુનીતાબહેન, પુજાના સ્વર્ગવાસ પર દુઃખ વ્યક્ત કરવું કે હર્ષ એ જ સમજાતું નથી.'

'કેમ ?'

'આખો સમાજ તેના પર ગર્વ લઈ રહ્યો છે...'

'એ સમાજને હું ધિક્કારું છું જે...' એકાએક સુનીતાના ધૂંધળા વિચારો સ્પષ્ટ થઈ ગયા હોય એમ તે બોલી ઊઠી, 'જે એક વિધવાને પતિની ચિતા પર ચઢાવી તહેવાર મનાવે.'

પૂરબની આંખો પહોળી થઈ ગઈ. તેણે સપને પણ ધાર્યું નહોતું કે સુનીતાની પ્રતિક્રિયા આટલી જલદ હશે!

'તમને કોણે કીધું કે પૂજા સ્વેચ્છાએ સતી નથી બની ?'

'મારા હૃદયે.'

'કોઈ કારણ પણ હશે !'

'હૃદય પાસે કારણ નથી હોતું. હૃદય કોઈને ચાહે છે ત્યારે કારણ નથી જોતું.' – કહેતાં તેણે પોતાની છાતી પર હાથ મૂક્યો, 'અને અહીં એક માનું હૃદય છે. મારી દીકરીને હું નહીં જાણું તો બીજું કોણ જાણશે?'

કાર ધીમી ગતિએ માર્ગ કરતી આગળ વધી રહી હતી. માંડુ જેવા શાંત નૈસર્ગિક સ્થળનું રૂપ બદલાઈ ગયું હતું. માર્ગમાં ઠેકઠેકાણે બિલાડીના ટોપ જેમ નવા સ્ટોલો ફૂટી નીકળ્યા હતા. ક્યાંક ઠંડાં પીણાં વેચાતાં હતાં તો ક્યાંક જલેબી તળાતી હતી. કોઈ દુકાન ફરસાણની હતી તો કોઈ રેડીમેડની. કોઈ બાંકડો ચાનો હતો તો કોઈ પાઉંભાજી, અર્ધો ડઝન રમકડાંઓની રેકડીઓ પણ નજરે પડતી હતી.

• • •

'માય ગોડ !' પૂરબના હોઠ વચ્ચેથી શબ્દો સરી ગયા, 'હું માત્ર ત્રણ દિવસ બહાર રહ્યો અને માંડુ ગામ શહેર બની ગયું. આવી ભીડ મેં આજ પહેલાં ક્યારેય અહીં જોઈ નથી.'

કોસો પણ એકીટશે જોઈ રહ્યો હતો. ત્યાં સુનીતાએ ડ્રાઇવરના ખભે હાથ મૂકી તેને સંકેત દીધો. હવામહેલના ફાટક નજીક કાર થોભી ગઈ. પળભર કારની બારીમાંથી ત્રણે જણાં પહોળી આંખે જોઈ રહ્યાં.

નજીકમાં ફોટોગ્રાફરનો એક સ્ટોલ હતો. તેમાં પૂજાના લગ્ન પછીના અનેક ફોટાઓ સ્મિત વેરી રહ્યા હતા, પરંતુ ત્રણેનું ધ્યાન માત્ર એક ફોટા પર કેન્દ્રિત હતું. એ વિશાળ ફોટામાં પૂજા પતિનું માથું ખોળામાં લઈ સળગતી ચિતા પર બેઠી હતી. એ જ ફોટાની પોસ્ટકાર્ડ સાઈઝ પ્રિન્ટ ખરીદવા લોકો પડાપડી કરી રહ્યા હતા.

ડ્રાઇવરને મોકલાવી એક ફોટો સુનીતાએ પણ ખરીદી લીધો. નજીકથી ફોટો જોતા ત્રણે જણા ચોંકી ઊઠયાં. એ ફોટો નહોતો, ટ્રિક હતી. ચાલાકી હતી. શ્રદ્ધાળુઓને લૂંટી લેવાનો કીમિયો હતો. ટ્રિક—ફોટોગ્રાફ હતો.

ફોટાના કટકે કટકા કરી સુનીતાએ કારમાં જ નાખ્યા અને બહાર નીકળી ગઈ. તેની પાછળ પૂરબ તથા કોસો પણ ઊતરી ગયા. અહીંથી તેઓ ભીડ જોડે ભળી પગપાળાં આગળ વધ્યાં.

ફાટકથી હવામહેલ સુધીના ખુલ્લા ચોગાનમાં ઊગી નીકળેલાં ઝાડીઝાંખરાં સાફ થઈ ગયાં હતાં. ઘટાદાર વૃક્ષોને બાદ કરતાં માર્ગ લગભગ સપાટ હતો.

જેમ જેમ હવામહેલ નજીક આવતો જતો હતો, ભીડ વધતી જતી હતી. અહીં સેંકડોની સંખ્યામાં લોકોની અવરજવર હતી. વાતાવરણમાં શ્રદ્ધાની મહેક હતી. સતીના નામની ગુંજ હતી. લોકોના ચહેરા પર અનેરો ઉત્સાહ હતો. તેજ હતું. જાણે આ કળીયુગમાં કોઈ અવતારે જન્મ લીધો હોય ! કોઈ સતી કે સાવિત્રી પ્રગટ થઈ ભક્તોને દર્શન દેવાની હોય એમ માનવસમૂહ ધસી રહ્યો હતો.

હવામહેલ સુધી આવી ભીડ જમણી તરફ વળી જતી હતી. જમણી તરફ લતામંડપ હતો. આ જ વેરાન પડેલા મંડપમાં અજાથી ચિતા સળગી હતી. અહીં જ પતિનું માથું ખોળામાં લઈ પૂજા સતી થઈ હતી. આ જ મંડપ હવે સતીસ્થળ તરીકે ઓળખાતો હતો.

મંડપના છત પર કેસરી રંગનું કપડું પાથરવામાં આવ્યું હતું. નીચે, મંડપની વચોવચ ચૂંદડીમાં લપેટાયેલું એક ત્રિશૂળ ઊભું હતું. દૂરથી જોતાં કોઈ કન્યા ચૂંદડી ઓઢી ઊભી હોય એવો ભાસ થતો હતો. રાજપૂત યુવાનો કટાઈ ગયેલી તલવારો સાથે ચિતાને સળગતી રાખી પહેરો દઈ રહ્યા હતા, લગાતાર ફેરા લઈ રહ્યા હતા.

સુનીતા, કોસો તથા પૂરબ વિસ્ફારિત નેત્રે જોઈ રહ્યાં. એ જ વખતે કોઈએ ગુલાલ ઉડાડતાં ઊંચા અવાજે સતી માતાનો જય જયકાર બોલાવ્યો :

'એક દો તીન ચાર...'

'પૂજા રાની કી જય જયકાર !' ભેગા થયેલાં લોકો એકસાથે બોલી ઊઠ્યાં. આ સમૂહ સતીસ્થળ પર નાળિયેર વધેરી, માથાં ટેકી, પરિક્રમા ફરી પાછો વળ્યો અને નવા સમૂહે તેનું સ્થાન લીધું. આ કબીલાના મુખીએ નાળિયેર વધેરતાં ગળું ફાડ્યું :

'જબ તક સૂરજ ચાંદ રહેગા... '

'રાની સતીકા નામ રહેગા...' તરત તેના સભ્યોએ સાદ પુરાવ્યો.

સુનીતા, કોસો તથા પૂરબ ક્યારેક એકમેક સામે જોતાં હતાં તો ક્યારે સતીસ્થળ સામે. ક્યારેક ભીડને જોતાં હતાં તો ક્યારેક ત્રિશૂલમાં વીંટળાયેલી ચૂંદડીને.

કોસોએ હવે હવામહેલ તરફ જોયું, છત પર મહારાજાની જેમ ઊભો રહી આખા દ્રશ્યનું અવલોકન કરતાં કાલીચંદની નજર તેના પર પડી અને જાણે વીજળીનો આંચકો લાગ્યો હોય એમ બે પગલાં તે પાછળ ખસી ગયો.

• • •

૨૧

પૂરબે એક વાત ખરી કહી હતી : પૂજાના સ્વર્ગવાસ પર શોક વ્યક્ત કરવો કે હર્ષ એ નક્કી કરવું મુશ્કેલ હતું. સતીસ્થળ પર પળેપળે પડઘા ઊઠતા હતા :

સતીમાતા કી જય!

રાણી માતા કી જય !

સતી કે પતિ કી જય !

કોસો પણ સર્વ કાંઈ હેરતથી જોઈ રહ્યો હતો. જે યુવતીને તેણે અંતરમનથી ચાહી હતી, તે અમર થઈ ગઈ હતી, જે યુવતીને તેણે પોતાના હૈયામાં સ્થાન દીધું હતું તે લાખોના હૃદયમાં વસી ગઈ હતી. તેના નામનાં ભજન–કીર્તન ગવાઈ રહ્યાં હતાં. તેની પૂજા થઈ રહી હતી. તેની સ્મૃતિમાં દર વર્ષે એક મેળો ભરાવાનો હતો. વર્ષો વર્ષો સુધી તેનું નામ ગુંજતું રહેવાનું હતું.

શું આ એ જ પ્રિયતમા હતી જેણે તેના કાનમાં કહ્યું હતું... જીવનમાં સ્ત્રી માત્ર એક વાર કોઈ પુરૂષને ચાહે છે. એ જ તેનો પ્રથમ અને અંતિમ પ્રેમ હોય છે.

‘કોસો!’ તેના વિચારમાં ખલેલ પહોંચાડતાં સુનીતાએ જણાવ્યું, ‘આ ભીડમાં મારો જીવ મૂંઝાય છે.’

તે હવામહેલમાં જવા ઈચ્છતી હતી. હજી સુધી તે તારા તથા કાલીચંદને પણ નહોતી મળી. કોસો ત્યાં જ અડગ ઉભો રહ્યો.

‘તમે પૂરબ જોડે જાવ !’ તેણે કહ્યું, ‘આ પવિત્ર સ્થળ છોડી મારે ક્યાંય નથી જવું.’

‘ક્યાં સુધી અહીં ઊભો રહીશ ?’ પૂરબે વિનંતી કરી.

‘હું નથી જાણતો. મારા પ્રેમની ચિતા હજુ સળગી રહી છે. ત્રિશૂળ પર લહેરાતી પેલી રાતી ચૂંદડી જોઈ એવું લાગે છે જાણે પૂજા હયાત હોય ! જાણે તે હમણાં બોલશે !’

અહીંના ઘોંઘાટમાં કોસો જોડે દલીલ કરવાનો કાંઈ અર્થ નહોતો. સુનીતા જોડે માર્ગ કરતો પૂરબ હવામહેલના પ્રવેશની દિશામાં આગળ વધ્યો.

‘પૂરબ !’ સુનીતાએ પ્રશ્ન કર્યો, ‘આ બધું જોતાં તને શું લાગે છે?’

‘શેનું ?’

‘શું પોલીસોની ફરજ નહોતી કે કોઈ સ્ત્રીને હજારોની મેદની સામે જીવતી સળગી જતા રોકે ?’

‘તમારી વાત ખોટી નથી.’ તેણે અફસોસ વ્યક્ત કર્યો, ‘પોલીસ ઇચ્છે તો શું ન કરી શકે!’

જયપુર જિલ્લાના દેવીપુરા ગામની જશવંત કુંવરને ૧૯૮૫ની સાલમાં સતી થતાં પોલીસોએ બચાવી હતી. પચ્ચીસ હજારની ભીડને વિખેરવા ત્યાંના ડી. એસ. પી. કોઠપુતલીએ હવામાં ફાયર કરવાનો આદેશ દીધો હતો.

૧૯૮૩માં આ જ જિલ્લાની ગોકુળબાઈને પણ પોલીસે અગ્નિસ્નાન કરતાં પહેલાં ઝડપી લીધી હતી. એટલું જ નહીં, એ વર્ષે ભંવરી નામની વિધવાને સતી થતી રોકવા વીસ હજારની ભીડ પર પોલીસો તૂટી પડ્યા હતા.

‘તો તું કેમ ખામેશ રહ્યો?’ હવામહેલના પ્રવેશ નજીક થોભી જતાં સુનીતા બોલી ઊઠી, ‘તારી રગોમાં એક પ્રામાણિક માણસનું લોહી વહી રહ્યું છે ને ?’

• • •

'હવે મને સમજાય છે કે અમારા એસ. પી. સાહેબે મને ઈન્દોર શા માટે ધકેલી દીધો હતો.' પૂરબે જણાવ્યું, 'તે જાણતો હતો કે સતી થવાની ગંધ મને આવતાં હું સીધો હવામહેલ દોડી જઈશ, પતિની ચિતા પર ચઢતી પૂજાને રોકવાનું સાહસ કરતાં હું નહીં અચકાઉં. મારી નીડરતા તેમના માટે ભય બની ગઈ.'

'ભય શેનો?'

'રાજનીતિનો.' તેણે સરળતાથી જણાવ્યું, 'આ ઇલાકાના રાજપૂત નેતાઓને તે નારાજ કરવા માગતો નહીં હોય.'

'હવે ?'

તે કાંઈ ઉત્તર દે એ પહેલાં કાલીચંદે પ્રવેશમાં દેખા દીધી. 'આવો સુનીતાબહેન !' પ્રસંગને અનુરૂપ ગંભીરતા જાળવી રાખતાં તેણે ઔપચારિક સ્વાગત કર્યું. તે અંદર ચાલ્યો. પૂરબ તથા સુનીતા તેની પાછળ પગલાં ભરી બેઠકખંડના સૉફાઓમાં ગોઠવાઈ ગયાં. કાલીચંદ બંનેની સામે બેઠો.

સુનીતાની નજર બેઠકખંડની સૂની સૂની ત્રણ દીવાલો પરથી અકારણ પ્રવાસ કરતી કાલીચંદના ચહેરા પર ઠરી. ભારે શોકમાં ડૂબી ગયો હોય એમ તે આંખો ઢાળી બેઠો હતો.

'તમારું દુઃખ હું સમજી શકું છું.' અંતે તેણે મૌન તોડ્યું, 'તમારી દીકરીને મેં પણ મારી દીકરી માની હતી. મારી ઘરડી મા, મારી પત્ની કરતાં વધુ સ્નેહ મેં તેને દીધો છે. તે તો મૃત્યુ પામી દેવી બની ગઈ, પણ મારા વડીલ સમા સરબતસિંહ અને પુત્ર સમા અજાજીના દેહાંતના ઘા હું કોને દેખાડું?'

આંખે ઝળઝળિયાં આવ્યાં હોય એમ તેણે ચશ્માં ઉતારી સ્વચ્છ રૂમાલ વડે ભીનાશ લૂછી અને ફરી નાક પર ગોઠવી દીધા.

સુનીતાએ આશ્વાસનના બે શબ્દો કહેવા પડ્યા. 'જન્મથી શરૂ થતી જીવનદોર ક્યાં અને ક્યારે કાપી નાખવી એ તો માત્ર ઉપરવાળો જ જાણતો હોય છે છતાં દુઃખ એક વાતનું રહી ગયું : સતી થતાં પહેલાં હું પૂજાનો ચહેરા જોઈ ન શકી. કોઈએ મને જાણ કરી હોત તો...'

વાકય પૂર્ણ થાય એ પહેલાં પોતાની ભૂલ સમજાઈ હોય એમ તેણે ઝડપથી ઉમેરી દીધું, 'જાણ પણ કોણ કરત? એક જ રાતમાં થયેલા ત્રણ-ત્રણ દેહાંતોથી તમે પોતે મૂંઝાઈ ગયા હશો !'

'ના, બેન, એમ નથી. ' કાલીચંદે સ્પષ્ટતા કરી, 'મારી પોતાની ઇચ્છા હતી કે પૂજા સતી થાય ત્યારે તમે તેની પડખે રહો.'

'તો... ?'

'હું લાચાર હતો. પૂજાની અંતિમ ઇચ્છા આ હતી કે, ચુનરી મહોત્સવ ન ઊજવાઈ જાય ત્યાં સુધી તમને જાણ ન કરવી.'

સુનીતાની આંખોમાં ધૂંધ ઊતરી આવી. 'પણ તે એમ શા માટે કહે?'

'તે નહોતી ઈચ્છતી કે પુત્રીને જીવતી સળગતી જોઈ માતાનું હૈયું રડી ઉઠે, પરંતુ ખરું કારણ તેનો છાનો ભય હોઈ શકે ! તમે તેના સતી થવાના ઇરાદામાં નડતર બનો તો કદાચ તેનો નિશ્ચય ડગી જાય !'

સુનીતાના મનમાં જે શંકાઓ હતી કે પૂજા સ્વેચ્છાએ સતી થઈ નહીં હોય એ ઓગળતી દેખાઈ. સાથે જ ભીતર કાંઈક વધુ ઓગળ્યું. અને તેની આંખો ભરાઈ આવી. બંને હાથ વચ્ચે ચહેરો સંતાડી તે એક બાળકની જેમ છૂટથી રડી પડી, ફરી એક વાર માહોલમાં શાંતિ ઊતરી આવી. આ ખામેશીમાંથી માત્ર ડૂસકાં ઊઠતાં હતાં.

'કાલીચંદભાઈ !' થોડી વારે સુનીતા સ્વસ્થ થતાં પૂરબે શરૂઆત કરી, 'તમે મને ઓળખતા હશો !'

'કાકુભાઈના પુત્રને કોણ ન ઓળખે ?' કહેતાં તેણે પૂછી લીધું, 'તારું નામ પૂરબ, ખરું?'

તેણે ઇશારાથી 'હા' કહ્યું.

'ક્યાં હતો આટલા દિવસ ?' તેને દોષિત ઠરાવતાં કાલીચંદે કહ્યું, 'તું સમયસર હાજર થઈ ગયો હોત તો કદાચ પૂજા આજે આપણી વચ્ચે અહીં બેઠી હોત !'

'તમે મારો સંપર્ક સાધવાનો પ્રયાસ કર્યો હતો ?'

'પૂછી જોજે તારા એસ.પી. સાહેબને !'

'તેમણે કોઈ બીજા અફસરને મોકલાવ્યો હોત !'

'કોઈ બીજો મરદ માંડુમાં પાક્યો છે કે પોલીસો તેને પાંચ હજારની ભીડ સામે બાથ લેવા મોકલાવે ?'

'ખેર.' પોતાની પ્રશંસાથી સહેજ પ્રસન્ન થતાં તેણે જણાવ્યું, 'જાગ્યા ત્યારથી સવાર, હવે જરા મને વિગતવાર જણાવશો ?'

'તારે શું જાણવું છે?'

'આજે સાતમી સપ્ટેમ્બર છે. પૂજા ચોથી સપ્ટેમ્બરે સતી બની. મારે આ ચારે દિવસોનો હેવાલ તમારા મોઢે જાણવો છે.'

કાલીચંદ અકળાયો. 'પણ હવે શો ફાયદો?'

'હું નથી જાણતો.'

'તો... તો પછી તારા પ્રશ્નનો શો અર્થ ?'

'તમને જણાવવામાં કાંઈ વાંધો છે?'

ભારે હૈયે કાલીચંદે શરૂઆત કરી. ત્રીજી સપ્ટેમ્બરની રાતે માંડવગઢમાં ભયાનક તોફાન આવ્યું હતું. ગાજવીજ સાથે મુશળધાર વર્ષા થઈ રહી હતી. હંમેશ મુજબ નશામાં લથડિયાં ખાતા સરબતસિંહ મોડી રાતે પાછો ફર્યો; પરંતુ મહેલમાં ન જતાં તે તબેલામાં પ્રવેશ્યો અને લથડિયું ખાઈ દીપડાના પાંજરા પાસે ઢળી પડ્યો. તોફાનના કારણે વીફરેલા દીપડાએ પાંજરામાંથી પંજો લંબાવી તેના બેભાન દેહને નજીક ખેંચી ફાડી ખાધો.

અજાને જાણ થતાં તે તરત ચોકીદાર મામદ સાથે દોડી આવ્યો. પિતાનો એક હાથ ખભામાંથી અલગ કરી પાંજરામાં બેસી નિરાંતે ચૂંથતા દીપડાને જોઈ તે હલી ગયો. તરત તેણે મામદની રાઈફલ આંચકી ઘોડો દાબી દીધો. પરંતુ બીજી વાર ઘોડો દાબતાં ગોળી ન છૂટી. તે રાઇફલ ખોલી તપાસવા ગયો અને અચાનક બીજી ગોળી છૂટી તેના હૃદયમાં આરપાર ઊતરી ગઈ. ત્યારે રાતના ત્રણ થયા હશે !

'પાંચેક મિનિટ પછી મારા દરવાજા ધણધણી ઊઠ્યા.' કાલીચંદ કહી રહ્યો હતો, 'મેં દરવાજો ખોલી જોયું તો એ જ ચોકીદાર મારી સામે ધ્રૂજતો ઊભો હતો. તેના એક હાથમાં ફાનસ હતું. અને બીજા હાથમાં છત્રી. તે વારંવાર કહી રહ્યો હતો : ગજબ થઈ ગયો, ડૉક્ટરસાહેબ! ગજબ થઈ ગયો!'

તેની છત્રીમાં દીપડાના પાંજરા પાસે આવી કાલીચંદે જોયું તો બે લાશો કીચડમાં અડખેપડખે પડી હતી. દીપડો પણ અત્યાર સુધીમાં ઢળી પડ્યો હતો. કાલીચંદે બંને લાશો ઊંચકાવી મહેલના બેઠકખંડમાં લીધી.

રાત ઢળી ચૂકી હતી. મહેલનાં દાસ–દાસી તથા ચાકરો જાગી ઊઠ્યાં હતાં. એકસાથે બબ્બે લાશો જોઈ તેઓ પણ ડઘાઈ ગયાં હતાં. થોડીક દાસીઓ લાશ પાસે બેસી માથાં કૂટવા લાગી. કોઈની સમજમાં કાંઇ નહોતું આવતું.

'હું પણ મૂંઝાઈ ગયો હતો.' સુનીતા તથા પૂરબ તેનું બયાન ધ્યાન દઈ સાંભળી રહ્યાં હતાં, 'શું કરુ? ક્યાં જાઉ ? કોની મદદ માગું ? આ બધા પ્રશ્નો પિંગપોંગના દડાની જેમ ઊછળી રહ્યા હતા. ત્યાં પૂજાએ દેખા દીધી. તે સીડીઓ પર ઊભી હતી. તેને કોણે સમાચાર દીધા હશે એ હું નથી જાણતો. કદાચ તારાએ દીધા હોય ! કારણ કે પુજાની પાછળ તે પણ ઊભી હતી. એ દ્રશ્ય હજી યે મારી આંખોમાં તરે છે.'

સ્વસ્થતાપૂર્વક પગલાં ભરતી પૂજા સીડી ઊતરી રહી હતી. વિલાપ કરતી દાસીઓ સિવાય બાકી સર્વે તેની સામે જોઈ રહ્યા હતા. એકાએક કાળકાએ આગળ વધી જતાં તેને છેલ્લા પગથિયે રોકી.

'મારે મારા પતિના દર્શન કરવા છે.' પૂજાએ વિનંતી કરી.

'આ રિવાજ રાજપૂતોમાં નથી.' કાળકાએ તેને ભારપૂર્વક જણાવ્યું.

'તારા !' પૂજાએ તેની સહાય લીધી. 'આને કહે કે વચ્ચેથી ખસી જાય, નહિતર...'

તેની આંખોમાં ઝનૂન જોઈ કાળકા પોતે જ ખસી ગઈ. પૂજા છેલ્લું પગથિયું ઊતરી નીચે આવી. અજાની લાશને ઘેરી કલ્પાંત કરતી દાસીઓ એક તરફ ખસી ગઈ. પૂજાની આંખો અજાના શબ પર સ્થિર હતી.

થોડી વારે તેણે આંખો ઊંચી લઈ પોતાનો નિર્ણય જણાવ્યો, 'હું સતી થઈશ.'

હવામહેલમાં સોપો પડી ગયો. કાલીચંદ સાથે દાસ–દાસીઓ પણ સ્તબ્ધ થઈ તેની સામે પહોળી આંખે જોઈ રહ્યાં.

'આંચકામાંથી બહાર આવતાં હું તેની પાસે દોડી ગયો.' કાલીચંદે આગળ ચલાવ્યું, 'મેં તેને સમજાવી, ધમકાવી. હાથ જોડ્યા. વિનંતી કરી કે પોલીસને સતી થવાની જાણ થશે તો હવામહેલની આબરૂના કાંકરા થઈ જશે. તે ન માની. દાસ– દાસીઓએ તેને આજીજી કરી. તે પોતાની જીદ પર અચળ હતી. તેના હોઠે માત્ર એક જ વેણ હતું... ના, હું સતી થઈશ. મને અંતઃપ્રેરણા થઈ છે. હવે મને કોઈ રોકી ન શકે.'

પૂજા સ્નાન કરવા ચાલી ગઈ. કલાકેક પછી તે પાછી ફરી ત્યારે તેના દેહ પર એ જ ગુલાબી સાડી હતી જે તેણે લગ્નના દિવસે પહેરી હતી. એ જ ઘરેણાં હતાં, જે તેના ગળામાં લગ્નની રાતે શોભ્યાં હતાં. એ જ ચાંદલો હતો, જે વિવાહના સમયે તેના કપાળે દીપી ઊઠ્યો હતો. ફરી એક વાર તે વધૂ બની ગઈ.

'તેને તૈયાર કોણે કરી?' પૂરબે વચ્ચે પૂછી લીધું.

'તારાએ.'કાલીચંદે ઉત્તર દીધો.

સવારના નવ વાગી ગયા હતા. થોડાંક કલાકોમાં હવામહેલ બહાર વાત ફેલાઈ ગઈ. રાણીમાતા સતી થવાની છે, આ જાણી લોકોનાં ટોળાં આ તરફ આવવાનાં શરૂ થઈ ગયાં હતાં. હવે અહીં વધુ સમય વેડફવાનો અર્થ નહોતો કારણ કે હજી સમય હાથમાં હતો. અંતિમ પ્રયાસરૂપે કાલીચંદે ડી.એસ.પી. સાહેબને ફોન જોડ્યો. પહેલાં તો તેમને વિશ્વાસ જ ન બેઠો. પછી કાંઈ પગલું લેશે એવી ખાતરી દીધી.

મનોમન ગાયત્રીમંત્ર પઢતા પતિની અર્થી સાથે પૂજાએ હવામહેલ બહાર પગલું ભર્યું ત્યારે ખાસ્સી ભીડ એકઠી થઈ ગઈ હતી. લોકો ઊંચા અવાજે પોકારી રહ્યા હતા – સતી માતા કી જ્ય! રાની માતા કી જય !

પૂજા દ્રઢતાપૂર્વક પગલાં ભરી રહી હતી. તેની રક્ષા કરવા ચાર રાજપૂત યુવાનો નાગી તલવાર સાથે તેની આસપાસ ગોઠવાઈ ગયા હતા. મહેલના પ્રવેશથી પૂજા લતામંડપ પહોંચી ત્યાં સુધી રિવાજ મુજબ તેનો ચહેરો ઘૂંઘટમાં હતો.

અંતિમક્રિયાનો પ્રબંધ પહેલાંથી થઈ ચૂક્યો હતો. ચિતા તૈયાર હતી. અજાનું શબ લાકડાઓના ઢગ પર ગોઠવાઈ ગયું હતું.

પૂજાને ટેકો દઈ ઉપર ચઢાવતાં એક રક્ષકે કહ્યું, 'હવે તારે ઘૂંઘટની જરૂર નથી.'

પૂજાએ ઘૂંઘટ ખેંચી લીધો. પછી પતિનું માથું ખોળામાં લીધું ત્યારે ચાર હજારની મેદનીએ રાણી સતીનો જયજયકાર બોલાવતાં આકાશ ગજવી મૂક્યું. વાતાવરણમાં ગુલાલ ઊડી રહ્યો હતો. અને અગ્નિદાહ દેનાર પરિવારમાં કોઈ નહોતું.

• • •

'હજી સુધી હું આ કલ્પી નથી શક્યો કે એકાએક ચિતા કેમ કરી સળગી ઊઠી? કોઈ કહે છે કે આ સતનો પ્રતાપ છે. પૂજાએ હાથ ઊંચો કર્યો અને જ્વાલાઓ પ્રગટી. કોઈ કહે છે કે આભમાંથી એક ચિનગારી આવી અને ચિતા સળગી ઊઠી. ખરેખર આમ થયું હોય તો આ ચમત્કાર મારી નજરે કેમ ન પડ્યો?'

તે કાંઈ વધુ કહે એ પહેલાં પ્રવેશદ્વાર પર પહેરો ભરતા બે દરવાનોને એક તરફ ધકેલી એક યુવતી અંદર ધસી આવી. તેના ચૂડીદારનું કુરતું બાંયમાંથી ફાટી ગયું હતું. એક પગમાં ચંપલ હતું. બીજું, પ્રવેશમાં થયેલી ઝપાઝપીમાં ક્યાંક ઊડી ગયું હતું. તેનો ચહેરો તમતમી ગયો હતો. કાનની બૂટો રાતી હતી.

સુનીતાએ તેને તરત ઓળખી લીધી. આ એ જ પત્રકાર અરુણા હતી જે તેનો ઇન્ટરવ્યૂ લેવા ભોપાલથી પચમઢી સુધી આવી હતી. સુનીતાને અહીં જોતા પળભર માટે તેને આશ્ચર્ય થયું. આટલું જ આશ્ચર્ય આ અજાણી છોકરીનું સાહસ જોઈ પૂરબને પણ થયું હતું. ના, પૂરબ ! સાહસ કાંઈ તારો એકલાનો ઇજારો નથી. તેના મનમાં પડઘો ઊઠ્યો.

કાલીચંદે ઊભા થઈ તેને શાંત પાડતા કહ્યું, 'મહેલમાં દાખલ થવા માટે તારે કુસ્તી લડવાની જરૂર નહોતી, મને ફોન કરી જણાવ્યું હોત તો... '

'તમે એટલે કોણ ?'

'હું હવામહેલનો ફૅમિલી ડૉક્ટર કાલીચંદ છું.'

'મારે પૂજાના આવાસની મુલાકાત લેવી છે.' અરુણા પોતાનો પરિચય દીધા વિના બોલી ગઈ.

'દીકરી ! હું નથી જાણતો કે તું કોણ છે અને જાણતો હોત તો યે પરવાનગી ન દેત.'

'હું પત્રકાર છું, અરુણા જરીવાલા અને ભોપાલ ટાઈમ્સ મારું અખબાર છે.'

કાલીચંદ સહેજ હલી ગયો. સતીપ્રથા પર આકરા પ્રહાર કરતો તેના લેખ કાલીચંદે વાંચ્યો હતો. 'તારે શું જાણવું છે?'

'જાણવું નથી, જોવું છે.'

'જો દીકરી ! પૂજાના આવાસે અત્યારે થોડીક સ્ત્રીઓ ભજન-કીર્તન કરતી બેઠી છે.' કાલીચંદે શકય તેટલા હળવા શબ્દોમાં જણાવ્યું, 'અને તેઓને ડિસ્ટર્બ થાય એમ તું પણ નહીં ઇચ્છે.'

'હું દરવાજામાંથી એક નજરે ઓરડા જોઈ પાછી ચાલી આવીશ.'

'હવે મારે તને સ્પષ્ટ ના કહેવી પડશે.'

'હમણાં તો તમે કહ્યું કે મારે કુસ્તી લડવાની જરૂર નહોતી અને...'

'તું જાય છે કે...'

'કાલીચંદભાઈ !' સુનીતા ઊભી થતાં વચ્ચે બોલી ઊઠી, 'હું પોતે અહીંથી ઉપર જઈ રહી છું. મારી જોડે તે ભલે આવે.'

'તમે ઓળખો છો આને?'

'એક આવી જ તીખી મુલાકાત તેની જોડે થઈ ચૂકી છે.' સુનીતાએ સહેજ હસી ઉત્તર દીધો અને અરુણાનો હાથ પોતાના હાથમાં લઈ સીડીઓની દિશામાં આગળ વધી ગઈ. પૂરબ બંનેની પાછળ ચાલ્યો. કાલીચંદે જોયું તો અરુણા પોતાનું બાકી વધેલું એક ચંપલ તેની હાંસી ઉડાડવા પાછળ મૂકતી ગઈ હતી.

અર્ધા પગથિયાં ચઢી જતાં અરુણાને પૂરબનો ખ્યાલ આવ્યો. ત્યાં જ થોભી જતાં તેણે પૂરબ સામે જોયું. તેના પોશાક સામે જોયું. પછી વ્યંગમાં કહ્યું, 'હવે અહીં... તમારું શું કામ છે, સાહેબ?'

તે ચોંક્યો. આ ટકલી આમ અચાનક તેના પર હુમલો કરશે એની તેને કલ્પના નહોતી.

સુનીતાએ તરત પૂરબનો પરિચય દીધો, 'અહીંના ડી. એસ.પી. છે.'

'એટલે જ પ્રશ્ન કર્યો.' સુનીતાને સંબોધી તે કહી રહી હતી. 'એક જીવતીજાગતી યુવતીને ધક્કા મારી ચિતા પર ચઢાવવામાં આવી ત્યારે તમારો ડી.એસ.પી. ક્યાં હતો?'

'હું ક્યાં હતો એ જુદી વાત છે.' પૂરબે ઉત્તર દીધો, 'પરંતુ પત્રકારો જેમ પુરાવા વિના હું દલીલ નથી કરતો.'

'કેટલા પુરાવા તારે જોઈએ છે?'

'હું અધ્ધર પુરાવાઓની વાત નથી કરતો.'

'હું પણ સધ્ધર પુરાવાઓની વાત કરું છું.'

'અરુણા !' સુનીતાએ તેને રોકતાં કહ્યું, 'અહીં તું પૂજાનો આવાસ જોવા આવી છે. બહેસ કરવા નહીં, ચાલ, આગળ થા !'

બબડાટ કરતી તે ફરી ઉપર ચાલી, 'આ પોલીસવાળાઓની આંખો સામે હત્યા થશે તો યે પૂછશે કે પુરાવો ક્યાં? એસ.પી. સાહેબને જઈ કહો કે પોલીસો લાંચિયા છે તે કહેશે કે પુરાવો શું? હવે તમે જ કહો, આંટી ! એસ.પી. સાહેબના ઘેર સડો હોય તો એ પણ આપણે પુરવાર કરી દેખાડવાનું ?'

પૂરબ સમસમી ગયો, પરંતુ તેને અરુણા પ્રત્યે નફરત ન થઈ. માન થયું. તે નાદાન હતી. બેફામ બકવાટ કરતી હતી, છતાં તેના શબ્દોમાં સત્યનો રણકાર હતો.

ઉપલા મજલે આવતા સુનીતા થોભી ગઈ. સર્વે આવાસોના દરવાજા બંધ હતા. તે ચોક્કસ નહોતી જાણતી કે આમાં ક્યો દરવાજો પૂજાના ઓરડાનો હશે !

અરુણાએ એક સિગારેટ હોઠ વચ્ચે ગોઠવી અને છેડેનો દરવાજો ખુલી ગયો. કજરી થાળીમાં પ્રસાદ લઈ બહાર નીકળી. સુનીતા જોડે તેની નજર ચાર થતાં તેના પગ જ્યાંના ત્યાં થોભી ગયા.

સુનીતા પણ સાશ્ચર્ય તેની સામે જોઈ રહી. પછી ધીરે ધીરે આગળ વધી તેની પાસે આવી. કજરીએ તેની સામે પ્રસાદની થાળી ધરી. તેનું મન રાખવા સુનીતાએ નાળિયેરની એક કટકી અંદરથી ઊંચકી લીધી. કજરીએ પ્રસાદની થાળી અરુણા સામે ધરી.

'હું હત્યાનો પ્રસાદ નથી ખાતી.'

કજરીની આંખો રાતી થઈ ગઈ. સુનીતાને લાગ્યું, તેના હાથમાં અત્યારે થાળી ન હોત તો અરુણાને તેણે ડોકમાંથી પકડી હલાવી નાખી હોત !

'અરુણા !' પરિસ્થિતિ વણસે એ પહેલાં તે બોલી ઊઠી, 'આમ કોઈનું અપમાન ન થાય. કજરી મૂંગી–બહેરી છે.' તેણે ટકોર સમજી લેતાં સળગાવ્યા વિનાની સિગારેટ પાછી ડબીમાં મૂકી એક કટકી ઊંચકી લીધી. અંતે પૂરબને પોતાના હાથે પ્રસાદ દઈ તે મહેલના બીજા ભાગોમાં પ્રસાદ વહેંચવા પગલાં ભરી ગઈ.

ત્રણે જણાં ધીરે ધીરે આગળ વધી પૂજાના આવાસમાં પ્રવેશ્યાં અને થોભી ગયાં. અંદર તારા સિવાય બીજું કોઈ નહોતું. ઓરડામાંથી સઘળો સામાન ક્યાંક બીજે ખસેડી લેવાયો હતો. દીવાલો સૂની સૂની હતી.

ફરશ પર કાર્પેટ સિવાય કાંઈ ફર્નિચર ન હોવાના કારણે ઓરડાની સાદગીમાં વધારો થતો હતો. અલબત્ત, સામી દીવાલ પાસે એક બાજઠ હતું. તેના પર ઊજળું કવર પાથરી પૂજાનો ફોટો શોભાવવામાં આવ્યો હતો. નજીકમાં અગરબત્તીઓ મહેક ફેલાવી રહી હતી.

ફોટોફ્રેમ પર કંકુનાં રાતાં નિશાનો હતાં તો નીચે એક દીવડી સળગી રહી હતી. આથી વિશેષ ઓરડામાં કાંઈ હોય તો એ પૂજાની તપખીરી સાડી હતી – જાણે કોઈ પ્રદર્શનમાં ગોઠવાઈ હોય એમ બાજઠ પાછળની દીવાલ પર શોભી રહી હતી. (કહેવાય છે કે આ સાડી પતિના સ્વર્ગવાસના આગલા દિવસે પુજાએ પહેરી હતી.) બાજઠ નજીક એક ચટાઈ પાથરી તારા કોઈ વિધવાની જેમ સફેદ સાડલામાં સૂતી હતી.

• • •

અરુણાની બાજ નજરોએ આ બધું ઝીણવટથી જોયું. તેની આંખો પત્રકારની હતી તો પૂરબનું નાક પોલીસવાળાનું હતું. તે ગંધ પારખતો કૂતરાની જેમ નાક વડે ઓરડાને જોઈ રહ્યો હતો.

'તારા !' સુનીતાએ હળવેકથી કહ્યું અને સૂતાં સૂતાં જ તેણે ચહેરો ઘુમાવ્યો. સુનીતા જોડે વધુ બે જણાંને જોઈ તે બેઠી થઈ ગઈ.

સુનીતાએ જોયું તો તેની આંખોમાં આખા ઓરડાની વેરાની હતી. છેલ્લા થોડાંક દિવસોથી તે ચેનથી સૂતી પણ નહીં હોય એમ તેના ફિક્કા ચહેરા પરથી લાગતું હતું.

'ક્યારે આવી ?' તારાએ તેને બેસવાનો ઇશારો કર્યો.

'આજે સવારે.' સુનીતા એકલી બેસી ગઈ.

અરુણા તથા પૂરબ પોતપોતાની રીતે ઓરડો તપાસવા લાગ્યાં. તારાએ તેઓ સામે જોતાં સુનીતાને સંબોધી પૂછ્યું, 'આ પોલીસવાળાને સાથે લઈ આવવાની જરૂર હતી ?'

પ્રશ્ન વિચિત્ર હતો. સુનીતાને નવાઈ લાગી. 'હેમંતના મિત્રનો પુત્ર છે.' તેણે જણાવ્યું.

'પણ અહીં..'

'શું અહીં કાંઈ રહસ્ય છે ?' તે બોલી ગઈ, 'કાંઈ ભય છે તને ?'

'તેં આ ઠીક ન કર્યું ?'

'શું ઠીક ન કર્યું ?'

'આ ઓરડાની પવિત્રતા ભ્રષ્ટ થઈ.'

'માનવીઓથી મંદિરની પવિત્રતા વધે, ઘટે નહીં, તારા.'

પૂરબ તથા અરુણા ધીરે ધીરે ઝરૂખા તરફ આગળ વધી ગયાં. તારાએ એક નજર ઝરૂખાની દિશામાં પાથરી ફરી સુનીતા સામે જોયું. 'એ બંને અહીં... શું શોધી રહ્યાં છે? શું અહીં કોઈની હત્યા થઈ છે? કાંઈ પાપ આચરાયું છે ?'

'સમજ તારા ! એ બંનેના ધંધા જ શોધખોળ કરવાના છે. એક પોલીસવાળો છે તો બીજી પત્રકાર. અંતે કાંઈયે ન જડતા તે નિરાશ થઈ મારી પડખે બેસી જશે.' – કહેતાં તેણે ઉમેર્યું, ' પણ તારી બીક હજી મારા સમજમાં નથી આવતી ?'

'કોણે કીધું કે મને બીક છે?' તારાનો અવાજ ઊંચો થયો.

'શાંત થા, તારા ! હું જાણું છું કે અહીં તારા પર કેવી વીતી હશે !'

'શું જાણે છે તું?'

'પૂજા તારી આંખ સામે જીવતી ચિતા પર ચઢી ગઈ એ આઘાત તું જીરવી શકી નહીં હોય એમ હું કલ્પી શકું છું.'

તે કાંઈ વધુ કહે એ પહેલાં તારાની આંખો ભરાઈ આવી. તે સુનીતાના ખોળામાં પોતાનો ચહેરો સંતાડી ધ્રુસકે ધ્રુસકે રડી પડી. સુનીતા, જેનું પોતાનું હૈયું ચિરાએલું હતું, જેને પોતાને કોઈ દિલાસો દેનારની જરૂર હતી, તારાની કંપતી પીઠ હળવા હાથે થપથપાવવા લાગી.

અરુણા દબાયેલા પગે આવી સુનીતાની પડખે ચૂપચાપ બેસી ગઈ. પૂરબ હજી ઝરૂખામાં હતો. તેને એક લૂલી કડી મળી હતી. એ વિષે તે એકલો વિચારી રહ્યો હતો. હવે તે આટલું ખાતરીપૂર્વક કહી શકતો હતો કે આ ઓરડામાં કોઈની હત્યા થઈ છે, પણ કોની ? તે આકાશ સામે જોઈ રહ્યો.

'તારા !' થોડી વારે તે સ્વસ્થ થતાં સુનીતાએ કહ્યું, 'કમ સે કમ તે તો પૂજાને આત્મહત્યા કરતી રોકી હોત.'

'તે જીદે ચઢી હતી.'

'મને ફોન કરવો હતો. હું પોતે આવી તેને સમજાવત.'

'આ બધું એટલી ઝડપથી બની ગયું કે તને ફોન કરવાનો મને ખ્યાલ સુધ્ધાં ન આવ્યો. બીજું, અજાજીનું શબ જોઈ તેણે દ્રઢતાપૂર્વક પોતાનો નિર્ણય જાહેર કરી દીધો હતો.'

'પછી?'

'તેણે પોતાના હાથે પતિનો મૃતદેહ ધોઈ સાફ કર્યો અને મારી સામે જોયું . હવે તે પોતે નાહવા માગતી હતી. હું તેને સાથે લઈ ઉપર આવી તો તેણે મારી પાસે એક વિચિત્ર માંગ કરી.' તારા કહી રહી હતી, 'મને કહે કે... આજે મારી પીઠ ચંદનથી ચોળી મને તારા હાથે નવડાવ. મેં તેને નવડાવતાં સમજાવી. તૈયાર કરતાં સમજવી, શૃંગાર સજતાં સમજાવી. તે છેલ્લે સુધી પોતાના નિર્ણય પર અફર હતી.'

અરુણાથી સહન ન થયું. એકાએક તેણે વેધક કટાક્ષ કર્યો, 'હવે તમે કહેશો કે તે હસતાં હસતાં ચિતા પર ચઢી ગઈ.'

'તદ્દન ખરું.'

' અને હું કહું કે આ હળાહળ જૂઠ છે તો?'

'તું એ સમયે હાજર હતી ?'

'ના.'

'હું હતી.'

અરુણા દલીલમાં હારી ગઈ; પરંતુ હજી તે પોતાનો પરાજય સ્વીકારવા રાજી નહોતી. 'તમે કોણ છો?'

'એથી તારે શું ?'

'આખરે તો હવામહેલના હત્યારાઓમાંથી એક ને?'

તારાનો હાથ ઊઠી ગયો. સજ્જડ અને ઓચિંતો એક તમાચો તેણે અરુણાના ગાલે જડી દીધો. અરુણા સહેજે ન ડગી.

'આમ હાથ ચલાવવાથી તમારો અપરાધ ભૂંસાઈ નહીં જાય.' તે બોલી, 'મારી પાસે દસ જણાના આંખોદેખ્યા હેવાલ છે અને તેઓ ગીતા પર હાથ મૂકી કહે છે કે પૂજાને પરાણે ચિતા પર ચઢાવવામાં આવી હતી.'

તારાએ એક ભયાનક ચીસ પાડી અને પાગલની જેમ તે પોતાના જ વાળ ખેંચવા લાગી.

ઝરૂખામાંથી પૂરબ દોડી આવ્યો. તેણે જોયું તો અરુણા તથા સુનીતા સ્તબ્ધ બેઠાં હતાં. તારા ચટાઈ પર તરફડી રહી હતી. તેના હોઠે ફીણ બાઝી રહ્યાં હતાં.

૨૨

સુનીતાએ એક દિવસ માંડુમાં ગાળી પાછા પચમઢી ચાલ્યા જવાનું નક્કી કર્યું હતું; પરંતુ અરુણાએ જે દલીલો તારા સામે દીધી હતી તે જાણી તેને પોતાનો કાર્યક્રમ બદલવાની ફરજ પડી. મૂળ મુદ્દો આ હતો : પૂજા સ્વેચ્છાએ સતી બની હોય તો આ જ ગામના દસ જણા કઈ રીતે સોગંદપૂર્વક કહી શકે કે પૂજાને પરાણે ચિતા પર ચઢાવવામાં આવી છે!

અરુણા પાસેથી તેને એ પણ જાણવા મળ્યું હતું કે, ચિતા સળગી ઊઠતાં પૂજાએ ચીસો પાડી હતી. 'મમ્મી! મને બચાવો !' પરંતુ તેની ચીસોના અવાજ સતીમાતાની જયજયકારના ઘોંઘાટમાં ડૂબી ગયા હતા. આ ખરું હોય તો તપાસ થવી જોઈએ.

અરુણાનો મત જુદો હતો. તેના કહેવા મુજબ, આ ખરું ન પણ હોય તો આ મામલાની તપાસ થવી જોઈએ. કાયદાની દ્રષ્ટિએ આ આત્મહત્યા છે. આને ધર્મની આડમાં સંતાડી ન શકાય. આ આત્મહત્યાની ઘટનામાં જે જે લોકોએ મદદ કરી તેઓ પર કાયદેસર પગલાં લેવાવાં જોઈએ કારણ કે ભારતીય દંડ સંહિતાની ધારા ૩૦૨ તથા ૩૦૬ મુજબ હત્યા તથા આત્મહત્યામાં સક્રિય ભાગ ભજવવા બદલ તેઓ પર કેસ ઠોકી શકાય છે. અલબત્ત, આરોપ પુરવાર થાય કે પૂજાને જોરજુલમથી ચિતા પર ચઢાવવામાં આવી હતી તો હત્યાનો આ સ્પષ્ટ કેસ બને.

'તારો ઉતારો ક્યાં છે ?' હવામહેલમાંથી તેની જોડે બહાર નીકળતાં સુનીતાએ પૂછ્યું.

'અહીંની જૈન ધરમશાળામાં ઊતરી છું.'

પૂરબ બંનેની સાથે પગલાં ભરી રહ્યો હતો. બોલી ઊઠ્યો, 'સુનીતાબહેન ! તમારા વિચાર અહીં રોકાઈ જવાનો હોય તો તમારે ધરમશાળામાં રહેવા જવાની જરૂર નથી.'

'તવેલી મહેલમાં તો રહી શકું ને ?' તેણે સામો પ્રશ્ન કર્યો.

મધ્યપ્રદેશ પ્રવાસ નિગમે માંડુના તવેલી મહેલને પર્યટકોના રહેઠાણ માટે હૉટેલમાં ફેરવી નાખ્યો છે. ત્યાં બે કક્ષો સ્પેશિયલ છે તો બાકીના બે આમ જનતા માટે અલગ રખાયેલા છે.

'હું ધારતો હતો કે તમે મારા ઘેર પધારશો.' પૂરબે દિલગીરી વ્યક્ત કરી.

'કોસોને તું તારી જોડે લઈ જવાનું ભૂલીશ નહીં.' કહેતાં સુનીતાએ ઉમેર્યું, 'અરુણાનો સામાન ધરમશાળામાંથી ઊંચકાવી હું તવેલી મહેલ જઈશ.'

'પણ...' અરુણા કાંઈ કહેવા ગઈ.

'તારે મારી સામે દલીલ કરવાની ન હોય. તું મારી ત્રીજી દીકરી છે.'

તે ચૂપ થઈ ગઈ.

પૂરબ સતીસ્થળે આવ્યો ત્યારે પણ કોસો જ્યાંનો ત્યાં એકચિત્તે ત્રિશૂળને નિહાળતો ભીડમાં ઊભો હતો. પરિક્રમા કરતાં લોકો તેની જોડે ઘસાતાં, અથડાતાં હતાં; પરંતુ તેને કોઈની પરવા નહોતી. મજબૂતીથી તેણે એક વાંસને પકડી રાખ્યો હતો. શ્રદ્ધાળુઓના ધસારાને સતીસ્થળથી દૂર રાખવા ચાર ખૂણે ખોડાયેલા વાંસ જોડે દોરડાંઓ બંધાયેલાં હતાં.

પૂરબને મિત્રની દયા આવી ગઈ, 'કોસો !' તેણે નજીક આવતાં કહ્યું, 'સૂર્યાસ્ત થવા આવ્યો.'

કોસોએ તેની સામે જોયું. 'હજી હું મારી માતાને નથી મળ્યો.

'તારો વિચાર પણ બદલાયો નથી ને ?'

'કદાચ હું હવામહેલમાં જ રોકાઈ જાઉં.'

'આજની રાત મારી ઝૂંપડીમાં ગાળીશ તો મને આનંદ થશે.' પૂરબે વિનંતી કરી, 'હજી સુધી મારા બાપુ જોડે પણ તારી બેઠક નથી થઈ.'

'તેમની યાદશક્તિ જતી રહી છે.'

'એવું તને લાગ્યું હશે ! હકીકતમાં તેમની યાદો તેમના મૂડ પર નભે છે. એક વાર બોલવાનું શરૂ કરે પછી રોક્યા રોકાય નહીં.'

'હવે મને મારા ભૂતકાળમાં રસ નથી રહ્યો.'

પૂરબને ટકોર કરવી પડી, 'શું પુજા ભૂતકાળ નથી?'

'ના.' તે બોલી ઊઠ્યો, 'જે મારા હૃદયમાં વસતું હોય તેને હું કેમ કરી ભૂતકાળ કહી શકું?'

'આમ અચાનક તારા વિચાર કેમ બદલાઈ ગયા ?' પૂરબે તેને સમજવાનો પ્રયાસ કર્યો, 'પચમઢીમાં હતો ત્યારે તો તું તારા પિતા વિષે સર્વ કાંઈ જાણવા અધીરો થઈ રહ્યો હતો.'

'ત્યારે હું મારી લાચારી નહોતો જાણતો. ધારી લે કે આ સિદ્ધ થઈ જાય કે કાલીચંદે મારા બાપુ પર ત્રાટક કરાવી તેમની હત્યા કરી છે. હું શું કરી શકીશ ?'

'કેમ?'

'તે મારા પિતાના સ્થાને છે અને હું મારી માનો ચૂડલો ભાંગવાનું કારણ બની ન શકું.'

'તારે તારા બાપુ વિષે એ પણ જાણવું હતું કે તેમના પર હત્યાનો જે આરોપ છે એ ખરો કે નહીં ?'

'હવે તેની અગત્યતા નથી રહી.'

પૂરબ એકલો પાછો ચાલ્યો ગયો.

કોસો આગળ વધી હવામહેલના પ્રવેશમાં આવ્યો ત્યારે મામદ ચોકીદાર ભરેલી રાઇફલ સાથે પહેરો દેતો ઉભો હતો. અરુણા અંદર ધસી આવ્યા પછી કાલીચંદે પુરાણા દરવાનને બદલી તેના સ્થાને મામદને ગોઠવી દીધો હતો.

કોસો અંદર પ્રવેશવા જતાં મામદે તેને રોક્યો.

'મારે મારી બાને મળવું છે.' તેણે કારણ જણાવ્યું.

'આ હવામહેલ છે.' મામદે તેનું નખશિખ નિરીક્ષણ કરી જણાવ્યું, 'ઝૂંપડું નથી.'

કોસોએ તેની જોડે બહેસ ન કરતાં તેને બંને હાથમાં ઊંચકી દસ ફૂટ દૂર ઘા કરી દીધો.

કાલીચંદે આ દ્રશ્ય બેઠકખંડના સૉફા પરથી જોયું. તેને એ દિવસ યાદ આવી ગયો જ્યારે કોસોએ ઝરણાં પર ઊભેલા ઘરના આંગણે દેખા દઈ તેને આમ જ ઊંચકી દડાની જેમ તેનો ઘા કરી દીધો હતો; પછી મારી મારીને તેનું ભડથું બનાવ્યું હતું . એ દ્રષ્ટિએ જોતાં મામદ તેને ભાગ્યશાળી લાગ્યો.

કોસો અંદર આવી તેની સામે ઊભો રહેતાં કાલીચંદ સડાક કરતો સૉફા પરથી ઊભો થઈ ગયો. 'આ... આવ, આવ દીકરા !' તેના હોઠ પર સ્મિત હતું, શબ્દોમાં કંપન. ' બેસ! આજે ઘણા, દિવસે ત... તારી મા યાદ આવી?'

પળભર તે કાલીચંદ સામે જોઈ રહ્યો. તેને આભાસ થયો, જલેબીના ગૂંચળા જેવા મીઠાબોલા આ માણસને તેણે હવે સાપના ગૂંચળા તરીકે ઓળખી લીધો હતો. બીજું બધું તે ભલે ભૂલી જાય, એક સત્ય તે ક્યારેય વીસરવાનો નહોતો : આ એ જ કાળોતર હતો જેણે તેના પ્રેમને ડંખી તેનું જીવન વેરાન કરી નાખ્યું હતું.

'આ... આ... કાંઈ પારકું ઘર નથી.' તેને મૌન જોઈ કાલીચંદે બે શબ્દો વધુ કહેવાનું સાહસ કર્યું, 'તારું પોતાનું છે. તારી બાને હું હમણાં બોલાવી આવું છું.'

તે કાલીચંદની પાછળ ચાલ્યો. કાલીચંદને આ ન ગમ્યું, પણ આ બાબત હોઠ ખોલવાની તેની હિંમત ન થઈ. 'ઠીક આ થયું કે આજે તું આવી ગયો.' છતાં કાંઈક તો બોલવું જોઈએ. 'તારી બા તને રોજ યાદ કરતી હતી.' સીડી ચઢતાં તે કહી રહ્યો હતો, 'હવે તેના હૈયાને થોડીક રાહત થશે!'

પુજાના આવાસે આવતાં તેણે હળવેકથી દરવાજો ખોલ્યો. તારા ચટાઈ પર આડી પડી હતી. કજરી તેનું માથું ખોળામાં લઈ બેઠી હતી. તારાની વેદના અહીં કોઈ સમજ શક્યું હોય તો એ કોસોની મા હતી. હકીકતમાં આ બંને સ્ત્રીઓની પીડા એકસરખી હતી. બંનેએ પૂજાને અંતરમનથી ચાહી હતી : કજરીએ પોતાની કલ્પનાની વહુ તરીકે, તારાએ પોતાની કલ્પનાની પુત્રી તરીકે.

તારા આ આઘાત ઝીલી નહોતી શકી. તે ભાંગી પડી હતી; પરંતુ કજરીમાં હજુ આટલી શક્તિ બાકી વધી હતી કે તે આંખો રાતી કરી શકે. રાતી આંખે જ તેણે કાલીચંદ સામે જોયું. કાંઈયે કહ્યા વિના તે પ્રવેશમાંથી ખસી ગયો. કોસો ધીરે ધીરે આગળ વધી મા પાસે આવ્યો અને માથું નમાવી બેસી ગયો.

'સુખી તો છે ને?' તેણે થોડી વારના મૌન પછી માથું ઊંચુ કર્યું.

કજરીએ ઇશારાથી 'હા' કહ્યું; પરંતુ તેના ચહેરા પર રોનક નહોતી. કોસોએ ધારી લીધું, આનું કારણ પૂજાનો સ્વર્ગવાસ હોઈ શકે.

કજરીએ આંખો વડે તેની તબિયતના સમાચાર પૂછ્યા. આ વખતે તેણે પણ 'હા' કહ્યું; પરંતુ તેના ચહેરા ઉપર પણ હર્ષ નહોતો. ફરી બંને વચ્ચે મૌન પથરાઈ ગયું.

તારાની આંખો થોડી વાર પહેલાં લાગી હતી. તે સહેજ સળવળી બેઠી થઈ ગઈ. કોસોને અત્યારે કજરી સામે બેઠેલો જોઈ તેને સ્વાભાવિક રીતે આશ્ચર્ય થયું.

'મારી મા છે.' કોસોએ કહ્યું.

હવે તારાએ તેને ધારીને જોયો. ખભા સુધી ઝૂલતા લાંબા વાળને ઘેરતી મોતીઓ ભરેલી પટ્ટી કોસોના કપાળ પરથી દોડી જતી હતી. જમણા કાનમાં હાથીદાંતની રિંગ હતી. ગળામાં રંગીન પથ્થરોની માળા સાથે ચાંદીનું માદળિયું હતું. ઉઘાડી છાતી પર વધુ આકર્ષક લાગતું હતું. કમર નીચે ગમછો હતો. ગમછામાં જમૈયો તથા વાંસળી ખોસેલાં હતાં.

ફરી તારાએ તેના ચહેરા પર દ્રષ્ટિ કેન્દ્રિત કરી. આ કોસો એ જ હતો જેને તે પચમઢીમાં મળી ચૂકી હતી. આ કોસો એ જ હતો જેને પૂજાએ દરેક શ્વાસમાં પૂજ્યો હતો. આ કોસો એ જ હતો જેને તેણે મનથી પતિ તરીકે સ્વીકાર્યો હતો. અને આ જ કારણે ક્યારેય અજાને પોતાના શરીરનો સ્પર્શ સુધ્ધાં કરવા નહોતો દીધો.

'મા !' કોસોએ અચાનક ધડાકો કર્યો, 'તને તેડવા આવ્યો છું.'

કજરીએ તારા સામે જોયું. તે તરત બોલી ઊઠી, 'ચાલી જા કજરી. આ મહેલ ગંધાય છે.' બીજું વાકય ઉચ્ચારી તેણે જીભ કચડી લીધી.

'ગધાય છે?' કોસોએ તેના શબ્દો પકડી લીધા.

'સત પર કીચડ ઊછળવાની શરૂઆત થઈ ચૂકી છે.' સહેજ વિચારી તે અરુણાના સંદર્ભમાં બોલી, 'આજકાલની છોકરીઓ, જેઓનો ન કોઈ ધર્મ છે, ન ભગવાન, સતીના સત પર શંકા કરે ત્યારે મહેલ તો શું આખું ગામ ગંધાય.'

'તમે કોની વાત કરો છે, તારાબેન ?'

'એક પત્રકારની.'

'શું કહ્યું તેણે ?'

'એ જ કે ધર્મના નામે આ બધું પાખંડ છે. કોઈ એને કહો કે પોતાની ઍરકંડિશન ઓફિસમાંથી બહાર નીકળી થોડી વાર માટે તડકામાં ઊભી રહે. પાંચ મિનિટમાં તાપથી અકળાઈ તરફડી ઊઠશે. તે સતી–પ્રથાની પવિત્રતાને શું સમજી શકે ? પોતાનું સ્વચ્છંદી જીવન તો સુધારવું દૂર રહ્યું, ધર્મ વિરુદ્ધ ઝેર ઓકતી હતી તે.'

આવેશમાં વધુ પડતું બોલાઈ ગયાનું ભાન થતાં તેણે અવાજને દાબ્યો, 'કોસો, લઈ જા તારી માને! પૂજાએ એક દિવસ મને કહ્યું હતું, સુખ શહેરોમાં નથી, ગામડાંઓમાં છે – અને તેણે માત્ર એક જ ગામડું જોયું હતું – એક સંપૂર્ણ ગામ જેને લોકા ઝાંઝાં કહે છે.'

હવે કોસોએ મા સામે જોયું. તત્ક્ષણ કજરી કાંઈ નક્કી કરી ન શકી. કોસોએ આજ પહેલાં પણ એક વાર તેને પોતાની જોડે ઝાંઝાં પાછા ફરવા વિનંતી કરી હતી. તે રાજી નહોતી થઈ. ત્યારે કજરી ઝરણા પર ઊભેલા રમકડાં જેવા ઘરમાં કાલીચંદ જોડે ઘર માંડીને રહેતી હતી; પરંતુ ત્યારે તે કાલીચંદની પૂજા કરતી હતી.

અને આજે? કાલીચંદ તેને આંખમાં ભરાયેલા કણાની જેમ ખૂંચી રહ્યો હતો. જે દિવસે તને પ્રતીતિ થઈ કે તેના પોતાના ધણીએ સાવકા પુત્ર કોસો પર વેર વાળવા પૂજાનાં લગ્ન અજા જોડે ગોઠવી દીધાં છે, તે કાલીચંદ સામે જ ભોંય પર થૂકી હતી.

બસ, ત્યારથી કાલીચંદ પતિ–પરમેશ્વરમાંથી માત્ર નામનો પતિ રહી ગયો હતો. (આ પણ ઘોટુલના સંસ્કારનો ચમત્કાર હતો. સ્ત્રીને તેનો ધણી મીઠી નજરે જુએ, તેને સંમાનપૂર્વક રાખે તો એ પૂજનીય, નહિતર ખાસડું.)

નિર્ણય લેતાં તે તારાને ભેટી. તેની પીઠ થપથપાવી, તેના માથે સ્નેહપૂર્વક હાથ ફેરવ્યો અને ઊભી થઈ ગઈ.

કજરીની બીજી ફરજ સાસુની વિદાય લેવાની હતી. ત્યાંથી પોતાનો સામાન પણ લેવાનો હતો; પરંતુ તે માટે એને વધુ છેટે જવું ના પડ્યું. સરબતસિંહ તથા અજાના સ્વર્ગવાસ પહેલાં કાલીચંદ મહેલની ડાબી તરફ બંગલામાં રહેતો હતો; હવે તે મહેલની દેખભાળ કરવાના બહાને કેરટેકર બની સરબતસિંહના આવાસમાં ઘૂસી આવ્યો હતો.

કોસોને સાથે લઈ કજરી અંદર પ્રવેશી. કોસો દરવાજામાં ઊભો રહ્યો. તેણે જોયું તો બિસ્તર પર એક વૃદ્ધા સૂતી હતી. શરીર ગળાઈ ગયું હતું. આંખો બિડાયેલી હતી. કજરીએ દબાયેલા પગે પોતાનો સઘળો સામાન એક પોટલામાં ભરી દીધો. પછી સાસુના પગે માથું ટેકવી પ્રણામ કર્યાં. વૃદ્ધાને જોતી તે પાછી કોસો પાસે આવી અને બંને જણાં બહાર નીકળી ગયાં.

તેઓ નીચે ઊતરવા જાય એ પહેલાં કાલીચંદ હાંફળો–ફાંફળો સીડીઓ તરફ આવી રહ્યો હતો. મા–દીકરા પર નજર પડતાં જાણે આંચકો લાગ્યો હોય એમ તેના પગ થંભી ગયા.

માનો હાથ ઝાલી પગથિયાં ઊતરતાં કોસોએ પોતાની નજર તેના ચહેરા પર કેન્દ્રિત રાખી હતી. કાલીચંદના મનના ભેદ વાંચવા તેના માટે શકય નહોતું છતાં આટલું તે કળી ગયો : બાંઠિયો ડૉક્ટર કાંઈ મુશ્કેલીમાં છે. અને તે ખરું જ હતું. આજે રાતે કોસોનું કાસળ કાઢી નાખવાની તેની યોજના પર પાણી ફરી વળ્યું હતું.

સોળેક વર્ષ પહેલાં જ્યારે તાંત્રિક કાશીનાથના છૂંદાઈ ગયેલા ચહેરાવાળા ગેબી છોકરાએ તેનું ભવિષ્ય ભાખ્યું હતું ત્યારે જ કોસોના હાથે તેનું મૃત્યુ નક્કી થઈ ગયું હતું. તેની જોડે ભભૂતિયાનો અંત પણ સંકળાઈ ગયો હતો.

એ જ વર્ષે કાલીચંદે ઝાંઝાં પહોંચી બાળ કોસોની હત્યાના ભરચક પ્રયાસ કર્યા હતા. અડદનું પૂતળું ભોંયમાં દાટ્યું હતું. છાની રીતે દૂધમાં ઝેરી ભૂકી ભેળવી બાળ કોસોને પિવડાવવાની યુક્તિ કરી હતી. અને બાળ કોસોનું અપહરણ કરી તે નાઠો હતો.

રામ રાખે તેને કોણ ચાખે ? કોસો બાબત આ કહેવત સો ટકા ખરી પડી હતી. એટલું જ નહીં, કાલીચંદ પોતાની યાદશક્તિ ખોઈ બેઠો.

પંદરેક વર્ષો પછી તે પાછો તાંત્રિકના દર્શને ગયો. આટલાં વર્ષે તેની યાદશક્તિ પણ પાછી ફરી હતી. હજી યે કાંઈ બગડ્યું નહોતું. હજી યે બંને ઠગોના શરીરમાં પ્રાણ હતા. હજી યે કોસોની હત્યા કરી તેઓ પોતપોતાની આયુ લંબાવી શકતા હતા; પરંતુ હવે કોસો બાળક નહોતો રહ્યો.

બંને ઠંગો એક થઈ ગયા હતા. એક થઈ કોસોને ઘામાં લેવાની યોજના વિચારી ચૂકયા હતા. કજરીને મોકલાવી હૉસ્પિટલમાં સારવાર લેતા કોસોને મહેલમાં આમંત્રવો. તેની હત્યા કરી અજાનું મૃત્યુ જાહેર કરવું અને અફીણ ઘોળી પૂજાને પતિ (કોસો) જોડે ચિતા પર ચઢાવી દેવી.

મૂળ આ યોજના કાલીચંદના કુળદ્રુપ ભેજાની ઊપજ હતી. આમાં તાંત્રિક કોસોની હત્યામાં અગત્યનો ભાગ ભજવવાનો હતો. અકસ્માતે અજાનું મૃત્યુ થઈ જતાં આ જ યોજનાને કાલીચંદે સમય વરત્તી નવું રૂપ દઈ દીધું હતું. આમાં પણ તેની ધારદાર બુદ્ધિએ અફલાતૂન કામ કર્યું હતું.

પૂજા સતી થઈ જાય તો સતીમાતાનાં નગારાં વગાડી લાખો રૂપિયા લ્હાણી કરી શકાય. તેનો આ તુક્કો આબાદ સફળ રહ્યો હતો. માત્ર ચાર દિવસમાં તેણે સત્તર લાખ રૂપિયા અંદર કરી લીધા હતા.

અલબત્ત, આ માટે તેને એક સમિતિની રચના કરવી પડી હતી. આના પ્રમુખપદે તેણે કાશીનાથ મહારાજની નિમણૂંક કરી હતી. આમાં પણ તે રમત રમ્યો હતો. કદાચ સરકાર જાગી ઊઠે અને કાંઈ પગલું લે તો પોતાને જેલની હવા ખાવી ન પડે.

બીજું, પ્રમુખપદે કોઈ ધર્મિષ્ઠ વ્યક્તિ હોય અને તેમાં પણ (દિખાવમાં) મોહમાયા વિનાનો લંગોટિયો હોય તો લોકો આંખો મીંચીને દાન દે. બન્યું પણ આમ હતું.

કાલીચંદ આ પણ જાણતો હતો : અહીં સતીમંદિર ઊભું કરતાં મહિનાની ઓછામાં ઓછી આવક લાખ રૂપિયા થવાની હતી. રાજસ્થાનના શેખાવતી ઇલાકામાં આવેલા રાણી સતીના મંદિરની માસિક આવક લાખથી વધુ હતી અને ઓગસ્ટ મહિનામાં ત્યાં મેળો ભરાતાં અંદાજે રૂપિયા પચાસ લાખ બોનસમાં મળતા હતા. તે મંદિર ઊભું કરનારાની ભેજાની પણ દાદ દેવી જોઈએ. (રાણી સતીનું આ મંદિર સ્વતંત્રતા પછી ચણાયું હતું. જ્યારે રાણી ચૌદમી સદીમાં સતી થઈ હતી.)

બીજું, ફાટકથી હવામહેલ સુધીના માર્ગની બંને બાજુએ સ્ટોલ ઊભા કરવા તેણે જગ્યા ભાડે દીધી હતી. જે ધંધામાં વધુ કમાણી હોય એમાં તેણે ભાગીદારી રાખી હતી. (નાળિયેર તથા અગરબત્તીના સ્ટૉલનો આમાં સમાવેશ થતો હતો.) માત્ર આ બે સ્ટોલમાંથી તે હજારોની કમાણી કરી ચૂક્યો હતો; પરંતુ ફૉટોગ્રાફરનો સ્ટૉલ તેણે પોતે જ ખોલ્યો હતો. અલબત્ત, રાણી સતી ઉત્સવ સમિતિના નામે. આમાં ધૂમ કમાણી હતી. અત્યાર સુધીમાં પૂજાના અલગ અલગ પોઝમાં ચાળીસ હજાર ફોટાઓ વેચાઈ ચુકયા હતા. પરંતુ સૌથી વધુ માગ પતિનું માથું ખોળામાં લઈ ચિતા પર બેઠેલી પૂજાના પોસ્ટકાર્ડ સાઈઝ ફોટાની હતી.

આમાં કાલીચંદે યુક્તિ કરી હતી. તેણે હવામહેલના એક દાસ તથા દાસીને પૂજા તથા અજાનાં વસ્ત્રો પહેરાવી અંતિમ ક્રિયાનો સેટ ખડો કર્યો હતો. આ ફોટો તૈયાર થતાં તેણે દાસીના ચહેરા પર પૂજાનો ચહેરો ચોંટાડી દીધો. આ નવા ફોટા પરથી ફરી નેગેટિવ તૈયાર થઈ અને રોજની સેંકડો પ્રિંટ નીકળવા લાગી. ફિલ્મી ભાષામાં કહીએ તો આ પોઝ સુપરહિટ થઈ ગયો.

• • •

સતી સ્કીમના આ બધા લાભ ગણતરીપૂર્વકના હતા તો અમુક લાભ એવા થયા જે તેણે સપને પણ ધાર્યા નહોતા. હવામહેલ પર ઠોકાયેલો એંસી લાખ રૂપિયાના વેરાનો કેસ પાટિયા પરથી ઊડી ગયો હતો. (આને કાલીચંદ સતી માતાનો પ્રથમ ચમત્કાર તરીકે લેખાવે છે.) જે મહેલ સતીનો હોય, એની હરાજી કરવાની મૂર્ખાઈ સરકાર કરી ન શકે. જો ભૂલેચૂકે પણ આ પગલું ભરાય તો લોકો સરકાર પર થૂથૂ કરે અને પ્રધાનોની ખુરશીઓ ઊંધી વળી જાય. (ભવિષ્યમાં આ જ મહેલ રાણી સતીના મહેલ તરીકે ઓળખાવાનો હતો.)

આટઆટલા લાભ અને ચમત્કારો છતાં કાલીચંદના મનને શાંતિ નહોતી, ચેન નહોતું. ગેબી છોકરાના મોઢે સાંભળેલી ભવિષ્યવાણી યાદ આવતાં તેને સ્વર્ગ જેવા આ સુખી જીવન વચ્ચે નર્કની અનુભૂતિ થતી હતી. જ્યાં સુધી કોસોના ખાળિયામાં પ્રાણ હતો, તેનો પોતાનો પ્રાણ સુરક્ષિત નહોતો.

આ જ ભયમાં જીવતા કાલીચંદે જ્યારે આજે બપોરે પૂરબ તથા સુનીતા જોડે કોસોને ટેરેસ પરથી સતીસ્થળે (લતામંડપે) ઉભેલો જોયો હતો, તેના હાંજા ગગડી ગયા હતા; પરંતુ સ્વસ્થ થતાં તેને જુદી જ લાગણી થઈ હતી.

કાલીચંદ! શિકાર પોતે ચાલીને વાઘની બોડમાં આવ્યો છે. આ જ તક છે. એક ઘા અને બે કટકા. આ ન ભૂલીશ કે તું ગુરુ કાશીનાથનો શિષ્ય છે. તું ઇચ્છે તેનું જીવન લઈ શકે છે. તું ઇચ્છે તેને જીવતદાન દઈ શકે છે. શત્રુનું જીવન લઈ લે. તારું પોતાનું જીવન સુરક્ષિત કરી લે.

છતની પાળ પાસેથી દોડી તે થોડે છેટેના કાશીનાથના મંડપ પાસે આવ્યો હતો. તેનું કામ સ્કીમ ઘડવાનું હતું. બાકી કામ કાશીનાથે પૂર્ણ કરવાનું હતું. પણ ગુરુ છે ક્યાં?

મંડપ ખાલી હતો. તેને ફરી પ્રશ્ન થયો : અત્યારે ભર બપારે લંગોટિયો ક્યાં ગયો હશે? કાલીચંદ તેની દિનચર્યાથી પરિચિત હતો. નિયમિત તે પરોઢિયે ઊઠી સરોવરકાંઠે આસન જમાવી બેસતો. બપોરના બારના ટકોરે તે પાછો છત પરના પોતાના મંડપમાં વિશ્રામ લેવા આવતો. ભોજન લઈ તે બે કલાક ઘોરતો હતો.

બદલાયેલી પરિસ્થિતિના કારણે તેના રોજિંદા કાર્યક્રમમાં થોડાંક મામૂલી ફેરફાર અવશ્ય થયા હતા. હવે તે સવાર–સાંજ અક્કેક કલાક સતીસ્થળે જઈ બેસતો હતો. તેની બેઠક દાનપેટી નજીક રહેતી; પરંતુ આ સમયે તે પાછો અચૂક ભોજન લેવા અહીં પધારતો. કાલીચંદે ધ્યાનથી મંડપમાં જોયું તો તેની થાળી ઢાંકેલી પડી હતી.

કાલીચંદ દોડીને છતની બીજી પાળ સુધી ગયો. કદાચને આજે તે સમય ચૂકી ગયો હોય! સરોવરકાંઠે ધ્યાનમગ્ન બેઠો હોય ! પાળ પરથી ડોક લંબાવી તેણે નજર પાથરી. અહીંથી પથ્થરનાં પગથિયાં નીચે સુધી જતાં હતાં. અંતે તેની બેઠક હતી. ખાલી હતી.

તે મૂંઝાયો. ભભૂતિયો સરોવરકાંઠે નથી. સતીસ્થળે પણ નથી. મંડપમાં નથી. તો ગયો ક્યાં? તેની કોઈ ચોથી બેઠક હોય તો એ કાલીચંદ નહોતો જાણતો. વધુ કાંઈ વિચારી ન શકતાં તે નીચે આવ્યો અને સુનીતા તથા પૂરબનું તેણે પ્રવેશમાં સ્વાગત કર્યું. (કોસો તેઓ જોડે નહોતો આવ્યો એ તેના ખ્યાલમાં હતું. પેટમાં ધ્રાસકો યે પડ્યો હતો. શું વાઘની બોડમાં આવેલો શિકાર સહીસલામત બહાર નીકળી જશે?)

અત્યારે સૂર્યાસ્ત પછી કોસોને આવેલો જોઈ તેને ફરી આશા બંધાઈ હતી, ના ! મારું નહીં, શત્રુનું મૃત્યુ લખાયું છે. નહિતર તે એકલો મહેલમાં દાખલ ન થાત !

તેને તારા તથા કજરી પાસે મૂકી કાલીચંદ ફરી એક વાર તાંત્રિકની શોધમાં આખો મહેલ ખુંદી વળ્યો હતો. સરોવરકાંઠે ગયો હતો. સતીસ્થળ પર પૂછપરછ કરી હતી. તેને એક જ ઉત્તર મળ્યો હતો : મહારાજે સવારથી દેખા નહોતી દીધી. હેં ! તો છે ક્યાં? કોઈ નહોતું જાણતું.

હાંફળોફાંફળો તે પાછો ફર્યો અને કજરી જોડે કોસો સીડીઓ ઊતરી તેની સામે આવ્યો. પળભર બંને જણા એકમેકનું પાણી માપતા મૌન ઊભા રહ્યા.

• • •

'સતીમાતાની પરિક્રમા કરવા જાવ છો?' સ્વસ્થ થતા કાલીચંદે હોઠ ખોલ્યા.

કજરીએ ઇશારાથી 'હા' કહ્યું.

હવે તેની નજર કજરીના હાથમાં રહેલા પોટલા પર પડી. તેણે તરત કોસો સામે જોયું.

'પરિક્રમા કરી અમે ગામ જઇશું.'

પહેલાં તો કાલીચંદની સમજમાં કોસોનો એકે શબ્દ ન આવ્યો. તેના મનમાં ઘૂમરીઓ લેતા વિચારો કાંઈ પણ કિંમતે કોસોને રોકવા માગતા હતા. શું કાશીનાથના ટેકા વિના તે અપંગ હતો ? શું શત્રુનું કાસળ કાઢી નાખતાં તે નહોતો જાણતો ? રાયસાહેબ, તેના પોતાના પિતાની હત્યા તેણે ઘોડાઓના રોગ ગ્લેન્ડર્સના જીવાણુંઓનું એક ઈંજેક્શન ઠોકી કરી હતી. કોસો એક રાત, ફક્ત એક રાત રોકાઇ જાય તો રાત્રે તેને ઊંઘતો ઝડપી લેવો. ઈંજેક્શનની સોઈ ભોંકાયા પછી તે તરફડી તરફડીને મૃત્યુ પામશે. રાયસાહેબે આમ જ દેહત્યાગ કર્યો હતો ને?

અચાનક તેને ખ્યાલ આવ્યો : આંગણે આવેલું મૃત્યુ પાછું જઈ રહ્યું છે. એને ભાવભીની વિદાય દેતાં કોઈ મૂર્ખો યે ન ચૂકે. (આ ભૂલ કાલીચંદને ભારે પડવાની હતી. આની કિંમત તે પ્રાણ દઈ ચૂકવવાનો હતો.)

'દીકરા !' મનોમન પ્રસન્ન થતાં તેણે ઔપચારિકતા દાખવી, 'તું શું આવ્યો ને શું ગયો ! ઘેર આવેલા દીકરાને એક ગ્લાસ પાણી યે ધરી ન શકે એવો અભાગિયો બાપ આ સંસારમાં કોઈ બીજો પેદા થયો નહીં હોય.'

કજરી બંને હાથમાં પોટલું લઈ ચૂપચાપ ઊભી હતી; પરંતુ કોસોની આંખો કાલીચંદની આંખો જોડે પટાબાજી રમતી હોય એમ અથડાઈ રહી હતી.

'ના, કોસો.' કાલીચંદને જાણે પારાવાર દુઃખ થતું હોય એમ તે બોલી ઊઠ્યો, 'તારી બાને તું સાથે લઈ જાય છે. હું તમને પગપાળા જવા નહીં દઉં. આવો, બહાર કાર ઊભી છે. ડ્રાઇવર તમને પચમઢી સુધી છોડી આવશે.'

તે આગળ વધવા જાય એ પહેલાં કોસોએ વચ્ચે હાથ ધર્યો. પછી સૉફાની દિશામાં આંગળી ચીંધી. કાલીચંદ ડાહ્યા બાળકની જેમ જઈ સૉફા પર બેસી ગયો.

કજરી પુત્રને લઈ સતીસ્થળે આવી. સતીમાતામાં તેની શ્રદ્ધા અપાર હતી. રોજ સવાર–સાંજ તે બે વાર પરિક્રમા કરી પુણ્ય લેતી હતી. બાકીનો સમય તેણે સાસુ તથા તારા વચ્ચે વહેંચી નાખ્યો હતો. પૂજાની છબી પર કંકુ તથા ચોખા લગાડવાં, અગરબત્તીઓ મૂકવી, તાજાં ફૂલો ચૂંટી લાવી તેની માળા ફોટોફ્રેમ પર ચઢાવવી, દીવડી પ્રગટાવવી, બાજઠ પર મૂકી વગેરે કામો કરતાં તેના આત્માને પરમ સંતોષ મળતો હતો. આ જ કારણે તે અહીંથી વિદાય લેતાં પહેલાં છેલ્લી વાર સતીમાતાની પરિક્રમા કરી લેવા ઈચ્છતી હતી.

સૂર્ય ક્યારનો ઢળી ચૂક્યો હતો. અંધારાં ઊતરી આવ્યાં હતાં. સતીસ્થળના ચારે ખૂણે ઊભેલા ચાર વાંસ પર વીજળીના ગોળાઓ ઝળહળી રહ્યા હતા. વાંસને વીંટળાતાં ત્રણ ત્રણ દોરડાંઓ સતીસ્થળને ઘેરતાં ચોપાસ દોડી ગયાં હતાં. વચ્ચે ત્રિશુલ પર ગોઠવાયેલી સોનેરી કોરવાળી રાતી ચૂંદડી શોભી રહી હતી. ચાર રાજપૂત યુવાને કાટ ખાઈ ગયેલી તલવારો સાથે ચિતાને સળગતી રાખતા, પહેરો દેતા નિરંતર ઘૂમી રહ્યા હતા.

ભીડ લગભગ વીખરાઈ ગઈ હતી; પરંતુ લોકોની અવરજવર હજી ચાલુ હતી. છૂટાછવાયા પરિવારો આવતા હતા, નાળિયેર વધેરતા હતા, પરિક્રમા કરતા હતા, માનતાઓ માનતા હતા અને સતીમંદિર ચણવા માટે દાનપેટીમાં પોતપોતાની શક્તિ મુજબ ફાળો નોંધાવતા હતા. સૌથી વધુ રૂપિયા ખંખેરનારને 'રાણીસતી ઉત્સવ સમિતિ' તરફથી રસીદ પણ ફાડી દેવામાં આવતી હતી.

કજરીએ આગળ વધી શ્રદ્ધાપૂર્વક પરિક્રમા કરી અને ફેરો પૂર્ણ થતાં તેને ખ્યાલ આવ્યો : કોસો હજી જ્યાંનો ત્યાં પોતાના સ્થાને ઊભો છે. રાતી ચૂંદડીમાં વીંટળાયેલા ત્રિશૂલને તે અંતિમ વાર નીરખી રહ્યો છે.

પુત્ર પર તેને મનોમન ગુસ્સો આવ્યો. આ તે કેવો દીકરો ! સતીમાતાની પરિક્રમા કરવા લોકો માઈલોથી પગપાળાં આવતાં હતાં. અને અહીં ઘરઆંગણે વહેતી ગંગાકાંઠે પોતાનો પુત્ર તરસ્યો ઊભો રહે ! તેણે પહેલાં જાણ્યું હોત કે તેનો પુત્ર નાસ્તિક છે તો તેનો હાથ ઝાલી કજરી તેને પરાણે ખેંચી ગઈ હોત. તેણે મનને મનાવ્યું, હજી યે મોડું નથી થયું.

કોસો સામે આવતાં તેણે ડોળા ઘુરકાવ્યા. જાણે પુત્રને ઠપકા સાથે ધમકી દેતી હોય કે જ્યાં સુધી તે પરિક્રમા નહીં કરે, પોતે અહીંથી ક્યાંય નહીં જાય. કોસો માના આગ્રહ સામે લાચાર થઈ ગયો. કજરીના ચહેરા પર સ્મિત દોડી ગયું,

કોસો પોતાનામાં ખોવાઈ પગલાં ભરી રહ્યો હતો. પગલે પગલે પૂજા તેના હૃદયમાં ધબકી રહી હતી. તેની રગોમાં દોડી રહી હતી, તેની આંખોમાં રમી રહી હતી. યાદોનો ભંડાર હતો... સાત સાત જન્મ સુધી વાદળોની જેમ વરસ્યા કરે તેટલું વિશાળ આકાશ હતું.

પુજા...

ખોરડામાં ગાય દોહતી, મોતીહારીઓનાં રેખાચિત્રો દોરતી, તેના મ્હોંમાં કોળિયો દેતી, તેની ઉઘાડી છાતી પર કાન દાબી તેના હૃદયના ધબકારા ઝીલતી, તેના ખોળામાં માથું ઢાળી મીઠી નીંદરમાં પોઢતી, ઘોટુલની ઈર્ષા કરતી, તેને ચુંબનો લેતી, તેના કાનમાં ટહુકતી...

'કોસો !'

આજે પણ તે પુજાનો ટહુકો સાંભળી શકતો હતો. આ સ્વર તે ક્યારેય ભૂલવાનો નહોતો. આ સૂરમાં પવનની લહેરીઓનો સ્પર્શ હતો. સાગરની લહેરોનું સંગીત હતું. ખીલતી રાતરાણીની મહેક હતી. ડૂબતા સૂર્યની લાલી હતી.

'કોસો !'

તેના પગ થોભી ગયા. આ સ્વર તેણે કલ્પનામાં નહોતો સાંભળ્યો. આ સપનું નહોતું. આભાસ નહોતો. આ... આ... એ જ અવાજ છે.

તેની જોડે એક પરિવાર પરિક્રમા કરી રહ્યું હતું. બાળકોનાં કાંડાં ખેંચતું તે આગળ વધી ગયું, માત્ર એક સ્ત્રી પાછળ રહી ગઈ. કોસોએ ચહેરો ઘુમાવી જોયું તો એ સ્ત્રીએ સફેદ સુતરાઉ સાડી પહેરી હતી. ચહેરો છાતી સુધી ખેંચાયેલા ઘૂમટામાં સંતાયેલો હતો.

ધીરેથી સ્ત્રીએ ઘૂમટો ઊંચો લીધો. ક્ષણિક ચાર આંખો એક થઈ. સ્ત્રીએ ઘૂંઘટ પાછો ઢાળી દીધો. કોસો સ્તબ્ધ થઈ જોઈ રહ્યો. પૂજા તેની સામે જીવતી જાગતી ઊભી હતી.

• • •

૨૩

'હત્યા મહોત્સવ.'

ચુનરી મહોત્સવના એક અઠવાડિયા પહેલાં અરુણા જરીવાલાએ લખેલા લેખે સમસ્ત ભારતમાં ખળભળાટ મચાવી દીધો. 'ભોપાલ ટાઇમ્સ' માં પ્રકાશિત આ લેખની વિશેષતા એ હતી કે તેમાં ક્યાંય અતિશયોક્તિ નજરે નહોતી પડતી. જે કાંઈ તેણે નાગરિકોના ઇન્ટરવ્યૂ લઈ જાણ્યું હતું, ચકાસ્યું હતું. એ જ થોડીક ટિપ્પણો સાથે વાચકો સમક્ષ રિપોર્ટાજ રૂપે રજૂ કર્યું હતું.

શરૂઆતની ભૂમિકાને બાદ કરતાં સૌથી પહેલું બયાન સુનીતાનું હતું : મારી પુત્રી પૂજા, સમાજ જેને ધર્મ કહે છે એ અર્થમાં ક્યારેય ધાર્મિષ્ઠ નહોતી. વૈદિક જીવન પદ્ધતિને ધર્મનું લેબલ લગાડી શકાય તો જન્મે તે હિન્દુ હતી. તેની દ્રષ્ટિએ માનવધર્મ એ જ ખરો ધર્મ હતો અને આમાં તેને અચળ વિશ્વાસ હતો. તે જ્યારથી સમજણી થઈ, ક્યારેય મંદિર ગઈ હોય એવું મને યાદ નથી; પરંતુ પચમઢીના સ્નેહસદનમાં તે અનાથ બાળકોની સેવા કરવા અઠવાડિયામાં એકાદ વાર અચૂક જતી હતી. તે ચિત્રકાર હતી. તેની દ્રષ્ટિએ સર્વે ધર્મ એક હતા. તેણે ગીતાનો અભ્યાસ કર્યો હતો તો બાઇબલની એક નકલ પણ ઝીણવટથી વાંચી ગઈ હતી. ધર્મના નામે તેણે એકે પૈસો દાન નહોતો કર્યો; પરંતુ ગરીબોની સેવા કરવામાં ક્યારે ય પાછળ ફરીને જોયું નહોતું. આથી કોઈ એમ ન ધારે કે તે નાસ્તિક હશે. અનુક સિદ્ધાંતોમાં તે માનતી હતી. આ સિદ્ધાંતોના મૂળમાં પરમ સત્ય હતું.... માનવીની ફરજ છે કે તે બીજા માનવીનું દિલ ન દુભાવે. આ તેનો શિલાખેલ હતો. આ જ તેનો ધર્મ હતો. આ બધું જાણ્યા છતાં કોઈ એમ કહે કે સતીવાવની તે પૂજા કરતી હતી તો હું તેને હળાહળ જૂઠ કહીશ.

આ ખુલાસાની બાજુમાં જીન્સ તથા કુરતામાં પૂજાની છબી મૂકવામાં આવી હતી. બજારમાં થોકબંધ વેચાતા, સાડીમાં આશીર્વાદ દેતા રાણી સતીના ફોટાઓની મજાક ઉડાડતો હોય એમ આ ચહેરો ખડખડાટ હસી રહ્યો હતો. છબી નીચે પ્રશ્ન ટાંકવામાં આવ્યો હતો : શું આ યુવતી અંધશ્રદ્ધાળુ હોઈ શકે ?

બીજું સ્ટેટમેન્ટ માંડુના એસ.પી. સાહેબનું હતું. તેમના જણાવ્યા મુજબ ચોથી સપ્ટેમ્બરે જ્યારે એક હોમિયોપેથે જોયું કે અચાનક નાળિયેરનું વેચાણ વધી ગયું છે, તેણે પોલીસને જાણ કરી.

(કાલીચંદ કહેતો હતો કે તેણે પણ સમયસર પાલીસોને સૂચના દીધી હતી.)

ચાંદ રામ રાથી નામનો એક હેડ કૉન્સ્ટેબલ બીજા બે હવાલદારોને સાથે લઈ અઢી વાગ્યે હવામહેલ પહોંચ્યો ત્યારે અગ્નિદાહ દેવાઈ ચૂક્યો હતો. તેણે દર્જ કરેલા ફર્સ્ટ ઈન્ફોરમેશન રિર્પોટ મુજબ એ સમયે ચાર હજારની ભીડમાંથી આશરે બસોએક માણસોનું ટોળું સતીસ્થળે હાજર હતું.

અહીં પોલીસોની નપુંસકતા પ્રત્યે આંગળી ચીંધતાં અરુણાએ પ્રશ્ન ઉછાળ્યો હતો... શું પોલીસોનું કામ ફક્ત ફર્સ્ટ ઇન્ફોરમેશન રિપોર્ટ નોંધવાનું હોય છે? શું તેઓની ફરજ નહોતી કે એ જ સમયે ઍક્શન લઈ પુરાવા એકઠા કરે અને આ હત્યામાં સંડોવાયેલી વ્યક્તિઓને ગિરફતાર કરી તેઓ પર કાયદેસર પગલાં લે ?

આ લેખની ખૂટતી એક કડી વિષે ચોખવટ કરતાં અરુણાએ ઉમેર્યુ હતું, 'હવામહેલની અંદર શું બન્યું એ વિષે ચુપકીદી સેવાઈ રહી છે. કોઈ, એકે શબ્દ કહેવા રાજી નથી. અને જે કાંઈ હકીકતના નામે જણાવાય છે તે સત્યથી વેગળું હોવાની ભારોભાર શંકા ઉત્પન્ન કરે છે.'

દાખલા તરીકે પૂજાએ સતી થવાનો નિર્ણય સ્વેચ્છાએ લીધો હતો તો અગ્નિદાહના એક કલાક પહેલાં તે હવામહેલમાંથી નાસી ગોરખ આમલીની દિશામાં શા માટે દોડી હતી? એકાએક લથડિયું ખાઈ શા માટે ઢળી પડી હતી? શું તેને અફીણ ઘોળી પાવામાં આવ્યું હતું?

(આ કિંમતી રહસ્ય અરુણાએ ફોટાગ્રાફના સ્ટૉલ પર બેઠેલા હવામહેલના એક દાસને સો રૂપિયાની નવી નક્કોર નોટ દઈ તેની પાસેથી ઓકાવ્યું હતું. અલબત્ત, તેણે કાંઈ પણ લેખિત માહિતી દેવાનો ઇનકાર કરી દીધો હતો.)

મહેલના પ્રવેશથી લતામંડપ (સતીસ્થળ) સુધી પતિની અર્થી સાથે જતી પૂજાનો ચહેરો ઘૂમટામાં હતો. તેની આસપાસ ચાર રાજપૂત યુવાનો હાથમાં નાગી તલવાર ધરી પગલાં ભરી રહ્યા હતા.

પૂજા ક્યારેક જમણી તરફ લથડિયું ખાતી હતી તો ક્યારેક ડાબી તરફ. બે વાર તેને તલવારધારી યુવાનોએ ભોંય પર પછડાતી રોકી હતી. આંખોદેખ્યો આ હેવાલ અરુણાને ત્રણ નાગરિકોએ દીધો હતો.

(ડૉ. કાલીચંદ માને છે કે તે તદ્દન સ્વસ્થ હતી અને ગાયત્રીમંત્ર પઢતાં પઢતાં દ્રઢતાપૂર્વક સતીસ્થળ સુધી ગઈ હતી.)

ત્રીજું બયાન ચોકમાં રહેતા એક દરજીનું હતું : પૂજાને કોણે અગ્નિદાહ દીધો એ હું નથી જાણતો કારણ કે ત્યાં ભીડ ખાસી હતી. લતામંડપ ચારે તરફથી ઘેરાઈ ગયો હતો. વાતાવરણમાં ગુલાલ ઉડી રહ્યો હતો. આ જ કારણે હું નજીક હોવા છતાં સ્પષ્ટ જોઈ ન શક્યો; પરંતુ આટલું મેં બરાબર જોયું કે પૂજાને કોઈએ પરાણે ઊંચકી ચિતા પર બેસાડી દીધી. પછી તેના ખોળામાં માથું ગોઠવી અજાનો મૃતદેહ મૂકવામાં આવ્યો. બીજી પળે ચિતા સળગી ઊઠી. પૂજા ચિતા પરથી સરકી નાસવા ગઈ અને ફરી એક વાર તે લથડિયું ખાઈ ત્યાં જ ઢળી પડી. નજીક ઊભેલા એક માણસે ચિતા પરથી લાકડું ઊંચકી તરત તેના વાંસે ફટકાર્યું અને બેઠી કરી તેને ફરી ચિતા પર ચઢાવી દીધી.

અત્યાર સુધીમાં ચિતા સહેજ સળગીને ઓલવાઈ ગઈ હતી. જાણે પેટ્રોલ છંટાયું હોય તેમ થોડી વારમાં ચિતા ફરી સળગી ઊઠી. પૂજા બંને હાથ ઊંચા કરી ચીસો પાડવા લાગી, 'મમ્મી, મને બચાવ ! મને બચાવો!' લોકો કાંઈક સાંભળી ન શક્યાં કારણ કે વાતાવરણ 'સતી માતા કી જય ! રાણી માતા કી જય !' ના અવાજોથી ગુંજી ઊઠ્યું હતું. પૂજાની ચીસો આમાં ડૂબી ગઈ. થોડી વારમાં તો ચિતો પણ સળગીને રાખ થઈ ગઈ.

(દરજીનો આ હેવાલ, અરુણાએ લીધેલા દસ ઇન્ટરવ્યૂમાંથી છ જણના બયાનો સાથે બિલકુલ મળતો આવતો હતો.)

આ બધા સંવાદ દરમિયાન અરુણા સમાજના જુદા જુદા સ્તરના લોકોના સંપર્કમાં આવી હતી. આમાં સામાન્ય નાગરિકો પણ હતા અને ઉચ્ચ અધિકારીઓ પણ. પુરુષો પણ હતા અને સ્ત્રીઓ પણ – જેમાંથી એક હતી શ્રીમતી લતા શાહ, મુખ્ય સચિવ, જનવાદી મહિલા સંગઠન.

અરુણા : મિસિસ શાહ ! સતી પ્રકરણ સંદર્ભમાં વિરોધપક્ષના એક નેતાએ તમારી સભ્યોને બજારુ સ્ત્રીઓ કહી જણાવ્યું છે કે આ રંડાયેલી, છંડાયેલી સ્ત્રીઓ પતિવ્રતા કોને કહેવાય એમાં શું સમજે? તમારે શું કહેવાનું છે?

લતા: આ એ જ દંભી લોકો છે, જેઓએ હિન્દુ વિધવાઓની કંગાળ દશા પર ક્યારેય આંસુનું એક ટીપું નથી પાડ્યું. પરંતુ સ્ત્રી ચિતા પર જીવતી સળગી મરે છે ત્યારે તેના નામનો જયજયકાર બોલાવે છે. આજે દેશ કપરા દુકાળમાંથી પસાર થઈ રહ્યો છે. માત્ર પશુધન નહીં, માનવીઓ પણ મૃત્યુના ખપ્પરમાં હોમાઈ રહ્યા છે. આ લોકો પાસે એ ભૂખ્યાં, ટળવળતાં ગરીબો, મૂંગા જાનવરો માટે પૈસો નથી; પરંતુ સતીમાતાનું નામ ઇતિહાસમાં અમર કરવા અત્યાર સુધીમાં ત્રીસ લાખ રૂપિયા એકઠા કરી લીધા છે.

અરુણા : આ સતી પ્રકરણમાં તમારી સંસ્થાએ શું ભાગ ભજવ્યો?

લતા : ચોથી સપ્ટેમ્બરે સતીની ઘટના બની. પાંચમી સપ્ટેમ્બરે અમને જાણ થઈ. એ જ દિવસે સમિતિની મીટિંગ ભરી એકમતે અમે નિર્ણય લીધો : આ બાબત વિરોધ દર્શાવવો તથા આમાં સંડોવાયેલા અપરાધીઓને

કડક સજા થાય એ દિશામાં પગલાં ભરવા. સાતમી તારીખે અમે મુખ્યમંત્રીને મળ્યાં, અમે જ્યારે તેમને પ્રશ્ન કર્યો કે આ કેસના આરોપીઓ પર કામ ચલાવવામાં આવશે કે નહીં, તો તેમણે જવાબ દીધો, 'મૈં બહસ નહીં કરના ચાહતા.' પછી ઘંટડી વગાડી અમને દરવાજો દેખાડી દીધો.

અરુણા : પછી?

લતા : ટેલિગ્રામ મોકલાવી અમે કેન્દ્રને આ બાબત જાણ કરી છે.

અરુણા : સતી થનારી સ્ત્રીઓ સામાન્યતઃ ધર્મિષ્ઠ હોય છે. માંડુની સતી ધર્મિષ્ઠ નહોતી, બલ્કે મોર્ડન હતી.

લતા : આપણો સમાજ એ જ સિદ્ધ કરવા ઇચ્છે છે કે જુઓ! તે ભણેલીગણેલી ડિગ્રીધારી યુવતી હોવા છતાં ખરેખર તો એક પતિવ્રતા હિન્દુ નારી હતી.

અરુણા : આ સિદ્ધ કરવામાં સમાજનો શો આશય હોઈ શકે ?

લતા : આડકતરી રીતે આજની સુશિક્ષિત સ્ત્રીઓને આ સંકેત છે કે તમે ભણીગણી ગમે તેટલી આગળ વધો; પરંતુ પુરૂષ વિના તમારું જીવન નિરર્થક છે. અને આ પુરુષો એટલે ચાર હજાર કાયરોની ભીડ; જેમાંથી એકે યે પૂજાને સતી થતી રોકવાનો પ્રયાસ સુધ્ધાં ન કર્યો.

અરુણા : શ્રીમતી શાહ, તમારી વાત પરથી આભાસ થાય છે કે પૂજા સ્વેચ્છાએ સતી બની હોય !

લતા : આજ દિવસ સુધી કોઈ સ્ત્રી પોતાની મરજીથી સતી થઈ હોય એવું ક્યાંય પુરાવા સાથે મેં વાંચ્યું કે જાણ્યું નથી.

અરુણા : રાજસ્થાનનો ઇતિહાસ કહે છે કે બુંદીના રાજા બુધસિંહ જોડે તેની રાણીઓ સતી થઈ હતી. જોધપુરના રાજ્ય અજિતસિંહ જોડે ૬૪ તથા રાજા ઈંદર જોડે સાત રાણી, બે રખાત, ચાર દાસી તથા એક દાસે પણ પોતાનું જીવન ચિતા પર પૂર્ણ કર્યું હતું. શું આ ખરું નથી ?

લતા : પહેલાં એક વાત હું સ્પષ્ટ કરી દઉં. મુગલો તથા બીજા શત્રુઓ સામે પોતાની આબરૂ બચાવવા સ્ત્રીઓ જૌહર કરતી હતી. એને હું આત્મહત્યા ગણું છું. જો તેઓ પાસે સન્માનપૂર્વક જીવવાની એકે તક હોત તો તેઓએ કદાપિ અગ્નિસ્નાન કર્યું ન હોત !

અરુણા : પરંતુ એ સ્ત્રીઓનું શું જેઓ શાંતિકાળમાં સતી થઈ હોય?

લતા : હું ફરી કહીશ કે એનો પુરાવો શું? આજકાલ સંશોધન કરવાની આપણામાંથી કોઈને ફુરસદ નથી. જે કાંઈ આપણી સામે પીરસાય છે આપણે તેને ઈતિહાસ તરીકે સ્વીકારી લઈએ છીએ. હું એક દાખલો દઈશ : ૧૮૬૧ની સાલમાં મેવાડના નરેશનો સ્વર્ગવાસ થઈ ગયો. આ પહેલાં સતી વિરોધી ધારો અંગ્રેજો દાખલ કરી ચૂકયા હતા. આ જ કારણે તેની રાણીઓએ સતી થવાથી સ્પષ્ટ ઇનકાર કરી દીધો. પરિવારના સભ્યોએ, ઠાકુરોએ, ખાસ કરીને ખુમાણસિંહ ઠાકુરે તેઓ પર શકય તેટલું દબાણ કર્યું, ધમકીઓ દીધી. પરિણામ શૂન્ય આવ્યું. અંતે નરેશની આબરૂ રાખવા ઐંઝાબાઈ નામની એક ગુલામડીને કોઈ ગોપાલદાસ નામના કારભારીની મદદથી ચિતા પર ધકેલી દેવામાં આવી. આ હું નથી કહેતી, અંગ્રેજોના દસ્તાવેજ કહે છે.

અરુણા : તમારું સંશોધન ખરેખર પ્રભાવિત કરે એવું છે.

લતા : હાલમાં મેં સત્તરમી સદીનું રાજપૂત શૈલીનું એક મિનિએચર પેઇન્ટિંગ જોયું. ચિત્રમાં નાગી તલવાર લઈ ઊભેલા રાજપૂતો વચ્ચે એક સ્ત્રીને ચિતા પર સળગતી દર્શાવવામાં આવી છે. અમારા સંશોધન દરમિયાન અમને એક સતીના પરિવાર પાસેથી જાણવા મળ્યું કે તલવારધારી પહેરેદારો રાખવાનાં બે કારણો હોય છે. એક, તાંત્રિકોની મેલી વિદ્યાથી સતીને સુરક્ષિત રાખવી. બીજું, છેલ્લી ઘડીએ સતી થતી સ્ત્રીનો વિચાર બદલાય અને તે કુળની આબરૂ ધૂળમાં મેળવે એ પહેલાં તેનું માથું ધડથી ઉડાડી દેવું.

અરુણા : તમારી ચોંકાવનારી વાતો જાણ્યા પછી હું પૂછી શકું કે સતી બાબત આપણો હિન્દુ ધર્મ શું કહે છે?

લતા : રામાયણમાં મેઘનાદની પત્ની સુલોચનાના સતી થવાના ઉલ્લેખ પછી ઇતિહાસમાં જૌહરનો કિસ્સો મળે છે. હિન્દુ સંસ્કૃતિની શરૂઆતને આપણે વૈદિકકાળ માનીએ તો એ સમયે વિધવા થવું કલંક નહોતું બલ્કે તેઓને પુનર્વિવાહનો પણ અધિકાર હતો. અથર્વવેદમાં એક સંકેત જરૂર છે : ''વિધવા પત્ની પોતાના મૃત પતિના દેહ પાસે સૂવે, દિયર અથવા કોઈ બીજો તેને ઉઠાડે અને દિયર અથવા કોઈ બીજા જોડે તે પુનર્વિવાહ કરી લે.'' આમાં સંકેત માત્ર આટલો છે કે વિધવા સ્ત્રી પોતાના પતિના મૃતદેહ પડખે સૂવે. વૃહદ્દેવતામાં પણ આ જ આશયના ઉલ્લેખ મળે છે; પરંતુ વૈદિક યુગ પછી સ્ત્રીઓ પ્રત્યેની આ ઉદારતા ધીરે ધીરે સખ્તીમાં બદલાતી ગઈ. વિષ્ણુ ધર્મસૂત્ર, મિતાક્ષરા, વૃદ્ધહારિતા સ્મૃતિ આ સંદર્ભમાં તેનાં ઉદાહરણો છે. ઋષિ પરાશરે તો ત્યાં સુધી કહ્યું છે કે પતિ જોડે સતી થનારી સ્ત્રી સાડાત્રણ કરોડ વર્ષો સુધી સ્વર્ગમાં વાસ કરે છે. આમ છતાં સતીપ્રથા કાંઈ પરંપરા નહોતી. એમ હોત તો દશરથ રાજાની રાણીઓ કે અભિમન્યુની ઉત્તરા સતી થયા વિના ન રહેત.

અરુણા : આંકડાઓ કહે છે કે સ્વતંત્રતા પછી ભારતમાં અઠ્ઠાવીસ સ્ત્રીઓ સતી થઈ. કાયદો શું કહે છે?

લતા : ૧૮૯૨માં ઇસ્ટ ઇન્ડિયા કંપનીએ સતીપ્રથા વિરોધી કાયદો ઘડ્યો હતો; પરંતુ જ્યાં આપણી પોતાની સરકાર સતીપ્રથાને પ્રોત્સાહન દેતી હોય ત્યાં કાયદો શું કરે?

અરુણા : પ્રોત્સાહન કઈ રીતે?

લતા : ભારતનું એક સૌથી મોટું રાણીસતી મંદિર રાજસ્થાનના જૂનજૂનુ ગામમાં છે. અહીં દર વર્ષે ભરાતા મેળામાં સરકાર પોતે સ્ટોલ બાંધી કમાણી કરે છે. આ દિવસો જાહેર રજા તરીકે પળાય છે. દૂર દૂરનાં ગામડાંઓમાંથી આવતા લોકો માટે સરકાર વાહનવ્યવહારની વ્યવસ્થા પણ કરી દે છે.

અરુણા : તો તમારી સંસ્થા જે લડત ચલાવી રહી છે તેનો શો અર્થ?

લતા : અમે એક વાત જાણીએ છીએ : ચૂપ રહેવું કાયરતાની નિશાની છે. મને વિશ્વાસ છે કે સરકાર થોડીક સૂઝબૂઝથી કામ લે તો આ સમસ્યા પણ હલ થઈ શકે.

આ જ લેખ જોડે નરેશકુમાર નામના એક પત્રકારે લખી મોકલેલી એક સત્યઘટના અરુણાએ ટાંકી હતી. ત્રણેક વર્ષ પૂર્વે પોલીસોએ જે ચાતુર્ય દર્શાવ્યું હતું તેનું સવિસ્તાર વર્ણન આમાં હતું.

૧૯૪૮માં જયપુર જિલ્લાના દેવીપુરા ગામમાં વિશાળ જનસમુદાયની હાજરીમાં એક પોલીસ-અધિકારીએ, પોતાના પતિનું શબ ખોળામાં લઈ ચિતા પર બેઠેલી સ્ત્રીને જે દૂરંદેશીથી સતી થતાં રોકી એ એક એવો દાખલો છે જેનો ઉપયોગ કરી પૂજાને સતી થતાં રોકી શકાઈ હોત.

દેવીપુરામાં એક સાંઠ વર્ષના વૃદ્ધ રાજપૂતનું બીમારીના કારણે અવસાન થઈ ગયું. લોકોએ તેની વિધવાને સતી બનવા માટે પ્રોત્સાહિત કરી. ગામ બહાર ચિતા સજાવવામાં આવી. અને જોતજોતામાં તો આસપાસનાં ગામોમાંથી માત્ર ત્રણ કલાકમાં વીસ હજારની મેદની એકઠી થઈ ગઈ.

જયપુર પોલીસને પણ સમયસર સૂચના મળી ગઈ. એક અફસરને આઠ-દસ હવાલદારો સાથે તુરંત ઘટનાસ્થળે રવાના કરવામાં આવ્યો; પરંતુ તેઓની જીપ પર અચાનક પથ્થરમારો શરૂ થઈ જતાં તેઓએ પાછા વળવું પડ્યું.

પરિસ્થિતિની ગંભીરતાને લક્ષમાં લઈ જયપુરના એ સમયના પોલીસ અધીક્ષક આર. એસ. ગુપ્તાને જ્યારે પોલીસ પાર્ટી સાથે એ જ સ્થળે મોકલવામાં આવ્યા ત્યાં સુધીમાં જનસમુદાય વધીને પચાસ હજારનો આંક વટાવી ગયો હતો.

• • •

ગુપ્તાસાહેબ મહામુશ્કેલીએ ચિતા–સ્થળ સુધી પહોંચ્યા ત્યાં કરી પથરાવ શરૂ થઈ ગયો. તેમણે સહેજે ન ડગતાં ત્યાં જ એક ટેકરા પર ચઢી ખુલાસો કર્યો : 'અમે સતીપ્રથાના વિરોધી નહીં, સમર્થક છીએ. સર્વે શ્રદ્ધાળુઓની જેમ અમે પણ દર્શન કરવા તથા નાળિયેર વધેરવા અહીં પધાર્યા છીએ.'

લોકોએ પ્રસન્ન થઈ ગુપ્તાસાહેબનો જયજયકાર બોલાવ્યો. હવે તે મૂળ વાત પર આવ્યા : 'હિન્દુ ધર્મ ગ્રંથોમાં સ્પષ્ટ જણાવાયું છે કે જે સ્ત્રી સતી થશે તેના શરીરમાંથી આપમેળે અગ્નિ પ્રગટશે. અર્થાત્, ચિતાને આગ દેવાની જરૂર નથી. આવો, આપણે સર્વે શાંતિ, ધૈર્યપૂર્વક બેસી પ્રતીક્ષા કરીએ.'

સર્વે વાટ જોતા ચુપચાપ બેસી ગયા. સમય વીતતો ગયો. સૂર્ય પૂર્વમાંથી પશ્ચિમમાં જઈ ચૂક્યો હતો. ઠીક સાંજે પાંચ વાગ્યે ગુપ્તાસાહેબે ઊભા થઈ લોકોને સમજાવ્યું કે હિન્દુ ધર્મમાં સૂરજ ઢળ્યા પછી દાહસંસ્કાર કરવાની ભલામણ નથી.

અત્યાર સુધીમાં લોકો પણ બેઠા બેઠા કંટાળી ગયા હતા. તેઓએ પાછા પોતાના ગામ પહોંચવાનું હતું. તે ગુપ્તાસાહેબની ચાલ સમજી ન શકયા, પણ પાખંડીઓ જાણી ગયા. તેઓએ એકમતે જણાવ્યું કે હજી થોડોક સમય બાકી છે. સતીના દેહમાંથી ભલે આગ ન પ્રગટી, આપણે પોતે દાહસંસ્કાર કરીશું.

આ બાબત લોકોમાં બે મત પડી ગયા. એક વર્ગ કહેતો હતો કે ચિતા આપમેળે સળગવી જોઈએ, જ્યારે બીજો કહેતો હતો કે એની જરૂર નથી. આ તકનો લાભ લઈ સતી થનારી સ્ત્રીના માથાં મૂંડાવી બેઠેલા ત્રણે પુત્રોનાં ખિસ્સાં ફંફોળી ગુપ્તા સાહેબે માચીસ કાઢી લીધું. સાથે કડક શબ્દોમાં ધમકી પણ દીધી, 'તમારી માતા સળગીને મૃત્યુ પામી છે તો યાદ રાખજો ! હત્યાના આરોપમાં તમને ત્રણેને ગિરફ્તાર કરી જેલમાં ગોંધી દઈશ.'

એ જ ઘડીએ માને ચિતા પરથી ઉતારી દીકરાએ મૃતદેહના દાહસંસ્કાર કર્યાં.

(આ ઘટના અપવાદ નથી. પોલીસોની સૂઝ તથા સાહસના આવા અનેક દાખલાઓ સ્વતંત્ર ભારતના ઇતિહાસમાં નોંધાયેલ છે.)

પરંતુ પોલીસોનો વર્તમાન ઇતિહાસ કાંઈ જુદું જ કહે છે. અહીં અરુણાએ યુ.પી.ના બુંદેલખંડનો એક દાખલો ટાંક્યો હતો. ૧૯૭૯માં જારી ગામના રમાકાંતને બહારવટિયાઓએ ભડાકે દીધો. ગામવાળાઓ તેની વિધવા જાવિત્રી પાછળ પડી ગયા. તે સતી બનવા રાજી ન થઈ તો જોરજુલમથી તેને ચિતા પર બેસાડી તેના પર નાળિયેરમારો શરૂ કર્યો.

પોલીસોની હાજરીમાં તે મદદ માટે ચીસો પાડતી રહી અને પુરુષો પથ્થરોની જેમ નાળિયેરનો વરસાદ વરસાવતા સતીમાતાનો જયજયકાર બોલાવતા રહ્યા. ચિતાને અગ્નિદાહ દેવાયો ત્યારે જાવિત્રી બેભાન હતી. મદદ માટે આજીજી કરતા તેના બંને હાથ હજી ઉઘાડા હતાં. આનું અર્થઘટન પાખંડીઓએ જુદી રીતે કર્યું. સત્યનું સ્વાગત કરવા સતીમાતાએ બંને હાથ ખોલી નાખ્યા છે.

એ જ દિવસથી 'સતી' નો ધંધો ચાલી નીકળ્યો. જોતજોતામાં સતીસ્થળની આસપાસ વાંસ ઊભા કરી દોરડાંઓ વડે તેને ઘેરી લેવામાં આવ્યું. યોગ્ય સ્થાનોએ દાનપેટીઓ ગોઠવાઈ ગઈ. એક વર્ષમાં તો ત્યાં સતીમાતાની આરસપહાણની સમાધિ સાથે બે માળિયું ચણતર પણ ખડું થઈ ગયું.

'શ્રદ્ધાળુઓની સેવામાં સતીસ્થળથી સ્ટેશન સુધી ખટારા દોડાવી દુકાળના એ દિવસોમાં અમે દસ હજાર રૂપિયા કમાયા.' એ કંગાળ દિવસોને યાદ કરતા એક ખટારાવાળાએ જણાવ્યું હતું.

નાળિયેરવાળાએ પણ ખિસ્સાં ભરવામાં કાંઈ કમી નહોતી રાખી. તેણે તો ઘા કરી ફેંકાતાં નાળિયેરો એકઠાં કરી ફરી ફરી વેચ્યાં હતાં. 'જાવિત્રી ચાલીસા'ના પ્રકાશક, સતીના ફોટા વેચતો ફોટોગ્રાફર વગેરે કાંઈ કેટલા યે તકસાધુઓએ સતીના નામે ચરી ખાધું હતું.

• • •

સુનિયોજિત 'સતી' ધંધાનો આ ગળાકાપ કિસ્સો કદાચ સામે આવ્યો ન હોત, જો ધનનાં ગાંસડાં લૂંટવા બાબત બે પક્ષો વચ્ચે તકરાર ઊભી થઈ ન હોત ! એક પક્ષ હતો ગામના મુખીનો, જેણે મંદિરની વ્યવસ્થા માટે સમિતિની રચના કરી હતી. બીજો પક્ષ હતો જાવિત્રીના સાસરા ભૂખનસિંહનો.

હવે ભૂખનસિંહે મંદિરનો કબજો પોતાના હસ્તક લઈ 'શ્રી રમાકાંત જાવિત્રી ટ્રસ્ટ' ખડું કર્યું છે અને મંદિરને વધુ ભવ્ય બનાવવાની યોજનાઓ ઘડાઈ રહી છે.

'અફસોસ એ વાતનો છે...' જાવિત્રીના મોટા દિયર લક્ષ્મી પ્રસાદે જણાવ્યું હતું, 'ટ્રસ્ટ બને એ પહેલાં સમિતિવાળા હજારો રૂપિયા ચ્યાંઉ કરી ગયા.'

આટઆટલું બને છતાં પોલીસો કહે કે તેઓ લાચાર છે. તેઓ પાસે પુરાવા નથી તો એ હાસ્યસ્પદ ન લાગે?

'અહીં ફોટોગ્રાફરની દુકાને વેચાતી સતીસ્થળની તસ્વીરોમાં અક્કેક પાખંડીનો ચહેરો સ્પષ્ટ જોઈ શકાય છે.' એક સમાજ સેવકે અરુણાને કહ્યું હતું, 'જાવિત્રીની હત્યાના ફોટાઓ પણ તેણે ઝડપ્યા છે. આથી વિશેષ પુરાવો શું જોઈએ !'

અંતે અરુણાએ ટાંક્યું હતું : હકીકતમાં પોલીસો પોતે મૂક પ્રેક્ષક બની ઊભા રહેતા હોય છે કે પછી સક્રિય ભાગ ભજવી પુણ્ય હાંસિલ કરતા હોય છે.

અરુણાએ લીધેલા હાઈકોર્ટ ઍડવોકેટ ભગિરથસિંહ શેખાવતના ઇન્ટરવ્યૂનો એક ભાગ – અરુણાનો પ્રશ્ન હતો, સમય સાથે સરકાર નબળી કેમ પડતી ગઈ?

'સરકારની લાચારી એ છે કે રાજપૂતોને તે નારાજ કરવા નથી ઇચ્છતી. એમ કરે તો સૈન્યનો ઍંસી ટકા ભાગ રાજપૂતો છે અને તે સરકારની વિરુદ્ધ થઈ જાય. આમ પણ શીખોએ બળવો પોકાર્યો છે. જો સરકાર આ મામલામાં દખલ દેશે તો રાજસ્થાનમાં પણ પંજાબ જેવી પરિસ્થિતિ સર્જાશે.'

લેખના અંતે કાલીચંદનો ઇન્ટરવ્યૂ મૂકવામાં આવ્યો હતો.

અરુણા : માંડુના સતી પ્રકરણના કારણે જે ઊંહાપોહ મચ્યો છે એ જોતાં તમને નથી લાગતું કે સતીપ્રથા વિરુદ્ધ સરકારે વધુ કડક કાયદા ઘડવા જોઈએ ?

કાલીચંદ : સરકાર ધર્મમાં હસ્તક્ષેપ કરી ન શકે.

અરુણા : તમે એક સુસંસ્કૃત ડૉક્ટર છો...

કાલીચંદ : એટલે જ પ્રથા તરીકે હું સતીનો વિરોધી છું. સરકાર આમાં આત્મહત્યાની કલમનો ઉપયોગ કરી પગલાં લઈ શકે; પરંતુ એક વાર ઘટના બની ગયા પછી તેને ચૂંથવાનો શો અર્થ?

અરુણા : તો હું માની લઉં કે રાજા રામમોહન રાયે સતી પ્રથા વિરુદ્ધ શરૂ કરેલી ચળવળ પાયા વિનાની હતી ?

કાલીચંદ : હું એમ નહીં કહું. બંગાળમાં સ્ત્રીઓને જોરજુલમથી પતિની સાથે ચિતા પર ચઢાવી દેવામાં આવતી હતી. માંડુ સતી પ્રકરણમાં એમ નથી બન્યું. આજ દિવસ સુધી મહિલા મંડળો તથા સમાજસુધારકો છાપરે ચઢી પોકારતા હતાં કે સતી માનસના મૂળમાં અજ્ઞાનતા છે. (પૂજાએ કૉલેજમાં પાંચ વર્ષ અભ્યાસ કરી ડિગ્રી મેળવી હતી.) તેઓ કહેતાં હતાં કે હિન્દુ સમાજમાં વિધવાઓનું જીવન ઝેર બની જતું હોય છે. તેનું મુંડન કરાવી, એક અંધારી કોટડીમાં ગોંધી, તેના પર સાસરિયાઓ દિવસરાત અત્યાચાર ગુજારતાં હોય છે. અને આવા ભયાનક જીવન કરતાં વિધવાઓ મૃત્યુને ચૂંટે છે. પૂજાના કેસમાં તેઓની પોકળતા છતી થઈ ગઈ.

અરુણા : કઈ રીતે ?

• • •

કાલીચંદ: પૂજાને ન કોઈ સાસુ હતી ન સાસરો, ન દિયર હતો ન દેરાણી, તેને કોણ અંધારી કોટડીમાં પૂરી તેના પર જુલમ કરત?

અરુણા : ત્યારે પૂજાનું સતી થવાનું કારણ શું?

કાલીચંદ : સત્

અરુણા : વિગતવાર કહેશો, ડૉક્ટર સાહેબ ?

કાલીચંદ : સતીને જ્ઞાન—અજ્ઞાન સાથે કાંઈ લાગતું—વળગતું નથી. તને યાદ હોય તો ભીલવારાની સતી કૉલેજમાં પ્રાધ્યાપિકા હતી. એક વાર ભીતર સત્ જાગે પછી એ સ્ત્રી કોઈની પત્ની હોય કે માતા, તેણે અનંત સાથે એકાકાર થવું જ પડે. ઇતિહાસમાં એવી માતાઓના પણ દાખલા છે જેઓ પોતાના પુત્રની ચિતા પર ચઢી ગઈ હોય. અને જો મારી ભૂલ થતી ન હોય તો એક દાખલો 'સતા' નો પણ નોંધાયો છે. જયપુર નરેશ સવાઈ જગતસિંહના ચાકર વીરભાન નઝીરે પોતાના અન્નદાતાની ચિતા જોડે સળગી દેહત્યાગ કર્યો હતો. (૧૮૧૯ ડિસેમ્બર) આ ચાકરને તો કોઈએ ધક્કો નહોતો માર્યો !

અરુણા : અર્થાત્, સત્ પ્રગટે એટલે સતી થવું પડે, ખરું ?

કાલીચંદ : તદ્દન ખરું; પરંતુ આ સત્ જૂજ સ્ત્રીઓમાં જવલ્લે જ પ્રગટતું હોય છે. અને આનું કારણ ધર્મોમાં શ્રદ્ધા છે. આ સત્ પ્રગટે ત્યારે સ્ત્રીને દુનિયાની કોઈ તાકાત રોકી ન શકે.

અરુણા : ધારી લો કે આત્મહત્યાના કાયદાની આડ લઈ તને રોકવામાં આવે તો?

કાલીચંદ : પોલીસ—અધિક્ષક ગુપ્તાસાહેબે ૬૦ વર્ષના રાજપૂતની વિધવાને દેવીપુરામાં સતી થતી રોકી હતી. પરિણામ શું આવ્યું ? આજે તે વિધવા માત્ર ફળ તથા મધ પર જીવે છે, એક મંદિરમાં રહે છે અને જિંદાસતી તરીકે પૂજાય છે. આટલું જ નહીં, તેનું અસ્તિત્વ સુધ્ધાં એક ચમત્કાર મનાય છે.

અરુણા : અંતે એક સવાલ કરું?

કાલીચંદ : જરૂર.

અરુણા : સતીસ્થળ પાસે તમે એક કરોડ રૂપિયા ખર્ચી મંદિર ઊભું કરવા ઇચ્છો છો એમાં સત્ય કેટલું ?

કાલીચંદ : કૃપા કરી મને આમાં ન સંડોવો. 'રાણીસતી ઉત્સવ સમિતિ'નો પ્રમુખ હું નથી છતાં કાશીનાથ મહારાજનો આગ્રહ હોય ત્યારે મારે તેમની મદદ કરવી પડે છે. બાકી સમિતિનો સઘળો કારભાર તેમના હસ્તક છે. સલાહકારોમાં આ જ નગરની પ્રતિષ્ઠિત વ્યક્તિઓ છે. મંદિર બાબત તેઓ જોડે તું ચર્ચા કરીશ તો એ વધુ યોગ્ય ગણાશે.

આ ઇન્ટરવ્યૂ લેવાઈ રહ્યો હતો ત્યારે અચાનક ડી. એસ. પી. પૂરબે ચાર હવાલદારો સહિત હવામહેલ પર છાપો મારી, પૂજાની સાહેલી તથા એક સમયની લોકપ્રિય ગાયિકા તારાને ત્રણ દાસ તથા એક દાસી સાથે ગિરફતાર કરી લીધી હતી. કલમ ૩૦૨ (હત્યા) તથા ૩૦૬ (આત્મહત્યા)નો આધાર આ ધરપકડોમાં લેવાયો હતો. રાણીસતી ઉત્સવ સમિતિના પ્રમુખ કાશીનાથ મહારાજ ભૂગર્ભમાં ચાલ્યા ગયા હોય એમ મનાય છે.

(અરુણા જરીવાલાની આ ધારણા તદ્દન ખરી હતી. લંગોટિયાએ ભૂગર્ભના લીલિયા મહેલનું પ્રવેશદ્વાર શોધી કાઢ્યુ હતું. અને આ ઈન્ટરવ્યૂના સમયે તે ખજાનાથી ભરેલો ચાંદીનો એક પટારો ખોલી પોતાની એક આંખ વડે જોઈ ચૂક્યો હતો.)

૨૪

હવામહેલમાં થયેલી ગિરફ્તારીઓથી કાલીચંદને સહેજે અસર ન થઈ. તે દૂરંદેશી હતો. મુત્સદ્દી હતો. શતરંજના ખેલાડી જેમ તે પોતાની ચાલ ચાલતાં પહેલાં પરિણામ જાણી લેતો હતો. હવામહેલની રાણીનું પ્યાદું મારવું હોય તો પાયદળોનો ભોગ દેવો પડે. સરકાર પર દબાણ વધે અને વહેલા–મોડા પોલીસો દેખાવ પૂરતું કાંઈ પગલું ભરે એ તદ્દન સ્વાભાવિક હતું. વાઘનો શિકાર કરવો હોય તો મારણ તરીકે બકરી તો સામે મૂકવી જોઈએ ને?

તેની આ રાજરમતમાં કોઈએ ગૂંચ ઊભી કરી હોય તો એ ગુરુ કાશીનાથ તાંત્રિક હતો. છેલ્લા બે દિવસથી તે ગુમ હતો. એ લંગોટિયો માખી કે મચ્છર બની ઊડી ગયો હશે કે અદ્રશ્ય માનવીની જેમ હવામહેલમાં ક્યાંક બેઠો હશે કે એ કલ્પવું તેના માટે શકય નહોતું.

કાલીચંદની શતરંજમાં બે પ્યાદાંઓ અગત્ય ધરાવતાં હતાં. અને બીજું પ્યાદું હતું ઝાંઝાંના સરદારનું; પરંતુ કોસોની તેને હવે ચિંતા નહોતી. (શતરંજમાં ક્યારેક ચમત્કારી પરિણામ પણ આવતું હોય છે.) કોસોએ પોતાની મા જોડે પોતાના ગામ જવાનો નિર્ણય જાહેર કર્યો હતો. આ પગલું અણધાર્યું હતું. આ ચાલ અકલ્પિત હતી. બલ્કે વિનાચાલ ચાલ્યે એક પ્યાદું રમતમાંથી ઊડી ગયું હતું, પણ બીજાનું શું?

લંગોટિયાને રમતમાંથી ઉડાડી દેવાનો હજી સમય નહોતો પાક્યો. હજી તેની ઉપયોગિતા બાકી હતી. હજી 'ચુનરી મહોત્સવ' બાકી હતો. અત્યાર સુધીમાં તેણે પચાસ લાખ રૂપિયા એકઠા કરી લીધા હતા. ચુનરી મહોત્સવ સુધીમાં એક કરોડ રૂપિયા અંદર કર્યા પછી કાશીનાથના પ્યાદાને તે જડમૂળમાંથી ઉખાડી ફેંકી દેવાનો હતો.

અલબત્ત, ગુરુ–ઘંટાલને તે આ કારણે ભોપાલ નજીકના ડુંગરાઓમાંથી પોતાની સાથે નહોતો લાવ્યો. ત્યારે તેને સપને યે ખ્યાલ નહોતો કે પોતાનું ફળદ્રુપ ભેજું કેવા કેવા અફલાતૂન તુક્કા સર્જશે!

સતીમાતાનો અદ્ભુત આઈડિયા તેને પહેલાં સૂઝ્યો હોત તો તાંત્રિકને તેણે પોતાની સાથે લીધો પણ ન હોત; ત્યાં જ ભેંકારમાં તેને રઝળતો મેલી તે ચાલી નીકળ્યો હોત. પણ ના, ત્યારે કાલીચંદની રમત કાંઈ જુદી હતી.

તેની સામે સમસ્યાઓ બબ્બે હતી અને ઉકેલ એકે નહોતો. એક તો તેને મૃત્યુનો ભય સતાવતો હતો. કોસોના હાથે તેનું મૃત્યુ નિશ્ચિત છે. એમ તે નક્કી માનતો હતો. (હજી યે માને છે.) અને ઘોટુલના આખલા જેવા સરદાર સામે બાથ ભીડવા તેને કોઈ ચંગેઝખાનની જરૂર હતી. કાશીનાથ કરતાં વધુ શક્તિશાળી, વધુ જાલિમ, વધુ ક્રૂર, વધુ મેલો સાથી તેને બીજે ક્યાં મળવાનો હતા?

બીજું, કાલીચંદનો એક ડોળો તાંત્રિક પર હતો તો બીજો ભૂગર્ભ ખજાના પર. આ લંગોટિયો પોતાની મેલી વિદ્યા વડે ખજાનાનું ચોક્કસ સ્થળ શોધી શકતો હતો. આ જ કારણે કાલીચંદે તેને હવામહેલમાં સર્વે સુવિધાઓ દીધી હતી. તેની દરેક જરૂરિયાત પૂરી પાડવાનો ચાકરોને આદેશ હતો.

પઠ્ઠો, રોજ સવારે બદામ, પિસ્તાં તથા કેસરવાળા દૂધની એક તાંબડી ગટગટાવી જતો. બપોરના ભોજનમાં તેના માટે માંસ–મચ્છીની ખાસ વ્યવસ્થા કરવી પડતી. રાત્રે તે માત્ર મંત્રેલું પાણી પીતો. આ બધાં લાડ સહન કરી શકાય; પરંતુ અઠવાડિયામાં એક વાર એ હલકટને કન્યા યાદ આવતી હતી. તેની આ ભૂખ કેમ કરી સંતોષવી?

હવામહેલની દાસીઓનું જીવન કાલીચંદ ભયમાં મૂકી ન શકે! તેણે એક દલાલનો સંપર્ક સાધી આનો પણ બંદોબસ્ત કર્યો. આ દલાલ માંડુ આવતા વિદેશી પર્યટકોને છોકરીઓ સપ્લાય કરવાનું કામ કરતો હતો.

આમાં પણ પારાવાર મુશ્કેલીઓ ઊભી થઈ. લંગોટિયા જોડે એક રાત ગાળ્યા પછી હવામહેલનું નામ સાંભળી વેશ્યાઓ ધ્રુજી ઊઠતી હતી.

અંતે એ દલાલે મોં માંગ્યા દામ દેતાં હાથ ઊંચા કરી દીધા. અને કાશીનાથ માણસખાઉં રાક્ષસની જેમ બોલતો હતો : કન્યા દે! કન્યા ખાઉં. આખરે કાલીચંદે કંટાળી કાળકાને તેની સેવામાં ધરી દીધી. ધાર્યું હતું, એક રાત લંગોટિયા જોડે ગાળી આ હબસી સ્ત્રી પણ ત્રાહી ત્રાહી પોકારી ઊઠશે. કમ સે કમ અઠવાડિયા સુધી તે પથારીવશ રહેશે અને કાલીચંદ પર દિવસ-રાત શાપ વરસાવશે.

તેના આશ્ચર્ય વચ્ચે બીજે જ દિવસે તેણે કાળકાને રસોઈમાં કોઈ પ્રણયગીત ગણગણતી જોઈ અને તેણે છુટકારાનો દમ લીધો, લગભગ અશક્ય લાગતી તેની અંતિમ સમસ્યાનો અંત પણ આવી ગયો હતો.

કાશીનાથ માટે આટઆટલાં કષ્ટ ઉપાડવા છતાં તે પરિણામ દેવામાં નિષ્ફળ રહ્યો હતો. લગાતાર મહિનાઓ સુધી રોજના કલાકો જાપ જપવા છતાં ખજાનાનું પ્રવેશદ્વાર શોધવામાં તેને સફળતા નહોતી મળી.

કાલીચંદે કલ્પી લીધું. કાશીનાથની એક આંખ જતી રહી છે. સાથે તેની અર્ધી શક્તિઓ પણ. તેની ઉપયોગિતા પૂર્ણ થઈ. હવે તેની જી-હજૂરી કરવાનો યે પ્રશ્ન નહોતો. બીજું, જે માણસ પોતાનું રક્ષણ કરી ન શકે. (પ્રેતાત્માઓ સાથેના યુદ્ધમાં તેણે એક આંખ ખોઈ હતી.) તે કોસો જેવા હિમાલય સામે મારું શું રક્ષણ કરવાનો?

જે રાતે તેને આ વિચાર આવ્યો, એ જ રાતે અજાનું મૃત્યુ થયું. તરત તેણે લંગોટિયાને સતી પ્રકરણમાં ફિટ કરી દીધો. આટલા મહિના જેને કેસરિયું દૂધ પાયું હોય તેનો કાંઈક તો ઉપયોગ થવો જોઈએ ને ! વિશેષમાં હવે કાલીચંદને ગુપ્ત ખજાનાનો મોહ નહોતો રહ્યો. આનું કારણ પણ હતું.

રાણીસતી મંદિર ખડુ થતાં વર્ષે બે કરોડ રૂપિયાની ચોખ્ખી (અને ટેક્સ–ફ્રી) આવક થવાની હતી. લીલિયા મહેલમાં ફક્ત સાત પટારા ખજાનો હતો. થોડાંક વર્ષોમાં તે આઠ પટારા ભરી ખજાનો એકઠો કરવાનો હતો. રાણીસતી મંદિરના કૂવાનું પાણી હવામહેલના હવાડામાં નિરંતર વહેવાનું હતું.

આ કાંઈ કાલીચંદનું રહસ્ય નહોતું. આ યુક્તિ તેની મૌલિક પણ નહોતી. તેની પહેલાં તેના ગુરુઓ સફળતાપૂર્વક જાળ પાથરી ચૂકયા હતા. આ રમત માત્ર તે નહોતો જાણતો, દિલ્હી, કલકત્તા તથા મુંબઈના મારવાડી વેપારીઓ વર્ષો પહેલાં જાણી ચૂકયા હતા.

આજ સુધીમાં બે પેઢીઓની ઓફર તેને મળી ચૂકી હતી. અંતે પ્રસ્તાવમાં રાણીસતીનું મંદિર ચણવા માટે સંપૂર્ણ ખર્ચો દેવાની બાંહેધરી હતી. કાલીચંદની ઊંચાઈ ભલે ચાર ફૂટ હોય, ભોંયમાં તે પીપળો હતો. આ પેઢીઓનું મૂડીરોકાણ તે સ્વીકારે તો મંદિરની જંગી આવકમાંથી તેઓને ભાગ પણ દેવો પડે.

શેખાવતીના ભવ્ય રાણીસતી મંદિરના ઇતિહાસે તેને બોધપાઠ દીધો હતો. ભારતના ગર્ભશ્રીમંત ગોયંકા, બિરલા, મોદી, સોમાની, જૈન, પોદ્દાર આ જ ઈલાકાના હતા. અને ત્યાંના રાણીસતી મંદિરમાંથી કોણ કેટલા ગાંસડા ભરી જતું હતું એ કાલીચંદથી અજાણ નહોતું.

છતાં કાલીચંદને ભભૂતિયાની જરૂર હતી : જ્યાં સુધી ચુનરી મહોત્સવ ન પતે, મંદિર બાધા વિના ન ચણાય, કાગારોળ શાંત ન પડે, ઊહાપોહ ન કરે, તેને એક આડની આવશ્યકતા હતી.

કાશીનાથ કરતાં ઉત્તમ આડ બીજી શી હોઈ શકે? શ્રદ્ધાળુઓ વિનાવિચાર્યે તેના પર વિશ્વાસ મૂકતા હતા. તેની લંગોટ નિઃસ્વાર્થતા, પ્રમાણિકતા, ધર્મનું પ્રતીક હતી.

કાળકા ચાની ટ્રે સાથે બિસ્કિટ લઈને બેઠકખંડમાં આવી. વિચારોમાંથી જાગી તેણે જોયું તો કાળકાના ચહેરા પર તેને ઉદાસી નજરે પડી. તે સમજી ગયો, લંગોટિયા વિના તે પણ બેચેન છે.

'કાળકા !'

ચાની ટ્રે ટિપાઈ પર મૂકી તે જવા લાગી તો કાલીચંદે તેને પૂછી લીધું, 'શું લાગે છે તને? મહારાજ હવામહેલની મોહમાયા તજી ચાલ્યા તો નહીં ગયા હોય ને?'

કાળકાએ થોભી જતાં સહેજ વિચાર કર્યો. પછી પોતાના મનનો ભય વ્યક્ત કરી દીધો, 'મને તો કાંઈ અમંગળનાં એંધાણ લાગે છે.'

'અમંગળ !'

'સરોવર કાંઠેથી કોઈ મગર તેમનો પગ ખેંચી ગયું હોય તો નવાઈ નહીં !'

'સરોવરમાં મગરો વસતા હોય એમ મેં નથી સાંભળ્યું.' કાલીચંદે ચાનો ઘૂંટડો ભર્યો.

'તો ગયા ક્યાં? હવામાં ઓગળી ગયા? ધરતીમાં સમાઈ ગયા?'

'મને પણ સમજાતું નથી.'

આ જ પળે બેઠકખંડના પ્રવેશમાં કાશીનાથ તાંત્રિકે દેખા દીધી. તે બે પગલાં વધુ ચાલ્યો અને લથડિયું ખાઈ ગાલીચા પર ઢળી પડ્યો. કાળકા સાથે કાલીચંદ પણ સ્તબ્ધ થઈ જોઈ રહ્યો. તેની આંખો પહોળી થઈ ગઈ. હાથમાં ધરી રાખેલો ચાનો કપ કંપી ઊઠ્યો. તરત કપ નીચે મૂકી તે દોડ્યો.

નજીક આવી તેણે જોયું તો તેને ખ્યાલ આવ્યો; કાશીનાથના શરીર પર અનેક ઉઝરડા હતા. તેમાંથી લોહી વહી જામી ગયું હતું. કાલીચંદે ધ્યાનથી જોયું. ફરી તેણે એક કંપારી અનુભવી. તાંત્રિક આંધળો હતો. તેની બીજી આંખ પણ જતી રહી હતી. કાળકા તેની છાતી પર માથું ઢાળી હૈયાફાટ રુદન કરવા લાગી.

પરિસ્થિતિ સંભાળવાની હતી. પોતાની લાગણીને કાબૂમાં લેવાની હતી. જે છત નીચે સતીમાતાનું નાટક ભજવાતું હોય ત્યાં બીજી એક ટ્રેજડી માટે અવકાશ નહોતો. કાળકાને ઊભી કરી તેણે ઊંધાસીધા હાથની બે લપડાકો ચોડી દીધી. કાળકા થીજી ગઈ.

તરત તેણે બે ચાકરોને બોલાવી કાશીનાથનો દેહ ઊંચકાવ્યો અને છત પરના તેના મંડપમાં લઈ જવા આદેશ દીધો. બંને ચાકરોએ મળી મહામુશ્કેલીએ તેની પડછંદ કાયા ઊંચકી. કાળકા છાનાં આંસુ સારતી તેઓની પાછળ ચાલી. સૌની પાછળ કાલીચંદ હતો. વિચારી રહ્યો હતો :

લંગોટિયાની આવી હાલત કોણે કરી હશે ? – અને તેને ભોપાલના ડુંગરાઓ વચ્ચે ગાળેલી ભયાનક એક રાત યાદ આવી ગઈ. એ રાતે ગેબી છોકરાએ બંનેનું મૃત્યુ ભાખ્યું હતું. એ રાતે કાશીનાથે ગેબી છોકરા પર વેર વાળ્યું હતું. એ જ રાતે પ્રેતાત્માઓ તેના પર તૂટી પડ્યા હતા.

આખી રાત મંદિરમાં સંતાઈ કાલીચંદે પડખાં બદલતાં વાદળોનો ગડગડાટ સાંભળ્યો હતો. વીજળીના કડાકા સાંભળ્યા હતા. અટ્ટહાસ્ય સાંભળ્યું હતું, ચીસો સાંભળી હતી.

સવારે મંદિરમાંથી બહાર નીકળી તેણે જોયું ત્યારે પણ કાશીનાથના દેહ પર આવા ઉઝરડાઓ પડ્યા હતા. ત્યારે પણ તેની એક આંખનો ડોળો ખેંચી કાઢવામાં આવ્યો હતો. કાશીનાથની અર્ધી શક્તિ ખેંચાઈ ગઈ હતી.

પરંતુ અહીં ન કાલીચંદે વાદળોનો ગડગડાટ સાંભળ્યો હતો, ન વીજળીના કડાકા. જ્યારે કાશીનાથ ગુમ થયો હતો, તેણે માત્ર રાણીસતીના જયજયકારના પોકારો સાંભળ્યા હતા. ઢોલ-મંજીરાં સાથે આવતા શ્રદ્ધાળુઓનાં ભજન-કીર્તન સાંભળ્યાં હતાં. ઊંચા અવાજે લલકારતા ગઢવી–ચારણોના દુહા સાંભળ્યા હતા. આથી વિશેષ તેના કાને કાંઈ અથડાયું હોય તો એ કાળકાના નિસાસા હતા.

કાશીનાથને છત પરના મંડપમાં તેની ચટાઈ પર સુવડાવી ચાકરો પાછા ચાલ્યા ગયા. કાળકા તેની પડખે ગોઠણો પર બેઠી હતી. ભીના કપડા વડે તેના જખમો લૂછી રહી હતી. કાલીચંદે ઉભડક બેસી જતાં તેનું કાંડું હાથમાં લીધું અને તે ચોંકી ઊઠ્યો. કાશીનાથનું શરીર ધગધગી રહ્યું હતું.

તે દોડ્યો અને થોડીવારમાં દવાની પેટી લઈ તરત પાછો ફર્યો. ક્ષણ ભરમાં તેણે એક ઈંજેક્શન તૈયાર કરી કાશીનાથની રગમાં સોય ભોંકી દીધી.

જ્યારે કાશીનાથે એક આંખ ખોઈ હતી, તેના શરીરના ઘા માત્ર મંત્રોના બળે રુઝાઈ ગયા હતા. કાલીચંદને યાદ આવી ગયું. આજે તેનો સંપૂર્ણ ઇલાજ કરવાની જરૂર પડી હતી. તેના ઘા પર ઍન્ટીસેપ્ટિકનાં પોતાં ફેરવવાં પડ્યાં હતાં. જખમી આંખે પાટો બાંધવો પડ્યો હતો.

ટૂંકમાં, કાશીનાથની સર્વે શક્તિ નષ્ટ પામી હતી. મેલી વિદ્યા પરથી તેનો અંકુશ જતો રહ્યો હતો. ભાગ્યવશ જીવી ગયો તો તે એક લાચાર આંધળાનું જીવન ગાળવાનો હતો. રસ્તાનો રઝળતો ભિખારી બની દર દરની ઠોકરો ખાવાનો હતો.

કાલીચંદ તેના ભાનમાં આવવાની વાટ જોઈ રહ્યો હતો. લગાતાર વિચારી રહ્યો હતો. હજી સુધી તે આ કળી નહોતો શક્યો કે બે દિવસ પહેલાં અદ્રશ્ય બની ગયેલો કાશીનાથ આ સમય દરમિયાન ક્યાં રહ્યો હશે! પ્રેતાત્માઓ જોડે યુદ્ધ ક્યાં ખેલાયું હશે ? આંધળો હોવા છતાં તે કેમ કરી પાછો ફર્યો હશે ?

ઈંજેક્શનની અસર વરતાવા લાગી. કાશીનાથનું શરીર સળવળવા લાગ્યું. થોડી વાર પછી તેણે એક હાથ ઊંચો લઈ ધીરે ધીરે હવામાં ફેરવ્યો, જાણે તે કોઈનો સ્પર્શ ઇચ્છતો હોય ! જાણે આંગળાંઓ વડે તે કાંઈ કહેવા ઈચ્છતો હોય ! કાંઈ જાણવા ઈચ્છતો હોય !

'મહારાજ !' કાલીચંદે હળવેથી કહ્યું, 'તમે તમારા આવાસે છો. તદ્દન સુરક્ષિત છો.'

ધીરે ધીરે તેનો હાથ નમી ગયો, પણ તે કાંઈ બોલી ન શક્યો.

'તમારી પડખે તમારી કાળકા પણ હાજર છે.' કાંઈ અગત્યનો પ્રશ્ન કરતાં પહેલાં લંગોટિયાને ખુશ કરવો જરૂરી હતો.

તેના ચહેરા પર કશી અસર ન વરતાઈ. હવે કાલીચંદની ધીરજ ખૂટી ગઈ. તે મોં ખોલવા ગયો અને અચાનક તેના મગજમાં બત્તી થઈ. આ લંગોટિયાએ જરૂર ગુપ્ત ખજાનાનું પ્રવેશદ્વાર શોધી કાઢ્યું હશે ! કોઈને પણ જાણ કર્યા વિના તે એકલો અંદર ઊતરી ગયો હશે! ખજાનો જોઈ તેની દાનત ખોરી થઈ હોવી જોઈએ ! ના, આ હલકટની દાનત પહેલાંથી ખોરી હતી; નહિતર તે એકલો અંદર ન જાત !

પછી... પછી પ્રેતાત્માઓએ તેના પર હુમલો કરી દીધો હશે! કદાચને પ્રેતાત્માઓ તેના પર વેર વાળવા તેની વાટ જોતા તેના પર તૂટી પડ્યા હોય એમ બની શકે.

અને પછી? બે દિવસ તથા બે રાત ભૂખ્યો–તરસ્યો અંદર પડ્યો રહ્યો હશે! જેમતેમ બહાર નીકળ્યો હશે. અને અથડાતો– કુટાતો પાછો આવ્યો હશે !

તર્ક એ જ સૂચવે છે. આ જ કારણે પ્રેતાત્માઓ સાથે ખેલાયેલા યુદ્ધના ગડગડાટ નહોતા સંભળાયા. આ જ કારણે તે આંધળો હોવા છતાં પાછો આવી શક્યો હતો.

હવે કાલીચંદે તેની સામે મીઠી નજરે જોયું. આ તદ્દન સ્વભાવિક હતું કે ભભૂતિયો તેને વ્હાલો લાગે કારણ કે ભભૂતિયા પાસે ખજાનાના રહસ્યની કડી હતી. ભભૂતિયો પ્રસન્ન થાય તો તેને માર્ગ દેખાડી શકે !

તે કાંઈ વધુ કહે એ પહેલાં એક ચાકર બપોરનું છાપું લઈ આવ્યો. સામાન્યતઃ ચાકરો તેના આવાસે છાપું નાખી ચાલ્યા જતા હતા. આજે ચાકર તેને શોધતો છત પર આવ્યો હતો. તેને શંકા ગઇ : જરૂર કાંઈ અગત્યના સમાચાર છપાયા હોવા જોઈએ.

તરત તેણે છાપું ઝૂંટવી હેડલાઇન પર નજર નાખી.

'હત્યા મહોત્સવ નહીં ઊજવાય.'

તેના વિચારોની દિશા ફંટાઇ ગઈ. છાપું વાંચતાં વાંચતાં તે છતની પાળ સુધી આવ્યો અને બેસી વાંચવા લાગ્યો : ''જનવાદી મહિલા સંગઠનની પ્રમુખ શ્રીમતી લતા શાહે પાંચ મહિલા મંડળો જોડે મળી મધ્યપ્રદેશ ઉચ્ચ ન્યાયાલયમાં એક રીટ અરજી દાખલ કરી છે. એમાં જણાવવામાં આવ્યું છે કે ચોથી સપ્ટેમ્બરે જીવતી સળગાવી દેવામાં આવેલી હવામહેલની રાણી પૂજાને સતી જાહેર કરી સોળ સપ્ટેમ્બરે ચુનરી મહોત્સવ ઊજવવાની પૂરી તૈયારીઓ થઈ ચૂકી છે. આની જાહેરાત કરતાં પોસ્ટરો ગામેગામ લાગી ગયાં છે. આ હત્યા-મહોત્સવને સરકાર રોકે એવી અમારી અપીલ છે.''

શ્રીમતી લતા શાહના જણાવ્યા મુજબ સરકાર ઉદાસીન રહેતાં તેમણે આ અંગે ઉચ્ચ ન્યાયાલયમાં ઘા નાખવી પડી છે. 'અમે ન્યાયાધીશ દવેને મળ્યા.' તેમણે અમારા સંવાદદાતાને કહ્યું હતું, 'દવેસાહેબે અમને પૂછ્યું કે બોલો, હું તમારા માટે શું કરી શકું?' ત્યારે અમે જણાવ્યું કે સરકારથી નિરાશ થઈ અમે તમારી સમક્ષ આવ્યા છીએ. તરત તેમણે પોતાના સ્ટેનોને આદેશ દીધો કે મુખ્ય ન્યાયાધીશ સામે આ રીટ અરજી રજૂ થવી જોઈએ. સરકારી વકીલ નાથુલાલ જૈને દલીલ કરી કે આ તો એક સમુદાયની ધાર્મિક સ્વતંત્રતા છે. આમાં સરકાર શું કરી શકે ? મુખ્ય ન્યાયાધીશ સુરેશચંદ્ર અગ્રવાલની પ્રશંસા કરવી પડે કે તેમણે અમારા પક્ષમાં નિર્ણય આપ્યો.

આ કેસની શરૂઆત બપોરે બાર વાગે પિટિશન સાંભળવાથી થઈ હતી. મહિલા સંગઠનો તરફથી ઍડ્વોકેટ સુશ્રી સુનીતા સત્યાર્થીએ પોતાનો પક્ષ રજૂ કર્યો હતો. જ્યારે પુરાતનવાદીઓ તરફથી યુવાન રાજપૂત વકીલો હાજર રહ્યા હતા.

ન્યાયાધીશ સુરેશચંદ્ર અગ્રવાલ તથા પાનાચંદ જૈને આ વકીલોને પ્રશ્ન કર્યો કે તેઓ સતીપ્રથાના સમર્થક છે કે નહીં ? તો તેઓએ હોઠ સીવી લીધા હતા. રાજ્ય સરકાર તરફથી ઍડ્વોકેટ નાથુલાલ જૈને સરકારનું વલણ સ્પષ્ટરૂપે જાણવા ત્રણ વાગ્યા સુધીનો સમય માગ્યો હતા, જે અદાલતે મંજૂર કર્યો.

આ દરમિયાન રાજ્ય સરકારની હાસ્યાસ્પદ સ્થિતિ સામે આવી ગઈ. બપારે બે વાગ્યે મુખ્યમંત્રીને પોતાનું વલણ જાહેર કરતાં માંડુ સતીપ્રકરણને કડક શબ્દોમાં વખોડવાની ફરજ પડી હતી.

ઠીક ત્રણ વાગ્યે સરકારી વકીલ નાથુલાલ જૈને સરકારની નીતિ સ્પષ્ટ કરી, ત્યાર પછી ઉચ્ચ ન્યાયાલયે પુજા સતી-પ્રકરણમાં આદેશ દીધો કે સોળ સપ્ટેમ્બરે માંડુમાં કોઈ સાર્વજનિક સમારોહ ન ઊજવાય તથા સતીનું ગૌરવ વધારે તેવી વિધિઓને પણ સરકાર રોકે.

સખેદ કહેવું પડે છે કે રાજ્ય મંત્રીમંડળની અનૌપચારિક બેઠકમાં કેટલાય મંત્રીઓએ રાણીસતીની તરફદારી કરી હતી. ત્રણ મંત્રીઓએ એમ પણ જણાવ્યું હતું કે સરકાર આ સમારોહ રોકવાનો પ્રયાસ કરશે તો ખૂનામરકી થશે. આ મંત્રીઓનું માનવું છે કે સમાજની ધાર્મિક પરંપરાઓમાં સરકારે માથું મારવું ન જોઈએ.

કાલીચંદે સમાચાર વાંચવાની શરૂઆત કરી ત્યારે તેનો ચહેરો ગંભીર હતો. અંત સુધી આવતાં એ જ ચહેરા પર સ્મિત ફરી વળ્યું. જે ત્રણ મંત્રીઓનો ઉલ્લેખ રિપોર્ટમાં હતો એ તેના મારેલા હતા.

છત પરથી તેણે એક નજર નીચે સતીસ્થળ પર પાથરી. પર્યટક વિભાગની એક બસ ભરીને આવેલા ચાળીસ વિદેશી ટુરિસ્ટો સતીસ્થળના ફોટા ઝડપી રહ્યા હતા, વીડિયો ઉતારી રહ્યા હતા. હેરતથી મેળા જેવું ટેકનીકલર વાતાવરણ જોઈ રહ્યા હતા.

બીજા ચાકરે છત પર દોડી આવતાં કહ્યું, 'આપનો ફોન છે.'

'કોનો છે?' પાળ પરથી ઊભા થતાં તેણે પૂછી લીધું.

'સચિવાલયનો.'

તે સમજી ગયો. ફોન આજના તાજા સમાચારને અનુલક્ષીને હોવો જોઈએ.

નીચે આવી તેણે રિસીવર ઊંચક્યું, 'હલ્લો ?'

• • •

'શું ખબર, અન્નદાતા ?'

તેના કાને અવાજ અથડાયો. તે ચોંક્યો નહીં, ગૃહખાતામાં સચિવને મજાક કરવાની ટેવ હતી.

'મેં હમણાં જ સમાચાર વાંચ્યા.' સહેજે સમય ન ખોતાં તે મૂળ વિષય પર આવ્યો.

'ચુનરી મહોત્સવ નહીં થાય એ જ ને?'

'તદ્દન ખરું.'

'અને તમે માની લીધું ?'

'સરકારનું ભલું પૂછવું !'

'સરકાર સર્વનું ભલું જ ઇચ્છે છે.'

'એટલે ?'

'ચુનરી મહોત્સવ યોજાશે, પરંતુ નિર્ધારિત સમય પહેલાં.' કાલીચંદે તેનો આભાર માની રિસીવર મૂકી દીધું.

ફરી એક વાર તેના હોઠે સ્મિત ફરી વળ્યું, તેને લાગ્યું, આ નેતાઓ પણ મારા બેટા ભારે ચાલાક હોય છે! સોઈના કાણામાંથી આખેઆખું ઊંટ કાઢી દે છતાં ઊંટ, ઊંટના સ્થાને રહે અને સોઈ તેના સ્થાને.

સરકારે સતીપ્રથાને વખોડી મહિલા મંડળોને પ્રસન્ન કર્યાં અને હવે ચુનરી મહોત્સવ બે કલાક વહેલો ઊજવાવી રાજપૂતોને પણ ખુશ કરી દેશે. વિશેષમાં સરકાર ક્યાંય વાંકમાં નહીં આવે. છેલ્લે જણાવી દેશે કે અમે તો ઉચ્ચ ન્યાયાલયના આદેશ મુજબ ચુનરી મહોત્સવ રોકવાની પૂરતી તૈયારી કરી હતી; પરંતુ શું કરીએ ? 'રાણીસતી મહોત્સવ' સમિતિવાળાઓએ સમય બદલી નાખ્યો.

આમ વિચારતા કાલીચંદ પાછો છત પર આવ્યો અને પળભર માટે ગોથું ખાઈ ગયો. ડી. એસ. પી. પૂરબ સાથે બે હવાલદારો તેની વાટ જોતા કાશીનાથના મંડપ બહાર ઉભા હતા. કાલીચંદે એ જ પળે કલ્પી લીધું.

પૂરબ પહેલી વાર 'રાણીસતી મહોત્સવ સમિતિ' ના પ્રમુખ કાશીનાથ મહારાજને ગિરફ્તાર કરવા આવ્યો હતો ત્યારે તેને તારા તથા દાસ–દાસીઓને બેડીઓ પહેરાવી સંતોષ માનવો પડ્યો હતો. આ જ કારણે ગિરફતારીઓથી વધુ ઊહાપોહ નહોતો થયો.

કાશીનાથ હવે માત્ર લંગોટિયો નહોતો રહ્યો; તેની શાખ વધી હતી. આબરૂ વધી હતી. તે ગિરફતાર થઈ જાય તો ?

કાલીચંદની બુદ્ધિ અત્યારે કોંકોર્ડ વિમાનની ઝડપે કામ કરી રહી હતી. તેની સૌથી મોટી ચિંતા કાશીનાથની ગિરફ્તારી નહોતી, ખજાનાનું રહસ્ય હતી. કાશીનાથ અંદર થઈ જાય તો ભોંયરાનું પ્રવેશદ્વાર જાણવાની તક તેના હાથમાંથી સરી જાય. આ તક પાછી ક્યારે મળે એ પણ ખાતરીપૂર્વક કહી ન શકાય. અને આનું કારણું હતું.

અજાની ચિતાને અગ્નિદાહ કાશીનાથે દીધો હતો. તેના પર પૂજાની હત્યાનો આરોપ ઠોકાવાનો હતો. અરુણા જરીવાલાએ જે દસ વ્યક્તિઓના આંખે દેખ્યો હેવાલ નોંધ્યો હતો, તેમાંથી ત્રણ જણાએ આ બાબત ચોક્કસ બયાન દીધું હતું. આ ત્રણે નાગરિકોને એકમેક જોડે કાંઈ સંબંધ નહોતો. આમાંનો એક રાઠોડ, વન્ય ખાતાનો અધિકારી હતો. બીજો લક્ષ્મણ, સાઈકલની દુકાનમાં મિકેનિકનું કામ કરતો હતો તથા ત્રીજો, જૈન ધર્મશાળાનો મૅનેજર કીર્તિબાબુ હતો. આ ત્રણેના હેવાલો લગભગ એક સરખા હતા.

'હું ભારત સાઈકલ શૉપમાં મિકેનિકનું કામ કરું છું અને ચોથી સપ્ટેમ્બરે પિયર ગયેલી મારી પત્નીને તેડવા ધાર જવાનું હોઈ મેં રજા પાળી હતી.' લક્ષ્મણલાલે જણાવ્યું હતું, 'હું લગભગ બાર વાગ્યે ઘેરથી નીકળી ચોકમાં આવ્યો તો ત્યાં અમારો સાઈન બોર્ડ પેઇન્ટર ફટાફટ કપડાંના બેનરો તૈયાર કરી રહ્યો હતો. લગભત્ર આઠ

ફૂટ લાંબા તથા બે ફૂટ પહોળા એક બૅનર પર તેટલા જ મોટા ટાઇપમાં લખાયું હતું : 'સતીમાતા કી જય' તથા બીજું બેનર 'રાણીમાતા કી જય' તૈયાર થઈ રહ્યું હતું. પૂછપરછ કરતાં મને જાણ થઈ કે હવામહેલની રાણી આજે સતી થવાની છે. સતીમાતામાં મને પૂર્ણ શ્રદ્ધા હોવાના કારણે હું પત્નીને વીસરી એ દિશામાં ચાલી નીકળ્યો; પરંતુ ત્યાં જઈ મેં જે કાંઈ જોયું, મારા હાંજા ગગડી ગયા.'

વધુમાં તેણે જણાવ્યું હતું કે... 'રાણીમાતા ચિતા પર ચઢવા રાજી નહોતાં અને તેમને ઘેરીને ઊભેલા લઠ્ઠાઓ પરાણે ધકેલી રહ્યા હતા. આ બધામાં મધપૂડા જેવી દાઢીવાળા એક લંગોટિયાએ અગત્યનો ભાગ ભજવ્યો હતો.'

(જૈન ધરમશાળાના મૅનેજર કીર્તિબાબુએ લંગોટિયાને ઓળખી લીધો હતો. તેમણે નામ સુધ્ધાં જણાવ્યું હતું.)

'એક વાર રાણીમાતા ચિતા પરથી કૂદી નાસવા ગયાં. તરત લંગોટિયાએ એક લાકડું ઊંચકી તેમના માથે ફટકાર્યું. તેમના ગળામાંથી ચીસ નીકળી ગઈ.

(વન્ય ખાતાના અધિકારી બી. એમ. રાઠોડના કહેવા મુજબ કાશીનાથે બરડે લાકડું ફટકાર્યું હતું.)

રાણીમાતાને ફરી ઊંચકી ચિતા પર ચઢાવવામાં આવ્યાં અને લંગોટિયાએ તૈયાર રાખેલા એક ડબ્બામાંથી પેટ્રોલ કે ઘાસલેટ રેડી આગ ચાંપી દીધી.

કાલીચંદે ગણતરી કરી લીધી. આ આરોપ પુરવાર થઈ જતાં કાશીનાથ ફાંસીના માંચડે લટકી જવાનો હતો. ખરેખર આમ થાય તો તેની સાથે અબજોના ખજાનાનું રહસ્ય પણ દફનાઈ જાય – અને કાલીચંદ આમ નહોતો ઈચ્છતો.

કાશીનાથની ગિરફ્તારીના નબળા પાસા પર મનન કરી તેણે સબળા પાસા પર ધ્યાન કેન્દ્રિત કર્યું. 'રાણી સતી મહોત્સવ સમિતિ'ના પ્રમુખ બનેલા કાશીનાથ મહારાજ ગિરફ્તાર થતાં તેનો જબ્બર પ્રચાર કરી જબ્બર લાભ મેળવી શકાય.

ચુનરી મહોત્સવ તથા મંદિર ચણાતું રોકવાનો પ્રયાસ કરતા વિરોધીઓ આપમેળે ધૂળ ચાટતા થઈ જાય. લોકસભામાં સતી પ્રથા વિરોધી જે ખરડો ઘુસાડવાનું દબાણ થઈ રહ્યું છે એ ખરડો પણ અભરાઈએ ચઢી જાય.

કાલીચંદના બંને હાથમાં લાડવો હતો. લંગોટિયો ગિરફ્તાર થાય તો યે લાભ હતો અને ન થાય તો યે હતો. બલ્કે તે ગિરફતાર થાય તો વધુ લાભ હતો. ભૂગર્ભ ખજાનો કાંઇ નાસી નહોતો જવાનો. વહેલા–મોડા હવામહેલની પ્રોપર્ટી પર ખોદકામ કરાવી શોધી શકતો હતો.

'હું જાણું છું કે તું મહારાજને ગિરફ્તાર કરવા આવ્યો છે.' પૂરબ વૉરંટ કાઢી તેની સામે ધરે એ પહેલાં તે બોલી ઊઠ્યો, 'અને એક ડૉક્ટર તરીકે હું તને પરવાનગી ન દઈ શકું.'

'કારણ !'

'મહારાજ તંદુરસ્ત નથી. તેમની બીજી આંખ પણ અકસ્માતે જતી રહી છે, તે બંને આંખે આંધળા બની ગયા છે.'

'સતીમાતાનો ચમત્કાર !' તેણે ટકોર કરી.

કાલીચંદ ઘાયલ સાપની જેમ વળ ખાઈને રહી ગયો. 'ના.' પછી કહ્યું, 'ચમત્કાર હવે થશે. સતીમાતામાં ન તને શ્રદ્ધા છે, ન મને. મારી ઈચ્છા મહારાજને સતીસ્થલે મૂકી સતની કસોટી કરવાની છે. દુનિયાનો કોઈ ઇલાજ મહારાજને તેમની આંખો પછી દેવામાં સમર્થ નથી; પરંતુ સતીમાતાની કૃપા હશે તો આંધળા દેખતા થઈ જશે અને લંગડા ચાલતા. રોગીઓ આંખના પલકારામાં નિરોગી થઈ જશે અને મડદાંઓ પાછાં બેઠાં થઈ નવું જીવન

મેળવશે. મારા અંતરમનની ખ્વાહેશ છે કે આપણા જેવા બીજા લાખો નાસ્તિકો વિજ્ઞાનનું પૂછડું છોડી ધર્મની મહત્તા સમજે.'

'સતની કસોટી સહેજ જુદી રીતે પણ થઈ શકે છે.' પૂરબે તેનાં ધુંઆધાર ભાષણમાં ન ભોળવાતાં કહ્યું; 'તમારા મહારાજ ફાંસીના માંચડે લટકતો બચી જશે તો સતીસ્થળે આવી હું પણ મારું માથું ટેકવી દઈશ.'

'તું તેમને ગિરફ્તાર કરીશ ?'

'એક ખાટકીની મારાથી પૂજા નહીં જ થાય.' – કહેતાં તે આગળ વધવા ગયો.

'સમજ દીકરા !' કાલીચંદ પ્રવેશની આડે ઊભો રહી જતાં બોલી ઊઠ્યો, 'મહારાજના હાથમાં તેં બેડીઓ નાખી છે તો સમજી લેજે કે એ તારી અંતિમ ભૂલ હશે, નીચે હજારો શ્રદ્ધાળુઓની ભીડ છે. તેઓ તારા પર ભૂખ્યા વરુઓ જેમ તૂટી પડશે અને તારા શરીરનું એકે અંગ અગ્નિદાહ માટે તારા ઘરડા બાપના હાથમાં નહીં આવે.'

પૂરબ ધમકીથી બીઈ જાય તેમાંનો નહોતો; પરંતુ શાંતિપૂર્વક વિચારતાં તેને કાલીચંદની દલીલનું મહત્ત્વ સમજાયું. આ સત્ય હતું કે કાશીનાથના હાથમાં બેડીઓ પડતાં શ્રદ્ધાળુઓ ઉશ્કેરાઈ જાય, ઝનૂનમાં આવી તેના પર તૂટી પડે.

'રાણી સતી ઉત્સવ સમિતિ' ના પ્રમુખને ગિરફ્તાર કરવો હોય તો પોલીસોના પૂરતા બંદોબસ્ત સાથે અને બંધ ગાડીમાં અહીં આવવાની જરૂર હતી. બીજું, બીમારીની હાલતમાં તેને ગિરફ્તાર કરી લઈ જવામાં જોખમ હતું. કાયદો તેની પરવાનગી નહોતો દેતો.

પૂરબે કાયદા સામે આંખ આડા કાન કર્યાં હોત; પરંતુ પ્રથમ સમસ્યાનો ઉકેલ અત્યારે તેની પાસે નહોતો અને આત્મઘાતી પગલું ભરી તે પોતાના તથા સાથે આવેલા બે હવાલદારોના પ્રાણ ભયમાં મૂકી ન શકે.

'એક શરતે અહીંથી પાછો જઈશ.' જતાં પહેલાં પૂરબે કહી દીધું, 'આવતી કાલે હું પૂરતા બંદોબસ્ત સાથે આવીશ.'

'મહારાજ ફરી ગુમ થઈ ગયા તો એ જવાબદારી તમારી રહેશે !'

કાલીચંદે તરત હકારમાં માથું ધુણાવી દીધું. કાશીનાથ જોડે તે ફક્ત થોડીક મિનિટો ઇચ્છતો હતો. થોડીક પળમાં ગુપ્ત ખજાનાનું રહસ્ય છતું થઈ જવાનું હતું. પછી ભલે ને આ મૂર્ખો તેને ગિરફ્તાર કરી લઈ જાય! બલ્કે હું પોતે ઇચ્છીશ કે મારું કામ પતી જતાં મહારાજ ફાંસીના માંચડે લટકી જાય.

પૂરબ વીલા મોઢે પાછો જતાં તેણે પોતાની પીઠ થાબડી અને પાછો મંડપમાં આવી ઊભો રહી ગયો. લંગોટિયાની આંખો ન હોવાના કારણે એ જાણવું. ખરેખર મુશ્કેલ હતું કે તે જાગે છે કે ઊંઘે છે ! વિશેષમાં તેની એક આંખે પાટાપિંડી હતાં.

કાલીચંદે કાળકા સામે જોયું. તેને ખરેખર આશ્ચર્ય થયું. કાળકાની આંખો ફરી ભીની થઈ હતી. ફરી બે ધારાઓ આંસુની ચૂપચાપ વહેવા લાગી હતી.

કાલીચંદની મેં લપડાક ખાધા પછી માતમ કરવાની હિંમત તેનામાં નહોતી વધી.

'ફરી શું થયું ?' કાલીચંદે પૂછ્યું.

ઉત્તરમાં તેણે કાશીનાથની મધપૂડા જેવી દાઢીમાં પોતાના બંને હાથ નાખી તેનાં જડબાં ફાડ્યાં. કાલીચંદે જોયું તો પ્રેતાત્માઓએ તેની જીભ પણ ખેંચીને કાપી નાખી હતી.

૨૫

પૂજા જીવતી હતી છતાં તેના પર ચોકડી મુકાઈ ગઈ હતી. તેના ધબકતા જીવન પર પૂર્ણવિરામ લાગી ગયું હતું. સૃષ્ટિના પટ પરથી તે ભૂંસાઈ ગઈ હતી. તેનું અસ્તિત્વ ભૂંસાઈ ગયું હતું.

માંડુની બૅંકમાં તેના નામે એક કરોડ રૂપિયા હતા. સુનીતાના વિલમાં તેના નામે એક માત્ર વારસ તરીકે અબજો રૂપિયા હતા. અને હવે નામ નહોતું રહ્યું. કૃપા કરી ભવિષ્યમાં શેક્સપિયરને ટાંકી કોઈ ઉદાહરણ ન દેતા : વ્હૉટ ઇઝ ઈન એ નેઇમ ?

પચમઢી જતી ટૅક્સીમાં તે ઘૂમટો તાણી બેઠી હતી. તેની એક બાજુ કોસો હતો, બીજી બાજુ કજરી હતી. ત્રણે જણાં મૌન હતાં. ત્રણેના ચહેરા ગૂંચમાં લપેટાયેલા હતા. ત્રણેની આંખોમાં અનિશ્ચિત ભાવિના ભણકારા હતા. હજી સુધી પૂજા એકે શબ્દ નહોતી બોલી.

સતીસ્થલની પરિક્રમા સમયે કોસોનું નામ ઉચ્ચારવા સિવાય તેણે કાંઈયે કહ્યું નહોતું. બસ, તેણે એક વાર ઘૂંઘટ ઊંચકી પોતાનો મૌન પરિચય દીધો હતો. એ સ્થળે કાંઈ પ્રશ્ન કરવાનો કોસો માટે અવકાશે નહોતો.

સૂર્ય ક્યારનો ઢળી ચૂક્યો હતો. સતીસ્થલને ઘેરતા ઊભેલા વાંસ પરથી વીજળીના ગોળા પ્રકાશ પાથરી રહ્યા હતા. ભીડ વીખરાઈ ગઈ હતી; પરંતુ લોકોની અવરજવર હજુ ચાલુ હતી.

પરિક્રમા પૂર્ણ કરવા પૂજા આગળ વધી. કોસો ચૂપચાપ તેની પાછળ ચાલ્યો. ધીમે ધીમે પગલાં ભરી બંનેએ ત્રિશુલ સામે માથા ટેક્યાં. પૂજા રડી પડી. કોસોએ સાહસ કરી તેને મૌન સાંત્વના દીધી. તે નહોતો જાણતો કે પૂજા શા માટે રડી છે; કોના માટે રડી રહી છે. છતાં તેણે સ્નેહપુર્વક તેના વાંસે હાથ ફેરવ્યો.

થોડે છેટે ઊભેલી કજરી બંનેને હેરતથી જોઈ રહી. સ્વાભાવિક રીતે તેને પ્રશ્ન થયો. પુત્ર જોડે ઘૂમટાવાળી કન્યા કોણ હશે ? શું હશે ! શા માટે કોસો તેની પીઠ થપથપાવી રહ્યો છે ? પરંતુ કોસોના ચહેરાની ગંભીરતા જોઈ તે પણ મૌન રહી.

ચૂંદડીમાં લપેટાયેલા ત્રિશૂલ સામેથી પૂજા બેઠી થઈ ફરી આગળ વધી. આ વખતે કોસો જોડે કજરી પણ તેની પાછળ ચૂપચાપ પગલાં ભરવા લાગી. હવામહેલના ફાટક સુધી આવતાં આવતાં કજરીએ બે વાર અર્થસૂચક દ્રષ્ટિ પુત્રના ચહેરા પર ઢાળી.

કોસોનું જાણે ધ્યાન ન હોય એમ તેણે અવગણના કરી. અને તેનું કારણ હતું. તેનું ધ્યાન પૂજા પર કેન્દ્રિત હતું. ચાલતાં ચાલતાં તે લથડિયાં ખાઈ રહી હતી; પડું પડું થઈ રહી હતી. ફરી એક વાર કોસોએ હિંમત કરી તેને ટેકો દેવા તેનો હાથ પોતાના હાથમાં લઈ લીધો.

કજરીને શંકા ગઈ; જરૂર આમાં કાંઈ ભેદ છે; નહિતર કોસો આમ કાંઈ પારકી કન્યાનો હાથ ન ઝાલે. ઘોટુલના આ સંસ્કાર નહોતા. કોસોનું ચારિત્ર્ય પણ નબળું નહોતું.

ફાટક પાર કરી ચોક સુધી આવતાં કોસોને ખ્યાલ આવી ગયો : પૂજા માંડુ છોડી ક્યાંક જવા ઇચ્છે છે. ક્યાં? પચમઢી? કદાચ – અને તેને અહેસાસ થયો. તેના ખિસ્સામાં ફૂટી કોડી યે નહોતી. હકીકતમાં તેને ખિસ્સુ જ નહોતું. તેની કમરે માત્ર ગમછો હતો. અત્યાર સુધી તેને એકે પૈસાની જરૂર નહોતી પડી. તેની સઘળી જરૂરિયાતો સુનીતા પૂરી પાડતી આવી હતી. અહીંથી ટેક્સીમાં પચમઢી જવું હોય તો ઓછામાં ઓછા પાંચસો રૂપિયા જોઈએ !

તત્ક્ષણ નિર્ણય લઈ લેતાં તે થોભી ગયો. કજરીએ તેની સામે જોયું. કોસોને લાગ્યું, હવે રહસ્યસ્ફોટ કરવો પડશે! તેને અવાજ વિના પૂજાનું નામ ઉચ્ચાર્યું. કજરીની આંખો પહોળી થઈ ગઈ.

• • •

કોસો નજીકની એક દુકાનમાં પ્રવેશ્યો. બીજી પળે કમરે ખોસેલો માણેક–જડિત મૂઠવાળો જમૈયો ખેંચી દુકાનદાર સામે મૂકી દીધો. દુકાનદારે બલ્બના પ્રકાશમાં ઝીણવટથી માણેક જોયા. તરત તેણે જમૈયાની હિંમત આંકી લીધી. ઓછામાં ઓછી પંચોતેર હજારથી લાખ રૂપિયા હોવી જોઈએ એમ તેને લાગ્યું.

'પાંચ હજાર.' કોસોના ચહેરા સામે જોઈ તે બોલ્યો.

'ગણી દ્યો.'

મારવાડીને હવે અફસોસ થયો. હજાર કહ્યા હોત તો પણ આ ગમાર તેને જમૈયો સોંપી દેત; પરંતુ જીભનો તે પાકો હતો. તરત તેણે સો–સોની પચાસ નોટ ગણી દીધી.

કોસો પાછો ફર્યો અને સૌ પ્રથમ કજરીના હાથમાં નોટોનું બંડલ સોંપી બંને સાથે નજીકની હૉટેલમાં દાખલ થયો. તેણે એ પણ કળી લીધું હતું કે પૂજાની ડામાડોળ સ્થિતિનું કારણ કદાચ ભૂખ હોઈ શકે. બપોરથી તેણે પોતે કાંઈ ખાધું નહોતું.

ત્રણેની સામે થાળીઓ ગોઠવવાતાં પૂજાએ સંયમમાં રહેવાનો શક્ય તેટલો પ્રયાસ કર્યો છતાં કોસોથી અજાણ ન રહ્યું. તે બે-ત્રણ દિવસની ભૂખી હતી. કોસોએ ભીંતઘડિયાળ સામે જોયું.

રાતના નવ વાગી ગયા હતા.

કોસોએ મોં માગ્યા દામ દઈ એક ટૅક્સી રોકી અને બંનેને બેસાડી પચમઢી ચાલી નીકળ્યો. ટૅક્સી ઝપાટાબંધ આગળ વધી રહી હતી. રાત વીતી ચૂકી હતી. હોશંગાબાદ પાર કરી ટૅક્સી મટકુલીમાં દાખલ થઈ અને કોસોને ફરી એક વાર ઇચ્છા થઈ આવી કે પૂજાને તે પ્રશ્નો કરે.

અનેક પ્રશ્નો ગુલાબી અળશિયાની જેમ તેના મનમાં સળવળી રહ્યા હતા, જેમાં અગત્યનો એક પ્રશ્ન એ પણ હતો, પૂજા જીવતી છે તો સતી કોણ બની? મનને તેણે ફરી અંકુશમાં લીધું. સમય આવ્યે પૂજા પોતે હોઠ ખોલશે. કદાચ અત્યારે ડ્રાઈવર સામે છતી ન થવામાં તેને પોતાની સુરક્ષિતતા લાગી હોય.

ટૅક્સી પચમઢીની સીમમાં પ્રવેશતાં ડ્રાઇવરે જ મૌન તોડ્યું. કોસો તેને બત્રીસ ઓરડાવાળા બંગલાનું સરનામું સમજાવવા પાછલી સીટ પરથી આગળ નમે એ પહેલાં પૂજાએ કહી દીધું, 'ધરમશાળા.'

પચમઢીમાં માત્ર એક ધરમશાળા હતી. તદ્દન કંગાળો સિવાય તેમાં કોઈ ભાગ્યે જ ઊતરતું. ખાસ કરી દૂર દૂરનાં ગામોમાંથી શ્રદ્ધાળુઓ મેળાના સમયે મહાદેવ–ટેકરીની જાત્રાએ આવતા ત્યારે ત્યાં ઊતારતા હતા. બાકીના મહિનાઓ આ ધરમશાળા લગભગ ખાલી રહેતી.

કોસો માટે રહસ્ય વધુ ગહેરાઈ ગયું. પૂજા ઈચ્છત તો ઘેર ન જતાં 'સતપુરા રિટ્રીટ' જેવી ફાઇવ સ્ટાર હૉટેલમાં પણ જઈ શકી હોત ! ના, તેણે આ વેરાન ધરમશાળા ચૂંટી હતી. શા માટે કોસોના પ્રશ્નોની શૃંખલામાં એક પ્રશ્ન વધુ ઉમેરાયો.

ધરમશાળા નીચે ટૅક્સી થોભતાં કજરીએ પોતાના પોટલામાંથી નોટોનું બંડલ કાઢ્યું. કોસોએ તેમાંથી સો સોની દસ નોટ અલગ કરી ડ્રાઇવરને સોંપી દીધી. દસ મિનિટ પછી ત્રણે જણા ધરમશાળાની એક ઓરડીમાં પ્રવેશ્યાં. પૂજાએ અંદરથી આંકડિયો વાસી દીધો. હવે તેણે ચહેરા આડેથી ઘૂંઘટ દૂર કર્યો અને જાણે કોસોને વર્ષોથી જોયો ન હોય એમ એકીટશે જોઈ રહી.

કોસો પણ તેની સામે સ્થિર દ્રષ્ટિએ જોઈ રહ્યો. અત્યારે કજરી અહીં હાજર ન હોત તો બંને જણાં એકબીજાના બાહુઓમાં સમાઈ ગયાં હોત ! એકમેકને ચુંબનોની વર્ષાથી નવડાવી દીધાં હોત ! પછી પૂજા કોસોની છાતી પર માથું ઢાળી મન ખોલી રડી હોત !

કજરીએ પહેલી વાર પૂજાનો ચહેરા જોયો હતો. માર્ગમાં શંકા-કુશંકાઓએ તેને અનેક વાર ઘેરી લીધી હતી. ઘૂમટામાં શું ખરેખર પૂજા હશે? તેનું ભોળું મન આ સત્ય સ્વીકારવા રાજી નહોતું. જે સ્ત્રી સતી બની ગઈ

હોય, જેના દર્શને રોજ હજારો શ્રદ્ધાળુઓ આવતા હોય, જેની પરિક્રમા કરી ભાતભાતની માનતાઓ મનાતી હોય એ કઈ રીતે જીવતી હોઈ શકે ?

શું આ પણ સતીમાતાનો કોઈ ચમત્કાર હોઈ શકે કે સ્વર્ગવાસ પછી તે સજીવન થઈ પોતાના દીકરાના અધુરા જીવનને પૂર્ણ કરવા ફરી પ્રગટ્યા હોય ? ઘૂમટો ઉપર ખેંચાતાં નિરાશા તો નહીં થાય?

ઘૂંઘટ ખસી ગયો હતો. તેની સામે સતી માતા સાક્ષાત્ ઊભાં હતાં. તેના હૈયામાં શ્રદ્ધાનો ઉછાળો આવ્યો અને પૂજાનાં ચરણોમાં તે ઢળી પડી. પૂજા તથા કોસોએ દંડવત્ પ્રણામ કરતી કજરી સામે સાશ્ચર્ય જોયું. બંનેના મનમાં એક જ પડઘો ઊઠ્યો : કેવી ભોળી ! કેટલી નિર્દોષ ! પાખંડીઓ આ જ ભોળપણનો ગેરલાભ લેતા હતા.

'કજરીબેન !' તેને ઊભી કરતાં પૂજા બોલી ઊઠી : 'હું સતી નથી. મારાં ચરણોમાં તમારે પડવાનું ન હોય. આ હક્ક તો મારો છે.'

કજરીએ તેની સામે જોઈ હવે ડોળા ઘુરકાવ્યા. જાણે પૂછી રહી હોય કે – 'તું સતીમાતા નથી તો છે કોણ?'

'નામ વિનાની એક છોકરી.'

હવે કોસોએ હોઠ ખોલ્યા, 'પૂજા.'

'આ નામ સરકારના ચોપડાઓમાંથી ચેકાઈ ગયું છે.' તેને રોકતાં પૂજા વચ્ચે બોલી ઊઠી.

'તેથી શું ? મારા હૃદયમાં હજી સ્પષ્ટ અંકાયેલું છે.'

'એટલે તારી પાસે આવી છું.'

કોસો પોતાની જિજ્ઞાસા રોકી ન શક્યો : 'વાત શું છે?'

'ભયાનક, ન હું કહી શકીશ, ન તું સાંભળી શકીશ. અત્યારે આપણે ત્રણે થાકેલાં છીએ.'

ધરમશાળાની વખારમાંથી કોસો ભાડેથી ગાદલાં તથા તકિયા લઈ આવ્યો. ત્રણે જણાં થોડા કલાકો માટે પોઢી ગયાં. લાંબા પ્રવાસનો થાક હોવા છતાં ત્રણેમાંથી એકે જણ ચેનથી સૂઈ ન શક્યું. બપોરે બે વાગ્યે ધરમશાળાની રસોઈમાંથી થાળીઓ મંગાવી ભોજન લીધું અને પૂજાના ચહેરા પર થોડીક સ્વસ્થતા વરતાઈ.

દીવાલના ટેકે ગાદલા પર બેસી જતાં તેણે શરૂઆત કરી : 'સમજાતું નથી કે શું કહું ને શું ન કહું ?'

મા-દીકરો તેની સામે ટટાર બેઠાં હતાં.

'માંડુની સતી કોણ છે?' કોસોએ પૂછી નાખ્યું.

'કંકુ.'

'કંકુ!!!'

'અને મારી સગી બહેન પણ.' પૂજાની જીભ ખૂલી ગઈ, 'આ જ કારણે હું પરિક્રમા કરતાં ધ્રુસકે ધ્રુસકે રડી પડી હતી.'

'પણ... પણ તને કેમ જાણ થઈ એ તારી સગી બહેન હતી?'

'તેણે પોતે જણાવ્યું હતું. તે મારા મમ્મી–પપ્પાના લગ્ન પહેલાંની સતાન હતી. અજા પર વેર વાળવા માગતી હતી. અજાએ તેનું જીવન ધૂળધાણી કરી નાખ્યું હતું. મારું જીવન પણ ઝેર કરવા મથી રહ્યો હતો. આ જાણ કંકુને થઈ અને તે વીફરેલી વાઘણ બની.'

માંડુની એ રાત પવનના તોફાનથી શરૂ થઈ હતી. પડદાઓ લહેરાઈ રહ્યા હતા. બારીઓ અથડાઈ રહી હતી. પુજા પોતાના આવાસમાં તારાની પ્રતીક્ષા કરતી બેઠી હતી. ઠીક ત્રણ વાગ્યે હવામહેલ તજી ભોંયરામાં ઊતરી જવાની યોજના ઘડાઈ હતી.

તે બારી વાસવા ઊભી થઈ અને પડખેના આવાસમાં થતી ચર્ચાના શબ્દો ઊછળી ઊછળી તેના કાને અથડાયા. તે સતર્ક થઈ ગઈ. કાંઈક નવું ષડ્યંત્ર ઘડાતું હોય એવી શંકા ગઈ.

• • •

રાતના અંધારામાં તે બિનધાસ્ત ઝરૂખામાં થઈ બહારની પાળ પર ઉતરી અને ધીરે ધીરે સરકતી અજાના આવાસની બારી સુધી આવી થોભી ગઈ, હવે તે અંદરની ચર્ચા લગભગ સ્પષ્ટ સાંભળી શકતી હતી.

ગાજવીજ સાથે વર્ષા તૂટી પડી. તે સહેજે ન ડગી. આખરે તો તે હેમંતસિંહની પુત્રી હતી.

થોડી ક્ષણો થોભી પૂજાએ એક ઊંડો શ્વાસ લીધો.

કોસો બોલી ઊઠ્યો : 'ષડ્યંત્ર શું હતું...?'

'આપણાં બંનેની હત્યા.'

'તારી જોડે મારી પણ?'

'એ ગોઝારી રાતે કાલીચંદે જે યોજના અજા સમક્ષ રજૂ કરી તે અકલ્પિત હતી.'

કોઈને શંકા પણ ન જાય તેટલી સ્વાભાવિક પણ હતી. કાલીચંદ કારમાં કજરીને પચમઢી મોકલાવી હૉસ્પિટલમાં સારવાર લેતા કોસોને માંડુ તેડાવી લેવાનો હતો. કોસો માંડુ આવી જતાં તેનું માથું ધડથી જુદું કરી જાહેર કરી દેવાનું કે અજાની હત્યા થઈ છે. અને પતિના શબ સાથે રાજપૂતાણી ચિતા પર ચઢી જાય તો કોઈને વહેમે ન જાય.

આ બનાવના અઠવાડિયા પછી અજાએ પાછી દેખા દેવી. પત્નીના નામે બૅંકમાં પડેલા કરોડ રૂપિયા ચ્યાઉં કરી જતાં હવે તેને કોઈ રોકી ન શકે.

તેઓની શતરંજ સમજી પૂજા પાછી ઝરૂખામાં થઈ પોતાના આવાસે આવી. અત્યાર સુધીમાં તે નીતરી ગઈ હતી. આખું શરીર ધ્રૂજી રહ્યું હતું. હજી રાતના સાડા અગિયાર થયા હતા.

પૂજાએ બાથરૂમમાં જઈ ગીઝરની ચાંપ દાબી. પાણી ગરમ થતાં તે કલાકેક ટબમાં બેઠી અને સાદી સફેદ સાડીમાં તૈયાર થઈ પાછી બહાર નીકળી તો દરવાજે હળવા હાથે ટકોરા પડ્યા. તે સમજી ગઈ, કોઈ કારણસર તારા આવી હશે. તરત તેણે દરવાજો ખોલી નાખ્યો. ફૂંકાતા પવન સાથે કંકુ અંદર ધસી આવી. પૂજાએ તરત દરવાજો વાસી દીધો.

થોડા કલાકો પહેલાં જે સ્થિતિ પૂજાની હતી, બિલકુલ એવી જ સ્થિતિમાં કંકુ હતી. તેનો રાતો સ્કાર્ફ, તેનું નીલું બ્લાઉઝ, તેની ભૂખરી જીન્સ ભીંજાઇને શરીર સાથે ચોંટી ગયાં હતાં. વાળ નીતરી રહ્યા હતા. શરીર કંપારીઓ અનુભવી રહ્યું હતું.

પુજા તરત તેને બાથરૂમમાં લઈ ગઈ. તેણે પણ ગરમ પાણીના ટબમાં સ્નાન કર્યું. પૂજાએ તેને પહેરવા માટે પોતાની તપખીરી સાડી દીધી. (આ જ સાડી સતીની સાડી તરીકે દીવાલ પર પ્રદર્શિત કરવામાં આવી છે.)

તે તૈયાર થઈ બહાર આવી અને પૂજા સામે ધારીને જોઈ રહી. બંનેમાં કાંઈ ફરક હોય તો એ આંખોના રંગ તથા નાકનો હતો; પરંતુ આજ દિવસ સુધી આ રહસ્ય ગુપ્ત રહ્યું હતું. આજે છતું થઈ ગયું.

'પૂજા !' પલંગની કોર પર બહેનની પડખે બેસી જતાં કંકુ બોલી : 'મેં તને પ્રથમ વાર બૂઢીમાંડવ પર જોઈ ત્યારથી મને શંકા ગઈ હતી. આજે ખાતરી થઈ ગઈ છે.'

'શેની ?'

'તું મારી બહેન છે. સગી બહેન. આવ, મારા હૈયે લાગી જા!'

પૂજાએ એકે પ્રશ્ન ન કર્યો. કંકુને જોતાં અંદરોઅંદર તેના હૃદયમાં પણ સ્નેહનું ઝરણું ફૂટી નીકળતું હતું. તરત તેણે કંકુને છાતીસરસી ચાંપી દીધી. આજે વર્ષો પછી બંને બહેનો, બહેનો તરીકે મળી હતી. સ્નેહનાં ઝરણાં નદી બની ગયાં હતાં. નદી સાગર બની લહેરાઈ હતી,

'કંકુ!' થોડી વારમાં પૂજાએ છૂટા પડતાં પૂછી લીધું, 'એ તો કહે, અચાનક તને કેમ જાણ થઈ કે આપણે બહેનો છીએ ?'

'જેને આજ દિવસ સુધી હું મારી મમ્મી સમજતી હતી તેણે મને થોડા દિવસ પહેલાં જણાવ્યું હતું.' સહેજ થોભી તેણે ઉમેર્યું, 'ત્યારથી હું તને મળવા માટે તરફડી રહી હતી. વર્ષાના આ તોફાને આપણું મિલન કરાવ્યું.'

'તું... તું મારી બહેન હતી તો–'

'એ બહુ લાંબી વાત છે. ટૂંકમાં હું આપણાં મમ્મી – પપ્પાનું તેમના લગ્ન પહેલાંનું દુર્ભાગી સંતાન છું. તને મળ્યા પછી લાગે છે, જાણે આકાશ મળી ગયું. જીવન સાર્થક થઈ ગયું.' – કહેતાં તેણે દ્રઢતાથી જણાવ્યું, 'આજે કાં અજો નહીં રહે કાં હું નહીં રહું.'

'ના, ના.' પૂજા બોલી ગઈ, 'આમ ન કહે, અજાની હત્યા તું કરીશ તો એનામાં અને તારામાં ફેર શું?'

આ પ્રશ્નના ઉત્તરમાં તેણે સામો પ્રશ્ન કર્યો, 'પૂજા ! તે ગીતા વાંચી છે?'

પૂજા તેનો સંકેત સમજી ગઈ. સત્ય ભયમાં હોય ત્યારે હાથમાં હથિયાર લેવું અનિવાર્ય બની જાય છે; પરંતુ... અજો ભલે અસત્યના પ્રતીક સમો હોય, આ લડત સત્ય કાજે નહોતી.

'છે.' તેનો ચહેરો વાંચી લેતાં કંકુએ ભારપૂર્વક જણાવ્યું, 'અજો અસત્ય હોય તો તું સત્ય છે, પૂજા. હવે હું માત્ર મારું વેર વાળવા તેની હત્યા કરવા નથી માગતી. મારે તને નવું જીવન પણ દેવું છે. અહીં તારા પર કેવા જુલમ થાય છે એ મારાથી અજાણ નથી. તું પોતે જાણે છે કે અહીં તારી જીવનદોર પૂર્ણ થવા આવી છે. કઈ ઘડીએ અજો તારા બૅંક બૅલેન્સ પર ત્રાપ મારવા તારા કટકા કરી નાખશે એની કોઈને ગંધ સુધ્ધાં નહીં આવે. તારી સલામતી એમાં છે કે તું અહીંથી નાસી જા ! આવી સોનેરી તક તને ફરી નહીં મળે. વર્ષાનું આ તોફાન તારો પણ સાથ દેશે.

'સમજ કંકુ.' પૂજાએ ઘડિયાળ સામે જોતાં જણાવ્યું, 'થોડા કલાકોમાં અહીંથી પલાયન થવાની યોજના મેં ઘડી રાખી છે.'

'હમણાં શા માટે નહીં ?'

'કદાચ કોઈ ભેટી જાય !'

'આ તોફાનમાં ?'

'છત પર વસતો એક અઘોરી રોજ આ સમયે મહેલ ફરતે ચક્કરો લે છે.'

'આજે બહાર નહીં નીકળે.'

'પણ હું એકલી નથી.'

'તો ?'

'મારી જોડે તારા પણ પલાયન થવાની છે.'

એ જ સમયે એક ધડાકો સંભળાયો. કંકુ ચોંકી ગઈ. 'તેં સાંભળ્યું ?'

'આ ગાજવીજમાં મને બીજું કાંઈ નથી સંભળાતું.'

'ના. ફાયરિંગનો એ સ્પષ્ટ અવાજ હતો.'

પૂજાને મૌન રહેવાનો ઇશારો કરી તે હળવેકથી બહાર નીકળી અને સીડીઓ ઊતરી લપાતી-છુપાતી બેઠકખંડમાં આવી. અહીંની એક બારી ડાબી તરફ ખૂલતી હતી.

આ જ બારી ખોલી તેણે જોયું તો અજો હાથમાં રાઇફલ લઇ ઊભો હતો. મામદ ચોકીદારના હાથમાં ફાનસ હતું. પાંજરામાં લોહીલુહાણ દીપડો તરફડી રહ્યો હતો. અજાએ ફરી ફાયર કર્યું અને દીપડાનો તરફડાટ શમી ગયો. હવે તે ફર્યો. એ જ પળે કંકુ બારીમાંથી ખસી ગઈ છતાં તેની એક ઝલક અજાની નજરે પડ્યા વિના ન રહી; પરંતુ તે કલ્પી ન શક્યો કે તે કંકુ હશે ! સમય મધરાતનો હતો. કંકુએ સાડી પણ પોતાની બહેનની પહેરી હતી.

• • •

'એક મિનિટ !' પૂજા કાંઇ આગળ કહે એ પહેલાં કોસોએ તેને રોકી, 'તેં જણાવ્યું કે અજાએ બીજી વાર ઘોડો દાબી દીપડાને ઠાર કર્યો. ખરું?'

'તદ્દન ખરું.'

'તો શું અજાનું મૃત્યુ અકસ્માતે ત્યાં નહોતું થયું ?'

'ના, બિલકુલ નહીં.'

'તો એ કેમ મર્યો?'

આ પ્રશ્નનો ઉત્તર દેવા પૂજાએ આગળ ચલાવ્યું :

થોડી મિનિટો પછી કંકુ પાછી તેના ઓરડામાં ધસી આવી. પૂજાને તેણે જ સરબતસિંહના સ્વર્ગવાસના સમાચાર દીધા.

'પૂજા !' પછી તે બોલી ઊઠી, 'નાસી છૂટ! હવે અજો તને નહીં છોડે !'

'પણ...'

'તેણે મને તારી સાડીમાં જોઈ લીધી છે. હવે તે સીધો અહીં આવવો જોઈએ.'

'હું તારાને મૂકી એકલી કેવી રીતે જઈ શકું ?'

'જા ! તારાને બોલાવી આવ! ઝટ કર ! અહીં હવે પળનો પણ ભરોસો નથી.'

બીજી પળે દરવાજો ધણધણી ઊઠ્યો, પૂજા ધ્રુજી ઊઠી. કંકુએ તત્ક્ષણ નિર્ણય લઈ લીધો. બહેનને તેણે પલંગ નીચે સંતાઈ જવા સંકેત કર્યો. જગ્યા સાંકડી હતી. પૂજા પલંગની સમાંતર ભોંય પર સૂતી અને બે વાર પડખાં બદલી અંદર સરકી ગઈ.

દરવાજો લગાતાર ધણધણી રહ્યો હતો. હવે કંકુએ બ્લાઉઝમાં સંતાડી રાખેલી નાનકડી રિવોલ્વર કાઢી હાથમાં લીધી. રિવોલ્વરમાં માત્ર એક ગોળી વધી હતી. આ ગોળી પર અજાનું નામ લખાયું હતું.

દરવાજો ખોલી કંકુ તેની જ આડમાં ઊભી રહી ગઈ.

અજો રાઇફલ સાથે અંદર ધસી આવ્યો અને બે પગલાં ભરી એકાએક થોભી ગયો. કંકુએ દરવાજાની આડમાંથી નીકળી રિવોલ્વરની નાળ તેની ડોક પર દાબી દીધી. અજો કલ્પી ન શક્યો કે કોણ હશે! પરંતુ નાળના લોઢાના સ્પર્શથી તે પરિચિત હતો.

'ક... કોણ ?'

'તારું મોત.'

કંકુનો અવાજ સાંભળી તેના ટાંટિયા ઢીલા થઈ ગયા.

'રાઇફલ નાખી હાથ ઊંચા કરી દે!'

હુકમ માન્યા સિવાય તેની પાસે બીજો કાંઈ ઉપાય નહોતો. તરત તેણે રાઇફલ ફેંકી હાથ ઊંચાં કરી દીધાં.

'હવે આગળ વધી પલંગ પર બેસી જા !'

અજો પૂતળાની જેમ આગળ વધ્યો અને પલંગ નજીક આવતાં કોર પર બેસી ગયો. હજી સુધી તેને પીઠ ફેરવી કંકુ સામે જોવાની તક નહોતી મળી.

'એમ નહીં, મારી સામે ચહેરો ધરી પલંગ વચ્ચે બેસ !'

હવે બંનેની નજરો ચાર થઈ. કંકુને તપખીરી સાડીમાં જોઈ પળભર તેને ભ્રમ થયો. તેની સામે તેની પત્ની ઊભી છે; પરંતુ બીજી પળે કંકુની આંખોમાં ચિનગારીઓ જોઇ તેનો ભ્રમ ભાંગી ગયો. સાથે પ્રશ્ન પણ થયો. પૂજા ક્યાં ? તેના સ્થાને આ ડાકણ અહીં ક્યાંથી ?

આ પ્રશ્ન અગત્યનો નહોતો. ડોક ફસાઈ હતી, તેની. આ છટકામાંથી નીકળવું કેમ ? અગત્ય હતી આ સમસ્યાની.

'કંકુ!'

તેની આંખો અજાના ચહેરા પર કેન્દ્રિત હતી.

'તું ધારતી હોઈશ કે હું તારી જોડે દગો રમ્યો છું.' અજાએ જાળમાંથી નીકળવાની શરૂઆત કરી, 'તારા સ્થાને કોઈ બીજી છોકરી હોત તો તે પણ આમ જ ધારત. હું તને દોષ નથી દેતો. ફક્ત એક તક તેં મને દીધી હોત તો કદાચ હું તને સમજાવી શક્યો હોત – પૂજા જોડે મેં લગ્ન શા માટે કર્યાં ?'

કંકુએ રિવોલ્વરવાળો હાથ નમાવી દીધો. અજાને આશા બંધાઈ.

'આર્થિક રીતે હું તદ્દન ભાંગી પડ્યો હતો.' અર્ધસત્ય તેણે આગળ વધાર્યું, 'હવામહેલ લિલામ થવાની તૈયારીમાં હતો. હજી યે છે અને તારી જોડે લગ્ન કરી હું તને ન સુખ દઈ શક્યો હોત, ન શાંતિ. મેં વિચાર્યું, કોઈ લક્ષાધિપતિની છોકરી જોડે લગ્ન કરી સૌ પ્રથમ હવામહેલની હરાજી થતી રોકું. આર્થિક રીતે સધ્ધર થઈ જાઉં. પછી તારા ખાતર પત્નીનો કાંટો વચ્ચેથી કાઢી નાખું.'

કંકુની આંખોમાંથી રતાશ ઓગળવા લાગી.

'ભગવાનના સોગંદ ખાઈ કહું છું કે મેં જે કાંઈ કર્યું છે એ આપણા સુખી ભાવિ માટે છે. આજે તું અહીં હાજર ન હોત તો અત્યાર સુધીમાં મેં મારી પત્નીને ભડાકે દઈ તારી શોધ શરૂ કરી દીધી હોત ! કંકુ, સહેજ તો વિચાર કર ! આ દુનિયામાં એવા કેટલા પ્રેમીઓ હશે જે પોતાની પ્રિયતમા ખાતર હત્યા જેવું પાપ પણ કરવા રાજી હોય ?'

પલંગ નીચે સંતાયેલી પૂજા આ સાંભળી સમસમી ગઈ. મનોમન તે ઈશ્વરને પ્રાર્થના કરવા લાગી : હે ભગવાન! તેની બહેન આ ધુતારાની જાળમાં ન સપડાય તો સારું !

'તારી વાત મને સમજાય છે.' કંકુએ મૌન તોડ્યું.

અજો ઉત્સાહિત થઈ પલંગ પરથી સરી નીચે આવી ગયો. 'મને ખાતરી હતી કંકુ, કે મારા અંતઃકરણમાંથી પ્રગટેલું સત્ય તારા હૃદયને સ્પર્શી જશે. આખરે તો તેં પણ મને તનમનથી ચાહ્યો છે.'

હવે તે ગોકળગાયની જેમ પણ સાવધાનીપૂર્વક ખસતો દરવાજા પાસે ઊભેલી કંકુની દિશામાં આગળ વધવા લાગ્યો.

'એ પહેલી સાંજ કે જે આપણે નીલકમલ સરોવરના કાંઠે ગાળી હતી, મને આજે પણ યાદ છે.' તે કહી રહ્યો હતો, 'એ સાંજ હું ક્યારેય ભૂલી નહીં શકું. એ સાંજે આપણે જવાનીમાં સાથે સાથે પગલાં ભરવાનો નિર્ણય લીધો હતો. એ જ સાંજે તેં મને તારા યૌવનની ભેટ દીધી હતી. એ જ સાંજે મેં તારી જોડે લગ્ન કરવાના સોગંદ લીધા હતા. આ સોગંદ પાળવા હું મારી પત્ની તો શું, આ પૃથ્વીનો વિનાશ કરતાં યે નહીં અચકાઉં.'

'અજા!'

દરવાજા સુધીનો અર્ધો માર્ગ પૂર્ણ કરી ચૂકેલો અજો થોભી ગયો. રાઇફલ તેના પગથી બે ફૂટ છેટે પડી હતી.

'બોલ, કંકુ બોલ !'

'એક નાનકડી ભૂલ તારાથી થઈ ગઈ.'

'ભૂલ !'

'તું નથી જાણતો કે આજે તું કોની હત્યા કરવાનો હતો.'

'મારી... મારી પત્નીની.'

'અને તારી પત્ની કોણ છે?'

'સુનીતાની પુત્રી ?'

'અને મારી સગી બહેન પણ.'

'ના!' અજો ચીસ પાડી અચાનક ઉછળ્યો. એ જ ક્ષણે કંકુએ હાથ લંબાવી છેડો દાબી દીધો. એક ધડાકો થયો. એનો અવાજ તારાએ સાંભળ્યો. એનો અવાજ સીડીઓ પરથી દોડી આવતા કાલીચંદે સાંભળ્યો. પલંગ નીચે સંતાયેલી પૂજાએ પણ સાંભળ્યો હતો.

ગોળી અજાની છાતીમાં આરપાર ઊતરી ગઈ હતી. ઊડતા પક્ષીની જેમ તે નીચે પછડાઈ ગયો હતો. રિવાલ્વર ફેંકી કંકુ થોડીક પળો માટે અજાને જોઈ રહી.

આ એ જ અજો હતો જેનામાં તેને અચળ શ્રદ્ધા હતી. આ એ જ અજો હતો, જેને વિનાલગ્ને તેણે પોતાનું શરીર સોંપ્યું હતું. આ એ જ અજો હતો જેનો આદેશ માની તેણે ગર્ભપાત કરાવી લીધો હતો. આ એ જ અજો હતો જેના માટે તેણે ધારની બૅંક જોડે વીસ લાખ રૂપિયાની છેતરપિંડી કરી હતી. આ એ જ અજો હતો જેની શાખને આડ દેવા તેણે ન્યાયાલયમાં અપરાધ કબૂલી લીધો હતો. અને આ અજો એ પણ હતો જેણે તેની પીઠમાં છરો ભોંક્યો હતો.

ધીરે ધીરે આગળ વધી તે અજાની નજીક આવી અને ગોઠણભેર બેસી ગઈ. મૃત ચહેરા પર એ જ તિરસ્કાર હતો જે અજો ઊછળ્યો ત્યારે તેની આંખોમાં નજરે પડ્યો હતો. જાણે તે કહેતો હોય કે આ છેલ્લા વેરનો બદલો લેવાનો હજી બાકી છે. જાણે બાળપણથી શરૂ થયેલી વેરઝેરની આ રમત અધૂરી રહી ગઈ હોય !

'અજા!'

કંકુએ તેની ઉઘાડી આંખોને એક પછી એક બીડી દેતાં કહ્યું, 'ખરેખર આપણી રમત અધૂરી રહી ગઈ. હવે હું જીવીને શું કરીશ ? તું હતો તો જીવન હતું, જીવનનો આનંદ હતો. તારા વિના આ જીવન પણ અધૂરું બની ગયું. આ મેં પહેલાં જાણ્યું હોત તો હું તારા પ્રાણ ન લેત. વેર લેત, પણ વળતો હુમલો કરવા માટે તને જીવતો જરૂર રાખત.'

તે વધુ કાંઈ બોલી ન શકી. તેના ગળે ડૂમો ભરાઈ આવ્યો હતો. અજાના માથા પર પોતાનું માથું ટેકી તે ધ્રુસકે ધ્રુસકે રડવા લાગી.

કાલીચંદ તથા તારા થોડી વાર પહેલાં આવી દરવાજામાં થોભી ગયા હતા. તેઓ જ ભ્રમમાં હતાં કે તેઓની સામે પીઠ કરી તપખીરી સાડીમાં ઊભેલી સ્ત્રી પૂજા છે. કંકુ જ્યારે અજાની લાશ પડખે જઈ બેઠી ત્યારે બંનેને ખ્યાલ આવ્યો કે જેને તેઓ પૂજા સમજી રહ્યાં હતાં એ કંકુ છે. ત્યારે પૂજા ક્યાં?

કોસોએ જોયું તો પૂજાની આંખોમાંથી આંસુની ધારા વહી રહી હતી. વધુ કાંઈ કહેવું તેના માટે શક્ય નહોતું. કજરી પણ સહાનુભૂતિભરી નજરે તેની સામે જોઈ રહી હતી. ધરમશાળાની ઓરડીમાં હવામહેલનો સન્નાટો ઊતરી આવ્યો હતો.

કાંઈ ન સૂઝતાં કોસો ઊભો થઈ માટલીમાંથી એક ગ્લાસ પાણી લઈ આવ્યો.

૨૬

એક ગ્લાસ પાણી પીધા પછી પૂજા થોડીક સ્વસ્થ થઈ. ચહેરો લુછી તેણે કજરી સામે જોયું, કોસો સામે જોયું અને થોડી વાર જોતી રહી. એ ભયાનક રાતની માંડેલી વાતના છૂટી ગયેલા છેડા મેળવતી રહી.

અજાને ભડાકે દઈ કંકુ પોતે વિલાપ કરી રહી હતી. તેના શબ્દોમાં સતુંલન નહોતું રહ્યું. જાણે તે ગાંડપણની સીમમાં પ્રવેશી ગઈ હતી. નહિતર અજાના મૃત્યુ પર આમ ન કહેત કે... 'ખરેખર આપણી રમત અધૂરી રહી ગઈ. હવે હું જીવીને શું કરીશ?'

એ સમયે પૂજા પલંગ નીચે સંતાયેલી હતી, બહાર નીકળવાનું વિચારી રહી હતી કે તેના કાને પદચાપ સંભળાયા. તેણે હિંમત ન કરી.

તે આટલું કળી ગઈ હતી : કાલીચંદ આ તક જતી નહીં કરે. એક દિવસ તારાએ તેને કાલીચંદની મહત્ત્વાકાંક્ષાઓ વિષે જણાવ્યું હતું. તે હવામહેલનો રાજા બનવા માગતો હતો.

સરબતસિંહ હવે નહોતો રહ્યો. તેના ગાદી-વારસનું પ્રાણપંખેરું ઊડી ગયું હતું. બાજી પલટાઈ ગઈ હતી. અકસ્માતે પૂજા હવામહેલની માલિક બની ગઈ હતી. સ્વભાવિક હતું કે કાલીચંદ સતીવાળું ષડ્યંત્ર નવા સંજોગોને અનુરૂપ અમલમાં મૂકી પૂજાને પણ પોતાના માર્ગ વચ્ચેથી દૂર કરી દે. મૂળ યોજના મુજબ આ કાજે તેને કોસોની હત્યા કરવાની યે જરૂર નહોતી. પૂજાના પોતાના પતિનો દેહાંત થઈ ગયો હતો. પતિની ચિતા પર તેને ધકેલી દેતાં કાલીચંદને હવે કોણ રોકી શકે? આ જ પ્રશ્ને પૂજાને સાવધ કરી પલંગ નીચે રોકી રાખી હતી.

પ્રવેશમાં તારા તથા કાલીચંદ ઊભાં હતાં. કંકુને અજાના મૃતદેહ પર ચોધાર આંસુએ રડતી જોઈ રહ્યાં હતાં. જાણે પૂજા નહીં, કંકુ પોતે વિધવા બની હોય એમ તેની દશા કહેતી હતી. આ દ્રશ્ય જોઈ તારા તો શું, કાલીચંદ પોતે ચક્કર ખાઈ ગયો.

તેની દ્રષ્ટિએ કંકુ વેરઘેલી કન્યા હતી; પરંતુ વેર વાળ્યા પછી કોઈ આમ ભાંગી પડતું હશે? આ તો લગભગ ગાંડી બની ગઈ છે. અને આ પાગલ છોકરીને જીવતી કે મરેલી હાંસલ કરવા તેણે શું શું નહોતું કર્યું?

થોડા દિવસ પહેલાં તેણે અજાને આશ્વાસન દીધું હતું, પૂર્ણ વિશ્વાસ સાથે કહ્યું હતું કે કંકુની સમસ્યા હવે તેની નથી, પોતાની છે. એ જ દિવસથી તેણે કંકુ માટે જાળ પાથરવાનું મુહૂર્ત કરી દીધું હતું. શરૂઆત તેણે એસ. પી. સાહેબના ટેબલ પર દસ હજર રૂપિયાની નોટોથી ભરેલી એક બ્રીફકેસ મૂકીને કરી હતી.

બીજા દિવસથી પોલીસો, જાણે તેઓ પાસે કાંઈ બીજુ કામ ન હોય તેમ કંકુની શોધમાં નીકળી પડ્યા હતા. તેઓ જાણતા હતા કે કકું માંડુમાં છે, પણ તે ક્યાં ભરાઈ હશે એ કોઈને ખબર નહોતી. શોધની શરૂઆત જૈન ધરમશાળાથી કરી, પર્યટકોનાં રહેઠાણો, નાની–મોટી હોટેલો, શંકાસ્પદ મકાનો તથા માઈલો સુધી પથરાયેલાં ખેતરો તેઓ ફેંદી વળ્યા હતા.

પરિણામ ? ઝીરો.

આ દરમિયાન કાલીચંદે પોતે પણ પોતાનાથી બનતા પ્રયાસ કર્યાં હતા.પર્યટકની જેમ તેણે માંડુમાં ભટકવાનું શરૂ કર્યું હતું. બેવાર તે ધાર જઈ ઇન્દુબાઈના ઘેર ઝૂલતું તાળું જોઈ આવ્યો હતો. તેને આશ્ચર્ય થયું હતું, એ પાગલ છોકરી ક્યાંક તો રહેતી હશે ! પણ ક્યાં?

આમ વિચારતાં તે રૂપમતીના મંડપમાં ઊભો હતો. તેની આંખો દૂર દૂર સુધી પથરાઈ હતી. ખીણ, નદી, ડુંગરાઓ પરથી પ્રવાસ કરતી તેની નજર બુઢી માંડવ પર સ્થિર થઈ ગઈ. એ જ સમયે તેની બુદ્ધિમાં ચમકારો થયો. કંકુ ત્યાં જ ભરાઈ હોવી જોઈએ. બુઢી માંડવનાં વેરાન મંદિરોમાં ક્યાંક તેણે ઘર બનાવ્યું હશે. ત્યાંથી રોજ મોડી સાંજે અંધારપિછોડો ઓઢી માંડુ આવતી હશે અને સૂર્યોદય પહેલાં એ જ ડુંગરાઓમાં પાછી ભરાઈ જતી હશે!

• • •

કાલીચંદનો આ તર્ક તદ્દન ખરો હતો; પરંતુ જાત–તપાસ ન કરતાં તેણે પોલીસોને વાવડ દીધા. બે પોલીસો બુઢી માંડવ પિકનિક મનાવી ખાલી હાથે પાછા ફર્યા. કાલીચંદને વિશ્વાસ ન બેઠો. તેણે પોતે બૂઢીમાંડવ જઈ એક આખો દિવસ ત્યાં ગાળવાનું નક્કી કર્યું – અને આ બધા પરિશ્રમને અંતે કંકુ અહીં તેની સામે બેસી અજાના શબ પર આંસુ સારી રહી હતી.

કાલીચંદે હવે પડખે ઊભેલી તારા સામે જોયું. તેના ચહેરાના ભાવ જોયા. મૂંઝવણ જોઈ. તેનાથી બોલ્યા વિના ન રહેવાયું :

'તારા !'

તે ચોંકી,

'તું વીસરી ગઈ કે હું માત્ર ડૉક્ટર નથી, જાદુગર પણ છું.'

તેની આંખો વધુ પહોળી થઈ.

'હું કહી શકું છું કે અત્યારે તું શું વિચારતી હોઈશ!' કહેતાં તેણે જણાવી દીધું, 'ખરું કહેજે, તું કંકુ સામે જોઈ વિચારી રહી છે ને કે પૂજા ક્યાં હશે?'

તારાને આંચકો ન લાગ્યો. આ માણસ ક્યારેક મનના ભેદ આંખોમાં જોઈ વાંચી શકે છે એ તેના માટે કાંઈ નવું નહોતું. તેણે ઉત્તર પણ ન દીધો.

'હું જાણું છું કે અત્યારે તે ક્યાં છે !'

આ વખતે તારાએ ધ્રુજારી અનુભવી. તેણે ફરી કાલીચંદ સામે જોયું. પલંગ નીચે સૂતેલી પૂજાના શરીરમાંથી પણ માથાથી પગ સુધી કંપારી દોડી ગઈ.

'પણ હું તને નહીં જણાવું.' કાલીચંદે સ્મિત ફરકાવતાં તારાની આંખોમાં આરપાર જોયું, 'હવે મને એની જરૂર નથી. મારું કામ આ કંકુથી ચાલી જશે.'

'તારે શું કહેવું છે ?'

'આ છોકરીનું જીવન તેના વેરી જોડે પૂર્ણ થયું છે. હવે તે પોતે જીવવા નથી ઇચ્છતી. નાહક હું મારી દીકરી પૂજાની હત્યા શા માટે કરું ? તું તો જાણે છે કે અકારણ હું કોઈના પ્રાણ નથી લેતો.'

'તારા કશું સમજી શકી નહીં.'

'મેં મારા પિતાની હત્યા કરી તો એ અકારણ નહોતી.' કાલીચંદ પુર્ણ નમ્રતા સાથે કહી રહ્યો હતો, 'એ ડોસો મને ભોંયરાનું ગુપ્ત પ્રવેશદ્વાર દેખાડવા રાજી નહોતો. મારા ભાઈ એમ.આર.નું કાસળ મેં મૂઠ મરાવી કાઢી નાખ્યું કારણ કે એ મારી પ્રથમ હત્યાનું રહસ્ય જાણી ગયો હતો. તેને ગંધ આવી ગઈ હતી કે મેં ગ્લેન્ડર્સ, ઘોડાના રોગના જીવાણુંઓમાંથી રસી બનાવી રાયસાહેબને દીધી છે અને રાયસાહેબ તેના પણ પિતા હતા. તે મારી પોલ ખોલી નાખવાની અણી પર હતો. મારું અસ્તિત્વ ભયમાં મુકાતાં મેં એક આદિવાસીની હત્યા પણ કરી હતી. ઝાંઝાંમાં એને લોકો સુનહર તરીકે ઓળખતાં હતાં. અંતે તારા હેમંતની હત્યા પણ સકારણ હતી એ તું ક્યાં નથી જાણતી ?'

'આ બધું તું મને શા માટે જણાવે છે?' તારા બોલી ઊઠી.

'લગ્નનો પ્રસ્તાવ મૂક્તાં પહેલાં મારો પૂર્ણ પ્રમાણિકતા સાથે તારી સમક્ષ એકરાર કરવો જોઈએ એમ મારું માનવું છે.'

'કાલીચંદ ! અહીં શબ પડ્યું છે. કંકુ વિલાપ કરી રહી છે. અને તને...'

'છેલ્લી તક તને દઉં છું.' તેણે તારાને બોલતી અટકાવી કહ્યું, 'આવતી કાલથી હવામહેલના રાજા બનવાનાં મારાં સપનાં સાકાર થશે અને હું હજી યે ચાહું છું કે તું મારી પડખે રાણી બની બેઠી હોય.'

• • •

'મારો ઉત્તર તું જાણે છે.'

'તારી મરજી. પસ્તાવાનો વારો આવે ત્યારે મને દોષ ન દેતી.'

'શું કરીશ તું?' તેની આડકતરી ધમકીની દરકાર ન કરતાં તારાએ પડકાર્યો, 'ચાર હત્યા તેં કરી છે. એક વધુ...'

'છી છી છી છી છી !' કાલીચંદે ચહેરો બગાડતાં જણાવ્યું, 'કેવી ગંદી વાતો કરે છે! હમણાં મેં કહ્યું કે અકારણ હું મચ્છરે નથી મારતો.'

'મારું ખૂન કરવા માટે તારી પાસે કારણ છે. હું તારી સઘળી પોલ જાણ છું.'

'એ તું જાહેર કરી નહીં શકે.'

'અહીં જ તારી ભૂલ થાય છે, કાલીચંદ ! આ વખતે હું તને સુખે જીવવા નહીં દઉં. જ્યાં સુધી તું ફાંસીને માંચડે નહીં લટકે, હું તારી પાછળ પ્રેતની જેમ પડી રહીશ !'

'તારા !' કાલીચંદે સહેજ દુઃખ વ્યક્ત કર્યું, 'ઉપકારને બદલો કોઈ અપકારથી ન દે. પૂજાને હું જીવતી છોડી રહ્યો છું. અને તે પણ એ જાણવા છતાં કે મારા માર્ગ વચ્ચે માત્ર એ જ એક કાંટો છે.'

તારા સમજી ગઈ. તે કાલીચંદનું એકે રહસ્ય છતું કરે તે પૂજાનો પ્રાણ ભયમાં મુકાય. આ વિચારે તેને ડગાવી દીધી. કાલીચંદને શરણે જવા સિવાય તેની પાસે બીજો કોઈ ઉપાય પણ નહોતો.

'ઠીક છે.' તેણે પોતાની હાર સ્વીકારી લેતાં કહ્યું, 'મને ખાતરી થતી હોય કે અત્યારે પુજા સહીસલામત છે તો હું આ જ પળે માંડુ છોડી ચારધામની યાત્રાએ ચાલી જઈશ.'

'મને ગમ્યું.' કાલીચંદ પ્રસન્ન થઈ ગયો, 'પણ એ પહેલાં તારે મને થોડી મદદ કરવી પડશે. મારી તને નમ્ર વિનંતી છે કે એક મહિનો અહીં રોકાઈ જા. એ દરમિયાન તને ખાતરી પણ થઈ જશે કે તારી પૂજા તદ્દન સુરક્ષિત છે.'

તારાએ ક્ષણિક વિચાર કર્યો, 'એક મહિનો મારે શું કરવાનું છે?'

'એ બધું ચર્ચવાનો આ સમય નથી. અત્યારે રાતના ચાર થયા છે. અને બપાર સુધી અજાની ચિતા પર આપણે કંકુને પણ તૈયાર કરી ચઢાવવાની છે.'

તારા ધ્રૂજી ઊઠી.

એ જ પળે પૂજાએ બે વાર પડખાં બદલ્યાં અને પલંગ નીચેથી દોડી બહાર નીકળી આવી. કંકુ હજી જેમની તેમ વિલાપ કરતી અજાના શબ પાસે બેઠી હતી. હવે તેણે અજાનું માથું પણ પોતાના ખોળામાં લઈ લીધું હતું.

પૂજાને જોઈ તારાને આશ્ચર્ય થયું. આનંદ થયો, દુઃખ પણ થયું, શું તેને સામે આવવાની જરૂર હતી ?

'કાલીચંદ !' ઊભી થઈ તેની સામે જતાં પુજાએ ભાર દઈ કહ્યું, 'કંકુ અજાની સાળી છે. પત્ની નહીં, મારા પતિની ચિતા પર ચઢી સતી થવાનો તેને અધિકાર નથી.'

'એમ કહેવાય છે કે સાળી એટલે અર્ધી ઘરવાળી.' કાલીચંદે વ્યંગ કર્યો, 'પૂરો નહીં તો અર્ધો હક તો ખરો જ.'

'પણ હું ચિતા પર ચઢવા તૈયાર છું.'

'દીકરી! આ કિંમતી જીવન નાહક આગમાં હોમી દેવાથી તને શો લાભ થશે?'

'એ મારી સમસ્યા છે.' પૂજા દ્રઢ હતી, 'આ મારું જીવન છે. હું તેને આગમાં હોમી દઉં કે કૂવામાં; એથી તારે શો મતલબ?'

'શાંતિ ! શાંતિ !' કાલીચંદે તેને ટાઢી પાડતાં કહ્યું, 'આ કંકુના શ્વાસ તો ક્યારના પૂર્ણ થઈ ચૂકયા છે. તેના પર વીસ લાખની છેતરપિંડીનો આરાપ હતો. જેલ તોડી તેણે બીજો અપરાધ કર્યો. હત્યાનો આ ત્રીજો આરોપ

તેમાં ઉમેરાશે. તે ફાંસીને માંચડે ચઢી કૂતરાના મોતે મરે એના કરતાં મેં દર્શાવેલો ઉપાય કેટલો અદ્દ્ભુત છે ! મૃત્યુ પછી લોકો તેનો જય જયકાર બોલાવશે. તેની પૂજા કરશે. તે અમર થઈ જશે.'

'ના, કાલીચંદ ! હું મારી બહેનનું બલિદાન દઈ ન શકું.'

'તારા !' કાલીચંદ તેના તરફ ફર્યો, 'હવે તું જ આ નાદાન છોકરીને સમજાવ. હું પાંચ મિનિટનો સમય દઉં છું.' તે દરવાજાની બહાર નીકળી ગયો.

કાલીચંદની દલીલ ખોટી નહોતી. અજાના મૃતદેહ પર ઉચ્ચારાયેલા કંકુના અંતિમ શબ્દો બધાએ સ્પષ્ટ સાંભળ્યા હતા. તે આત્મહત્યા કરી લે તો યે નવાઈ નહીં. ન પણ કરે તે અજાની હત્યાના આરોપમાં ફાંસીના માંચડે લટકી જાય. દુર્ભાગી કંકુ માટે બંને તરફ મૃત્યુ હતું. જાણે તેના જીવનની મીણબત્તી બંને છેડે સળગી રહી હતી.

'આ તર્ક હું પણ સ્વીકારું છું, તારા.' પૂજા બોલી ઊઠી, 'પણ હવામહેલની એક માત્ર વારસદાર, એટલે કે મને કાલીચંદ જીવતી જવા દે એ રમત મારી બુદ્ધિમાં નથી ઊતરતી.'

'એ તું ન સમજે એમાં તારી ભલાઈ છે.'

'અર્થાત, તું કળી ગઈ ?'

'પૂજા !' તારાએ તેના શબ્દોની અવગણના કરતાં જણાવ્યું, 'આવી સોનેરી તક નસીબદારોને મળતી હોય છે. નાસી છૂટ.'

'મારી બહેનને ખાટકીના હાથમાં સોંપી ?' – પ્રશ્ન સાથે તેણે સ્પષ્ટ કહી દીધું, 'જ્યાં સુધી કાલીચંદની રમત મારી સમજમાં નહીં આવે અહીં થી હું ખસવાની નથી.'

તેની જીદ સામે તારાને નમવું પડ્યું, 'પૂજા ! તારા નામે કંકુ સતી થઈ જતાં તારું નામ આપમેળે ભૂંસાઈ જશે. પછી ન તું હવામહેલની વારસ રહીશ, ન કાલીચંદ માટે ભય.'

'તે એમ ધારતો હોય કે અહીંથી નીકળી હું મૌન બેઠી રહીશ, તો એ ખાંડ ખાય છે.'

'ના, પૂજા.' તારાએ તેને ભાવિની ભયંકરતાનો ચિતાર દીધો, 'એની ચાલ ફુલપ્રુફ છે. તું સતી જાહેર થઈ ગયા પછી લોકોને જાણ થશે કે તું મૃત્યુ નથી પામી તે લોકો પોતાના સત્યને વળગી રહેવા તને પીંખી નાખશે. કારણ કે આમાં ફક્ત કાલીચંદનો સ્વાર્થ સંડોવાયેલો નહીં હોય, બીજા અનેક પાખંડીઓ સતીની ચિતા પર પોતાની રોટલી શેકતા હશે. કાલીચંદ છેલ્લે પાટલે બેઠો છે, પૂજા ! રાજા બનવા માટે તે ખતરનાક ચોપાટ રમી રહ્યો છે. કૃપા કરી તું અહીંથી ભાગી જા !'

'પણ કંકુનું શું?'

'એને બચાવવા માટે હું મારાથી બનતા સઘળા પ્રયાસ કરીશ.'

'કઈ રીતે ?'

'તેને મારી જોડે લઈ ભૂગર્ભમાં ઊતરી જઈશ. તારે અહીં રોકાવા માટે હવે કાંઈ કારણ નથી. જા, પૂજા! સમય કીમતી છે.'

તારાની દલીલ તેને સ્પષ્ટ સમજાઈ ગઈ. તરત તે દરવાજામાંથી બહાર દોડી ગઈ; પરંતુ વધુ છેટે જઈ ન શકી, કાલીચંદ સીડીઓ ચઢી રહ્યો હતો. પૂજાના પગ જ્યાંના ત્યાં ઠરી ગયા.

'મને વિશ્વાસ હતો દીકરી કે કમ સે કમ તું તારી ભલાઈ સમજી લઈશ.' કાલીચંદે કહ્યું, 'જા ! વધુ વિલંબ ન કર. મારી શુભેચ્છાઓ તારી સાથે છે.'

સીડીઓ ઊતરી જતાં પૂજાને ખ્યાલ આવ્યો : કાલીચંદના હાથમાં તેણે કાંઈક જોયું હતું. શું? ઈંજેક્શન.

ધરમશાળાની ઓરડીમાં કજરી તથા કોસો તેની વાત ધ્યાનપૂર્વક સાંભળી રહ્યાં હતાં. 'એ... એ... ઘેનનું ઈંજેક્શન હશે !' કોસો વચ્ચે બોલી ઊઠ્યો.

'તને કેમ જાણ થઈ?'

'કંકુ જ્યાં સુધી ચિતા પર ન ચઢી તે ઘેનમાં હતી.'

'ઓહ !'

'શું તું નહોતી જાણતી?'

પૂજાએ 'ના' કહેતાં સામે પ્રશ્ન કર્યો, 'તને કેમ જાણ થઈ.'

'છાપાંઓમાંથી.' કોસોએ જણાવ્યું, 'ખાસ કરી અરુણા નામની એક પત્રકારે કાલીચંદના છક્કા છોડાવી દીધા છે.'

'મને વિગતવાર જણાવ, કોસો !' પૂજાએ વિનંતી કરી. 'મારે જાણવું છે કે હવામહેલ છોડ્યા પછી મારી ગેરહાજરીમાં શું શું બન્યું.'

'તારો હેવાલ જાણ્યા પછી બે મુદ્દાઓ સ્પષ્ટ થાય છે. એક તો એ કે તારાએ ગમે તેમ કરી કંકુને ચેતવી હશે અને તેને નાસવાની તક દીધી હશે.'

'પરંતુ તારા પોતે તેની જોડે પલાયન થવાની હતી!'

'બંને જણાં સાથે નાસી શકે એની શકયતા નહીં હોય; એટલે તારાએ પોતાનો પ્રાણ ભયમાં મૂકી તેને નસાડી હોવી જોઈએ. અરુણાના રિપોર્ટ મુજબ કંકુ નાસી હતી; પરંતુ ગોરખ આમલીના વૃક્ષ સુધી આવી ઢળી પડી હતી.'

પૂજા સમજી ગઈ. ગોરખ આમલીના પોલાણમાં ભોંયરાનું પ્રવેશ હતું. ઝાડીઓમાં સાંતાયેલું હતું. તારાએ આ જ રહસ્ય તેને જણાવી હવામહેલના પાછલા દરવાજેથી કંકુને ધકેલી દીધી હશે. ગોરખ આમલી તથા હવામહેલ વચ્ચે પચીસેક ફૂટથી વધુ અંતર નહીં હોય. આ જ અંતર લગભગ પાર કરી ઘેનના કારણે કંકુ ઢળી પડી હશે.

'અને બીજી વાત એ કે...' કોસોએ ઉમેર્યું, 'તારા છેલ્લે સુધી કાલીચંદનો સાથ શા માટે દેતી રહી હશે એ અમે કલ્પી નહોતા શક્યાં.'

'છેલ્લે સુધી?'

'તારી સુરક્ષા અર્થે તેણે અમને ગેરમાર્ગે દોર્યા એ હવે સમજાય છે.'

'અત્યારે તે ક્યાં છે?'

'જેલના સળિયા પાછળ.'

'હે ભગવાન !' પૂજાના હોઠ ફફડી ઉઠ્યા.

'હવે એ કહે !' કોસો માટે હજી એક ગૂંચ વધી હતી. 'તેં ચોથી સપ્ટેમ્બરે પરોઢિયે હવામહેલ છોડ્યો અને આપણી મુલાકાત સાતમી સપ્ટેમ્બર રાતે સતીસ્થળે થઈ. આ ગાળા દરમિયાન તું ક્યાં હતી?'

'ત્યાં જ.'

'હવા મહેલમાં?'

'ભૂગર્ભ લીલિયા મહેલમાં.'

પરોઢિયે પુજા હવામહેલમાંથી બહાર નીકળી. તે એમ ધારતી હતી કે હવે તે મુક્ત છે. હજી યે તેના હાથમાં સમય છે. ઝપટાબંધ ચોકમાં પહોંચી કાલીચંદનું આખું ષડ્યંત્ર તે પોલીસોને જણાવી દે તો કદાચ કંકુ બચી જાય ! તેનું પોતાનું નામ સુરક્ષિત રહી જાય. કાલીચંદ આ કલ્પી શક્યો નહીં હોય. સમયની ગણતરીમાં કદાચ તે થાપ ખાઈ ગયો હશે!

આ સત્ય હતું, એક વાર પૂજા સતી તરીકે જાહેર થઈ જાય પછી તે કાંઈ પગલું ભરી ન શકે; પરંતુ અત્યારે તે તદ્દન સુરક્ષિત હતી. તે સીધી ફાટકની દિશામાં દોડી.

વર્ષાનું તોફાન કલાકેક પહેલાં શમી ગયું હતું. માર્ગમાં ઠેકઠેકાણે પાણી ભરાઈ ગયાં હતાં. કાદવ–કીચડમાંથી શકય તેટલી ઝડપે આગળ વધતાં હજી તેણે અર્ધો માર્ગ પૂર્ણ નહોતો કર્યો અને ફાટક પાસે ઊભેલા મામદ ચોકીદારની રાઇફલ તેની દિશામાં સ્થિર થઈ ગઈ.

પૂજાએ આ જોયું અને તરત નજીકની ઝાડીઓમાં તેણે છલાંગ મારી. એ જ પળે મામદની રાઇફલ ગર્જી ઊઠી. ગોળી પૂજાના લહેરાતા પાલવને વીંધતી આરપાર નીકળી ગઈ. તેની આંખો પહોળી થઈ ગઈ. તે સહેજ મોડી પડી હોત તો ત્યાં જ તેની લાશ ઢળી પડત.

આમ કેમ બન્યું? કાલીચંદે પીંજરુ ખોલી નાખ્યું હતું, પૂજા પંખીની જેમ ઊડી હતી; પરંતુ આ મામદ પારધી તેના માર્ગમાં જાળ નાખી બેઠો હતો. શું કાલીચંદ તેને જણાવતાં વીસરી ગયો હશે કે પૂજા હવે બંદીવાન નથી ?

ગમે તે કારણ હોય, પૂજા હવે હવામહેલ બહાર જવાની મુર્ખાઈ કરી ન શકે. તો જાય ક્યાં? શું પાછી અંદર જઈ કાલીચંદને જાણ કરે ? અહીં ઝાડીઓમાં લપાઈ જાય? અને તેને યાદ આવી ગયું.

તારા જોડે પલાયન થવાની જે મૂળ યોજના ઘડી હતી તે મુજબ ભોંયરામાં થઈ લીલિયા મહેલમાં જતા રહેવું. આ જ એક એવું સુરક્ષિત સ્થાન હતું જેના વિષે તારા સિવાય ત્રીજું કોઈ કશું યે જાણતું નહોતું. ના, કાલીચંદ પણ નહીં.

મામદ તથા પૂજા વચ્ચે ઝાડીઓમાં સંતાકુકડી શરૂ થઈ ગઈ. કાદવમાં પૂજાનાં પગલાં સ્પષ્ટ નજરે પડતાં હતાં. મામદ આ પગલે પગલું દબાવતો આગળ વધ્યો અને અર્ધો કલાક ફાંફા મારી ગોરખ આમલીના વૃક્ષ સુધી આવી પહોંચ્યો. અહીં પાણીના મોટાં મોટાં ખાબોચિયાં હતાં. તે કલ્પી ન શક્યો કે પૂજા ક્યાં અદ્રશ્ય થઈ ગઈ હશે! પરંતુ લંગોટિયો સમજી ગયો.

કાશીનાથ તાંત્રિક નિયમિત પરોઢિયે ઊઠી સરોવરકાંઠે બેસી જાપ જપતો હતો. આ તેનો રોજનો જાગવાનો સમય હતો. પરંતુ આજની વાત જુદી હતી. તેની સરોવરકાંઠાની બેઠક પર પાણી ફરી વળ્યાં હતાં.

તે છતની પાળ પર બેસી વિચારી રહ્યો હતો. મંડપમાં પૂજાપાઠ પતાવી લેતા કે સરોવરકાંઠે કોઈ બીજું સુયોગ્ય સ્થાન શોધવું – અને તેના કાને ગોળીબારનો અવાજ અથડાયો.

છતના પાછળના ભાગની પાળ પાસેથી ટહેલતો તે આગળના ભાગમાં આવ્યો. તેણે ધાર્યું હતું, વર્ષાના કારણે ડુંગરાઓ પરથી કોઈ જંગલી બિલાડો ઊતરી આવ્યો હશે ! મામદ તેની પાછળ પડી ગયો હોવો જોઈએ.

તેણે જોયું તો જંગલી બિલાડાના સ્થાને બિલાડીની જેમ લપાતી છુપાતી ઝાડીઓમાંથી માગ કરતી સફેદ સાડીવાળી કન્યા. તે છત પરથી સંતાકુકડીની રમત માણી રહ્યો હતો. પૂજા ગોરખ આમલી નજીક આવી તેના વિશાળ થડને ઘેરતી ઝાડીઓમાં પ્રવેશી અને ગુમ ! મામદને કોઇએ ધોળા દિવસે ઠગી લીધો હોય એમ તે જોતો રહી ગયો.

કાશીનાથનું હૃદય (આવું કાંઈક તેની પાસે હોય તો) એ ધબકારા ચૂકી ગયું. તેની એક આંખ ટોર્ચના બલ્બ જેમ ઝબૂકી ઊઠી. મધપૂડા જેવી દાઢીમાં તેણે હાથ નાખ્યો અને આંગળાં મોંમાં ઘાલી દીધાં, અદ્ભુત ! અદ્ભુત ! આટલાં વર્ષોની તેની તપશ્ચર્યા આજે ફળી હતી; પરંતુ કાળીમાતા તેના પર પ્રસન્ન થઈ તેને આમ ભૂગર્ભ ખજાનાના માર્ગની દિશા ચીંધશે એની તેને કલ્પના નહોતી.

તે પૂજાપાઠ વીસરી ગયો. જપ જપવાની હવે શી જરૂર હતી? ખજાનો તેના મગજમાં ધૂમરીઓ લેવા લાગ્યા. વર્ષો પહેલાં કાલીચંદ જોડે તેની પ્રથમ મુલાકાત થઈ હતી ત્યારથી તેના બંને ડોળા (ત્યારે તેની બંને આંખો

સલામત હતી) ખજાના પર હતા. કાલીચંદની આંખોમાં તેણે ખજાનો જોઈ લીધો હતો. તેના વિચારોમાં વાંચી લીધો હતો. આ જ કારણે તે કાલીચંદની સેવાઓ વિનામૂલ્ય કરતો આવ્યો હતો.

એક વાર કાલીચંદે તેની સામે નોટોથી ભરેલી બ્રીફકેસ દક્ષિણામાં મૂકી હતી. લંગોટિયાએ એ પણ તેને પરત કરી દીધી. જેની નેમ અબજોના ખજાના પર હોય તે ટચૂકડી બ્રીફકેસમાં મોં ઘાલી ચાંચ ગંદી ન કરે.

તે કાંઈ વધુ વિચારે એ પહેલાં કાલીચંદે છત પર દેખા દીધી. અત્યાર સુધીમાં કંકુને ઘેનનું ઈંજેકશન દેવાઈ ગયું હતું. હજી અગત્યનાં અનેક કામ આટોપવાનાં બાકી હતાં. ચિતા માટે લાકડાની વ્યવસ્થા, છાના પ્રચારનો પ્રબંધ, હવામહેલથી ફાટક સુધી ફૂટી નીકળેલાં ઝાડી–ઝાંખરાંઓની સફાઈ, રસીદ બુકોની છપાઈ વગેરે સાથે થોડીક જવાબદારીઓ લંગોટિયાના માથે પણ થોપવાની હતી – ખાસ કરીને અગ્નિદાહનું કામ.

કાશીનાથે વિચાર્યું, હવે તેને ખજાના પાછળ દોડવાની જરૂર નહોતી. સૂર્યોદય થઈ ચૂક્યો હતો. આમ પણ આ સમયે ભોંયરામાં પ્રવેશતાં કોઈ જોઈ લે તેનો ભય હતો. અને તે નહોતો ઈચ્છતો કે તેની આ ખોજની જાણ કોઈને થાય. કાલીચંદને પણ નહીં. આખો લાડવો તે પોતે જ ગળી જવાની ખ્વાહેશ રાખતો હતો.

તેના ત્રણ દિવસ કાલીચંદની મદદ કરવામાં વીતી ગયા. જાણે તેણે ગુપ્ત ખજાનાના પ્રવેશદ્વારની શોધ કરી નહોતી એમ કાલીચંદના દરેક આદેશોનું મોટું મન રાખી પાલન કર્યું. અંતે સર્વે કામ આટોપાઈ જતાં ચોથા દિવસે વહેલી સવારે તે ચૂપચાપ ગોરખઆમલીના પોલાણમાં થઈ ભોંયરામાં ઊતરી ગયો. તેના હાથમાં માત્ર એક ફાનસ તથા માચીસ હતી.

અંદર પ્રવેશી તેણે ફાનસ સળગાવ્યું અને એક આંખ ભોંયરામાં પાથરી તે ઝપાટાબંધ આગળ વધવા લાગ્યો. વિચારવા લાગ્યો. તેને માત્ર ખજાનો નહોતો મળવાનો, બોનસમાં કન્યા પણ મળવાની હતી.

તે જાણતો હતો, પૂજા અંદર ભરાઈ છે. (તે એ પણ જાણતો હતો કે જે છોકરીને તેણે ચિતા પર જીવતી સળગાવી દીધી એ કોઈ ભળતી જ હતી.)

પૂજા પહેલાં તો ચોંકી ઊઠી. તેણે માત્ર લીલિયા મહેલના પ્રવેશમાંથી દૂર દૂર ભોંયરાની દીવાલો પર ડોલતા ફાનસનો પ્રકાશ જોયો હતો. તેણે ધારી લીધું, કંકુ આવી રહી છે. સાથે તારા પણ હોવી જોઈએ.

બંનેનું સ્વાગત કરવા તે સામે દોડી અને ફાનસના પીળા પ્રકાશમાં એક આંખવાળા રાક્ષસનો ચહેરો તેની સામે સ્પષ્ટ થઈ ગયો. તે સ્તબ્ધ થઈ ગઈ.

સ્વસ્થ થતાં તે પાછલા પગે સરકવા લાગી. પછી પીઠ ફેરવીને તે દોડી. લીલિયા મહેલની ભૂગોળ અસ્સલ હવામહેલ જેવી હતી. બંને મહેલો એકમેકની નકલ જેવા લાગતા હતા. ફર્ક માત્ર એટલો હતો કે લીલિયો મહેલ બે માળિયા નહોતો.

પૂજા બેઠકખંડમાં પ્રવેશી સડસડાટ કરતી આગળ વધી અને ડાબી તરફ પડેલા ચાંદીના એક પટારા પાછળ સંતાઈ ગઈ. હવે તે ધબકતા હૃદયે કાન સરવા કરી સૂક્ષ્મ અવાજો પકડવા મથવા લાગી. અને તેના કાને સ્પષ્ટ અવાજો અથડાયા.

ખટાક્... ખટાક્... ખટાક્ !

ખડાઉના અવાજો બેઠકખંડમાં પ્રવેશી રહ્યા હતા. આ તેને પહેલાં કેમ ન સંભળાયા ? કદાચ તે ડોલતો પ્રકાશ જોઈ સર્વ કાંઈ વીસરી ગઈ હતી. બહેન કંકુ તથા તારાની કલ્પનાએ તેને માત્ર આંધળી જ નહીં, બહેરી પણ બનાવી દીધી હતી.

બેઠકખંડની વચોવચ ફુવારા પાસે આવતા કાશીનાથે સર્ચલાટની જેમ પોતાની એક આંખ ઘુમાવી અને તેની નજરે ચાંદીના સાત પટારા પડ્યા. થોડીક પળો માટે પૂજાને વીસરી તે નજીકના પટારા તરફ આગળ વધ્યો.

થોડાંક પગલાં ભરી તે હેરતથી બંધ પટારા પર થયેલા કોતરકામને જોઈ રહ્યો. તેનાથી થોડે છેટે ચોથા પટારા પાછળ પૂજા લપાઈ હતી.

હળવેકથી કાશીનાથે પટારો ખોલ્યો અને જાણે જ્વાલામુખી કડાકા સાથે ફાટ્યો હોય એમ આખો લીલિયો મહેલ ધણધણી ઉઠ્યો. જાણે પુજા કોઈ કબ્રસ્તાનમાં બેઠી હોય એમ ચિત્રવિચિત્ર આકારો ફાનસના પ્રકાશમાં સર્જાતા હતા અને વીખરાતા હતા. જાણે એકસાથે સઘળી કબરો ઉઘડી તેમાંથી હાડિપંજરો કૂદી પડે અને ખડખડાટ હસવા લાગે તેવા ડરામણા આ અવાજો હતા. જાણે સો સો ઘરડી ડાકણો રાસડા લેતી હર્ષની ચિચિયારીઓ મારતી હોય એવું ભયાનક વાતાવરણ સર્જાયું હતું. જાણે આ સર્વે પ્રેતાત્માઓ એકસાથે કાશીનાથ પર તૂટી પડ્યા હોય એમ તાંત્રિક ફરસ પર પછડાઈ મંત્રોચ્ચાર કરી રહ્યો હતો. ફાનસ તેના હાથમાંથી દૂર ફેંકાઈ ગયું હતું .

કાનમાં આંગળાં ખોસી પૂજાએ આંખો મીંચી દીધી. શહામૃગની જેમ બે ગોઠણ વચ્ચે માથું પણ સંતાડી દીધું છતાં પડખાં બદલતાં વાદળોના ગડગડાટ જેવા અવાજો તેના દેહ જોડે પથ્થરોની જેમ અથડાતા રહ્યા, તેની ચામડીનાં છિદ્રો દ્વારા તેના મગજને સંદેશો પહોંચાડતા રહ્યા. તેનાં રૂવાડાંઓને ઊભા કરતા રહ્યા, તેના કાળજાને કંપાવતા રહ્યા. કલાકો પછી એક વેધક ચીસ ઊઠી – કાશીનાથની ચીસ – અને એકાએક વાતાવરણમાં નીરવ શાંતિ ઊતરી આવી.

પૂજા ધબકતા હૃદયે વાટ જોતી રહી, હમણાં કાંઈક થશે ! ફરી કોઈ જ્વાલામુખી ફાટશે! ફરી કોઈ આફત ઊતરી આવશે ! પૂરી પાંચ મિનિટ વીતી જતાં પૂજાએ પહેલા કાનમાંથી આંગળાં દૂર કર્યાં. પછી ધીરે ધીરે ચહેરો ઊંચો લઈ આંખો ખોલી. કાંઈ નહોતું. લીલિયા મહેલનો બેઠકખંડ પહેલાં જેવો હતો. ખૂણામાં આડું પડેલું ફાનસ હજુ પ્રકાશ પાથરી રહ્યું હતું. જાણે અહીં કાંઈ બન્યું નહોતું. હળવેકથી તે ચાંદીના પટારા પાછળથી ઊભી થઈ અને તેના ડોળા ફાટી ગયા.

બેઠકખંડની વચોવચ લાશ જેમ કાશીનાથ પડ્યો હતો. તેનું આખું શરીર લોહીલુહાણ હતું. તેની જમણી આંખ વર્ષો પહેલાં થયેલા પ્રેતાત્માઓના હુમલામાં ચાલી ગઈ હતી. આજે તેની ડાબી આંખનો ડોળો પણ પ્રેમાત્માઓ પોતાની સાથે લેતા ગયા હતા.

‘હવે હું ત્યાં રોકાઈ ન શકું.’ પૂજાએ પોતાની આપવીતીનો હેવાલ લગભગ પૂર્ણ કરતાં ઉમેર્યું, ‘મને ભય હતો, ક્યાંક એ તાંત્રિક ફરી બેઠો થાય તો હું એકલી તેની સામે કેમ કરી ટકી શકું? ફાનસ ઊંચકી મેં ભોંયરામાં દોટ મૂકી અને હળવેથી બહાર નીકળી.’

થોડે છેટે તેની નજરે ભીડ પડી. એક ટોળું ઊંચા અવાજે જયજયકાર બોલાવી રહ્યું હતું... સતીમાતા કી જય ! રાણીમાતાકી જય ! વાતાવરણમાં ગુલાલ ઉડી રહ્યો હતો.

પૂજા ચાર દિવસની ભૂખી હતી. ચાર દિવસ તેણે માત્ર ભોંયરામાં ટપકતા વર્ષાના પાણી પર ગાળ્યા હતા. સતીસ્થલ નજીક આવતાં તે પોતાની ભૂખ પણ વીસરી ગઈ. જે સતીની શ્રદ્ધાળુઓ પરિક્રમા કરી રહ્યા હતા એ સ્ત્રી બીજી કોઈ નહીં, તેની પોતાની મોટીબહેન કંકુ હતી. દાંપત્યજીવતના નર્કમાંથી પૂજાનો ઉદ્ધાર કરવા તેણે પોતાના જીવનનું બલિદાન દીધું હતું.

પુજાની કથા પૂર્ણ થતાં એક લાંબુ મૌન ઊતરી આવ્યું. કજરી છાનાં છાનાં આંસુ સારી રહી હતી. આ તે કેવા લોકો ! તે વિચારી રહી હતી. આ તે કેવી દુનિયા ! કોઈને ધક્કા મારી ચિતા પર ચઢાવે અને કોઈની પૂજા થાય.

કોસોના વિચાર તદ્દન જુદા હતા. જે રહસ્યો તેને કાકુ હવાલદાર પાસેથી જાણવાં હતાં, એ તેને પૂજાની આપવીતીમાંથી મળી ગયાં હતાં. કાલીચંદે તારાને સગર્વ જણાવ્યું હતુ કે તેણે ફક્ત પોતાના સગા પિતા

રાયસાહેબની હત્યા નહોતી કરી; એમ. આર. જે તેનો સગો ભાઈ હતો તેનું પણ કાસળ કઢાવી નાખ્યું હતું. અર્થાત્, કોસોના પિતા એમ. આર. પર રાયસાહેબની હત્યાનો જે આરોપ થોપાયો હતો એ તદ્દન ખોટો હતો એમ સ્પષ્ટરૂપે સિદ્ધ થતું હતું.

કોસોનું મગજ ફરી ગયું. સાથે જ તેને પોતાની લાચારી યાદ આવી ગઈ. કાલીચંદ પોતાના પિતાના સ્થાને છે. પિતા પર વેર વાળી તે માનો ચૂડલો ભાંગી ન શકે. તે અંદરોઅંદર સમ સમીને રહી ગયો.

'પૂજા !' કાલીચંદની હત્યાના વિચારો એક તરફ હડસેલી દેતાં તેણે પૂછ્યું, 'હવે શું ?'

'હું પણ એ જ વિચારી રહી છું.'

'માંડુથી આપણે પચમઢી આવ્યાં એ મને સમજાયું.' કોસોએ ઉમેર્યું, 'પણ બત્રીસ ઓરડાવાળા બંગલામાં ન જતાં તે આ ધરમશાળા પસંદ કરી તેની પાછળ કાંઈ કારણ તો હશે ને?'

'માત્ર આટલું કે મારે પૂજા તરીકે છતાં થવું કે નહીં ?'

'થવામાં શું મુશ્કેલી છે ?'

'એ તું નહીં સમજી શકે.' – કહેતાં તેણે થોડીક સ્પષ્ટતા કરી, 'અત્યારે મારા નામે માંડુમાં લાખો રૂપિયાની હેરાફેરી થઈ રહી છે. દર વર્ષે કરોડોની કમાણી કરતો સતીનો આ ધીખતો ધંધો છે. આમાં માત્ર કાલીચંદ આપણી સામે છે. પડદા પાછળ કાંઈ કેટલાયે લોકાના સ્વાર્થ સંતાયેલા હશે! આ લોકો કદાપિ નહીં ઇચ્છે કે સમાજમાં તેઓની હાંસી ઊડે.'

'હાંસી ! કેવી રીતે ?'

'હું છતી થાઉં તો પહેલો પ્રશ્ન એ ઊઠશે કે જે સ્ત્રી અજાની ચિતા પર સળગી એ કોણ હતી ? તું કહીશ કે એ કંકુ ! તો બીજો પ્રશ્ન પુછાશે – કંકુ કોણ ? સમાજની દ્રષ્ટિએ ધારની બૅંક જોડે તેણે વીસ લાખ રૂપિયાની છેતરપિંડી કરી છે. જેલ તોડી પલાયન થઈ છે. વિશેષમાં અજાની હત્યાનું રહસ્ય પણ બહાર આવે. તેઓને નીચા જોવાનું થાય કે નહીં ? લાકે તેઓ પર થૂ થૂ કરે કે નહીં ?' – કહેતાં પૂજાએ ભારપૂર્વક ઉમેર્યું, 'કોસો ! આ કૌભાંડ બહાર આવે તો આખેઆખી સરકાર ઊથલી પડે.

'શું આ જ કારણે તું પૂજા તરીકે છતી થવા નથી માગતી?'

'અનેક કારણોમાંનું એક આ પણ છે.'

'મારે મૂળ કારણ જાણવું છે.'

પૂજા થોડીક પળો માટે ખામોશ થઈ ગઈ. કજરી સામે જોયું, કોસો સામે જોયું. 'સમાજની દ્રષ્ટિએ હું જીવતી નથી.'

'આ કાંઈ કારણ ન કહેવાય.'

'પણ કંકુ જીવતી છે.'

'શું?'

'હું કંકુ બની જઈશ.'

કોસો સાથે કજરી પણ પહોળી આંખે તેની સામે જોઈ રહી.

•••

૨૭

પૂજા માટે રૂપ બદલવું મુશ્કેલ નહોતું.

બંને બહેનો વચ્ચે મુખ્ય તફાવત ત્રણ હતા. એક : આંખોનો રંગ, પૂજાની આંખોનો રંગ તેની મમ્મી જેવો ઝાંખો લીલો હતો, જ્યારે કંકુની આંખો તેના પપ્પા જેવી આસમાની હતી. કોન્ટેક્ટ લેન્સ દ્વારા આંખોની કીકીઓનો રંગ બદલવાનું આ યુગમાં રમતવાત હતી.

બીજું : નાકનો આકાર, પુજાનું નાક હેમંત જેવું અણિયાળ હતું તો કંકુનું નાક સુનીતા જેવું ટેરવા પર સહેજ વળેલું હતું. સમસ્યા અહીં ઊભી થવાની હતી; પરંતુ તેનો ઉપાય પણ પૂજાએ શોધી કાઢ્યો હતો.

'ગાઇનેક સ્મિતાના પતિ ડૉ. રમેશે ભારતના શ્રેષ્ઠ પ્લાસ્ટિક સર્જ્યન તરીકે નામ કાઢયું હતું. એમ. આર. જ્યારે પચમઢીમાં હતો, તેણે ગંજીફાનાં પત્તાં દ્વારા કુંડળી ઘડી ડૉ. રમેશનું ભવિષ્ય ભાખ્યું હતું. તે નજીકના ભવિષ્યમાં વિદેશ પ્રવાસે જશે. એમ. આરે. ચોક્કસ મહિનો તથા અઠવાડિયું પણ દર્શાવ્યાં હતાં.

સ્મિતાના આશ્ચર્ય વચ્ચે તેના પતિને પ્લાસ્ટિક સર્જરી પર કરેલા સંશોધન બાબતે એક સંમેલનમાં ભાગ લેવા આમંત્રણ મળ્યું હતું. સંમેલન એક અઠવાડિયાનું હતું. કેનેડામાં ત્રણ મહિના રોકાઈ તેણે મોન્ટ્રિઅલની એક હૉસ્પિટલમાં પોતાના અખતરાઓનો પરિચય ગોરા ડૉક્ટરને દીધો હતો. આજે તેની ગણના ભારતના શ્રેષ્ઠ પ્લાસ્ટિક સર્જન તરીકે થતી હતી. નાકના ટેરવાને વાઢકાપ વડે અણિયાળ કરવું રમેશ જેવા અનુભવી, સિદ્ધહસ્ત ડૉક્ટર માટે ડાબા હાથનો ખેલ હતો. માત્ર એકાદ કલાકની તદ્દન સુરક્ષિત શસ્ત્રક્રિયા દ્વારા પૂજા નવા નાકે નવું જીવન શરૂ કરી શકતી હતી.

ત્રીજું : અંતિમ સમસ્યા ઉંમરના તફાવતની હતી. પૂજા એકવીસ વર્ષની થઈ હતી. કંકુએ છવ્વીસમાં પ્રવેશી દેહત્યાગ કર્યો હતો. આ તફાવતનો ચોક્કસ ઉપાય પૂજા પાસે હતો. મેક-અપ દ્વારા તે શકય તેટલો પ્રયાસ કરી પોતાની ઉંમર થોડીક વધારી શકે. આ કામ અશક્ય પણ નહોતું. અભિનયક્ષેત્રે મેક-અપ દ્વારા યુવાન પાત્રો ઘરડાં બની શકે તો પૂજા તેની ઉંમરમાં થોડાંક વર્ષો ઉમેરી ન શકે?

બીજે દિવસે પૂજાના નાક પર મામૂલી શસ્ત્રક્રિયા થઈ; પરંતુ આ પહેલાં સૌ પ્રથમ સ્મિતાને વિશ્વાસમાં લેવી પડી અને એ કામ કોસોએ સફળતાપૂર્વક પાર પાડ્યું હતું.

પૂજા તથા કજરીને ધરમશાળામાં મૂકી તે એકલો સૈનિક હૉસ્પિટલ પહોંચ્યો. પોતાની રિવોલ્વિંગ ખુરશીમાં બેસી સવારનું અખબાર વાંચતી સ્મિતાએ તેને કેબિનના દ્વાર પર ઊભેલો જોઈ પહેલાં આશ્ચર્ય વ્યક્ત કર્યું. પછી આનંદ.

માંડુમાં બનેલી ઘટનાઓનો આંખેદેખ્યો હેવાલ જાણવા તે એટલી બધી ઉત્સુક હતી કે સઘળી ઔપચારિકતા તે વીસરી ગઈ. ન તેણે કોસોના ખબરઅંતર પૂછ્યા ન એક કપ ચાની ઓફર કરી.

'બેસ, બેસ કોસો !' છાપું ટેબલ પર મૂકી તે ઊભી થઈ જતાં બોલી ઊઠી, 'મારી સમજમાં એ નથી આવતું કે સુનીતા હજી સુધી પાછી કેમ નથી ફરી !'

'પહેલાં તમે બેસો એટલે હું બેસી શકું.'

'ઓહ, સૉરી.'

બંને જણાં સામસામે બેસી ગયાં. વચ્ચે ટેબલ હતું. હવે કોસોએ શરૂઆત કરી, 'શું તમારા છાપાએ તમને કાંઈ નથી જણાવ્યું?'

'છેલ્લા બે દિવસોથી કંપારી છૂટે એવી ખબરો પ્રકાશિત થઈ રહી છે.' સ્મિતાએ જણાવ્યું, 'આ આજનું અખબાર વાંચી હું પોતે હલી ગઈ છું.'

• • •

'શું લખાયું છે ?'

'સંપૂર્ણ ષડ્યંત્રનો સવિસ્તર હેવાલ.' – કહેતાં તેણે ટૂંકમાં સર્વ કાંઈ જણાવ્યું.

પૂજાએ નાસી છૂટવાનો પ્રયાસ કર્યો અને ગોરખ આમલી સુધી જઈ પછડાઈ ગઈ. તેને ઊંચકી પાછી હવામહેલમાં લાવવામાં આવી. પહેલી રાતની દુલ્હનની જેમ સજાવવામાં આવી. ચાર રાજપૂત યુવાનોનો પહેરો નાગી તલત્રાર સાથે તેની આસપાસ ગોઠવાઈ ગયો. પૂજા લથડિયાં ખાતી લતામંડપ સુધી પહોંચી. અહીં તેણે નાસી છૂટવાનો બીજો પ્રયાસ કર્યો અને 'રાણીસતી ઉત્સવ સમિતિ'ના કહેવાતા પ્રમુખ કાશીનાથ મહારાજે ચિતા પરથી લાકડું ઊંચકી તેના બરડા પર ફટકાર્યું. વગેરે વગેરે.

'આમાં કેટલું ખરું ને કેટલું ખોટું ?' અંતે તેણે કોસોને પૂછી લીધું.

'નવ્વાણું ટકા ખરું જ છે.'

'સો ટકા કેમ નહીં?'

'પૂજા જીવતી છે.'

સ્મિતાના શરીરમાંથી વીજળી દોડી ગઈ. 'આ કેમ મનાય?' થોડી વારના મૌન પછી તે બોલી ઊઠી, 'અશકય ! તું જૂઠું બોલે છે, કોસો ! પૂજા જીવતી હોય તો આ બધા અહેવાલોનો શો અર્થ?'

'પૂજા પચમઢીમાં છે.'

'ક્યાં ? ? ?'

'ધરમશાળામાં.'

તરત સ્મિતા ઊભી થઈ ગઈ.

દસ મિનિટ પછી બંને જણાં કજરી તથા પૂજા સામે બેઠાં હતાં. સ્મિતા એકીટશે પૂજા સામે જોઈ રહી હતી. માર્ગમાં કોસો પાસેથી પૂર્ણ સત્ય જાણી તે ચક્કર ખાઈ ગઈ હતી. પૂજાના સ્થાને કંકુને ચિતા પર ચઢાવવામાં આવે અને પૂજાનું અસ્તિત્વ ભૂંસાઇ જાય, આ બધું તેને હજી યે અજબ–ગજબ લાગતું હતું. આથી વિસ્મયકારક તો એ હતું કે પુજા પોતે પૂજા તરીકે છતી થવા નહોતી ઈચ્છતી.

'પણ પૂજા તરીકે જાહેર થવામાં મુશ્કેલી શી છે?' આખરે સ્મિતાએ પૂછી લીધું.

'એક હોય તો જણાવું, પણ...'

'છતાં...'

'સ્મિતા આંટી !' તે બોલી, 'હું માત્ર સમાજની દ્રષ્ટિએ જ નહીં, મમ્મીની નજરોમાં પણ મૃત્યુ પામી છું.'

'તેનું શું?'

'મમ્મીએ એક આઘાત જીરવી લીધો છે.'

'એ પણ ખરું.'

'હવે તેને જાણ થાય કે જેના કાજે તેણે આખો જનમારો તરફડિયાં માર્યાં, વલોપાત કર્યો, છાનાં છાનાં આંસુ સાર્યાં એ જ કંકુ મૃત્યુ પામી છે તો તેને બીજો અને વધુ આકરો આઘાત લાગશે. અને આ તે જીરવી નહીં શકે.'

'પળભર માટે હું તારી વાત માની લઉં તો, શું તું કંકુ તરીકે સુખે જીવી શકીશ?'

'શા માટે નહીં?'

'તેના પર બે આરોપ છે. તું ક્યાં સુધી બચતી ફરીશ ?'

'પહેલાં તો એવી પરિસ્થિતિ હું ઊભી થવા નહીં દઉં.'

'અને થશે તો ?'

'પોલીસોને પડકારીશ.'

'શું ?'

'કહીશ કે પુરવાર કરે, હું કંકુ છું.'

'પ્લાસ્ટિક સર્જરી પછી તારા ફોટા જોડે કંકુનો ચહેરો આબાદ મળશે.'

'બની શકે કે કુંકુ જેવા ચહેરાવાળી હું કોઈ બીજી છોકરી હોઉં!'

'તું એમ ધારે છે કે આપણી પોલીસ એટલી બેવકૂફ છે કે તું કહીશ અને તેઓ માની લેશે?'

'ના, આટલી સમજદાર છે કે તે સત્યને પારખી લેશે.' કહેતાં તેણે ફરી એ જ દલીલ દીધી, 'તમે ચિંતા ન કરો સ્મિતા આંટી. એવો સમય નહીં આવે. કોસો જોડે લગ્ન કરી ઝાંઝાં વસવાનો મેં નિર્ણય લીધો છે. અને ત્યાં ન પોલીસોનો ભય હશે, ન ધુતારાઓનો.'

શસ્ત્રક્રિયા પછી પૂજાને પાછી ધરમશાળામાં જવાની જરૂર નહોતી. ચોવીસ કલાક હૉસ્પિટલમાં આરામ કરી તે બત્રીસ ઓરડાવાળા બંગલામાં રહેવા ચાલી આવી. કોસો તથા કજરી તેની સાથે દાખલ થયાં,

બંગલામાં પ્રવેશી સૌ પ્રથમ તે પોતાના સ્ટુડિયોમાં ગઈ. વર્ષો પછી પિયર પાછી ફરી હોય એમ તે પોતાની પ્રિય બેઠકને જોઈ રહી. પીંછીનું કુંડુ, રંગોની ટ્યૂબ, પૅલેટ, ભોંય પર ઊભા પડેલા કૅનવાસોનો ઢગ, ચિત્રકામ કરવાનો ઘોડો વગેરે પરથી તેની નજરો પ્રવાસ કરતી દીવાલ પર શોભતાં તૈલચિત્રો પર સ્થિર થઈ ગઈ.

પિતાના તૈલચિત્રને આજે તેણે નવી દ્રષ્ટિએ જોયું. હવે તે હેમંત વિષે વિશેષ માહિતીઓ ધરાવતી હતી. ઘણું ઘણું જાણી ગઈ હતી. છેલ્લા થોડાંક દિવસોમાં એક નવો ચહેરો તેની સામે ઉપસ્થિત થયો હતો. આ હેમંત અને તૈલચિત્રવાળા હેમંત વચ્ચે ખાસ્સુ અંતર હતું. તે માત્ર સરબતસિંહનો અંગત મિત્ર નહોતો, કાલીચંદના માર્ગનો કાંટો પણ હતો. આ જ કારણે કાલીચંદે તેની હત્યા કરી હતી.

તે માત્ર સુનીતાનો પતિ નહોતો, તારાનો પ્રેમી પણ હતો. આ જ કારણે છેલ્લે સુધી તારા તેની પડખે ઊભી રહી હતી. છેલ્લે સુધી તેણે કાલીચંદને પડકાર્યો હતો. આખરે તો તે એક સ્ત્રી હતી. કાલીચંદની રાજરમતનું તે પ્યાદું બની ગઈ. પૂજાની સુરક્ષા અર્થે તે કઠપૂતળી બની ગઈ – આ જાણવા છતાં કે પૂજા હયાત છે. લોકોને તેણે એ જ કહ્યું જે કાલીચંદને પસંદ હતું. તે આમ ન કરે તો તેને ભય હતો, રાણીસતી નાટકના પડદા પાછળનાં પાત્રો પૂજાને જીવતી નહીં છેડે.

સુનીતા પાછી પચમઢી આવી ત્યાં સુધીમાં પૂજાનો ચહેરો બિલકુલ તંદુરસ્ત થઈ ગયો હતો. નાક પર થયેલી મામૂલી શસ્ત્ર ક્રિયાની પટ્ટીઓ બે દિવસ પછી કાઢી લેવામાં આવી હતી. વિશેષમાં કોસો પાર્કમાંથી કોઈ વેલનાં પાન શોધી લાવ્યો હતો. કજરીએ એ પાંદડાંઓને વાટી તેનો લીલો છૂંદો જખમવાળા ભાગ પર લગાડતાં શસ્ત્રક્રિયાનું એક નિશાન બાકી નહોતું રહ્યું. હવે તે નવા નામે, નવા નાકે દિવાળી ઊજવી શકતી હતી.

સુનીતા કદાચ પચમઢી પાછી ન ફરત. માંડુમાં તેણે અરુણા જરીવાલા તથા પૂરબને પોતાનો જમણો તથા ડાબો હાથ બનાવી કાલીચંદ સામે યુદ્ધ જાહેર કર્યું હતું. તેણે સોગંદ લીધા હતા કે જ્યાં સુધી સતીકાંડમાં સંડોવાયેલા પાપીઓ જેલ ભેળા નહીં થાય, તે જંપીને નહીં બેસે.

વિશેષમાં 'જનવાદી મહિલા સગઠન'ની પ્રમુખ શ્રીમતી લતા શાહને તેણે માંડુ સતી–પ્રકરણમાં સંશોધન કરી એક સંપૂર્ણ રિપોર્ટાજ તૈયાર કરવાની જવાબદારી સોંપી. આ સંશોધનના બળે તે સંસદમાં સતીપ્રથા પર પ્રશ્નો ઊભા કરવાની નેમ રાખતી હતી. તદ્‌ઉપરાંત દેશભરનાં મહિલામંડળો સંગઠિત થઈ સતીના નામે ચાલતા પાખંડ વિરોધી મોરચાન કાઢે અને સરકારી કચેરીઓ સામે દેખાવો યોજે એ કાજે તેણે આંખ મીંચીને નોટો વેરી હતી. માંડુ સતી–પ્રકરણ બાબત આખા દેશમાં હાહાકાર મચી જવાનું એક કારણ આ પણ હતું.

સુનીતાની પ્રગતિવાદી ચળવળને કચડી નાખવા માટે તકવાદીઓ, ધર્મના અધર્મી ઠેકેદારો, સ્વાર્થી રાજદ્વારીઓ, સતીની ચિતા પર રોટલી શેકતા વેપારીઓએ એક છત્ર નીચે ભેગાં થઈ 'સતી ધર્મ રક્ષા સમિતિ'ની સ્થાપના કરી હતી.

આ સમિતિના સભ્યો આજે પણ માનતા હતા કે પતિનું શબ ખોળામાં લઈ બેઠેલી પૂજાએ પોતાનો એક હાથ ઊંચો કર્યો અને ચિતા સળગી ઊઠી. આટલું જ નહીં, આમાં રાજપૂત નેતાઓ તથા પોલીસોને પણ વિશ્વાસ હતો.

બારમી સપ્ટેમ્બરે વિરોધી વિચાર ધરાવતા આ બંને પક્ષો 'જનવાદી મહિલા સંગઠન' તથા 'સતીધર્મ રક્ષા સમિતિ' વિશેષ રૂપે પ્રકાશમાં આવ્યા. એ જ દિવસે સતીપ્રથા વિરોધી ત્રણસો સ્ત્રીઓના મોરચામાં અગિયાર જુદાં જુદાં મંડળોની સ્ત્રીઓએ શ્રીમતી લતા શાહના માર્ગદર્શન હેઠળ ભાગ પણ લીધો. પહેલાં આ મોરચો સચિવાલય ગયો.

'મુખ્ય મંત્રી,'શ્રીમતી લતા શાહે પોતાના છેલ્લા ઇન્ટરવ્યૂમાં જણાવ્યું હતું, 'શહેરમાં હતા; પરંતુ પોતાની ખુરશી પર નહોતા, ગૃહમંત્રી બહારગામ હતા. સોગંદ ખાવા માટે પણ એકે મંત્રી કે સહાયક મંત્રી એ સમયે સચિવાલયમાં હાજર નહોતો. એવું લાગ્યું, જાણે સર્વે નાસી છૂટ્યા હોય !'

સરકારની આ જ ઉદાસીના કારણે શ્રીમતી લતા શાહને ન્યાયાલયના દ્વાર ખખડાવવાં પડ્યાં હતાં. આના જવાબમાં એક હજાર તલવારધારી રાજપૂતો મોરચો લઈ રાજભવન પહોંચી ગયા. તેઓએ સતી વિરોધી સંગઠનોને પડકારતાં સ્પષ્ટ શબ્દોમાં જણાવ્યું હતું કે ધાર્મિક બાબતોમાં દખલ દેવાનો સરકારને અધિકાર નથી. હજારો વર્ષોથી સ્ત્રી સતી થતી આવી છે. સતીમાતાનાં મંદિરો ચણાતાં રહ્યાં છે. માંડુમાં એક વધુ મંદિર ખડું થશે. કોની મજાલ છે કે એને રોકે?

બીજે દિવસે બે હજારની મેદનીને સંબોધતાં 'સતી ધર્મ રક્ષા સમિતિ'ના એક પ્રવક્તા, આઈ. એ. એસ. અધિકારીએ પોતાના વિચારો દર્શાવતાં જણાવ્યું કે... 'આજ દિવસ સુધી સતીપ્રથા બાબત રાજપૂત સ્ત્રીઓએ ક્યારેય ફરિયાદ કરી નથી. બલ્કે તેઓ તો શ્રદ્ધાભાવે વર્ષોથી સતીમાતાની પૂજા કરતી આવી છે. લોકસાહિત્યમાં સતીનાં ગુણગાન ગવાયાં છે. ભાટચારણો સતીમાતાની મહિમા ગાતા થાકતા નથી. હવે આ બાબત કાગારોળ કરવાનો શો અર્થ ?'

બીજા વક્તાએ દાવો કર્યો, 'કદાચ તમને ખ્યાલ નહીં હોય સતીપ્રથાનાં મૂળ ક્યાં છે? આ જાણીને તમને નવાઈ લાગશે કે સ્ત્રીને સતી થવાની પ્રેરણા ભગવાન શિવપત્ની ઉમા સતીમાંથી મળી હતી. અલબત્ત, આને પ્રથા તરીકે ક્યારેય સ્વીકારવામાં નથી આવી. જવલ્લે જ કોઈ સ્ત્રીમાં સત પ્રગટતું હોય છે.' અંતે તેણે ઉમેર્યું હતું, 'ઈસુના જન્મના ૫૧૦ વર્ષ પહેલાં ખડું થયેલું ભારતનું સર્વપ્રથમ સતી મંદિર 'સાગર' નજીક ઈરન ગામમાં એટલે કે મધ્યપ્રદેશમાં આવેલું છે. અને આ પરંપરાને જાળવવા એક નવું મંદિર પણ આ જ રાજ્યમાં ચણાશે એ આપણા સૌ માટે ગૌરવની વાત કહેવાય.'

તાળીઓના પ્રચંડ ગડગડાટથી શ્રોતાઓએ આ વક્તાને વધાવી લીધો હતો, બીજી તરફ અરુણા જરીવાલા જનવાદી મહિલા સંગઠનને લડતમાં ટેકો દેવા સતીપ્રથા પર રોજ એક પ્રહાર પોતાના દૈનિક ભોપાલ ટાઈમ્સ દ્વારા કરી રહી હતી.

'શું ભારતીય નારીઓને પોતાની મરજી મુજબ વરતવાની ક્યારેય છૂટ મળી છે !' પૂજાએ સ્વેચ્છાએ અગ્નિસ્નાન કર્યું છે એ જુઠાણાને રદિયો દેવા તેણે લખ્યું હતું, 'શું આજે પણ કોઈ યુવતી પોતાની મરજી મુજબ લગ્ન કરી શકે છે? પુરુષો જેમ તે સ્વતંત્ર જીવન ગાળવા ઇચ્છતી હોય તો શું સમાજ તેને સહકાર દે છે? રોજિંદા જીવનમાં પણ ડગલેને પગલે તેના માટે નિર્ણયો લેવાતા હોય છે. તેણે કેટલે સુધી અભ્યાસ કરવો ? નોકરી કરવી કે નહીં ?

લગ્ન કોની જોડે કરવાં? લગ્ન પછી તેને કેટલાં બાળકો હોવાં જોઈએ ? ઘરકામનો કેટલો બોજ તેના માથે હોવો જોઈએ? તેણે ઘેરથી બહાર જવું નહીં? તેણે શું પહેરવું, શું શું આરોગવું, કેટલું આરોગવું? કોને ત્યાં જવું અને કોના ઘેર ન જવું? કેટલા વાગ્યે જાગી ઘાંચીના બળદની જેમ ઘરકામમાં જોડાઈ જવું? જીવનના દરેક તબક્કે લેવાતા આ બધા નિર્ણયોમાં સ્ત્રીની મરજી ક્યારેય પૂછવામાં આવે છે ? દુર્ભાગ્યે તે વિધવા થતાં તેના પર આફતની પસ્તાળ તૂટી પડે છે. તેના લાંબા, કાળા, સુંદર દેશ કાપી નાખવામાં આવે છે. તેના પર જાત–જાતના અત્યાચાર ગુજારાય છે. કુટુંબના પુરૂષ સભ્યોની પાપી નજરોનો તે ભોગ બને છે. શું આ બધું તેની મરજીથી થાય છે? અને આપણો લૂલો સમાજ કહે છે કે પૂજા પોતાની મરજીથી સતી થઈ છે. આને જોક સમજી તમે હસી શકો છો. અને ભારતીય નારીની મહાન ટ્રેજડી ગણી બે ટીપાં આંસુ પણ સારી શકો છો.'

એ સાંજે તવેલી મહેલના ઉતારે સુનીતાએ તેને પૂછ્યું હતું, 'આ તો કહે અરુણા, આવા સુંદર વિચારો તને ક્યાંથી સ્ફુરે છે?'

'મારા માથે વાળનો બોજ નથી ને !' હસીને તેણે વાત ઉડાડી દેવાનો પ્રયાસ કરતાં હોઠ વચ્ચે સિગારેટ ગોઠવી જગવી.

'હું મજાક નથી કરતી.'

સુનીતાના ચહેરાની ગંભીરતો જોઈ તેણે કબૂલ્યું, 'જીવનને મેં નજીકથી જોયું છે. ઝીણવટથી જોયું છે. હથેળીમાં આંખો સામે ધરી તેનો અભ્યાસ કર્યો છે.'

'આ બધી તક તને કેવી રીતે મળી?'

'સંજોગ. મારાં મમ્મી–પપ્પા ગરીબ હતાં. હું આઠ વર્ષની થઈ એ પહેલાં તેઓનો સ્વર્ગ વાસ થઈ ગયો હતો.'– કહેતાં તેણે સિગારેટનો એક કશ લઈ સુનીતાની આંખોમાં જોયું. 'કદાચ તમે વીસરી ગયા હશો. મને આજે પણ યાદ છે. મારી પ્રેરણામૂર્તિ તમે છો, આંટી!'

સુનીતાને ખરેખર આશ્ચર્ય થયું, 'થોડીક સ્પષ્ટતા કરીશ?'

'લગ્ન પહેલાં તમે લાંબી, માછલી જેવી કાર લઈ ભોપાલના અનાથાશ્રમમાં અઠવાડિયામાં બેવાર વર્ગો લેવા આવતાં હતાં, ખરું!'

'હા, હા...'

'કારમાં તમે કોઈ ફાઈવ સ્ટાર હૉટેલમાંથી દેગ ભરી પુલાવ લઈ આવતાં અને અમે બધાં બાળકો દુકાળિયાઓની જેમ તેના પર તૂટી પડતાં. એ દ્રશ્ય હું આજે પણ વીસરી નથી શકી. અને તમે પણ ભૂલી શક્યાં નહીં હો એમ હું માનું છું.'

સુનીતાની આંખો પહોળી થઈ ગઈ. 'તું... તું એ જ અનાથાશ્રમમાં ઊછરી છે ?'

'આટલું જ નહીં, તમારી પાસેથી ઘણું ઘણું શીખી પણ છું. તમારો ચિત્રકામ તથા હસ્તકળાનો વર્ગ મારો સૌથી પ્રિય હતો. તમે અમને ગીતો ગવડાવતાં, વાર્તા કહેતાં. તમારી જોડે બે–ત્રણ કલાકો ગાળતાં હું મારા સઘળાં દુઃખ વીસરી જતી હતી.'

'પણ મેં કોઈ બાળકને સિગારેટ પીતાં શીખવ્યું હોય એવું મને યાદ નથી.' કહેતાં તેણે અરૂણાના હોઠ વચ્ચેથી સળગતી સિગારેટ ખેંચી બારી બહાર ઘા કરી દીધો.

ક્ષણિક અરૂણાની સમજમાં કાંઈ ન આવ્યું. 'આ... આ... મારી સ્વતંત્રતા પર તરાપ છે!' તે બોલી ઊઠી.

'એનું પ્રાયશ્ચિત્ત હું તારા અખબારને ચાર રંગીન પાનાં ભેટ દઈ કરીશ.' સુનીતાએ કહ્યું, 'બોલ, વ્યસન જોઈએ છે કે ફાઇનાન્સ ?'

તે હસી પડી.

• • •

અરુણાના ભોપાલ ટાઇમ્સનો ફેલાવો બાર હજારથી વધુ નહોતો. સતીપ્રકરણ પર શોધપૂર્ણ લેખો પ્રકાશિત થતાં માત્ર એક અઠવાડિયામાં ફેલાવો બમણો થઈ ગયો. આર્થિક રીતે તેને મજબૂત કરવા સુનીતાએ પોતાની મૂડીનું તેમાં રોકાણ કર્યું. રંગીન પાનાંઓનો ઉમેરો થતાં તેની લોકપ્રિયતા ઓર વધવાની હતી.

આ અને આવી બીજી અનેક યોજનાઓમાં સુનીતાએ સ્વેચ્છાએ ઝંપલાવ્યું હતું. હવે તે માત્ર દર્શક નહોતી રહી; સક્રિય સમાજસેવક બની ગઈ હતી. સતીપ્રથા વિરોધી ચળવળ સાથે તેને પછાતવર્ગની સ્ત્રીઓની ઉન્નતિમાં પણ રસ જાગ્યો હતો. જે સંસ્થાઓ આ દિશામાં સર્જનાત્મક કાર્ય કરી રહી હતી તેના પ્રમુખોને પોતપોતાની યોજનાઓ સહિત સુનીતા પોતાના ઉતારે આમંત્રણ દેતી. તેઓની સ્કીમ ધ્યાન દઈ સાંભળતી અને યોગ્ય લાગતાં તે આર્થિક પીઠબળ બની જતી.

આ બધી ગતિવિધિઓના કારણે સુનીતાને લાગ્યું, તે ફરી યુવાન થઈ ગઈ છે. બત્રીસ ઓરડાવાળા બંગલાનું ખાલી ખોખા જેવું જીવન ભૂતકાળ બની ગયું હતું. ત્યાં અચાનક પચમઢીથી તેને સ્મિતાનો ફોન આવ્યો. સ્મિતાએ તેને માત્ર આટલું કહ્યું હતું, ત્યાં તેની જરૂર છે. સુનીતાએ તેને ફેરવી ફેરવીને કારણ પૂછ્યું હતું; પરંતુ વધુ એકે શબ્દ ફોન પર જણાવવા તે રાજી નહોતી. તેને પાછા પચમઢી આવવું પડ્યું.

સૂર્યાસ્તના સમયે તેની કાર બંગલાના ફાટક પાસે થોભી. તે બહાર નીળી ત્યારે તેનો ચહેરો જોઈ એવું લાગતું હતું જાણે શત્રુ સામે ઝઝૂમતી રાણી લક્ષ્મીબાઈને કોઈએ રણમેદાનમાંથી પાછી ખેંચી લીધી હોય !

કોસોએ તેનું સ્વાગત બહારના બગીચામાં કર્યું.

'સરદાર !' સુનીતાએ તેની પાસે થોભી જતાં હળવા શબ્દોમાં ટકોર કરી, 'તું ભરોસાવાળો માણસ નથી.'

'કારણ કે હું તમારી પરવાનગી વિના અહીં ચાલ્યો આવ્યો?'

'ના. રણમેદાનમાં મને એકલી મૂકી નાસી છૂટ્યો.'

'હજી સુધી મેં રણમેદાનમાં પગે નથી મૂક્યો.'

'તો અહીં શું કરે છે?' સુનીતાએ સામો પ્રશ્ન કર્યો, 'શું પૂજા જોડે તારે કાંઈ લાગતું વળગતું નહોતું કે અહીં લે'રથી બેઠો છે?'

'ગામ પાછાં જતાં પહેલાં વિસામો લઇ રહ્યો છું.'

'અર્થાત્ પૂજાની હત્યા તે ઠંડા કલેજે સ્વીકારી લીધી !'

'હું લાચાર છું.'

'તો એ પણ જાણી લે કે હત્યારાઓએ તારાનો ભોગ પણ લીધો છે.'

'તારાબેન !' કોસોને આશ્ચર્ય થયું, 'તે તો ગિરફ્તાર થઈ જેલમાં હતાં.'

'ત્યાં જ તેણે ગળે ફાંસો ખાઈ આત્મહત્યા કરી લીધી.'

'ના...'

'શું હજી યે તારા પેટનું પાણી નથી હાલતું ?'

'કાલીચંદ પર વેર વાળવાનો અર્થ મારી બાનો ચાંદલો ભૂંસી નાખવો થાય છે.'

સુનીતાએ ધારી લીધું, આ જ લાચારીના કારણે તે માંડુ છોડી અહીં ચાલ્યો આવ્યો હશે! પરંતુ એક ઉદ્યમી માણસ આટલા દિવસ અહીં પડ્યો પાથર્યો રહે તો એની પાછળ જરૂર કાંઈ કારણ હોવું જોઈએ.

કોસોની સામે તે ખાલી ખુરશી પર બેસી ગઈ.

'ક્યારે ગામ જઈશ?'

'કહો તો આજે ચાલ્યો જાઉં.' તેણે વ્યંગ કર્યો.

'મને મળવા રોકાયો હતો ?'

'ખરું'

'સ્મિતાએ મને ફોન શા માટે જોડ્યો?'

'મેં તેમને વિનંતી કરી હતી.'

'મને મળવા માટે?'

'તમારા આશીર્વાદ લેવા માટે.' – કહેતાં કોસોએ ધડાકો કર્યો, 'હું લગ્ન કરવાનો છું.'

'શું !' સુનીતા તેના ચહેરામાં જોઈ રહી, 'છોકરી કોણ છે? ક્યાંની છે? ક્યાં છે?'

'અંદર તમારી વાટ જોઇ રહી છે.'

આંખો પટપટાવી સુનીતા ઊભી થઈ અને ઝડપથી અંદર પગલાં ભરી ગઈ. તે જેવી પોતાના ઓરડામાં દાખલ થઈ કે તેનું હૃદય ઉછળી ગળામાં આવી ગયું. પગ ઉંબરામાં ખોડાઈ ગયા. જાણે તે સપનું જોતી હોય એમ બારી પાસે ઊભેલી કંકુને જોઈ રહી.

કપાયેલા ટૂંકા વાળ રબર બૅન્ડમાં માથા પાછળ પોનીટેલમાં ગૂંથાયેલા હતા. ગળામાં રાતું સ્કાર્ફ હતું. છાતી પર નીલું બ્લાઉઝ અને કમર નીચે ભૂખરી જીન્સ.

આજ પહેલાં સુનીતા ન ક્યારેય તેને મળી હતી, ન તેને દૂરથી પણ જોઈ હતી; પરંતુ આટલી ઓળખ તેના માટે પૂરતી હતીઃ હેમંતનું નાક તથા પોતાની ઝાંખી લીલી આંખો કંકુને ભેટ મળી હતી.

કેવડી મોટી થઈ ગઈ મારી દીકરી! પહેલી સંતાનના ઉછેર માટે તેણે કેટકેટલી અભિલાષાઓ સેવી હતી! સાત વર્ષની ઉંમરે બાળપણમાં તેણે પોતે જ લખેલો એક નિબંધ તેને યાદ આવી ગયો : હું મા બનીશ તે સૌ પ્રથમ મારી સંતાન માટે સોનાનું પારણું ખરીદીશ, જેના બંને છેડે એક્કેક હીરાજડિત ચકલીઓ બેઠી હોય. મારું બાળક આ ચકલીઓ જોઈ નક્કી ઊંચા આભમાં ઊડવાનાં સપનાં સેવશે.

આ રાંકને સોનાનું પારણું તો શું, લાકડાનું એક સામાન્ય ઘોડિયું પણ નસીબ થયું હશે કે કેમ એ શંકાસ્પદ હતું. પૂજાને આ બધાં લાડ મળ્યાં હતાં. રાજકુંવરીની જેમ તે ઊછરી હતી. રાજાના બગીચાનું ગુલાબ હતી તે. અને કંકુ? વગડાનું એક ફૂલ. સુનીતાના હોઠ વચ્ચેથી અજાણે એક નિસાસો નીકળી ગયો.

એક તરફ હેત ઊભરાઈ રહ્યું હતું, બીજી તરફ હેતનો અભિનય થઈ રહ્યો હતો. એક તરફ મમતા તરફડી રહી હતી, બીજી તરફ નાટક ખેલાઈ રહ્યું હતું. કંકુ જાણે કોઈ અજનબીને નિહાળી રહી હોય એમ તેની સામે ધારીધારીને જોઈ રહી હતી.

સુનીતા લાગણીના આવેશમાં આગળ વધી અને સામા પક્ષે શુષ્કતા જોઈ ઓરડા વચ્ચે થોભી ગઈ.

'મને ન ઓળખી ?' સંકોચ અનુભવતાં તેણે કંકુને પૂછી લીધું.

'તું અબજપતિ છે. તારું નામ છાપાંઓમાં સગર્વ ચર્ચાય છે. આખું હિન્દુસ્તાન તને ઓળખે છે.' કંકુ બોલી, 'ઓળખાણની જરૂર તો નામ વિનાનાં કંગાળોને હોય.'

'નારાજ થવાનો તને અધિકાર છે, કંકુ.' તેણે પોતાનો અપરાધ સ્વીકારી લીધો, 'મા-બાપની ભૂલની સજા તેં ભોગવી છે. થોડીક પળોના આનંદનું પરિણામ આટલું ભયાનક આવશે એમ પહેલાં જાણ્યું હોત તો કદાપિ એવી મૂર્ખાઈ ન કરત, પણ... પણ કંકુ, અત્યારે હું મારી છાતી ચીરી દેખાડી શકતી હોત તો તને ખ્યાલ આવત કે આ હૈયું કેટલું તરફડ્યું છે.'

'મમ્મી !'

માત્ર એક શબ્દ ઉચ્ચારી કંકુ બારી પાસેથી દોડી આવી તેને ભેટી પડી. સુનીતાએ તેને બંને હાથમાં સમાવી લીધી. હર્ષાશ્રુના રેલા તેની આંખોમાંથી દડી ગયા. પુત્રીને તેણે લગભગ ભીંસી નાખી. આટલાથી સંતોષ ન થયો તો તેના ગાલે, કપાળે, હોઠે પાગલની જેમ ચૂમીઓ લેવા લાગી.

'બસ કર, મમ્મી !' અંતે કંકુએ લાડથી કહ્યું, 'બધું હેત એક દિવસમાં ઠાલવી દઈશ તો કાલ માટે કાંઈ બાકી નહીં વધે.'

'દીકરી !' તેનો ચહેરો સૂરજમુખીની જેમ બંને હાથમાં ધરી રાખતાં સુનીતાએ પણ હળવા શબ્દોમાં જણાવ્યું, 'પચીસ પચીસ વર્ષોથી સ્નેહનું સરોવર છલકાતું આવ્યું છે. આમ પાંચ પળમાં કાંઈ તળિયું ન આવે.'

તળિયું ન આવ્યું, સામે વાસ્તવિકતા જરૂર આવી. દીકરીને પોલીસ શોધી રહી છે. ક્યારે તેઓ છાપો મારી તેના હાથમાં બેડીઓ નાખી દે એ કાંઈ કહેવાય નહીં.

'કંકુ!'

'જી!'

'તું અહીં આવી છે એની જાણ કોઇને નથી ને?'

'કોસો તથા કજરી સિવાય બીજું કોઈ નથી જાણતું.'

તે જૂઠું બોલી. સ્મિતા તથા તેના પતિ રમેશ આ રહસ્ય જાણતાં હતાં. પૂજાએ કંકુનું રૂપ ધારણ કરી બત્રીસ ઓરડાવાળા બંગલામાં પ્રવેશ કર્યો છે; પરંતુ આ રહસ્ય કોઈને પણ ન જણાવવાની બનેએ ખાતરી દીધી હતી. સુનીતા કાંઈએ નહોતી જાણતી.

'ઠીક ત્યારે.' તેણે કંકુને સંબોધી કહી દીધું, 'આ બંગલા બહાર હું તને પગ મૂકવા નહીં દઉં, ગમે તે થઈ જાય, તારે આહીંથી ક્યાંય જવાની જરૂર નથી.'

'મમ્મી !'

'હું જાણું છું કે સરકારની જેલમાંથી નાસી તું મમતાની કેદમાં સપડાઈ છે.' તેને રોકતાં સુનીતા બોલી ઊઠી, 'પણ તને સહેજે તકલીફ નહીં પડે એની ખાતરી રાખજે. અહીં તારા માટે હું આખું સ્વર્ગ ખડું કરી દઈશ.'

'હું મુક્ત પંખી છું. મમ્મી.' કંકુએ કહેવું પડ્યું, 'પીંજરામાં, પછી ભલે ને તે સોનાનું કેમ ન હોય, જીવી ન શકું.'

'તું કહેવા શું ઈચ્છે છે?'

'આવતી કાલે હું માંડુ જઈશ.'

સુનીતાને લાગ્યું, પૃથ્વી સ્થિર છે, તે પોતે ગોળાની જેમ ફરી રહી છે. તરત તેણે નજીક પડેલી ખુરશીનો ટેકો લીધે. 'ના, કંકુ ના. મારી જીવનસંધ્યાએ સૂરજ ઊગ્યો છે. હું તેને આથમવા નહીં દઉં.'

'મમ્મી ! ફક્ત એક વાર.'

'એ અંતિમ વાર હશે.'

'મારા ઉપર ભરોસો કર, મમ્મી !' તેણે ભાર દઈ કહ્યું, 'હજી સુધી કોઈ એવો પોલીસવાળો પેદા નથી થયો જે મને સળિયા પાછળ કેદ રાખી શકે !'

'ત્યાં એવું શું કામ છે તારે ?'

'મારી બહેનના હત્યારા જોડે મેં હજી હિસાબ ચૂકતે નથી કર્યો.'

'પણ– '

'હું અહીંથી વેશ બદલીને જઈશ.'

'એકલી?'

'કોસો મારી જોડે આવશે.'

'અને તે ના આવે તો?'

'તારા આશીર્વાદ લઈ હું ઝાંઝાં ચાલી જઈશ.'

સુનીતા પ્રસન્ન થઈ. ઉત્સાહમાં આવી તેણે કંકુનું કાંડું પકડ્યું. 'ચાલ, હમણાં જ મારી સામે કોસો જોડે વાત કરી લે.'

અત્યાર સુધી કોસો આ જ ભ્રમમાં હતો કે સુનીતા માંડુથી પાછી આવતાં કંકુ બનેલી પૂજા એકાદ અઠવાડિયું અહીં ગાળશે, મમ્મીને પ્રસન્ન કરશે અને ખાનગીમાં લગ્ન આટોપી મા–દીકરા ઝાંઝાં રવાના થઈ જશે.

તે વાંસળી વગાડતો પોતાના ઓરડામાં બેઠો હતો અને સુનીતા પાછળ દીકરી પણ અંદર ખેંચાઈ આવી, 'કોસો !' સુનીતાએ કહ્યું, 'હવે તું જ આને સમજાવ !'

'શું સમજાવું...!'

'એને તારી જોડે પાછા માંડુ જવું છે.'

'માંડુ !' કોસો ચોંક્યો.

'જે રાક્ષસે મારી બહેનને જીવતી ચિતા પર સળગાવી દીધી એને તેના પાપની સજા મળવી જોઈએ કે નહીં?' કંકુએ પ્રશ્ન ફેંક્યો.

'ન્યાય કરનાર હું કોણ?' તે બોલ્યા, 'ઈશ્વર માથે બેઠો છે.'

'એ ઇશ્વર ક્યાં હતો જ્યારે કાલીચંદે પોતાના પિતાની હત્યા કરી?' કંકુ તૂટી પડી, 'એ ઈશ્વર ક્યાં હતો જ્યારે કાલીચંદે મારા પિતા હેમંતની હત્યા કરી? એ ઈશ્વર ક્યાં હતો જ્યારે તારા પિતા એમ. આર.નું તેણે કાસળ કઢાવી નાખ્યું? શું આ બધું જાણવા છતાં તારું રૂંવાડું યે નથી ફરકતું? ક્યાં છે તારી મરદાઈ? ક્યાં છે એ મહાત્મા, જેના જન્મ સમયે આકાશમાં એક તરફ ચંદ્રમા, બીજી તરફ સૂર્ય અને વચ્ચે મેઘધનુષે એકીસાથે દેખા દઈ આખા ગામને અજવાળ્યું હતું? ક્યાં છે એ સત્પુરુષ જેણે અસત્ય પર વિજય મેળવવા આ પૃથ્વી પર ઉતરાણ કર્યું છે? કે પછી આ બધી વાત કપોળકલ્પિત હતી?'

કોસોએ લાચાર થઈ કજરી સામે જોયું. તેનાથી હવે દીકરાની વેદના છાની ન રહી. તેણે સૌની સામે જ પોતાનો ચૂડલો ભાંગી કટકે કટકા કરી નાખ્યો.

• • •

૨૮

સરકારની ઉદાસીનતા ફરી એકવાર સામે આવી ગઈ. ન્યાયાલયનો આદેશ હોવા છતાં સોળમી સપ્ટેમ્બરે લાખો શ્રદ્ધાળુઓની હાજરીમાં સતીમહોત્સવ ધૂમધામથી ઊજવાઈ ગયો. પૂજા સતીમાંથી મહાસતી બની ગઈ.

'આ ઘટનાનો ઝીણવટથી અભ્યાસ કરવામાં આવે તો સ્પષ્ટ થશે કે રાજ્ય સરકાર તથા ધર્મના દલાલો, ઠેકેદારો વચ્ચે સાંઠગાંઠ હતી.' અરુણા જરીવાલાએ અગ્રલેખમાં લખ્યું હતું, 'ચુનરી મહોત્સવનો પ્રચાર જોરશોરથી કરવામાં આવ્યો હતો. લાઉડ સ્પીકર વડે ઘોષણાઓ કરતી જીપો આસપાસનાં ગામોમાં ઘૂમી હતી. હેન્ડ–બિલો પણ છડેચોક વહેંચવામાં આવ્યાં હતાં. આશ્ચર્યની વાત આ છે કે આપણી સરકારને આની ગંધ સુધ્ધાં ન આવી.

અહીં અરુણાએ એક વ્યંગચિત્ર છાપી સરકારની તુલના ત્રણ વાંદરાઓ જોડે ; પરંતુ સહેજ જુદા અર્થમાં કરી હતી. કાને, આંખે, તથા મોઢે હાથ દાબી બેઠેલા વાંદરા વાચકોને યાદ હશે જ. અંતે તેણે ચુનરી મહોત્સવનો આંખેદેખ્યો હેવાલ સચિત્ર પ્રકાશિત કર્યો હતો.

સોળ સપ્ટેમ્બરે ચુનરી મહોત્સવના સમય પહેલાં લગભગ બે લાખ લોકો માંડુ આવી પહોંચ્યાં હતાં. માંડુ તથા ધાર વચ્ચે પાંસઠ કિલોમીટર અંતર પર હજારો ટ્રકો, બસો, બળદગાડાંઓ તથા વચ્ચે વચ્ચે ટ્રેક્ટરો પણ નજરે પડતાં હતાં.

જે પોલીસે ફક્ત ચાર મહિના પહેલા પાલી જિલ્લાના બાંગડી ગામમાં સતીમાતાની જય જયકાર કરતી વીસ હજારની મેદનીને વિખેરી ભંવરીને જીવતી સળગી જતાં બચાવી લીધી હતી, એ ચુનરી મહોત્સવ સમયે ક્યાં હતી ?

એક પોલીસ અધિકારીના જણાવ્યા મુજબ પોલીસો લાચાર હતા. તેઓને ઉપરથી આદેશ દેવામાં આવ્યો હતો કે સમારોહ શાંતિપૂર્વક સંપન્ન થવામાં કાંઈ બાધા આવવી ન જોઈએ. આટલું જ નહીં, રાજ્ય સરકારના કેટલાક મંત્રી તથા વિધાયક સુધ્ધાં સમારોહમાં હાજર રહ્યા હતા.

ઉચ્ચ ન્યાયાલયે રાજ્ય સરકારને સ્પષ્ટ નિર્દેશ દીધો હતો કે સતી પ્રથા એક કુપ્રથા છે. આ કારણે ચુનરી મહોત્સવને સાર્વજનિક તથા ગૌરવોચિત રૂપે સંપન્ન ન થવા દેવો જોઇએ. આ આદેશોનું પાલન પોલીસોએ ગામ બહાર થોડાંક વાહનો રોકી કર્યું હતું.

સોળ સપ્ટેમ્બરે આ સમારોહ બપોર પછી ઊજવવાનો હતો; પરંતુ સવારથી ભીડ ઊભરાવા લાગી હતી. સતીસ્થળ પર એક તરફ એકત્રીસ પંડિતો બેસી સવાલાખ મંત્રોના જાપ કરી રહ્યા હતા તો બીજી તરફ ચિતાને શાંત કર્યાં પછી ચઢનારી ચુનરીને સોનાના તાર અને નોટોથી સ્ત્રીઓ સજાવી રહી હતી. આ સમય દરમિયાન 'રાણી-સતી મહોત્સવ સમિતિવાળાઓ' રોકડ દાનની રસીદો ફાડવામાં વ્યસ્ત હતા.

ઠીક અગિયાર વાગ્યે ચાર રાજપૂતો ચુનરીના ચાર છેડા ઊંચકી હવામહેલમાંથી બહાર નીકળ્યા હતા અને ધીરે ધીરે સતીસ્થળ તરફ આગળ વધી ગયા હતા. ચુનરીમાં એક એક રૂપિયાની હજાર નોટો આભલાની જેમ શોભાવવામાં આવી હતી. આ દ્રશ્ય જોઈ મેદનીએ મહાસતીના જય જયકારથી આકાશ ગજવી મૂક્યું હતું.

હેવાલના અંતે અરુણાએ થોડાંક ટૂંકા ઇન્ટરવ્યૂ છાપ્યા હતા :

એક સ્ત્રી (ખેત મજૂર): 'મારો પતિ કૂતરાની જેમ પૂંછડી પટપટાવતો ગામમાં રખડતો રહે છે. આ માટે કેટલીયે વાર તેણે ખાસડાં ખાધા છે. હું કાંઈ મૂર્ખી છું કે પતિ પાછળ સળગી મરુ?'

દિલ્હી આકાશવાણીનો ન્યૂઝ રીડર : 'આમાં ભૂલ પત્રકારોની પણ છે. જે ઘટનાને 'હત્યા' જાહેર કરવી જોઈએ એને સતી તરીકે ચગાવવાની જરૂર હતી?'

એક સ્થાનીય વકીલ : ધર્મના નામે એક સ્ત્રીની હત્યાને નિર્દોષ ઠરાવી શકાતી હોય તો કાલીમાતામાં પૂર્ણ શ્રદ્ધા ધરાવતા ઠગો બ્રિટિશકાળમાં પીળા રૂમાલની ગાંઠ વડે હત્યાઓ કરતા હતા તેઓને શું આપણે ક્ષમા કરી શકીશું? આજે પણ ક્યારેક દેવીના ભોગ તરીકે માનવબલિ ચઢાવાય છે. શું ધર્મના નામે આપણે સર્વકાંઈ સ્વીકારી લેવાનું?'

એક રંગારો : મુદ્દો એ નથી કે રાણીમાતા સ્વેચ્છાએ સતી થઈ કે નહીં; મુખ્ય મુદ્દો એ છે કે ચારથી પાંચ હજાર મરદો આ તમાશો જોતા મૌન ઊભા રહ્યા.

નરોત્તમલાલ સોની : જુઓ ને બેન! સતીના પ્રતાપે અમારા ગામનાં ભાગ્ય ઊઘડી ગયાં છે. ઠંડા પડેલા ધંધાઓ ધમધોકાર ચાલી નીકળ્યા છે. ગામમાં કોઈ વેઠિયો મજૂર શોધ્યો જડતો નથી. બેકારી તદ્દન નાબૂદ થઈ ગઈ છે. એક સ્ત્રીના બલિદાન પર આખા સમાજને જય જયકાર બોલાવવાનો હક છે.'

સંદીરામ (એસ. ટી. કન્ડક્ટર) : 'દેવરાલા પાસેના એક ગામ, હરદાસ કા બાસમાં એક સ્ત્રીને લોકો લલચાવી રહ્યા છે. તેને કહી રહ્યા છે કે... આપણા ગામમાં હજુ એકે સ્ત્રી સતી નથી થઈ. તું થઈ જા. મોક્ષ પણ મળશે અને પૂજાની જેમ તું અમર પણ થઈ જઈશ. આનું કારણ શું...? માત્ર આટલું કે ત્યાંના લોકો પણ જાણી ગયા છે : સતીની ચિતા પર માત્ર રોટલા જ નહીં, પરોઠા પણ શેકી શકાય છે.'

હેડક્લાર્ક (પર્યટન) : 'પુરીના શંકરાચાર્ય પોતે સતી-પ્રથા વિરોધી ખરડાને વખોડતા હોય ત્યારે સતીધર્મ સમિતિના આગેવાનોને શો દોષ દેવો? તેઓ છડેચોક કહે છે કે દરેક ગામમાં એક સતી તથા તેની ગૌરવગાથા ગાતું મંદિર હોવું જોઈએ. હવે મને નવાઈ નથી લાગતી.'

ઉનયાલ (પુસ્તક–વિક્રેતા) : 'ભાડમાં જાય આવી રાજપૂતી શાન, જ્યાં પૂજા જેવી નવોઢાને જીવતી સળગી મરવું પડ્યું. પચાસ લાખ રૂપિયા તેના નામે મંદિર ઊભું કરવા ઉઘરાવવામાં આવ્યા. આ જ રૂપિયા રાજપૂતોએ દુકાળગ્રસ્ત કંગાળો માટે એકઠા કર્યાં હોત તો તેઓના સાહસ તથા બલિદાનનો ઈતિહાસ સજીવન થઈ ઊઠ્યો હોત.'

પંકજ યાત્રી (કવિ) : 'માંડુમાં બનેલી સતી ઘટના આત્મોસર્ગ નહીં, બલ્કે સો ટકા એક એવી હત્યા છે જે ઊધઈ ખાઈ ગયેલા સમાજની ઘૃણાસ્પદ તથા સડેલી માનસિકતાને ઉજાગર કરે છે.'

આ બધા અભિપ્રાયો, મંતવ્યો જોડે કાલીચંદને સંબંધ નહોતો કારણ કે સતી પ્રકરણના ષડ્યંત્રમાં તે ક્યાંય સીધેસીધો સંડોવાયેલો નહોતો. આનો તે સર્જક હતો. તેના દોરીસંચાર મુજબ ઘટનાચક્રો ઘૂમી રહ્યાં હતાં; પરંતુ તેના નામનો ઉલ્લેખ ભાગ્યે જ ક્યાંય થતો હતો. આ જ કારણે જાગૃત નાગરિકોના બળાપા જોડે તેને કાંઈ નિસ્બત નહોતી.

નિશ્ચિંતતાપૂર્વક કોઈ મહારાજની છટાથી તે આદમકદ અરીસા સામે ઊભો હતો. આયનામાં પોતાના પ્રતિબિંબને જોઈ તેને ગલગલિયાં થઈ રહ્યાં હતાં. કારણ ? આજે પ્રથમ વાર તેણે પોતાનો અંગ્રેજ ડૉક્ટર જેવો પોશાક ઉતારી હેંગરમાં લટકાવી દીધો હતો. તેનું સ્થાન લીધું હતું સરબતસિંહના વેશે. થોડા છેટે પલંગ પર ચારસો ઓઢી સૂતેલી તેની ઘરડી માએ ચહેરો ત્રાંસો કરી તેની સામે જોયું અને જોતી જ રહી ગઈ. સિલ્કનું ઝાંખું બ્લૂ કુરતું, ચુસ્ત ઇજાર તથા તહેવારોમાં પહેરાતો એવા જ રંગનો સાફો. વિશેષમાં કાલીચંદના હાથમાં એક તલવાર પણ હતી. આ તલવારના ટેકે તે ઊભો હતો. પોતાને હવામહેલનો મહારાજ સમજી મનોમન મલકાઈ રહ્યો હતો.

થોડી વાર આખા ઓરડામાં વિજયી સેનાપતિની જેમ બે આંટા મારી ઘરડી માના પલંગ પાસે આવ્યો, 'મા!' પછી કહ્યું, 'હું કેવો લાગું છું?' ઉત્તરમાં ઘરડા હોઠો પર સ્મિત ફરી વળ્યું.

તે પ્રસન્ન થઈ નજીકના સોફામાં બેસી ગયો. હવે તેણે તલવારને ખોળામાં લઈ ધ્યાનપૂર્વક જોઈ. હીરાજડિત મૂઠ પર અરબીમાં કંઈક કંડારાયું હતું. કદાચ ફતેહનો કોઈ મંત્ર હોય. આ પરથી એટલું નક્કી થતું હતું કે આ તલવાર ઐતિહાસિક છે. કદાચ કોઈ નવાબ કે મોગલ રાજાની હોઈ શકે! પરંતુ તલવારનો ચોક્કસ ધણી કે કાળ તે નક્કી કરી ન શક્યો.

તેણે જાણ્યું હોત કે ઔરંગઝેબની આ તલવાર એ જ છે જેણે હેમંત તથા સુનીતાના લીલાછમ જીવનને વેરાન કરી નાખ્યું હતું. તો તલવારના બદલે તેના ખોળામાં નાગ સૂતો હોય એમ તે ઊછળી પડ્યો હોત !

મ્યાન પર સ્નેહપૂર્વક હાથ ફેરવતાં તેને વિચાર આવ્યો : સરબતસિંહે શરાબ પાછળ સર્વ કાંઈ વેચી નાખ્યું હતું. બાકી જે કાંઈ પૌરાણિક વસ્તુઓ સુરક્ષિત હતી એની હરાજી અજાએ કરી હતી. આ તલવાર કેમ બચી ગઈ ?

અંદાજે તેણે કિંમત કલ્પી જોઈ. કમ સે કમ બે થી પાંચ લાખની વચ્ચે હોવી જોઈએ. આટલી બહુમૂલ્ય તલવાર સરબતસિંહનાં વસ્ત્રો સાથે કબાટમાં સંતાયેલી રહે એનું કારણ માત્ર એક હોઈ શકે કે આનો મોહ તે તજી શક્યો નહીં હોય. તેના પૌરાણિક વસ્તુઓના સંગ્રહમાં આ તલવાર તેની સૌથી પ્રિય હોવી જોઈએ. દેખાવમાં હતી પણ ફાંકડી.

હાથમાં ધરો તો ફૂલ જેવી અને વાર કરો તો હાથીનું માથું પણ ધડથી જુદું કરી નાખે. સરબતસિંહ પણ ક્યાં જાણતો હતો કે આ તલવાર પનોતી છે. હેમંતનું જીવન ધૂળધાણી કરવાનો યશ આને છે. આ જ કારણે હેમંતે આનો ઘા કરી ધૂપઘરના પહાડ પરથી ખીણમાં ફેંકી દીધી હતી.

તેણે ધાર્યું હતું, તલવારનો અંત આવી ગયો. ના, જમ જેવી આ તલવારને એક નવું ઘર જડી ગયું. એક આદિવાસીની નજર તેના પર પડી હતી. ખુશખુશાલ થતાં તે તલવાર લઈ પોતાના ઝૂંપડે આવ્યો અને એ જ રાતે તેના ચાર વર્ષના પુત્રને લક્કડબઘ્ઘો ઊંચકી ગયો. તેને પુત્રની અર્ધીપર્ધી લાશ પણ ન જડી. તેણે નજીકના ગામે જઈ કઈ ફેરિયાને આ તલવાર પાણીના મૂલે વેચી દીધી હતી.

આમ આ તલવાર અનેક ઘરોની તબાહી કરતી, હાથ બદલતી હેમંતના દેહાંત પછી પાછી પચમઢીમાં પ્રવેશી અને સરબતસિંહના કાને વાત આવી. ખાસ આનો સોદો કરવા તે બાળ અજાને સાથે લઈ પચમઢી દોડી આવ્યો. (બાળ અજાએ પ્રથમ વાર આ પ્રસંગે બાળ પૂજાને જોઈ હતી.)

જે દિવસે સરબતસિંહ તલવાર સાથે હવામહેલમાં દાખલ થયા એ જ દિવસે તેને આયકર વિભાગમાંથી વેરાની નોટિસ મળી હતી.

કાલીચંદે એ જાણ્યું હોત કે સરબતસિંહ સાથે હવામહેલની તબાહીનું કારણ આ પનોતી તલવાર છે, તો તેણે આનો ઘા કરી ખીણમાં નાખી ન હોત; વિદાય વેળાએ કોસોને સપ્રેમ ભેટ દઇ તે ખડખડાટ હસ્યો હોત.

તલવાર સાથે કાલીચંદ ફરી ઊભો થયો. હવામાં બે–ત્રણ વાર વીંઝી અને પછી મ્યાન કરી ઝરૂખામાં આવ્યો. સતીસ્થલની ભીડ જોઈ ફરી એક વાર તેના ચહેરા પર સ્મિત કરી વળ્યું. દિવસે દિવસે ભીડ વધતી જતી હતી, તેણે કલ્પી લીધું, અખબારો સતી-પ્રથા વિરુદ્ધ પ્રહારો કરવાના બંધ નહીં કરે, ત્યાં સુધી ભીડ નહીં ઘટે. વિજ્ઞાનનો આ અમૂલ્ય સિદ્ધાંત છે. ક્રિયા તથા પ્રતિક્રિયા એકસરખા અને વિરોધી હોય છે. પ્રતિક્રિયાના પ્રતાપે શ્રદ્ધામાં વધારો થઈ રહ્યો હતો. પ્રતિક્રિયાનું ફળ 'સતીધર્મ રક્ષા સમિતિ' હતું .

સતીસ્થલ પરથી નજર ખસેડી તેણે નજીકમાં ખોદકામ કરતા મજૂરો પર ઢાળી. મંદિરનો પાયો નાંખવાનું મુહૂર્ત ગઈ કાલે થયું હતું. દિવસ–રાત મજૂરો કુહાડી, પાવડા તથા તગારાં લઈ કામ કરી રહ્યા હતા. જમીન ખોદાઈ રહી હતી.

• • •

કાલીચંદ ઝરૂખામાં ઊભો વિચારી રહ્યો હતો. વચ્ચે કાંઈ બાધા ન આવે તો ત્રણેક મહિનામાં એક ભવ્ય મંદિર ઊભું થઈ જાય. શ્રદ્ધાળુઓ ભલે તેને મંદિર કહે, મારા માટે તો એ ટંકશાળ હશે ! વર્ષના બે કરોડ રૂપિયાથી વધુ આવક થશે ! અધધધધધધ !

આમાં એક ભય જરૂર હતો – અને તે હતો કેન્દ્રનો. વડાપ્રધાને રહી રહીને હોઠ ખોલ્યા હતા. પ્રાયશ્ચિત્ત કરી તેમણે સતીપ્રથાને કડક શબ્દોમાં વખોડી કાઢી હતી. પછી સતીપ્રથા વિરુદ્ધ નવા કાયદા ઘડવાની જવાબદારી રાજ્ય સરકારના માથે થોપી પોતે સિફતથી ખસી ગયા હતા એ જુદી વાત હતી.

તેમના સલાહકારોની ગણતરી મુજબ જો કેન્દ્ર સરકાર રાણીસતી મંદિર ચણવા પર રોક લગાડે તો રાજપૂત, ઠાકુર તથા જાટનો એક બહોળો વર્ગ પી. વી. સિંહના તંબૂમાં સીધો પ્રવેશી જાય. આ જ કારણે કેન્દ્ર નહીં, રાજ્ય સરકારે નવો ખરડો જાહેર કરવો પડ્યો; જેમાંનો એક મુદ્દો હતો : સતીનો મહિમા સ્થાપિત કરવાના ઉદ્દેશથી બનનારા મંદિરોને કલેક્ટર દૂર કરી શકશે. અને આ કાર્ય માટે ફાળવવામાં આવેલી રકમ પણ જપ્ત કરી લેવામાં આવશે. આવાં મંદિરોના ચણતરમાં સહયોગ દેનારા વ્યક્તિઓને બેથી ત્રણ વર્ષની સજા તથા રૂ. ૫૦૦૦ સુધી દંડ કરી શકાય છે.

કેન્દ્ર સરકારે આ ઉંબાડિયું કર્યું ન હોત તો આ ખરડો પણ પસાર થયો ન હોત; પરંતુ આશ્વાસન આટલું હતું કે પૂજા સતી થઈ તે પછી આ ખરડો અમલમાં આવતો હતો – છતાં મંદિરનું ભાવિ ડામાડોળ થઈ ગયું હતું. સતીપ્રથાના શત્રુઓ કાગારોળ કરી રહ્યા હતા, કે આ ખરડો પૂજા સતી પ્રકરણને પણ લાગુ પડવો જોઇએ. જો ફરી કેન્દ્ર સરકાર આંગળી કરે તો મંદિર સાથે કાલીચંદનું ભાવિ પણ ધૂંધળું થઈ જાય. તે કાંઈ આગળ વિચારે એ પહેલાં ખોદકામ કરતા મજૂરોની ચીસો ઊઠી અને સાથે જ ધૂળનો મોટો ગાળો ઊંચે ચઢ્યો. કાલીચંદ ફાટી આંખે જોઈ રહ્યો. પહેલાં તો તેની સમજમાં કાંઈ ન આવ્યું.

શું કોઈ વિરોધીએ બમ ફેંક્યો હશે? પંજાબનો ત્રાસવાદી ત્રાટક્યો હશે ? ધૂળનો ગુબ્બાર પાતળો થતાં તેને ખ્યાલ આવ્યો : ન એટમબમ ફાટ્યો હતો, ન ત્રાસવાદી ત્રાટક્યો હતો. જમીન જ અંદર ધસી ગઈ હતી. ખોદકામ કરતા ચારેક મજૂરોને પણ સાથે અંદર લેતી ગઈ.

ચોપાસથી લોકાનાં ટોળેટાળાં આ તરફ દોડી આવી રહ્યાં હતાં. ઘટના સ્થળે ભીડનું વર્તુળ સર્જાઈ ગયું હતું. શું સતીમાતાએ કાંઈ ચમત્કાર કર્યો હશે ? આ પ્રશ્નનો ઉત્તર જાણવા ધક્કામુક્કી કરતાં સ્ત્રી–પુરુષો જાણે એકમેકનાં માથાં પર ચઢવાની હરીફાઈ કરતાં હોય એમ શક્ય તેટલી ડોક લંબાવી રહ્યાં હતાં.

અચાનક કાલીચંદની બુદ્ધિમાં ચમકારો થયો. આ તો ખરેખરો ચમત્કાર ! જે ભૂગર્ભ ખજાના માટે તે આટઆટલાં વર્ષો એકલો ઝઝૂમ્યા હતો એનું પ્રવેશદ્વાર આમ વગરશોધ્યે જડી જાય તો એને બીજું શું કહેવાય ? આ ચમત્કારના પ્રતાપે તે નવા ખરડામાંથી પણ આબાદ છટકી ગયો હતો.

તલવાર સૉફા પર ફેંકી તે તરત જ નીચે દોડી આવ્યો. આ સિવાય બીજો ઉપાય નહોતો. હવે પડદા પાછળ સંતાઈ રહ્યે કામ ચાલવાનું નહોતું. અબજોનો ખજાનાનો પ્રશ્ન હતો. સરબતસિંહના પોશાકમાં જ તેણે ભીડ સામે પ્રથમ બિનધાસ્ત દેખા દીધી.

'મહાસતીનો આ ચમત્કાર છે.' મસીહાની જેમ બંને હાથ ખોલી તેણે જાહેર કર્યું, 'કાલે રાતે રાણીસતીએ સપનામાં દર્શન દઈ મને જણાવ્યું હતું કે, હું મૂરખ ! મારા નામે મંદિર ઊભું કરવાની જરૂર નથી. જ્યાં શ્રદ્ધાળુઓ છે, ત્યાં જ મારું મંદિર છે. ત્યારે હું નહોતો સમજ્યો, હવે સમજાય છે. મહાસતીએ ધરતી ફાડી સ્પષ્ટ કરી દીધું છે. આ સ્થળ હેઠળ જરૂર એક મંદિર હોવું જોઈએ.'

કોઈ શ્રદ્ધાળુ આવેશમાં આવી પોકારી ઊઠેલો, 'બોલો મહાસતીની...' મેદનીએ જય જયકારથી આકાશ ગજવી દીધું. કાલીચંદ જેવા પ્રસિદ્ધ ડૉક્ટરની વાણી પર શંકા કરવાનું કોઈને કારણ નહોતું. હવે તે નાસ્તિક નહોતો રહ્યો. અંગ્રેજ પણ નહોતો રહ્યો, એમ તેનો રાજસ્થાની પોશાક કહેતો હતો.

જમીનનો જે ભાગ ધસી ગયો હતો તેને 'રાણીસતી ઉત્સવ સમિતિ'ના સભ્યોએ ઘેરી લીધો. આ ભાગ ભોંયરાનો હતો. જે મજૂરો અંદર ધસી ગયા હતા તેઓને કાઢવાનું તથા ભોંયરાના રૂંધાઈ ગયેલા માર્ગની સફાઈનું કાર્ય તડામાર શરૂ થઈ ગયું હતું. આ કામ સાંજ સુધીમાં પૂર્ણ થતાં મધરાતે કાલીચંદ અંદર પ્રવેશી ખજાનો પોતાના આવાસે ઘસડી જવાનો હતો.

આજ સુધીમાં સતીના અનેક ચમત્કારો દૂર દૂરનાં ગામડાંઓ સુધી પ્રસરી ચૂક્યા હતા. કોઈ કહેતું હતું, સતીસ્થલની પરિક્રમા કર્યા પછી તેને લોટરી લાગી તો કોઈ કહેતું હતું કે વર્ષોથી ચાલતા કોર્ટ-કેસમાં પોતાનો વિજય થયો. કોઈ કહેતું હતું કે મહાસતીની કૃપાથી છ વર્ષોથી પિયરે બેઠેલી તેની ઘરવાળી પાછી ફરી, તો કોઈ કહેતું હતું કે ડચકાં લેતી તેની ડોશી બેઠી થઈ ગઈ.

આ બધામાં ઓર એકનો ઉમેરો થયો. જ્યારે આંધળા–મૂંગા કાશીનાથના કાને જેલમાં આ વાત આવી તો તે સમજી ગયો : જેને લોકો મંદિર સમજી રહ્યા છે એ લીલિયો મહેલ છે. તેમાં સાત પટારા ભરી ખજાનો છે. તેણે પોતે પોતાની એક આંખે જોયો છે. આ જ ખજાનો વત્સ હજમ કરી જશે!

પ્રેતાત્માઓએ તેના પર હુમલો કર્યો ન હોત, તેનો બીજો ડોળો એ સેતાનો કાઢી ગયા ન હોત, ડી.એસ.પી. પૂરબે તેને ગિરફ્તાર કરી જેલમાં ગોંધી દીધો નહોત તો અત્યારે એ ખજાનાનો માલિક તે પોતે હોત!

આ ખજાનો મેળવવા તે પણ રાજરમત રમ્યો હતો. કાલીચંદે પૂજાને પ્યાદું બનાવી હતી તો લંગોટિયાએ કાલીચંદને પ્યાદું બનાવ્યો હતો. ત્યારે તેને શી ખબર કે જેને તે શિષ્ય સમજી રહ્યો છે એ તેનો ગુરુ નીકળશે ?

બંને હાથે દરવાજાના સળિયા પકડી તે માથું અફાળવા લાગ્યો. તેની વેદના સમજનાર તેની પડખે કોઈ નહોતું, થોડી વારે તે પાછો કરી કોટડીના એક ખૂણામાં જઈ બેઠો ત્યારે તેનું શરીર તપી રહ્યું હતું. ધીરે ધીરે તાવ ચઢી રહ્યો હતો. તાવનો આ બીજો અને અંતિમ હુમલો હતો.

બપોરે એક કેદી, વૉર્ડન સાથે તેના માટે ભાણું લઈ આવ્યો ત્યાં સુધી તેનું ટેમ્પરેચર એકસો ચારનો આંકડો વટાવી ચૂક્યું હતું. તરત ડૉક્ટરને બોલાવવામાં આવ્યો. સાથે પૂરબ પણ દોડી આવ્યો.

તેઓએ જોયું તો કાશીનાથની ચામડીનાં છિદ્રો જાણે ઊઘડી રહ્યાં હતાં. તેમાંથી ઝીણા ઝીણા કાળા વાળ જેવા કીડાઓ બહાર નીકળવા મથી રહ્યા હતા. વનમાં આગ લાગતાં જેમ વન્યજીવો દાવાનળથી બચવા તરફડે એમ કીડાઓ ધગધગતું શરીર તજવા તરફડી રહ્યા હતા.

ભયાનક અને સાથે ચીતરી ચઢે તેવું આ દ્રશ્ય હતું, બીજું, જેલના ડૉક્ટરે પચાસ વર્ષની પોતાની ઉંમરમાં આવો એકે કેસ જોયો ન હતો –ન કોઈ દાક્તરી પુસ્તકમાં વાંચ્યો હતો. કાશીનાથ માટે તે કાંઈ કરી ન શક્યો. આંધળા–મૂંગા કાશીનાથે તેઓની આંખો સામે જ પ્રાણ તજી દીધા.

આ સમાચાર જાણી કાલીચંદ સૉફામાંથી ઊછળી પડ્યો, તેની ખુશી ક્યાંય સમાતી નહોતી, તેનો સૌથી મોટો ભય કે તેનું મૃત્યુ કોસોના હાથે લખાયું છે, સદંતર દૂર થઈ ગયો. છૂંદાયેલા ચહેરાવાળા ગેબી છોકરાએ તેની ભવિષ્યવાણી એમ જ ભાખી હતી. વિશેષમાં એમ પણ જણાવ્યું હતું કે તેના મૃત્યુ જોડે કાશીનાથનું મૃત્યુ સંકળાયેલું છે. અર્થાત્, પહેલાં કાલીચંદનું મૃત્યુ થવું જોઈએ. પણ અહીં પહેલાં કાશીનાથે દેહત્યાગ કર્યો હતો.

આમ કેમ ? કાલીચંદની ભીતર પડઘા ઊઠ્યા. આજ દિવસ સુધી હું જે કાંઈ માનતો આવ્યો હતો તેનું શું? શું એ બધું બકવાસ હતું ? અર્થહીન હતું? અંધશ્રદ્ધા હતી ? મારી મૂર્ખાઈ હતી ?

• • •

કાલીચંદ ! તેને ઉત્તર પણ જડ્યો. તારામાં અને સતીસ્થલની પરિક્રમા કરવા આવતા આ લાખો લોકોમાં શું ફેર? આ બધાં તો બાપડા ભોળિયાં છે. સત તેઓના રુદિયામાં વસે છે અને સતની શોધમાં તેઓ બહાર ફાંફાં મારતાં રહે છે; પણ તું તો ડૉક્ટર છે. સુશિક્ષિત છે. વિજ્ઞાનના એરણ પર સઘળું ચકાસી જોતાં તું શીખ્યો છે. છતાં આટઆટલાં વર્ષો તું પોતે અંધશ્રદ્ધામાં રાચતો રહ્યો? પોતાના મૃત્યુના ભયમાં ફફડતો રહ્યો ?

તને પોતાની બેવકૂફી પર ભારોભાર પસ્તાવો થયો; પરંતુ મૃત્યુના કાળાઘટ્ટ ઓળા માથા પરથી ખસી જતાં તેને જે હર્ષ થયો હતો એમાં સર્વ કાંઈ વીસરાઈ ગયું. જીવનમાં આજે પહેલી વાર તેને જશન મનાવવાની ઇચ્છા જાગી. આ જશનમાં શરાબ હોવો જોઇએ. સુંદરીઓ હોવી જોઈએ. આ તો જીવનનો ત્યૌહાર છે. મને નવું જીવન મળ્યું છે.

ત્યાં તેના કાને કોઈનાં ડૂસકાં સંભળાયાં. તેને આશ્ચર્ય થયું. આવા ખુશીના પ્રસંગે કોણ રડતું હશે? તે પોતાના આવાસેથી બહાર નીકળી પૅસેજમાં આવ્યો તો સીડી પર બેસી કાળકા રડી રહી હતી. તે સમજી ગયો.

લંગોટિયાના દેહાંતના જે સમાચારે તેને હર્ષઘેલો બનાવી દીધો હતો, કાળકાને શોકના સાગરમાં ડુબાડી દીધી હતી. તે એ પણ જાણતો હતો, કાશીનાથને કામાગ્નિ કાંઈ કેટલીયે કન્યાઓને ભરખી ગયો હતો. ભોપાલ નજીકના ડુંગરાઓ વચ્ચે તેણે પોતાની સગી આંખે જોયું હતું.

કાશીનાથ કોઈ નવોઢાને નજીકના ગામડામાંથી ફોસલાવી લાવ્યો હતો. આ કન્યા પર તેણે લગાતાર આઠ કલાક બળાત્કાર કર્યો હતો અને કન્યા શરૂઆતના અડધા કલાકમાં જ મૃત્યુ પામી હતી.

કાળકા આ અઘોરી સામે ટકી ગઈ કારણ કે તે નાજુક, નમણી ભારતીય નારી નહોતી. સશક્ત બાંધાની હબસી સ્ત્રી હતી. આજ દિવસ સુધી તેને પણ કોઇ એવો ભાયડો નહોતો મળ્યો જે તેને સંતોષી શકે. કાશીનાથમાં તેને ખરા મરદનાં દર્શન થયાં હતાં; પરંતુ તે નહોતી જાણતી કે તેના પ્રેમના મૂળમાં હવસ સિવાય કાંઈ બીજું હોય તો એ વશીકરણ હતું.

કાલીચંદને જોતાં તે ઝડપથી ચહેરો લુછી ઊભી થઈ ગઈ. પછી બંને હાથ વડે અદબ વાળી માથું નમાવી દીધું.

'કાળકા !'

'જી અન્નદાતા !'

કાલીચંદને આનંદ થયો. મહેલનાં દાસ–દાસીઓ હવે તેને અન્નદાતા કહી સંબોધતાં હતાં. ચુનરી મહોત્સવ સફળતાપૂર્વક આટોપાઈ જતાં તેણે સરબતસિંહનું સ્થાન લઈ લીધું હતું, સરબતસિંહનો પોશાક અપનાવી લીધો હતો. જો કાંઈ ખામી હોય તો એ કાલીચંદની ઊંચાઈમાં હતી.

સરબતસિંહ લગભગ છ ફૂટ ઊંચો હતો. કાલીચંદ માત્રચાર ફૂટ છતાં તેને આટલો સંતોષ હતો. સરબતસિંહને માત્ર અણિયાળ મૂછો હતી. કાલીચંદને સફાઈથી કપાયેલી ફ્રેન્ચ સ્ટાઇલ દાઢી હતી. આ જ દાઢી અને આંખો પર શોભતાં ચશ્માંના પ્રતાપે. તેનો ચહેરો વધુ પ્રભાવશાળી લાગતો હતો એમ તેનું માનવું હતું.

'તારું દુ:ખ હું સમજી શકું છું.' કાળકાને પોતાની જોડે દોરી જતાં તેણે પોકળ લાગણી વ્યક્ત કરી. 'તે એક મહાત્માનો સ્પર્શ ખોયો છે. તો મેં મારા પૂજાનીય ગુરુની છત્રછાયા. તેમના દસે હાથ મારા માથે હતા. અપાર કૃપા હતી તેમની. બેસ !'

તેને સૉફા પર બેસવાનો સંકેત કરી કાલીચંદે કબાટ ઉઘાડ્યો અને અંદર સંભાળપૂર્વક રાખેલી સ્કૉચની બૉટલ ખોલી બે પેગ તૈયાર કર્યાં. તે પાછો ફર્યો ત્યારે કાળકા હજી જ્યાંની ત્યાં ઊભી હતી, છાનાં-છાનાં આંસુઓ સારી રહી હતી.

'બસ કર કાળકા !' તેને કહેવું પડ્યું, 'સંતોના સ્વર્ગવાસ પર શોક ન મનાવાય. જો તું નહીં બેસે તો...'

'પણ અન્નદાતા...' હજી યે કાળકાને તેની સામે સૉફા પર બેસતાં સંકોચ થતો હતો.

કાલીચંદે તેના હાથમાં એક ગ્લાસ ધરી તેને બેસાડી દીધી. પોતે સામે બેઠો. અક્કેક ઘૂંટ બંનેના પેટમાં રેડાતાં ગંભીર વાતાવરણમાં તડો પડી. એક આખો પેગ પૂરો થતાં કાળકા પોતાની સઘળી પીડા થોડાંક કલાકો માટે વીસરી ગઈ. હવે તેણે કાલીચંદના ચહેરામાં સીધું જોયું, આંખોમાં આંખો પરોવી જોયું.

આખરે આ બાંઠિયાનો ઇરાદો શું છે? જેમ આદિવાસી સ્ત્રીઓ વિધવા થતાં દિયરવટું કરે એમ કાશીનાથનો આ ચેલો આશા રાખતો હોય કે હું શિષ્યાવટું કરીશ તો એ ભીંત ભૂલ્યો છે.

ના, કાલીચંદ ભીંત નહોતો ભૂલ્યો. તે તો માત્ર કાળકાની વિપુલ શક્તિનો ઉપયોગ પોતાના લાભમાં કરવાની ખ્વાહેશ રાખતો હતો. મધરાતે લીલિયા મહેલમાં જઈ ખજાનાના પટારા હવામહેલમાં ઘસડી લાવવાના હતા અને આ હબસી સ્ત્રી તેને મદદરૂપ થવાની હતી.

આવાં ખાનગી કામો માટે તેની પાસે ફક્ત એક વિશ્વાસુ માણસ હતો, મામદ ખલાસી. હવે તે ચોકીદારમાંથી તેનો અંગરક્ષક બની ગયો હતો. આજથી તેમાં એક વધુનો ઉમેરો થયો. કાળકા તથા મામદની જોડી પડખે હોય તો મજાલ છે કોઈની કે તેની સામે આંખો ઊંચી કરી જુએ?

ઘડિયાળમાં રાતના બારના ટકોરા થયા. કાલીચંદે કાંઈ અડપલું ન કરતાં કાળકાને નવાઈ લાગી. અત્યાર સુધીમાં તે ચાર પેગ ગટગટાવી ચૂકી હતી. કાલીચંદનો બીજો પેગ હજી અર્ધો યે નહોતો થયો.

તે અલકમલકની વાતો કરી રહ્યો હતો અને કાળકાના મગજમાં માત્ર એક જ વિચાર ઘૂમરીઓ લઈ રહ્યો હતો. હમણાં આ વહેંતિયો ઊભો થશે ! હમણાં તૂટી પડશે ! અલબત્ત, તે કાંઈ કુંવારી નહોતી; પરંતુ હવે તેને કોઈ પુરૂષમાં રસે નહોતો રહ્યો.

'ચાલ કાળકા !' લગભગ સાડા બારે પોતાનો બીજો પેગ અધુરો છોડી ઉભો થઈ જતાં કાલીચંદ બોલ્યો, 'તને સતીમાતાનો ચમત્કાર દેખાડું.'

કાળકા ઊભી થઈ તેની પાછળ ચાલી, પણ કાંઈ સમજી ન શકી. સહેજ વધુ વિચારતાં તે આટલું કલ્પી શકી : પોતાની ધારણામાં કાંઈ ખામી છે. આ બાંઠિયો ગુરુનો ગુરુ છે. તેના ચક્કર જુદાં છે.

સાવધાની ખાતર કાલીચંદે તલવાર સાથે લઈ લીધી હતી. બીજું, હાથમાં તલવાર ધરતાં તેનું અંગેઅંગ કાંઈ અનેરી ઝણઝણાટી અનુભવતું હતું. ચાર ફૂટમાંથી તે તાડ બની જતો હતો. તેની ચાલ બદલાઈ જતી હતી. તેનું રૂપ બદલાઈ જતું હતું.

મહેલના પાછલા દરવાજેથી બહાર નીકળી બંને જણાં ગોરખ આમલીની છાયામાં થોભી ગયાં. ચાંદની રાત હતી. ઘટાટોપનો ગોળ પડછાયો કાળો મેશ હતો. અહીં જ જમીન ધસી ગઈ હતી. ચાર મજૂરો દટાઈ ગયા હતા. સાંજ સુધીમાં એ ચારે અધમરા મજૂરોને બહાર કાઢી સારવાર માટે ધારની હૉસ્પિટલમાં મોકલી દેવામાં આવ્યા હતા. ભોંયરાનો માર્ગ પણ સાફ કરી નાખવામાં આવ્યો હતો. ગાબડા ઉપર તાલપતરી પાથરી દેવામાં આવી હતી.

મામદ ભરેલી રાઇફલ સાથે થોડે દૂર ઊભો હતો. તેના પગ પાસે ધીમી વાટે બળતું એક ફાનસ પડ્યું હતું. કોઈ ભૂલેચૂકે પણ અંદર ઘૂસી ન જાય એ જોવાની ફરજ તેની હતી. જ્યાં સુધી લીલિયો મહેલ મહાસતીના મંદિર તરીકે ખુલ્લો ન મુકાય, તે અહીં જ પહેરો દેવાનો હતો. જ્યાં સુધી કાલીચંદ સાતે પટારા ખજાનો રફેદફે કરી ન નાખે તે અહીંથી ખસવાનો નહોતો.

કાલીચંદે પળભર વિચાર કર્યો. બંને અંગરક્ષકોને ભોંયરામાં સાથે લઈ જવાની જરૂર નહોતી. મામદે પગ પાસે પડેલું ફાનસ ઊંચકી કાળકાના હાથમાં દીધું. તાલપતરીનો એક છેડો ઊંચો કરી કાલીચંદ સાથે કાળકા પણ ભોંયરામાં ઊતરી ગઈ.

કાલીચંદ તેને આગળ કરી અને પાછળ પાછળ તે પોતે ચાલ્યો. થોડી વારે બંને જણા લીલિયા મહેલના પ્રવેશમાં ઊભાં હતાં. હેરતથી તેઓ કાંઈ જોઈ રહ્યાં હતાં. આબેહુબ અહીં હવામહેલના બેઠકકક્ષ જેવો બેઠકકક્ષ હતો. વચ્ચે સુકાઈ ગયેલો ફુવારો હતો. છત પરથી બિલ્લોરી કાચનાં ઝુમ્મર ઝૂલી રહ્યાં હતાં. ફરસ પર સૉફા હતાં. ખૂણાઓમાં કમર સુધી ઊંચા ચીની કાચના કુંજા હતા અને એ સર્વ કાંઈ હતું જે બાપ-દીકરાએ મળી સમય સમયે હવામહેલમાંથી વેચી માર્યું હતું.

કાલીચંદની નજર એક તરફ પડેલા ચાંદીના સાત પટારાઓ પર પડી. તે સમજી ગયો : મિની ટ્રેનના ડબાઓ જેમ એકમેક પાછળ ઊભેલા આ વિશાળ પટારાઓ ખજાનાથી ભરેલા હોવા જોઈએ. તેણે આ પણ કલ્પી લીધું : આ પટારાઓ અહીંથી ખસેડી ઉપર લઈ જવું લગભગ અશકય છે. એમાં જોખમ પણ છે.

કશો યે નિર્ણય લેતાં પહેલાં તેણે લીલિયા મહેલની સંપૂર્ણ ભૂગોળ જાણવાનું નક્કી કર્યું. તરત તે કાળકાને સાથે લઈ આગળ વધ્યો. એક પછી એક ઓરડાઓ વટાવતો તે ભૂગર્ભમહેલની પાછળ આવી પહોંચ્યો. અહીંથી બીજું ભોંયરું શરૂ થતું હતું. આ ભોયરું મુંજ સરોવર હેઠળ થઈ સામા કાંઠે ઝાડીઓમાં નીકળતું હતું.

બધું ઝીણવટથી જોઈ, તપાસી તે પાછો બેઠકખંડમાં આવ્યો. તેના ફળદ્રુપ ભેજામાં એક યોજના આકાર લઈ ચૂકી હતી. આ આખો મહેલ શ્રદ્ધાળુ માટે ખુલ્લો મૂકવાની જરૂર નહોતી. ચમત્કાર પુરવાર કરવા માટે માત્ર બેઠકખંડ પૂરતો હતો.

બીજું, આ ખજાનો હાલ પૂરતો ગુપ્ત રહે એમાં ખજાનો તથા પોતાની સલામતી હતી એમ તેને લાગ્યું. તો આ પટારાઓ અહીંથી ખસેડવા કયાં? આનો ઉત્તર સરળ હતો. બેઠકખંડ જોડે શયનકક્ષ હતો. આ સાતે પટારા તેમાં ખસેડી વચ્ચે દરવાજો સીલ કરી શકાય તો કોઇનું ધ્યાન ન જાય.

કાળકાનાં હાથમાંથી ફાનસ લઈ તેણે પોતાની તલવાર તેના હાથમાં સોંપી દીધી. કાળકા પ્રસન્ન થઈ ગઈ. ટટાર થઈ ગઈ. આ તલવારમાં કાંઈ એવી તાસીર હતી કે માણસ પોતાની ઓકાત ભૂલી જતો હતો. કાળકા દાસીમાંથી જાણે રઝિયા સુલતાન બની ગઈ.

ધીરે ધીરે આગળ વધી કાલીચંદ ફાનસ સાથે પટારાઓ સુધી આવ્યો. હળવેકથી તેણે એક હાથે નજીકનો પટારો ખોલ્યો અને તેની આંખો અંજાઈ ગઈ. ચશ્માંની દાંડી નાક પર ઊતરી આવી. મ્હોં ઊઘડી ગયું.

પટારામાં ઠાંસી ઠાંસી ભરેલાં હીરા, માણેક, પોખરાજ, પન્ના, મોતીમાં મઢાયેલાં સોનાનાં ઘરેણાં ઝગારા મારી રહ્યાં હતાં. કાળકા હાથમાં નાગી તલવાર લઈ જ્યાંની ત્યાં સ્થિર ઊભી હતી. આ અનેરા પ્રકાશના પ્રતિબિંબ આખા બેઠકખંડમાં ફેલાઈ જતાં બેઠકખંડ દિવાળી હોય તેમ ઝળહળી ઊઠ્યો હતો. તે કલ્પી ન શકી કે પટારામાં એવો તે કેવો સૂર્ય સંઘરવામાં આવ્યો હશે, જેનો રંગબેરંગી પ્રકાશ દીવાલો પર ભાત ઊભી કરતો આંખોને પણ આંજી દે!

કાલીચંદે તરત પટારો બંધ કરી દીધો; જાણે કોઈએ તેના પર વશીકરણ કર્યું હોય એમ તે થોડી વાર હાથમાં ફાનસ ધરી મંત્રમુગ્ધ ઊભો રહ્યો. તેની બુદ્ધિ બહેર મારી ગઈ હતી. તેને હજી યે વિશ્વાસ નહોતો બેસતો કે વર્ષોનું તેનું સપનું આજે સાકાર થયું હતું. હવામહેલનો તે ધણી બની ગયો હતો. ખજાનાનો તેને કબજો મળી ગયો હતો. તેણે જે કાંઈ ઇચ્છયું હતું એ તેણે મેળવ્યું હતું. અલબત્ત, તારા સિવાય.

તારા ગિરફ્તાર નહોતી થઈ ત્યાં સુધી તેને આશા હતી. જેમ જેમ તારા પર માનસિક દબાણ વધતું જતું હતું તે મનોમન તૂટતી જતી હતી, કણકણ ભાંગતી જતી હતી. કાલીચંદને ખાતરી હતી, આ દબાણ તે વધુ દિવસ જીરવી નહીં શકે. આખરે તે પોતાના શરણમાં આવી જશે.

ના આવી. કારાવાસ સ્વીકાર્યો; પરંતુ હવામહેલની રાણીનું પદ ન સ્વીકાર્યું. કાળ કોટડીનાં અંધારાં સ્વીકાર્યાં, આ ખજાનો ન સ્વીકાર્યો. બોનસમાં મળેલો આ લીલિયો મહેલ તેનો જ કહેવાત ને !

• • •

જ્યારે કાલીચંદને જાણ થઈ કે તારાએ ગળે ફાંસો ખાઈ આપઘાત કર્યો છે; તેના હોઠ વચ્ચેથી એક નિસાસો નીકળી ગયો હતો. તેને જેટલું દુ:ખ તારાના સ્વર્ગવાસથી નહોતું થયું, તેટલું તેની મૂર્ખાઈથી થયું હતું. તેની અક્કલ તેના પગની પાનીમાં ન હોત તો તેણે આવી બેવકૂફી કરી હોત ? બબ્બે મહેલો, સાત સાત પટારા ખજાનો અને કાલીચંદ જેવા ચતુર પુરૂષને ઠોકરે દેનારી સ્ત્રીને મૂરખી નહીં તો બીજું શું કહી શકાય ?

ફાનસ નમાવી તેણે પાછળ ફરી જોયું તો તેની આંખો પહોળી થઈ ગઈ. એક નાગના ચાર કટકા ફરસ પર તરફડી રહ્યા હતા. ખાટકીની જેમ કાળકા એ ચાર કટકાઓને આઠ કરવા મથી રહી હતી.

આ નાગ ક્યાંથી આવ્યો હશે ? ક્યારે આવ્યો હશે? કાલીચંદ કાંઈ નહોતો જાણતો. ક્યારે દ્વંદ્વ ખેલાયું હશે, આ પણ તેના ધ્યાનમાં નહોતું; પરંતુ તેને આટલી ખાતરી થઈ ગઈ : બીજા અંગરક્ષક તરીકે કાળકાની નિમણૂંક તદ્દન યોગ્ય હતી.

• • •

૨૯

કાશીનાથ તાંત્રિક જેલની કોટડીમાં પોતે તો મૃત્યુ પામ્યો, સાથે ડી.એસ.પી. પૂરબને પણ મારતો ગયો. જે મિનિટે તાંત્રિકે દેહત્યાગ કર્યો એની બીજી મિનિટે એસ.પી. સાહેબે પૂરબને સસ્પેન્ડ કરી દીધો. તેને આશ્ચર્ય ન થયું. આંચકો પણ ન લાગ્યો. સતી પ્રકરણમાં શરૂઆતથી જે કાંઈ બનતું આવ્યું હતું. એ તદ્દન સ્વાભાવિક હતું. આમ ન બન્યું હોત તો કદાચ તેને હેરત થાત.

પૂજાની હત્યા પ્રત્યે આંખ આડા કાન કરતી સરકાર ચોતરફથી દબાણ વધતાં મૌન બેસી ન શકે. કાગારોળ કરતો સમાજનો જાગૃત વર્ગ તથા મહિલા સંગઠનોને શાંત પાડવા કાંઈક પગલું ભરવું જરૂરી હતું. બીજી તરફથી અરુણા જરીવાલાએ પોતાના અખબાર ભોપાલ ટાઇમ્સ દ્વારા સરકાર પર આકરા પ્રહારો શરૂ કરી દીધા હતા. આના કારણે આડકતરી કે સીધી રીતે સતીપ્રથાની તરફેણમાં લખતા પત્રકારોને પણ પોતાની નીતિ બદલવાની ફરજ પડી હતી.

આ બધું લક્ષમાં લેતાં થોડીક ધરપકડો કરવી જરૂરી હતી. આ કામ પૂરબને સોંપાયું. એસ.પી. સાહેબની સમસ્યા એ હતી કે પૂજાની ન સાસુ જીવિત હતી, ન સસરો, ન દિયર હયાત હતા, ન દેરાણી. તો ગિરફ્તાર કોને કરવો ? ફૅમિલી ડૉક્ટરર કાલીચંદને જેલમાં નાખવાનો પ્રશ્ન નહોતો ઊઠતો.

અંતે નિર્ણય લેવાયો કે તારા જોડે બે–ચાર દાસ–દાસીઓના હાથમાં બેડીઓ નાખી દેવી. તારાએ સતીપ્રકરણમાં જે ભાગ ભજવ્યો હતો એ વિષે પોલીસખાતાને શંકા નહોતી. કારણ કે તેણે જાહેરમાં કબૂલ્યું હતું કે પૂજાને સતી બનવા પોતે પૂર્ણ સહકાર દીધો હતો; પરંતુ બાકીનાં દાસ–દાસીનો શું ગુનો?

પૂરબને તારાના બયાન પર પણ ભરોસો નહોતો. અંદરો– અંદર તેનું મન કહેતું હતું કે તે જે કાંઈ બોલી રહી છે, જે રીતે વરતી રહી છે એનું કારણ કાંઈ જુદું હોઇ શકે. પણ તે લાચાર હતો. એસ.પી. સાહેબે પોતે નામ દીધાં હતાં. સૂચિમાં તારાનું નામ સૌથી ઉપર હતું. તેને જેલમાં ધકેલી દેવી જરૂરી હતું, જેથી કહી શકાય કે સરબતસિંહની માનેલી બહેન જેવી અગત્યની વ્યક્તિને પણ પોલીસવાળાએ નથી છોડી. આ બધું પૂરબે સ્વીકારી લીધું; પરંતુ જ્યારે તેને ચેતવણી આપવામાં આવી કે 'રાણીસતી ઉત્સવ સમિતિ'ના પ્રમુખ કાશીનાથ મહારાજને છેડવાની જરૂર નથી, તેનો પિત્તો ગયો.

'પણ સાહેબ,' ખુરશીના ટેકે ચિરૂટ પીતાં બેઠેલા ઉપરી સામે તેણે દલીલ કરી, 'મૂળ હત્યારો એ જ છે. આ અખબાર જુઓ !'

એસ.પી સાહેબે ટેબલ પર પથરાયેલી 'ભોપાલ ટાઇમ્સ'ની પ્રત ઊંચકી કચરાની ટોકરીમાં નાખી દીધી, 'પૂરબ !' પછી બે આંગળી વચ્ચે ચિરૂટને ફસાવતાં કહ્યું, 'તારું કામ તને જે આદેશ દેવાય તેનું પાલન કરવાનું છે. સામી બહસ કરવાનું નહીં !'

'હું બહેસ નથી કરતો.' કહેતાં તેણે કચરાની ટોકરીમાંથી અખબાર ઊંચકી ફરી ટેબલ પર પાથર્યું. 'આ સત્ય છે. આમાં આંખેદેખ્યો હેવાલ પ્રકાશિત થયો છે. ત્રણ ત્રણ સાક્ષીઓ સોગંદ સાથે જુબાની દેવા તૈયાર છે કે તેઓએ કાશીનાથને ચિતા સળગાવતાં જોયો હતો.'

'હું આવા બીજા ત્રણસો સાક્ષીઓ ખડા કરી પુરવાર કરી દઉં કે એ સમયે કાશીનાથ મહારાજ ઘટનાસ્થળે હાજર નહોતા તો તું માની લઈશ ?'

પૂરબ ચૂપ થઈ ગયો. એસ.પી. સાહેબની દલીલ ખોટી નહોતી; ખરી યે નહોતી. આ જ કારણે તેણે પોતાના ઉપરીની ઉપરવટ જઈ કાશીનાથને અંદર કરી દીધો હતો.

પૂરબના સદ્ભાગ્યે એ જ દિવસે સતીપ્રથાને વખોડતું મુખ્યમંત્રીનું બયાન અખબારોમાં પ્રકાશિત થયું હતું. સાથે 'ચુનરી મહોત્સવ' વિરુદ્ધ ઉચ્ચ ન્યાયાલયનો આદેશ પણ જાહેર થયો હતો. પરિસ્થિતિ બદલાઈ હતી.

• • •

વધુ નહીં તો થોડી. આ બધું જોતાં કાશીનાથની ગિરફતારીથી પોલીસોની ઈમેજ સુધરી શકતી હતી. આનો લાભ લઈ એસ.પી. સાહેબ પોતે પોતાની છબી વધુ ઊજળી બનાવી શકતા હતા.

કાશીનાથની ગિરફ્તારીના સમાચાર આગની જેમ ફેલાતાં 'સતી ધર્મ રક્ષા સમિતિ'ના દોઢ હજાર સભ્યો જોતજોતામાં એકઠાં થઈ પોલીસ-સ્ટેશન પર મોરચો લઈ આવ્યા. ચોકી બહાર ઊભેલાં બે વાહનો ભડભડ કરતાં સળગી ઊઠ્યાં, બે કલાક સુધી પોથીસચોકી પર લગાતાર પથ્થરમારો થયો.

અંતે એસ.પી. સાહેબે હવામાં ફાયર કરવાનો આદેશ દીધો ત્યાર પછી મોરચો વીખરાયો; પરંતુ ત્યાં સુધીમાં બે જીપ સાથે એક મોટરસાઇકલ પણ સળગીને હાડિપંજર બની ગઈ હતી.

પરિસ્થિતિ આવી વિસ્ફોટક હોય ત્યારે 'ચુનરી મહોત્સવ' રોકવાનું સાહસ એસ.પી.સાહેબ કરી ન શકે. બીજું, ઉચ્ચ ન્યાયાલયના આદેશ મુજબ પોલીસોએ સતીનું ગૌરવ ન વધે એ જોવાનું હતું, ભીડને રોકવાનું નહીં.

કાયદાની આ બારીકી હતી. કહી શકાય તો છટકબારી હતી. આને લક્ષમાં લઈ એસ.પી. સાહેબે પૂરબની ગતિવિધિઓ પર રોક મૂકી હતી. આ વખતે તે ખરેખર લાચાર થઈ ગયો. પ્રથમ આદેશનું ઉલ્લંઘન કરવાનું પરિણામ સામે આવી ગયું હતું. બીજા આદેશની અવગણના કરવી શકય નહોતી. લાખોની ભીડ સામે તે એકલો શું કરી શકે?

તવેલી મહેલમાં અરુણાના ઉતારે આવી તે માથે હાથ દઈ બેસી ગયો. હોંઠ વચ્ચે સિગારેટ દબાવી અરુણા કાંઇ લેખ લખવામાં વ્યસ્ત હતી. ટેબલ પરથી માથું ઊંચુ કરી તેણે પૂરબ સામે જોયું પણ નહીં; પરંતુ પૂરબની દ્રષ્ટિ પાણીની જેમ વહેતી તેની કલમ પર સ્થિર હતી.

હવામહેલમાં સુનીતાએ તેનો પરિચય આ પત્રકાર જોડે કરાવ્યો ત્યારથી બંને જણાં જંબો જેટની ગતિએ એકમેકની નિકટ આવતાં ગયાં હતાં. અને તેનું કારણું હતું : બંનેના સિદ્ધાંત એકસરખા હતા. પ્રમાણિકતા, નીડરતા તથા સાહસ. આ ત્રણે ગુણ બંનેને ગળથૂથીમાં મળ્યા હતા અને એકમેકની ભીતર ઝાંખીને જાણી લીધા હતા.

બંનેના સ્વભાવમાં થોડોક તફાવત પણ હતો. અરુણા આખાબોલી હતી. હલકાને હલકો કહેતાં તે સહેજે સંકોચ નહોતી અનુભવતી. જયારે પૂરબ સ્વભાવે લગભગ શાંત હતો. જરૂર વિના વધુ ન બોલવું એ તેના પ્રોફેશને તેને શિખવાડ્યું હતું. એકેક શબ્દ તે વિચારીને બોલતો; પરંતુ અરુણા પડખે બેસતાં તેની જીભ આપમેળે ખૂલી જતી.

અરુણાએ પેન કાગળ પર મૂકી તેની સામે જોયું, સિગારેટ તેના હોઠ વચ્ચે હતી. સુનીતા જોડે થયેલા કરાર મુજબ બે મહિનામાં વ્યસન ઘટાડી તદ્દન છોડી દેવાનું તેણે વચન દીધું હતું, 'શું થયું?' સિગારેટનો એક કશ લેતાં તેણે પૂરબને પૂછ્યું.

ઉત્તર ન દેતાં તેણે અરુણાના માથા પર દ્રષ્ટિ કેન્દ્રિત કરી. ચહેરા પર નજર ઢાળી. તેને લાગ્યું, આ છોકરી પોતાના માથાના વાળને ઊગવાની તક દે તો સુગંધી તેલનાં વિજ્ઞાપનોમાં આવતી કોઈ માડેલ જેવી લાગે.

'કાંઈ બોલીશ?'

'કૂંપળોની જેમ થોડાંક વાળ ફૂટ્યા હતા. એના ઉપર પણ તે અસ્ત્રો ફેરવી નાખ્યો!'

'આ વિષય પર તું ચર્ચા કરવા આવ્યો હોય તો મારી પાસે સમય નથી.'

તે ચહેરો ઘુમાવી પેન ઊંચકવા જાય એ પહેલાં પૂરબ બોલી ઊઠ્યો, 'આજે મારે સિગારેટના તારા વ્યસન વિષે પણ ભાષણ દેવું છે.'

'દરવાજો ત્યાં છે.' બે આંગળી વચ્ચે સિગારેટ લઈ સંકેત કરતાં તે ફરી લખવામાં વ્યસ્ત થઈ ગઈ.

•••

પૂરબને આથી જરા યે માઠું ન લાગ્યું. કંકુનો સ્વભાવ પણ આવો જ તીખા હતો. ન જાણે કેમ આજે તેને ફરી કંકુ યાદ આવી ગઈ. તેના હોઠ પર ધૂંધળું સ્મિત ફરી વળ્યું.

અરુણા ત્રાંસી આંખે તેની સામે જોઈ રહી હતી. તેને આશ્ચર્ય થયું. આ વખતે તેણે ખુરશી ફેરવી સીધા તેની સામે જોયું.

'એ ય!'

પૂરબે આંખો પટપટાવી.

'કોની યાદ આવી ગઈ?'

'એક છોકરીની.'

'તારી ગર્લફ્રેન્ડ હશે !'

'હં......'

'કેવી હતી?'

'તારા જેવી.'

અરુણાને રસ જાગ્યો. 'શું તે પણ માથું મૂંડાવતી હતી?'

'ના... ના...'

'તો?'

'હું સ્વભાવની વાત કરું છું.'

'ઓહ !'

'ગુસ્સે થાય તો તારી જેમ તડફડ બોલી નાખે.'

'શા માટે તેને છોડી દીધી?'

'મારા જીવનની આ એક ટ્રેજેડી છે.' પૂરબે સત્ય જણાવ્યું, 'તે મને ચાહતી નહોતી.'

'દગો કર્યો?'

'પ્રેમ એકપક્ષી હતો. હું તેને બેવકૂફની જેમ ચાહતો હતો. તેનાં સપનાં જોતો હતો. તેની તસવીર જોડે મીઠી મીઠી વાતો કરતો હતો. પ્રેમનાં ગીતો ગાતો હતો અને તેણે મને પ્રેમી તરીકે નહીં, એક સાચા મિત્ર તરીકે સ્વીકાર્યો હતો.'

'આને કૉમેડી કહેવાય.' અરુણાએ સહેજ હસી તેની ભુલ સુધારી. 'તેની મૈત્રીનો અનર્થ તેં લીધો એમાં તેનો શું વાંક?'

'ખરું.'

'શું નામ હતું એનું ?'

'કંકુ.'

'સતીની બહેન?'

પૂરબ ચોંક્યો, 'તને કેમ જાણ થઈ?'

'હું અહીં સુનીતાબહેન જોડે રહું છું. એકાદ–બે દિવસ માટે આજે જ તે માંડુ ગયાં.'

'શું કહેતાં હતાં ?'

'એ જ અફસોસ કે કંકુ ક્યાં હશે ? શું કરતી હશે?'

'અરુણા !' પૂરબ બોલી ઊઠ્યો, 'ખરું કહું તો ક્યારેક ક્યારેક મને પણ તેનો ખ્યાલ આવે છે.

'આમાં તે નવું શું કહ્યું?' તેણે સામો પ્રશ્ન કર્યો, 'પ્રથમ પ્રેમની યાદ સરળતાથી ભૂંસાતી નથી.'

• • •

'શું તે પણ કોઇને ચાહ્યો હતો ?'

'અત્યાર સુધી નહોતો ચાહ્યો.'

'હવે?'

'લાગે છે કે પુરુષો આટલા બેવકૂફ હોય તો ચાહવામાં વાંધો નથી.' તેણે વ્યંગ કર્યો, 'કોઈ પોતાના છબરડાને આમ વાગોળ્યા ન કરે!'

'મેં મારા પ્રેમના સંદર્ભમાં નહોતું કહ્યું.' પૂરબે તરત જણાવ્યું, 'જ્યારથી પૂજાની હત્યા થઈ, કંકુ પણ અદ્રશ્ય થઈ ગઈ છે., જાણે હવામાં ઓગળી ગઈ હોય !'

'એ ન ભૂલીશ કે તે ભાગેડુ હતી.' અરુણાએ સહેજ વિચારી ઠૂંઠું થઇ ગયેલી સિગારેટ ઘા કરી બારી બહાર નાખી દીધી. 'બીજું, તેની નેમ વેર વાળવાની હતી. શત્રુ ન રહેતાં હવે તે માંડુમાં રહી પેતાનું જીવન ભયમાં ન મૂકે. પાછી ક્યાંક ચાલી ગઈ હશે! '

દલીલ તદ્દન સ્પષ્ટ હતી; છતાં પૂરબના ગળે કેમ નહોતી ઊતરતી ? શું આનું કારણ પ્રથમ વાર લીધેલી પૂજાના આવાસની મુલાકાત હોઈ શકે ? એ જ દિવસે સુનીતાએ અરુણા જોડે પૂરબનો પરિચય કરાવ્યો હતો. સુનીતા તારા પાસે ચટાઈ પર બેસી ગઈ હતી.

'ત્યારે તે પણ ઓરડો ઝીણવટથી જોયો હતો અને મેં પણ.' – કહેતાં તેણે પ્રશ્ન કર્યો, 'તને શું લાગ્યું હતું?'

'હું પત્રકાર છું, જાસૂસ નહીં.'

'મારી નજરે લોહીના ડાઘ પડ્યા હતા.'

અરુણાની ભમરો ઊંચી થઈ: 'શું?'

'ગાલીચા પર લોહી પડે અને કલાકેક પછી તેને લૂછવાનો પ્રયાસ કરવામાં આવે તો કાર્પેટના તેટલા ભાગના રંગમાં સહેજ ફેર આવી જાય.' પૂરબે ખુલાસો કર્યો.

'આ બાબત તે કાંઈ પગલાં કેમ ન ભર્યાં ?'

'શંકાના આધારે પગલાં ભરવાનો અવકાશ નહોતો. આમ જ અમારા એસ.પી. સાહેબનો પારો ઊંચો રહે છે.'

અરુણા વિચારોમાં ખોવાઈ ગઈ. અંતે તેણે મૂળ વિષયનો છેડો ફરી પકડતાં પૂછ્યું, 'આને કંકુ જોડે શું લાગેવળગે?'

'આપણે એમ ધારીને ચાલીએ કે ત્યાં કોઇની હત્યા થઈ હશે તો કદાચ સંબંધ જોડી શકાય !'

'કઈ રીતે ?'

'પહેલાં એ કલ્પી જો કે ત્યાં કોની હત્યા થઈ. સાથે એ પણ વિચારજે કે કોણે કરી હશે ?'

પહેલા પ્રશ્ન વિષે પહેલા વિચારતાં અરુણાને એ રાત યાદ આવી. એક જ રાતમાં બે મૃત્યુ થયાં હતાં. સરબતસિંહને દીપડાએ ફાડી ખાધો હતો તો અજાનો અકસ્માતે પોતાના હાથે ગોળી વાગી હતી. સરબતસિંહના દેહાંતના સર્વે પુરાવાઓ એમ સૂચવતા હતા કે તેનું મૃત્યુ કોઈ બીજી રીતે થવું સંભવ નહોતું.

સહેજ વધુ વિચારતાં અરુણાને લાગ્યું કે હત્યા કદાચ અજાની થઈ હોવી જોઈએ કારણ કે તેના મૃત્યુનું કારણ અકસ્માત હવે શંકાસ્પદ લાગતું હતું. ત્યારે પ્રશ્ન એ થતો હતો કે તેની હત્યા કોણે કરી? શું એ સમયે કંકુ ત્યાં હાજર હોઈ શકે ?

'તેં લગભગ મારી સમાંતર વિચાર્યું છે.' પૂરબ બોલી ઊઠ્યો, 'મારી ધારણા મુજબ કંકુ ત્યાં નકકી હાજર હશે. અજાની હત્યા કરી તે પાછી અદ્રશ્ય થઈ ગઈ અને આ તકનો લાભ લઈ કાલીચંદે પૂજાને ચિતા પર ચઢાવી દીધી હોવી જોઈએ !'

• • •

આ મુદ્દો બંધ બેસતો હતો. અરુણાના ગળે સરળતાથી ઊતરી ગયો. સુનીતા તથા પૂરબ પાસેથી કંકુ વિષેની લગભગ વિગતો જાણ્યા પછી એક વાત સ્પષ્ટતાપૂર્વક સામે આવતી હતી કે તે વેર વાળ્યા વિના જંપવાની નહોતી. વચ્ચે યમદૂત આવ્યો હોત તો કંકુએ તેને પણ પડકાર્યો હોત. પહેલાં તેણે અજાને ભડાકે દીધો હોત; પછી યમદૂતને કહ્યું હોત : 'લઈ જા, તારા શિકારને !' પરંતુ આ રાજરમતમાં કાલીચંદ સંડોવાયો હશે એ અરુણા કલ્પી નહોતી શકી. તેની ધારણા મુજબ કાલીચંદ હવામહેલનો ફૅમિલી ડૉક્ટર હતો. 'રાણીસતી ઉત્સવ સમિતિ'ના પાંચ સલાહકારો તથા દસ સભ્યોની સૂચિમાં તેનું નામ ફક્ત ઔપચારિક્તા ખાતર ઉમેરાયું હોય એમ સૌથી છેલ્લે હતું.

'ડૉ. કાલીચંદ બાબત પહેલાં મેં પણ એમ ધારેલું.' પૂરબે કબૂલ્યું, 'પરંતુ તેની વર્તણૂક દિવસે દિવસે શંકાસ્પદ બનતી જતાં મારો ડોળો તેના પર મંડાયો છે. હાલમાં મેં મારા પપ્પાને સારા મૂડમાં જોઈ તેમને હવામહેલ બાબત અમુક પ્રશ્નો કર્યા તો મને જાણ થઈ, કાલીચંદ ચાર ફૂટ બહાર છે અને આઠ ફૂટ ભોંયમાં. આ જાણી તને આશ્ચર્ય થશે કે પૂજાના પિતા હેમંતસિંહનો હત્યારો પણ તે જ છે.'

'પૂજાના પિતાની હત્યા કરવામાં આવી હતી એની મને જાણ નહોતી.' અરુણા ફાટી આંખે તેની સામે જોઈ રહી. 'તારા પપ્પાએ બીજું શું શું કહ્યું ?'

'ખાસ કાંઈ નહીં. અર્ધા કલાક સુધી તે હવામહેલની જાહોજલાલીની યાદોમાં ભટકતા રહ્યા. દિલેર સરબતસિંહના ગુણગાન ગાતા રહ્યા. તેમને અફસોસ માત્ર એટલો રહી ગયા છે કે તે પોતાના મિત્ર હેમંતના હત્યારાના હાથમાં બેડીઓ નાખી ન શકયા.'

'પણ શા માટે નહીં ?'

'પૂજાની હત્યા કાલીચંદે કરી હોવા છતાં આજે પણ પોલીસ તેનો વાળ વાંકો કરી શકતી નથી.'

અરુણા સ્તબ્ધ થઈ ગઈ. કાલીચંદ ને તે બે વાર મળી હતી. પ્રથમ વાર પૂજાનાં આવાસની મુલાકાત લીધી ત્યારે અને બીજીવાર તેના ઇન્ટરવ્યૂના સંદર્ભમાં. બંને વાર તેના માનસ પર એક નમ્ર, વિવેક, સુસંસ્કૃત વ્યક્તિની છાપ કાલીચંદે છોડી હતી.

'કાલના અગ્રલેખમાં હું તેનાં છોતરાં ઉખાડી નાખીશ.' તે ટેબલ પર મુઠ્ઠી પછાડતાં બોલી ઊઠી.

'ઉતાવળી ન થા, અરુણા.' પૂરબે તેને રોકી, 'હજી આપણી પાસે એકે પુરાવો નથી.'

'પુરાવાની જરૂર પોલીસોને હોય, પત્રકારોને નહીં.' દ્રઢતાપૂર્વક તેણે જણાવ્યું, 'આજ દિવસ સુધી હું આ જ ગૂંચ અનુભવી રહી હતી. સતી–કૌભાંડનો દોરીસંચાર કોણ કરી રહ્યું છે? પ્રમુખ તરીકે પેલા લંગોટિયાનું નામ હતું; પરંતુ આવડા મોટા પાયે રૅકેટ ચલાવવાની આવડત તેનામાં નહોતી એમ તેને એક નજરે જોઈ કોઈ પણ કહી શકે. ત્યારે પ્રશ્ન એ થતો હતો કે રાણીસતી ઉત્સવ સમિતિમાં માંડુની પાંચ પ્રતિષ્ઠિત વ્યક્તિઓનાં નામ સલાહકાર તરીકે છે – શું તેઓ પડદા પાછળ રહી દોરીસંચાર કરતા હશે? અક્કેક કરી મેં પાંચેની મુલાકાત લીધી. મને જાણ થઈ, તેઓ માત્ર કઠપૂતળાં હતાં. ફક્ત નામના મેળવવા ખાતર તેઓએ નામ નોંધાવ્યાં હતાં. વિશેષમાં કામ પુણ્યનું પણ હતું. બાકી વધ્યા દસ સભ્યો. દસ નંબરી કાલીચંદને બાદ કરતાં બાકીના નવ હવામહેલનાં દાસ–દાસીઓ છે. પૂરબ! આ દસ નંખરીને ઉઘાડો પાડવો રહ્યો.'

'આમાં એક ભય વધે છે.' પૂરબ નહોતો ઇચ્છતો કે સમય પહેલાં તે કાંઈ પરાક્રમ કરે, 'શત્રુને ઊંઘતો ઝડપવો આપણા લાભમાં છે. તારાં લખાણોથી તે ચેતી જશે. તું ધડાકો કરીશ અને આપણા માટે તે ધબડકો સિદ્ધ થશે !'

પૂરબની આ દલીલ વ્યવહારુ હતી. અરુણાએ તુરંત સ્વીકારી લીધી, 'ઠીક છે.' અંતે તે બોલી, 'આજથી હું પોતે હવામહેલ પર નજર રાખીશ. ખાસ કરી કાલીચંદની હિલચાલ પર.'

• • •

'એ જ યોગ્ય રહેશે.' – કહેતાં પૂરબને યાદ આવી ગયું, 'બાકી હું અહીં આવ્યો હતો મારાં રોદણાં રોવા અને ચર્ચા ફંટાઈ ગઈ કાંઈ જુદી દિશામાં.'

'મેં શરૂઆતમાં તને આગમનનું કારણ પૂછ્યું હતું.' અરુણા હળવા શબ્દોમાં બોલી, 'અને તું મારા માથાની દયા ખાવા બેસી ગયો !'

'ખરું કહું તો ક્યારેક ક્યારેક તારું માથું શરદ પૂર્ણિમાના ચંદ્રમા જેવું રૂપાળું લાગે છે.'

'ફરી –'

'અરુણા !' તે ઝડપથી મૂળ વિષય પર આવી ગયો. 'હું મૂંઝાઈ ગયો છું. પોલીસખાતામાં રહી ઘણું ઘણું કરવા ઇચ્છું છું અને ડગલે ને પગલે એવું લાગે છે, જાણે હું રથનો અશ્વ હોઉં અને મારી લગામ કોઈ બીજાના હાથમાં હોય. એ ચાલક લગામ ઢીલી મૂકે ત્યાં સુધી હું દોડી શકું; નહિતર મારે તબેલામાં ખોડાઈ રહેવું પડે. સમજમાં નથી આવતું કે શું કરું?'

'લગામ ફગાવી દે.' અરુણાએ ટૂંકો માર્ગ દર્શાવ્યો.

'હું પાણી વિનાની માછલીની જેમ તરફડી ઊઠીશ.'

'કારણ ?'

'મારા દાદા ઉમાશંકર પોલીસમાં હતા. મારા પિતા કાકુ પોલીસમાં હતા. આજે હું પણ પોલીસ વિભાગમાં છું એનું કારણું મારું લોહી છે.'

'ટૂંકમાં ગુલામી તને ફાવી ગઈ છે.'

'હું મજાક નથી કરતો, અરુણા !' તે સહેજ વધુ ગંભીર થયો. 'મારી નપુંસકતા મને કોરી ખાય છે. આ કાજે હું અમારા એસ. પી. સાહેબને પણ દોષ નથી દેતો. તે એક દૂરંદેશી અધિકારી છે. મુત્સદ્દી છે. રાજનીતિ સમજે છે. તેમણે જમાનો જોયો છે. જે દિશામાં પવન ફૂંકાતો હોય એ દિશામાં પગલાં ભરવાનું એમને સમયે શીખવ્યું છે અને એક હું... વાવાઝોડાને પડકારી ગર્વ લઉં છું. વંટોળમાં ધસી જાઉં છું. તોફાનોને લલકારું છું અને એને લોકો નાદાની સમજે છે.'

અરુણાએ શાંતિપૂર્વક ઉત્તર દીધો, 'હું એમ નથી માનતી.'

'પ્રશ્ન એ છે કે આવી નાજુક પરિસ્થિતિમાં મારે શું કરવું?'

'એ જ જે તારો આત્મા કહેતો હોય.'

'અને મારે રાજીનામું આપવું પડે તો ?'

'એ તારી કલ્પિત સમસ્યા છે.' તે બોલી, 'અત્યારે તારે એ નક્કી કરવાનું છે કે તારે તારા અંતરઆત્માનો અવાજ સાંભળવો કે તારા બોસની જેમ તારે પણ દાબી દેવો છે. આનો ઉત્તર મેં દઈ દીધો છે. સ્વીકાર કરવો કે નહીં એ તારી મરજીની વાત છે.'

'અરુણા ! ' પૂરબે કહ્યું, 'હું તને ચાહું છું.'

'દરવાજો ત્યાં છે.' અરુણાએ આંગળી વડે સંકેત કર્યો, ખુરશી ટેબલ તરફ ફેરવી અને અધુરો લેખ પૂર્ણ કરવામાં તે ગૂંથાઈ ગઈ.

પૂરબ સસ્મિત ચહેરે તેની સામે જોઈ રહ્યો. પછી હળવેકથી ઊભો થઈ તેની પાછળ આવ્યો. તેના માથે એક ચુંબન લીધું અને બહાર નીકળી ગયો.

ચુનરી મહોત્સવ પણ ધામધૂમથી ઊજવાઈ ગયો અને તે કાંઈ કરી ન શક્યો. તેની યોજના હવામાં ફાયર કરી માંડુ ધસી આવતી ભીડને 'ભંગી દરવાજા' થી પાછી ખસેડવાની હતી; પરંતુ એથી શો લાભ? માંડવગઢને ઘેરતી માઈલો લાંબી દીવાલ વચ્ચે પ્રવેશવાના બીજા બાર માર્ગો હતા. તે ભીડને 'દિલ્હી દરવાજા'માં રોકત તો

'જહાંગીર ગેટ'માંથી ધસી આવત. 'રામપોળ દરવાજા'માં રોકત તો 'તારાપુર ગેટ'માંથી ઘૂસી જાત. ટૂંકમાં થોડાંક વાહનોને રોકી તેણે સંતોષ માન્યો.

જો કોઈ તપાસ સમિતિના સભ્યે તેને પૂછ્યું હોત કે તમે એસ. પી. હોત તો આવી વિસ્ફોટક પરિસ્થિતિમાં શું પગલાં લીધાં હોત? તો તેણે ભારપૂર્વક જવાબ દીધો હોત, 'એસ. આર. પી. ની મદદથી હવામહેલને ઘેરી લેત. ન કોઈ હવામહેલમાંથી ચૂંદડી લઈ બહાર નીકળવાની હિંમત કરી શક્યું હોત, ન કોઈ સતીસ્થલ સુધી પહોંચી શક્યું હોત.'

પૂરબ એસ. પી. હોત તો, સરકાર ઇચ્છત તો... વચ્ચે આ 'તો' એક મોટી ખાઈ જેવો હતો.

તે 'ચુનરી મહોત્સવ'ની નામોશીમાંથી બહાર નીકળે એ પહેલાં કાશીનાથ તાંત્રિકનું અવસાન થઈ ગયું. મૃત્યુએ એટલી ઝડપથી આવી લંગોટિયાને ઘેરી લીધો કે તે કાંઈ વિચારી ન શક્યો – નહિતર આ મૂંગા-આંધળા પ્રમુખ પાસેથી તે અનેક માહિતી ઓકાવવા ઇચ્છતો હતો. બે વાર તેણે પ્રયાસ પણ કર્યો હતો.

રફ પૅડ તથા પેન્સિલ લઈ તે કાશીનાથની કોટડીમાં ગયો હતો. તેના એક હાથમાં રફ પૅડ દઈ બીજા હાથમાં પૅન્સિલ મૂકી હતી; પરંતુ તે કાંઈ પ્રશ્ન કરે અને કાશીનાથ કાંઈ લેખિત ઉત્તર દે એ પહેલાં તેના શરીરમાં ધ્રુજારી શરૂ થઈ ગઈ. જાણે તેણે કાશીનાથના હાથમાં પેન્સિલ નહોતી મૂકી, વીજળીનો જીવંત વાયર મૂક્યો હતો. તેને આંચકીઓ પણ આવવા લાગી હતી.

બંને વાર આમ થતાં તે કલ્પી નહોતો શક્યો કે કાશીનાથને એવો તે ક્યો રોગ હશે કે હાથમાં પેન્સિલ ધરતાં તે કંપી ઊઠે છે?

તેનો પ્રાણ પણ આમ રહસ્યમય રીતે નીકળી ગયો. એસ. પી. સાહેબ ડઘાઈ ગયા. તેમનો સૌથી મોટો ભય 'સતીધર્મ રક્ષા સમિતિ'ના તલવારધારી સભ્યો હતા. કાશીનાથને પૂરબે ગિરફ્તાર કર્યો હતો ત્યારે તેઓએ પોલીસચોકી પર પથ્થરમારો કરી તથા ત્રણ વાહનોને સળગાવી આશ્વાસન લીધું હતું. આ વખતે પોલીસચોકીની હોળી કરી સર્વેના પ્રાણ લે તો નવાઈ નહીં.

પૂરબ સસ્પેન્ડ થઈ ગયો. જે વિભાગમાં તેના વંશજોએ પોતાનાં જીવન સમર્પિત કર્યાં હતાં, એ જ વિભાગે તેની કારકિર્દીને નિર્દયતાપૂર્વક કચડી નાખી હતી. તે ખરેખર જળ વિનાની માછલી માફક તરફડી ઊઠ્યો હતો. હવે શું?

તે જાણતો હતો કે પૂજાનો ખરો હત્યારો કોણ છે. તે જાણતો હતો કે પૂજાને ચિતા પર ચઢાવી કોણે લાખો રૂપિયાની લ્હાણી કરી છે. તે જાણતો હતો કે આ ષડ્યંત્ર કોની બુદ્ધિનું ફળ છે. તે જાણતો હતો કે આ કૌભાંડ ખડું કરી કરોડો શ્રદ્ધાળુઓ જોડે કોણે છેતરપિંડી કરી છે.

શું આ હત્યારાને, આ પાખંડીને, આ ધુતારાને, પીળા રૂમાલની ગાંઠ વિનાના આ ઠગને સમાજમાં જીવવાનો અધિકાર છે? ના. તેનો અંતરાત્મા ચિત્કાર કરી ઉઠ્યો. કાકુ હવાલદારનું, પિતાનું અધૂરું રહી ગયેલું કામ પણ તેણે જ પૂર્ણ કરવાનું હતું અને આ માટે તેને પોલીસના પોશાકની જરૂર નહોતી. આ પોશાક તેને સહાયભૂત થવાના બદલે અવરોધ પુરવાર થયો હતો.

લગામ ન રહેતાં હવે અશ્વ મુક્ત હતો. હવે કોઈ તેને રોકી શકવાનું નહોતું. સરકાર પણ નહીં. પોલીસ પણ નહીં. પડદા પાછળથી રાજરમત રમતા અદ્રશ્ય ખેલાડીઓ પણ નહીં.

પોશાક સાથે તેણે પોતાની રિવૉલ્વર તથા પટ્ટો પોલીસ વિભાગને સોંપી દીધાં. ખાલી હાથે સાદા શર્ટ તથા પૅન્ટમાં તે ચાલી નીકળ્યો. દિશા હતી હવામહેલ. ટાર્ગેટ હતું કાલીચંદ. હથિયાર વિના તે શત્રુને કેમ પડકારી શકે? તે નહોતો જાણતો. વાઘની બોડમાં તે એકલો કેમ જઈ શકે? તેની પાસે ઉત્તર નહોતો.

• • •

બસ, તેના પગ એ દિશામાં આગળ વધી રહ્યા હતા. યંત્રવત્ તે ચાલી રહ્યો હતો. તેના વાળ પવન સામે ઝઝૂમતા તરણાની જેમ તરફડી રહ્યા હતા. તેની આંખોમાં ઢળતા સૂર્યની લાલી હતી. તેની મુઠ્ઠીઓ ભીંસાઈ રહી હતી. તેનાં આંગળાં તૂટી રહ્યાં હતાં.

તે ચોક વટાવે એ પહેલાં સામેથી ઍમ્બ્યુલન્સ આવી અને ઘંટડી વગાડતી તેની આંખો સામેથી પસાર થઈ ગઈ. ઍમ્બ્યુલન્સમાં જમીન ધસી પડતાં જખ્મી થયેલા ચાર મજૂરો હતા. ધારની દિશામાં દોડી ગયેલી એમ્બ્યુલન્સ પોતાની પાછળ અફવાઓના ગુબ્બાર મૂક્તી ગઈ હતી.

સતીસ્થલની પરિક્રમા કરી પાછા ફરેલા શ્રદ્ધાળુઓમાંથી એક, હૉટેલ બહારના બાંકડા પર બેસી સગર્વ કહી રહ્યો હતો :

'મેં મારી સગી આંખે ચમત્કાર જોયો. જાણે ધરતીકંપ આવ્યો હોય એવો ગડગડાટ પહેલાં સંભળાયો. પછી ધરતી ફાટી અને અંદરથી સતીમાતાનું મંદિર પ્રગટ્યું.'

'ના બને ! ' – હૉટેલનો માલિક બોલ્યો.

'શું સીતામાતા ધરતીમાંથી નહોતાં નીકળ્યાં?'

'પણ...'

'બે દિવસ પછી મંદિર દર્શન માટે ખુલ્લું મુકાશે.' તેને વચ્ચે રોકી ઉત્સાહી શ્રદ્ધાળુ આગળ વધી ગયો, 'તમે પોતે જઈ ખાતરી કરી આવજો.'

બીજા શ્રદ્ધાળુએ ટાપશી પૂરતાં ઉમેર્યું, 'સરકાર ગમે તેટલા ધમપછાડા કરે પણ તેનું કાંઈ નહીં ચાલે.'

'એટલે ?'

સરકારે નવો કાયદો ઘડ્યો કે તે મહાસતીનું મંદિર બનવા નહીં દે – અને આ મંદિર કાંઇ કોઈએ ચણ્યું નથી. ધરતીમાંથી પ્રગટ્યું છે. હવે કાયદો શું કરી શકવાનો?' – કહેતાં તેણે દિલગીરી દર્શાવી, 'આના કરતાં આવા ઊંધા કાયદા ના ઘડીએ તો ? પણ આપણી મૂર્ખી સરકારને સમજાવે કોણ ?'

પૂરબના પગ જ્યાંના ત્યાં સ્થિર થઈ ગયા હતા. તે ઝપાટાબંધ વિચારી રહ્યો હતો. આ અકસ્માતનો પણ કાલીચંદે પોતાના લાભમાં ઉપયોગ કર્યો હતો. બની શકે કે મંદિરનો પાયો ખોદતાં કોઈ ભૂગર્ભકક્ષ શોધાયો હોય! કોઈ ઐતિહાસિક સ્થળ જડી આવ્યું હોય !

માંડુનો ઇતિહાસ પુરાતન ચણતરોથી ભરપૂર છે. આની શરૂઆત પરમાર રાજાઓએ કરેલી. મૂહુર્ત માંડુની કિલ્લેબંધીથી થયું હતું. તેરમી સદીના અંતમાં માળવાના સુલતાનોએ એક પછી એક મહેલો બાંધ્યા હતા.જહાજમહેલ તથા હિંડોળામહેલ સુલતાન ગિયાસુદ્દીન ખિલજીએ ચણાવ્યા હતા તો અશરફી મહેલ મહેમુદશાહ ખિલજીએ બંધાવ્યો હતો. આ ઉપરાંત બાજ બહાદુરનો મહેલ હતો. રૂપમતીનો ઝરૂખો હતો. જામા મસ્જિદ હતી. નીલકંઠ મહેલ હતો. હોશંગશાહનો મકબરો હતો.

આ સર્વે ચણતરો દ્રશ્યમાન હતાં, જોઈ શકાતાં હતાં. આવાં કેટલાંય ચણતરો ભુલભુલામણીની જેમ ભૂગર્ભમાં દટાયેલાં પડ્યાં હતાં. આમાંનું કોઈ એક ખોદકામ દરમિયાન અકસ્માતે શોધાયું હોય એ કલ્પી શકાતું હતું.

પૂરબે દિશા બદલી હવામહેલ જવાનો હવે અર્થ નહોતો. અરુણાના ઉતારે જવું વધુ યોગ્ય હતું. આ બાબત અરુણા જોડે ચર્ચાવિચારણા કરી પગલું ભરવું જરૂરી હતું. અર્ધા કલાક પછી તે તવેલીમહેલ પહોંચ્યો ત્યારે અરુણા ફોન પર સુનીતા જોડે ચર્ચા કરી રહી હતી.

• • •

'તમે ચિંતા ન કરતાં આંટી.' સુનીતાને આશ્વાસન દેતાં તે કહી રહી હતી, 'હું પૂરબને સમજાવી લઈશ.' હવે તેણે પૂરબ સામે જોઈ ઉમેર્યું, 'ના, ના, એ તમે સમજો છો તેટલો મૂરખ નથી.... જિદ્દી પણ નથી... મેં કહ્યું ને... પણ હું ખાતરી દઉં છું...' રિસીવર પાછું ક્રેડલ પર મૂકતાં તેણે પૂરબને બેસવા કહ્યું.

'સુનીતાબહેનનો ફોન હતો ?' ખુરશીમાં જગ્યા લેતાં તેણે પૂછ્યું.

અરુણા 'હા' કહી તેની સામેની ખુરશીમાં બેસી ગઈ.

'કાંઈ ખાસ?'

'તે ઇચ્છે છે કે થોડાંક કલાકો માટે તું તારી ફરજ વીસરી જાય.'

'કારણ ?'

'ભૂલવા તૈયાર હોય તો હું કારણ જણાવું.'

'એક મૂરખ, જિદ્દી વ્યક્તિ સરળતાથી કાંઈ ભૂલી ન શકે.' કહેતાં તેણે અરુણાના શબ્દો તેને પરત કર્યા. પછી એટલી જ ગંભીરતા જાળવી ઉમેર્યું, 'તું જાણે છે અરુણા, કંકુને હું ખરા દિલથી ચાહતો હતો છતાં તેના હાથમાં બેડીઓ નાખી તેને ગિરફ્તાર કરવાની જવાબદારી મેં પોતે બજાવી હતી. પહેલાં ફરજ, પછી ભાઈ–ભાંડું.'

'અને હું તારા માર્ગ વચ્ચે ઊભી રહું તો?'

'તારે પસ્તાવું પડશે.'

'ખરેખર ?'

'મને પડકારી જો.'

અરુણા તેના ચહેરામાં સ્થિર દ્રષ્ટિએ જોઈ રહી. પૂરબના ચરિત્ર્યની આ શિસ્ત તેના હૃદયને હંમેશાં સ્પર્શી જતી હતી. પરંતુ આજે તે મૂંઝવણમાં મુકાઈ ગઈ.

'અરુણા !' પૂરબે તેને મૌન જોઈ ઉદારતાપૂર્વક કહી દીધું, 'ખુશ થા. તારા નામ પર એક ગુનો કરી નાખીશ.'

'ખરેખર ?'

'તારા સોગંદ.'

'મને ભરોસો નથી થતો.'

'સુનીતાબહેન કોને સુરક્ષિત રાખવા ઇચ્છે છે?'

'કંકુને.'

'કોને?'

'અહીંથી સરકી કંકુ પચમઢીમાં ભરાઈ છે.'

'તો અહીં પાછી શા માટે આવી રહી છે?'

'સુનીતાબહેને એ નથી જણાવ્યું.'

'એકલી છે?'

'ના. સાથે કોસો પણ હશે.' – કહેતાં અરુણાએ તેને યાદ દેવડાવ્યું, 'ભૂલીશ નહીં કે તેં મારા સોગંદ લીધા છે. કંકુનો સ્પર્શ કરીશ તો હું વિનામોતે...'

'કશું અશુભ ન બોલીશ.' પૂરબે તેના હોઠે પોતાનો હાથ ધરી દીધો, 'હવે તો હું ઇચ્છું તો યે તેને ગિરફ્તાર કરી ન શકું.'

'કેમ ?'

'મરેલા ઉંદરની જેમ હું પોલીસ વિભાગમાંથી બહાર ફેંકાઈ ગયો છું.'

• • •

'મિલાવ હાથ!'

અરુણાના લંબાયેલા હાથ સામે તે બેવકુફની જેમ જોઈ રહ્યો.

'આમ ઈડિયટની જેમ જુએ છે શું? મારે તને તારી મુક્તિ બદલ અભિનંદન દેવા છે.'

પૂરબે હાથ લંબાવ્યો અને અરુણાએ હાથ સાથે તેને પણ પોતાની પાસે ખેંચી લીધો. આજે પૂરબને ટેકાની જરૂર હતી. હૂંફની જરૂર હતી. જે લડત તે લડી રહ્યો હતો એમાં તે એકલો નહોતો. તેને આ પ્રતીતિ કરાવવાની યે જરૂર હતી.

• • •

૩૦

મહારાજાધિરાજ કાલીચંદના હોશ ઊડી ગયા. બુદ્ધિ બહેર મારી ગઈ. સર્વ કાંઈ તેની યોજના મુજબ સફળતાપૂર્વક પાર પડ્યું હતું છતાં તેનું સિંહાસન ડોલી ગયું. જીવનની ઊજળી પળો પણ હવે તેને મેલી લાગવા લાગી. દાખલા તરીકે સતીપ્રથા વિરોધી નવો ખરડો.

કેન્દ્ર સરકાર આ ખરડાના અમલની તારીખ પહેલી સપ્ટેમ્બર રાખવા માગતી હતી, કારણ કે ચોથી સપ્ટેમ્બરે ચિતા પર હત્યા થઈ હતી. પહેલી સપ્ટેમ્બરથી કાયદો અમલમાં આવે તો કાલીચંદ કમ સે કેમ બે–ત્રણ વર્ષ સુધી જેલની અંધારી કોટડીમાં ફેંકાઈ જાય. સતીમાતાનું મંદિર ચણવા માટે એકઠા કરેલા પંચોતેર લાખ રૂપિયા સરકારની તિજોરીમાં ચાલ્યા જાય. વિશેષમાં તેનું આખું ષડ્યંત્ર પડી ભાંગે. દર વર્ષે બે કરોડથી વધુ કમાણી કરવાનાં તેનાં સપનાં ભાંગી કટકે કટકા થઈ જાય.

એટલે તેણે પોતાના મારેલા ત્રણ મંત્રીઓને કટકી નાખી કેન્દ્ર સરકારની બાજી ઊંધી વાળી દીધી હતી. સતીપ્રથા વિરોધી ખરડાના અમલની તારીખ રાજ્ય સરકારે પહેલી ઓકટોબર કરી નાખી. કાલીચંદ નિશ્ચિંત બની ગયો.

હવે તેને કાંઈ ભય નહોતો. કોઈની બીક નહોતી. તે બિન્ધાસ્ત 'રાણી સતી ઉત્સવ સમિતિ'નો પ્રમુખ બની સામે આવી ગયો. શ્રદ્ધાળુઓ પર આની અસર અવળી પડવાના બદલે સવળી પડી. આવો ભણેલો ગણેલો ફોરેન રિટર્ન ડૉક્ટર પોતાનો કામધંધો ત્યાગી મહાસતીનો ભક્ત બની ગયો અને છાપાંવાળાઓ કહે છે કે ધર્મોમાં માત્ર અભણ, ગમાર લોકોને વિશ્વાસ હોય છે.

સંકેત ભોપાલ ટાઇમ્સના અગ્રલેખ પ્રત્યે હતો. 'જ્યાં સુધી આ દેશના કરોડો નાગરિકો અશિક્ષિત હશે...' અરુણા જરીવાલાએ લખ્યું હતું, 'સ્ત્રીઓની હત્યા ચિતા પર થતી રહેશે. વિધવાઓ અત્યાચારનો ભોગ બનતી રહેશે.'

'લ્યો! બોલો હવે ! આ ડૉક્ટર કાંઈ અભણ છે ?'

ગેરી કાસ્પોરોવ તથા બોબી ફિશર ભલે 'ચેસ' ના વિશ્વવિજેતા હોય, કાલીચંદ જીવન–શતરંજનો ચેમ્પિયન હતો.

તેની અક્કેક ચાલ ભલભલા રુસ્તમોના ભેજાનું દહીં કરી નાખતી હતી. ક્યારેક ફાંકેબાજ ખેલાડીઓ તેની ચાલ સામે ઊંડી રમત રમ્યાનો ગર્વ લેતા; પરંતુ એ મૂરખાઓ નહોતા જાણતો કે તેઓની ચાલ કાલીચંદે પહેલા કલ્પી હતી અને પછી પોતાની સોગઠી ચાલ્યો હતો. ટૂંકમાં હરીફોની ચાલ પણ કાલીચંદની પોતાની ગણતરીપૂર્વકની ચાલ રહેતી.

દાખલા તરીકે કાલીચંદ પોતાનાં જીવંત પ્યાદાંઓમાંથી એકને, અજાને વરરાજા બનાવી ચાલ ચાલ્યો તો અજો મનમાં મલકાઈ ઊઠ્યો હતો. તેણે ધાર્યું હતું, લગ્ન પછી પૂજાની સઘળી મિલકત ચાંઉ કરી કાલીચંદના પ્યાદાને હવામહેલમાંથી ઉખાડી બહાર ફેંકીશ. પરિણામ શું આવ્યું ? તેની જોડે કંકુ તથા તારાનાં પ્યાદાંઓ પણ એક પછી એક ઊડી ગયાં.

ચોથું પ્યાદું પૂજા હતી. તેનું નામ ભૂંસાઈ ગયું. અસ્તિત્વ ભૂંસાઈ ગયું. હવે કાલીચંદને ન કોસોનો ભય હતો, ન અરુણાની પરવા. પૂરબને તેણે સ્પષ્ટ શબ્દોમાં ચેતવણી દીધી હતી –કાશીનાથ મહારાજ તંદુરસ્ત નથી. કાયદેસર એમને ગિરફતાર ન કરી શકાય.

પૂરબ બીજે દિવસે બંધ ગાડી લઈ આવી કાશીનાથનું અપહરણ કરી ગયો હતો. પરિણામ? ડી.એસ.પી.ના પ્યાદાની ખુરશી ઊંધી વળી ગઈ.

• • •

જીવન શતરંજનો તે આંતરરાષ્ટ્રીય વિજેતા હતો; એટલે જ તો હવે તે માથે સાફો બાંધતો હતો. સરબતસિંહની જેમ ભરતકામવાળા સિલ્કના રંગીન કુરતા તથા ચૂડીદાર પહેરતો હતો. પગમાં સોનાના તારવાળી મોજડી ચમચમ થતી હતી. હાથમાં ઔરંગઝેબની તલવાર શોભતી હતી. મહેલનાં દાસ–દાસીઓ તેને અન્નદાતા કહી સંબોધતાં હતાં. છતાં...

તેને લાગ્યું, ક્યાંક કશીક ગરબડ છે. ગોટાળો છે. વાતાવરણમાં કાંઈક અજાણી ગંધ છે. છત પર ઊભો રહી તે જંગલી પશુની જેમ ચોપાસ નાક ઘુમાવી સવારથી ગંધ પારખવા મથી રહ્યો હતો. તેની ઝીણી ઝીણી આંખો ચશ્માંના કાચ પાછળથી ભટકી રહી હતી. અને...

તે છળી પડ્યો. સતીસ્થળની ભીડમાં બપોરે તેને એક ભિખારી નજરે પડ્યો હતો. આમાં કાંઈ નવું નહોતું. હવે અહીં ભિખારીઓ પણ આવવા લાગ્યા હતા. લંગડાં, લૂલાં, આંધળાં, કોઢિયા બે પૈસા કમાવાની લાલચે સવારથી આવી અહીં બેસી જતા હતા; પરંતુ હાથમાં ડબલું લઈ ઘૂમતો આ ભિખારી હટ્ટોકટ્ટો હતો. શું એ પૂરબ હોઈ શકે?

તે કાંઈ વધુ વિચારે એ પહેલાં ભિખારી શ્રદ્ધાળુઓની ભીડમાં ગુમ થઈ ગયો. છત પરથી દૂરબીનનજરે તે અગણિત ચહેરાઓમાં પૂરબનો ચહેરો શોધવા લાગ્યો. શું તે ખરેખર પૂરબ હતો? ઉત્તરમાં તેણે અરુણાને જોઈ. ના, એ અરુણા નહોતી. કોઈ વણજારણ હતી. કે પછી વણજારણના વેશમાં અરુણા હતી?

કાલીચંદનું માથું ભમી ગયું. ભીડમાં આટલે ઊંચેથી કાંઈ સ્પષ્ટ નજરે નહોતું પડતું. એક પળે તેને લાગતું કે તેણે વણજારણના વેશમાં અરુણાને જોઈ છે તો બીજી પળે ભિખારીના વેશમાં પૂરબ નજરે પડતો હતો. ત્રીજી પળે ફરી બંને જણાં ગુમ થઈ જતાં હતાં.

ના, ના, ના! તે બોલી ઊઠ્યો. આ મારો ભ્રમ છે. આવું મેં કાંઈ જોયું નથી. પરંતુ જ્યારે તેણે સૂર્યાસ્ત પછીના અંધારામાં છતની પશ્ચિમ તરફની પાળ પર એક કન્યાને જોઈ, તેની છાતી ધબકી ઊઠી. તેણે ધ્યાનથી જોયું. કન્યાના બંને હાથ ઉઘાડા હતા. બજાણિયાની જેમ સમતુલા જાળવી તે પાળ પર પગલાં ભરવાના પ્રયાસ કરી રહી હતી. તેનો સાડલો ફૂંકાતા પવનમાં ફરફરી રહ્યો હતો.

કોણ હશે? ભૂત ! પ્રેત ! ચુડેલ ! તે પૂર્વ બાજુની પાળ પાસે ઊભો હતો. કન્યા સામેની પાળ પર ઠુમક ઠુમક ચાલી રહી હતી. ઝાંઝર રણકી રહ્યાં હતાં.

કાલીચંદ તલવાર સાથે ધીરે ધીરે આગળ વધ્યો. વચ્ચેનો ખાલી પડેલો કાશીનાથનો મંડપ વટાવી તે આગળ વધે ત્યાં કન્યાએ તેની તરફ ફરતાં ઘૂમટો ખેંચી લીધો. ચહેરો કાલીચંદની સામે આવી ગયો. આ ચહેરો કંકુનો હતો.

તે ચીસ પાડી ઊઠ્યો. જાણે ખરેખર પ્રેત જોયું હોય એમ તેણે આંખો મીંચી દીધી. ના ! કંકુ જીવતી નથી. મેં પોતે તેને ઘેનનું ઈંજેક્શન દીધું હતું. પછી તેને પહેલી રાતની દુલ્હન જેમ સજાવી અજાની અર્થી સાથે ધકેલી દીધી હતી. મેં મારી સગી આંખે જોયું હતું. ચિતા જોડે સળગી તે રાખ થઈ ગઈ હતી.

આ... આ મને શું થયું છે? આમ ભ્રમ કેમ થાય છે? તેણે બળપૂર્વક મીંચેલી આંખો બીતાં બીતાં ખોલી. પાળ પર કોઈ નહોતું. તે દોડીને પાળ નજીક આવ્યો. ડોક સાથે શરીર લંબાવી તેણે નીચે જોયું. અહીંથી પથ્થરનાં પગથિયાં સરોવરકાંઠા સુધી જતાં હતાં. ન પગથિયાં પર કોઈ હતું, ન સરોવરકાંઠે.

તેને સંતોષ થયો; પરંતુ પળભર માટે. એકાએક તેને ખ્યાલ આવ્યો. સરોવરકાંઠે કોઈ વ્યક્તિ કમરે એક હાથ ગોઠવી ફાનસ સાથે ઊભી છે. તે ફરી પાળ પરથી નમ્યો. પચાસ ફૂટ ઊંચેથી તે સ્પષ્ટ જોઈ ન શક્યો.

'કોણ છે નીચે ?' તેણે રાડ પાડી. પછી અંગરક્ષકને સાદ દીધો, 'કોઈ છે ? મામદ ! કાળકા ! ક્યાં મરી ગયાં બંને?' અને કમરે એક હાથ મૂકી ઊભેલી વ્યક્તિએ ફાનસ સાથે ચહેરો ઊંચો લીધો. એ કોસો હતો. તેના ખભે ધનુષ્ય હતું, પીઠ પાછળ ઝૂલતા ભાથામાં બાણ હતાં.

કાલીચંદના હાજાં ગગડી ગયાં. પગથી માથા સુધી તેનું શરીર ધ્રુજી ઊઠ્યું. તેનો સાદ સાંભળી છત પર દોડી આવેલી કાળકાએ જોયું તો કાલીચંદનો ચહેરો પરસેવે રેબઝેબ હતો. આંખો ચકળવકળ થઈ રહી હતી. ચશ્માંની ફ્રેમ નાક પર ઊતરી આવી હતી. હોઠ કંપી રહ્યા હતા.

'અન્નદાતા !'

'નનનનન... નીચે જો ! કોણ છે?'

કાળકાએ પાળ પર હાથ ટેકવી નીચે જોયું.

'મામદ છે.' કાલીચંદ તરફ ફરતાં તે બોલી, 'તે આપના આદેશ મુજબ મહેલ ફરતે ફેરા દઈ રહ્યો છે.'

'મને... મને કેમ કાંઈ જુદું દેખાયું ?'

'આપ થાકી ગયા છો, અન્નદાતા. થોડુંક આરોગી આજે આપ વહેલા પોઢી જાવ તો ઠીક રહેશે.' કાળકાએ તેને ડાહી સલાહ દીધી. 'આવતી કાલે ભક્તો માટે મંદિર ખુલ્લું મૂકવાનું છે. તમને પળની યે ફુરસદ નહીં મળે.'

કોઈ બાળકને દોરી જતી હોય તેમ કાલીચંદનો હાથ ઝાલી કાળકા તેને તેના આવાસે લઈ આવી, પલંગ પર બેસાડ્યો અને પોતાના હાથે વ્હીસ્કીનો એક પેગ તૈયાર કરી તેની સામે ધર્યો. કાલીચંદ એક ઘૂંટડે આખો પેગ ગટગટાવી ગયો.

આજ પહેલાં તેણે ક્યારેય પોતાનો નિયમ નહોતો તોડ્યો. કોઈની પણ જોડે તે પીવા બેસતો, ટીપે ટીપે શરાબ પીતો. સરબતસિંહ એક આખો બાટલો પૂર્ણ કરતો ત્યારે કાલીચંદના પહેલાં પેગમાં પણ બે–ત્રણ ઘૂંટડા બાકી વધતા. આજ પહેલાં તેના મગજે આમ સંતુલન પણ ગુમાવ્યું નહોતું.

'કાળકા !' ખાલી ગ્લાસ તેની સામે ધરતાં કાલીચંદના ચહેરા પર પાતળું છતાં સ્મિત તરી આવ્યું. 'હેરત થઈ રહી છે કે આટલાં વર્ષો મેં તને કેમ ન એળખી !'

પોતાની કદર થઈ જાણી કાળકા સહેજ ફુલાઈ ગઈ. સત્ય એ હતું કે આજ દિવસ સુધી તેની શક્તિ વિષે કોઈ કશું યે જાણી નહોતું શક્યું. કાશીનાથ પણ નહીં. એ તાંત્રિક માટે કાળકા માત્ર કામાગ્નિ સંતોષવાનું એક યંત્ર હતું. મનોરંજનનું સાધન હતું. રમકડું હતું. કાલીચંદને તેમાં હિંસક શક્તિના દર્શન થયા હતા. ભૂગર્ભમાં કાળકાએ જે રીતે ફણીધરના ચાર કટકા કરી નાખ્યા એ તેનો પુરાવો હતો.

કાળકાએ બીજો પેગ તૈયાર કરી તેની સામે ધર્યો. અત્યાર સુધીમાં તે બિલકુલ સ્વસ્થ બની ગયો હતો. હવે તે સ્વસ્થતાપૂર્વક વિચારી શકતો હતો. શું તેણે સવારથી જે કાંઈ જોયું હતું એ તેનો ભ્રમ હતો? શું તેણે વણજારણ બનેલી અરુણાને સતીસ્થળની ભીડમાં નહોતી જોઈ ? શું ભિખારી વેશે પૂરબ ડબલું લઈ ત્યાં હાજર નહોતો ? શું છતની પાળ પર કંકુ તપખીરી સાડલામાં પગલાં નહોતી ભરી રહી? શું સરોવરકાંઠે ધનુષ્યબાણ લઈ કોસો નહોતો ઉભો ?

અને તેની બારીનો કાચ તડાક કરતો તૂટી તેના ઓરડામાં ટુકડા ટુકડા થઈ વેરાઈ ગયો. તેની સાથે કાળકા પણ ચોંકી ઊઠી. થોડે છેટે દીવાલ પાસે ખાટલા પર સૂતેલી તેની ઘરડી મા બેઠી થઈ ગઈ.

આ વખતે તે ગભરાયો નહીં. નર્વસ ન થયો. બલ્કે તેને એટલી ખાતરી થઈ ગઈ કે તેણે જે કાંઈ જોયું હતું એ તેનો ભ્રમ નહોતો, સત્ય હતું. ચારે તરફથી તે ઘેરાઈ ગયો હતો, તેનાં પોતાનાં મારેલાં પ્યાદાઓએ માથાં ઊંચાં

કર્યાં હતાં. પણ કંકુ... હજી તેની બુદ્ધિ કંકુને જીવતી સ્વીકારવામાં નિષ્ફળ રહી હતી. રાખ થઈ ગયેલી કંકુ ફરી કેમ કરી બેઠી થાય?

આ રહસ્ય પર વિચાર કરતાં તેને વર્તમાન પરિસ્થિતિ પર ધ્યાન કેન્દ્રિત કરવું વધુ યોગ્ય લાગ્યું. પ્રશ્ન હતો, આ છટકામાંથી કેમ નીકળવું ? એવી કઈ ચાલ ચાલવી કે એક સાથે ચારે શત્રુઓ ધૂળ ચાટતા થઈ જાય? એવી કઈ રમત રમવી કે ચારે હરીફો ભવિષ્યમાં ક્યારેય તેની સામે માથાં ઊંચાં કરી ન શકે?

ફરી એક પથ્થર ઊછળતો આવ્યો અને બારીનો બીજો કાચ ખણણણણ કરતો વેરાઈ ગયો. કાળકા જોડે તેણે તરત છલાંગ મારી. માથા પરથી તેનો સાફો ઊડી ગયો. ઘરડી મા ફરી બેઠી થઈ ગઈ હતી. હવે તે ચીસો પાડી રહી હતી.

કાલીચંદ દીવાલ આડે ઊભો હતો. બારી બહાર જોવાની હજી તેને હિંમત નહોતી થતી. તેણે કાળકાને સંકેત દીધો. કાળકા તેની સામે ઊભી હતી. વચ્ચે બારી હતી. કાળકાએ અન્નદાતાના હુકમનું પાલન કરવા માથું સહેજ બહાર કાઢ્યું અને ત્રીજા કાચને તોડતો પથ્થર તેના કપાળે અથડાયો. તેનો ચહેરા લોહીલુહાણ થઈ ગયો. કાલીચંદ ફાટી આંખે જોઈ રહ્યો. ઘરડી માની ચીસો લગાતાર તેના કાને અથડાઈ રહી હતી.

'ચૂપ !' તેણે ચહેરો ઘુમાવી રાડ પાડી.

ડોશી ખરેખર ખામોશ થઈ ગઈ.

કાળકા બંને હાથ ચહેરા પર દાબી ગોઠણભેર બેસી ગઈ. કાલીચંદ તેની સામે બેઠો. પોતાનો રૂમાલ કાઢી તેણે કાળકાનો ઘા લૂછવાનો પ્રયાસ કર્યો. વધુ ફેર ન પડ્યો. કશું ન સૂઝતાં તેણે હાથ લંબાવી તકિયો લીધો અને તેનું કવર ફાડી કાળકાના કપાળે પાટો બાંધી દીધો. સફેદ પાટો થોડી વારમાં લાલ થઈ ગયો.

કાલીચંદને લાગ્યું, હવે તેની પાસે વધુ સમય નથી. તેણે ચોપાસ નજર ઘુમાવી અને ડબલ બેડની પેલી તરફ પડેલા ટેલિફાન પર તેની નજર સ્થિર થઈ ગઈ. ઊભા થવાની તેનામાં હિંમત નહોતી. તે ચોપગા પ્રાણીની જેમ આગળ વધ્યો. થોડીક પળોમાં તે પલંગ ફરતે ફેરો લઈ ટેલિફોન સુધી આવી પહોંચ્યો. અહીં પણ તેને સફળતા ન મળી. ફટાફટ એસ.પી. સાહેબના નંબર ઘુમાવતાં તેને ખ્યાલ આવ્યો. ફોન ડેડ હતો. લાઈન ક્યાંક કપાઈ હતી.

પથ્થરમારો લગાતાર ચાલુ થઈ ગયો. એક પછી એક પથરાઓ બમની જેમ આવતા હતા અને બારીના કાચ તડાતડ તૂટતા હતા. અંતે સર્વ કાચ ફૂટી જતાં થોડી વાર માટે શાંતિ ઊતરી આવી. વિચારવા માટે તેને થોડો સમય પણ મળી ગયો.

અહીં હવામહેલમાં તે સુરક્ષિત નહોતો. એમાં પ્રવેશવાના અનેક માર્ગો હતા, સરોવરકાંઠેથી પથ્થરનાં પગથિયાં ચઢી સીધા છત પર આવી શકાતું હતું. બેઠકખંડની પાછળનો દરવાજો તોડી હુમલો કરી શકાતો હતો. આ સિવાય તબેલા તરફની બારી ઉઘાડી અંદર ઘૂસી શકાય. આ બધું તેણે પહેલાં કેમ ન વિચાર્યું. હવે એનો અફસોસ કર્યે પણ શું લાભ?

એકાએક દરવાજા ધણધણી ઊઠ્યા. ક્ષણિક તે હલી ગયો. વૃદ્ધા ફરી ચીસ પાડી બેઠી થઈ ગઈ. આ તેની અંતિમ ચીસ હતી. ફાટી ફાટી આંખે તે દીવાલોને ઘૂરી રહી હતી. છતને જોયું, ફરશ પર નજર પાથરી. થોડે છેટે દીવાલને ટેકે બેઠેલી કાળકા એકચિત્તે દરવાજા સામે જોઈ રહી હતી. નજીકમાં ઘૂંટણો ટેકવી કાલીચંદ ટેલિફોન પાસે ધ્રૂજતો બેઠો હતો. તેની સામે જોઈ રહ્યો હતો.

ભોંય પર હાથ ટેકી તે બે પગલાં ચાલ્યો અને ડરી ગયેલા બાળકની જેમ માના ખોળામાં માથું સંતાડી દીધું. ડોશી તેના માથે હાથ ફેરવતાં પાછી સૂઈ ગઈ. હવે તે જાગવાની નહોતી. હવે તે ચીસો પાડવાની નહોતી. દીકરા પહેલાં માના શ્વાસ પૂર્ણ થયા હતા.

• • •

'અન્નદાતા !' મામદનો અવાજ કાને અથડાતાં તેણે ઝટકા સાથે ચહેરો ઊંચો લઈ દરવાજા સામે જોયું. અત્યાર સુધી તે એ જ ભ્રમમાં હતો કે દરવાજે યમદૂતો આવી પહોંચ્યા છે.

'દરવાજો ખોલો, અન્નદાતા !'

ભોંય પર પડેલો સાફો ઊંચકી માથે ગોઠવ્યો અને હાથમાં તલવાર લેતાં તેણે દરવાજો ખોલી નાખ્યો. તેને હેરત થઈ. પળભર તો તેને પોતાની આંખો પર ભરસો ન બેઠો. ડોકમાંથી અરુણાને પકડી મામદ તેની સામે ઊભો હતો.

'આ વણજારણ ચોટ્ટી છે !' કાલીચંદ કાંઈ પૂછે એ પહેલાં તે બોલી ઊઠ્યો, 'તબેલા તરફની આખેઆખી બારી કાઢી લઈ અંદર ઘૂસી આવી હતી.'

કાલીચંદ સ્થિર દૃષ્ટિએ તેની સામે જોઈ રહ્યો. અરુણાએ સ્કાર્ફની જેમ માથે ચૂંદડી બાંધી હતી. ગળામાં સસ્તા પથ્થર તથા છીપલાંઓની માળા હતી. કાનમાં ઝૂમખાં હતાં, આંખોમાં કાજલ હતું. તેની આભલાંભરેલી રાતી ચોળી તથા એવો જ ચણિયો જોઈ કોઈ ભાગ્યે જ કલ્પી શકે કે તે પત્રકાર હશે !

કાલીચંદ કાંઈ નિર્ણય લે એ પહેલાં કાળકા વીફરેલી વાઘણ જેમ ઊછળી. અરુણાની સ્થિતિ દયનીય થઈ ગઈ. પાછળથી મામદે તેની ગળચી દાબી રાખી હતી. સામેથી કાળા એન્જિન જેમ કાળકા તેના પર ધસી આવી.

અરુણાએ એક સજ્જડ લાત ઘુમાવી; પણ તે સહેજ મોડી પડી. કાળકા તેની સાથે મામદને પણ ઘસડતી બહાર નીકળી ગઈ. કોરીડોરમાં મામદ એક તરફ ફેંકાઈ ગયો. સીડીના કઠેડા પાસે અરુણા પછડાઈ. તેના પર ભેખડની જેમ કાળકા પડી હતી.

કાલીચંદ વચ્ચે પડ્યો ન હોત તો કાળકાએ તેના બંને પગ ખેંચી તેને ખરેખર વચ્ચેથી ચીરી નાખી હોત. છતાં અરુણાનાં ગાલ પર જાણે વાઘણે પંજો માર્યો હોય તેમ લાંબા ઉઝરડા પડી ગયા. તેમાંથી લોહીની ટશરો પણ ફૂટી. ચહેરો તમતમી ગયો.

'અન્નદાતા !' કાળકા તેને માર્ગ વચ્ચેથી દૂર કરી અરુણા પર તૂટી પડવા તરફડી રહી હતી. 'આ કૂતરીને હું ઓળખુ છું. બે વાર જુદા વેશે આપણા મહેલમાં આવી ચૂકી છે. તેણે જ મારું માથું ભાંગ્યું. હું તેનું અક્કેક હાડકું તોડીશ.'

કાલીચંદે તેને સમજાવી. 'પથ્થર મારનારી વ્યક્તિ જુદી છે. આ પત્રકાર છે. અને આપણે પત્રકારો જોડે સંમાનપૂર્વક વરતવું જોઈએ.' હવે કાળકાએ તેની સામે નવી નજરે જોયું.

અરુણા તથા મામદ ઊભાં થઈ ગયાં હતાં. મામદે ફરી એક વાર તેની પાછળ સ્થાન લઈ લીધું હતું. કાલીચંદના શબ્દો કાને અથડાતાં તે દ્વિધામાં પડી ગયો. અરુણાની ડોક પરથી તેણે પંજો પાછો ખેંચી લેવો કે નહીં?

'આનું શું કરવાનું છે?' અંતે કાલીચંદ સામે જોતાં તેણે પૂછી લીધું.

'મરઘીની ડોક હાથમાં આવે તો ખાટકી શું કરે ?' તેણે સામો પ્રશ્ન કર્યો અને મામદ કાંઈ સમજે એ પહેલાં ઉત્તર પણ દીધો, 'આપણે સંમાનપૂર્વક આ મરઘી હલાલ કરવાની છે, પણ હમણાં નહીં.'

કૉમ્પ્યુટરની ગતિએ કામ કરતા કાલીચંદના મગજે એક એક નવી યોજના ઘડી કાઢી હતી. નવી ચાલ તેણે વિચારી લીધી હતી. તેની સમસ્યાનો ઉકેલ મુશ્કેલ નહોતો. કારણ કે તે ઊધઈની જેમ સમસ્યાના મૂળમાં ઉતરી ગયો હતો. ચોપાસથી વિચારતાં તેને લાગ્યું કે તેણે ફક્ત એક રાત વિતાવવાની છે. ગમે તેમ કરી સૂર્યોદય સુધી ટકી રહેવાનું છે.

હજી રાતના નવ થયા હતા. સવારે આ જ સમયે લીલિયા મહેલનો એક કક્ષ શ્રદ્ધાળુઓ માટે મંદિર તરીકે ઉઘાડો મૂકવાનો હતો. પરોઢિયાથી લોકોનો ધસારો શરૂ થવાનો હતો. બાકીના ત્રણ શત્રુઓને થોડાંક કલાકો

સુધી રોકી શકાય તો બાજી તે જીતી લે. મંદિરની મૂહુર્ત વિધિઓમાં ભાગ લેવા ત્રણ મંત્રીઓ જોડે એસ.પી. સાહેબ પોતે આવવાના હતા.

ચારે શત્રુઓને જેલ ભેગા કરવા કાલીચંદ માટે મુશ્કેલ કામ નહોતું, કારણ કે આ ચારમાં કકું પણ એક હતી. બાકીના ત્રણેને તે કંકુના સાગરીતો જાહેર કરી શકે; પરંતુ આ હવામહેલમાં તે આખી રાત ગાળી જ ન શકે.

અરુણાને ઢાલ બનાવી તેણે અંગરક્ષકો સાથે ભોંયરામાં ઊતરી જવાનું નક્કી કર્યું. લીલિયા મહેલમાં પ્રવેશવાનો માર્ગ એક જ હતો. ત્યાં મોરચો માંડી શત્રુઓને પ્રવેશતા રોકી શકાય. સરળતાથી ભડાકે દઈ શકાય.

તેણે કબાટમાંથી સરબતસિંહની પિસ્તોલ કાઢી; તેમાં ગાળીઓ ભરી અને કાળકાના હાથમાં સોંપી. મામદના ખભે રાઇફલ હતી. ઓરંગઝેબની તલવાર પોતાના રક્ષણ માટે પૂરતી હતી. તે પ્રસન્ન હતો. તલવારથી પણ અને જાળમાં આવેલી અરુણા જેવી કિંમતી માછલીથી પણ. જ્યાં સુધી આ જળપરી તેના કબજામાં હતી, કોઈ તેને આંગળી અડાડી શકવાનું નહોતું.

અરુણાનો એક હાથ મામદે પકડ્યો ને બીજો કાળકાએ. ત્રણે જણા સીડીઓ તરફ આગળ વધ્યાં. પાછળ નાગી તલવાર લઈ કાલીચંદ ચાલ્યો. હજી તેઓએ સીડી ઊતરવાની શરૂઆત કરી હતી અને હવામહેલની લાઇટ ગુમ થઈ ગઈ.

ટેલિફોનના વાયર પહેલાંથી કપાઈ ગયા હતા. વીજળી પણ ચાલી જતાં હવામહેલ નિરાધાર થઈ અંધારામાં ડૂબી ગયો. કાળકા તથા મામદ અરુણા સાથે જ્યાંના ત્યાં થોભી ગયાં.

'ગભરાશો નહીં !' તતક્ષણ નિર્ણય લેતાં કાલીચંદે કહ્યું, 'અંધકાર આપણા લાભમાં છે. કાંઈ પણ થાય; આ છોકરીને હાથમાંથી ચસકવા ન દેતાં.'

ફરી અરુણાને જકડી બંને જણાં આગળ ચાલ્યાં.

સીડીઓ ઊતરી તે બેઠકખંડ પાછળના દરવાજા સુધી આવ્યાં અને બહાર નીકળી થોભી ગયાં, ગોરખ આમલીની પેલે પારથી સતીસ્થળનો ઝાંખો પ્રકાશ ચળાઈને અહીં સુધી પથરાતો હતો. કાલીચંદને પ્રશ્ન થયો : કોઈ દેખાતું કેમ નથી ? શક્ય તેટલી ઝડપે વિચારો દોડાવી શત્રુઓની રમત કળવાનો તેણે પ્રયાસ કર્યો. ચિત્ર સ્પષ્ટ ખડું ન થતાં તેણે આગળ વધવા સંકેત દીધો.

દબાયેલા પગ આગળ વધતાં તેઓ ભોંયરાના પ્રવેશ સુધી આવી પહોંચ્યાં. અહીં ખોદકામ દરમિયાન જમીન ધસી ગઈ હોવાનાં કારણે ગાબડાવાળા ભાગ પર તાલપતરી પાથરી દેવામાં આવી હતી.

સૌ પ્રથમ તાલપતરી ખસેડી લઈ કાલીચંદ અંદર ઊતરી ગયો. પછી તેણે કાળકાને અંદર આવવા ઇશારો કર્યો. તે ભોંયરામાં ઊતરે એ પહેલાં મામદે અરુણા પાછળ સરકી પોતાની રાઈફલની નાળ તેના માથે ગોઠવી દીધી. કાળકા ભોંયરાની કોરે બેસી અંદર કૂદી પડી.

હવે વારો મામદ તથા અરુણાનો હતો. બંને જણાં એકસાથે ઊતરે એ શક્ય નહોતું. પહેલાં મામદ ઊતરે તો અરુણા છટકી જાય. મામદ તેને પહેલાં ઉતારે તો થોડીક પળો માટે તે એકલો પડી જાય. ભય બંને તરફ હતો. ભય ચોપાસ હતો.

અરુણાએ તેની દ્વિધા સમજી લેતાં ઝડપથી પોતાના એક હાથ વડે રાઈફલની નાળ પોતાના માથા પરથી શકય તેટલી ઊંચી લઈ લીધી. એ જ પળે મામદે ઘોડો દાબી દીધો. ગોળીબાર હવામાં થયો. બીજી પળે અંધારામાંથી એક તીર આવ્યું અને મામદની છાતીમાં ઊંડે સુધી ઊતરી ગયું. તે ત્યાં જ ઢળી પડ્યો. પાછળ જોયા વિના અરુણા પુરપાટ દોડી અંધારામાં અલોપ થઈ ગઈ.

કાલીચંદને વધુ દુઃખ ન થયું, અરુણાની ઉપયોગિતા લગભગ પૂર્ણ થઈ હતી. અલબત્ત, તે ભોંયરામાં સાથે હોત તો કાલીચંદ તેની પાસેથી શત્રુની સ્કીમ ઓકાવી શક્યો હોત. તેણે આટલું કલ્પી લીધું હતું : શત્રુતા ધન

માટે નહોતી, ધન પર ફણીધરની જેમ બેઠેલા નાગ જેવા કાલીચંદ સામે હતી. તે નિશ્ચિંત હતો. ભૂગર્ભની સુરક્ષિતતામાં તેને હવે કોઇનો ભય નહોતો. કાંઈ દુઃખ હોય તો એ માત્ર મામદનું હતું. એક વિશ્વાસુ અંગરક્ષક તેણે ખોયો હતો.

કાળકા જોડે તે ભોંયરામાં દોડી ગયો. થોડા થોડા અંતરે અહીં ફાનસ ઝૂલી રહ્યાં હતાં. લીલિયા મહેલની પણ તેણે સફાઈ કરાવી પેટ્રોમૅક્સની બત્તીઓ ગોઠવી દીધી હતી. સવારે અહીંનો બેઠક–કક્ષ સતીમાતાના મંદિર તરીકે ખુલ્લો મૂકવાનો હતો.

કાળકાને તેણે બેઠકકક્ષના પ્રવેશમાં પિસ્તોલ સાથે બેસાડી દીધી. અહીંથી તે ભોંયરાને અંતિમ વળાંક સુધી જોઈ શક્તી હતી. કાલીચંદ પોતે તલવાર લઈ બેઠકકક્ષમાં દાખલ થયો. અંદરની વ્યવસ્થા જોઈ તેણે સંતોષ વ્યક્ત કર્યો.

સિનેમાના પોસ્ટર જેવો સ્મિત વેરતો પૂજાનો એક ફોટોગ્રાફ દીવાલ પર શોભી રહ્યો હતો. નીચે બે ફૂટ ઊંચા બાજઠ જેવો મંચ ખડો કરવામાં આવ્યો હતો. મુહૂર્ત સમયે અહીં દસ પંડિતો એકસાથે બેસી પૂજાપાઠ કરી શકે તેટલી વ્યવસ્થા હતી.

હજી અહીં ધૂપબત્તી તથા લોબાન કરવાની જરૂર હતી. હજી ફોટોગ્રાફ પર ફૂલોની માળા મૂકવાની હતી. હજી દીવડીઓ સળગાવવાની પણ બાકી હતી.

તલવાર સાથે તે થોડીક પળો મંચ પર ઊભો રહ્યો. જાણે તે કેમેરા સામે ઊભો હોય એમ તેણે બે–ત્રણ વાર પોઝ બદલ્યા. પછી નીચે ઊતરી તે લાકડાના એક કબાટ પાસે આવ્યો. પળભર તે એને જોઈ રહ્યો.

કબાટ પાછળ શયનકક્ષનો દરવાજો આખેઆખો સંતાઈ ગયો હતો. કબાટને જોતાં એવું લાગતું હતું, જાણે ત્યાં દરવાજો જ ન હોય. તેના ચહેરા પર સ્મિત ફરી વળ્યું. આ તેનું પોતાનું રહસ્ય હતું.

કાળકાની મદદ વડે અહીંથી ચાંદીના સાતે પટારા ખસેડી તેણે શયનકક્ષમાં ગોઠવી દીધા હતા. જો કે આ કાજે તેને કોઈની મદદ લેવાની જરૂર નહોતી. દરેક પટારા નીચે ચાર ચાર નાનાં પૈડાં હતાં. એક બાળક પણ તેને ખેંચી એક ઓરડામાંથી બીજા ઓરડામાં લઈ જઈ શકે. સાતે પટારા રેલગાડીના ડબ્બાઓ જેમ ખરેખર એકમેક સાથે સંકળાયેલા હતા. કાળકાએ તો ફક્ત એક જ પટારો ખેંચ્યો હતો. બાકીના છ આપમેળે ખેંચાઈ આવ્યા હતા.

એકાએક ચીસ પાડી કાળકાએ પિસ્તાલનો ઘોડો દાબ્યો. એક ભયાનક ધડાકો થયો. તેના પડઘા પણ ઊઠ્યા અને ભોંયરાની ગોળ ગોળ દીવાલો સાથે ઘૂમરાતા અંદરોઅંદર અથડાતા રહ્યા.કાલીચંદે જોયું તો પ્રવેશ પાસે ધુમાડાના ગોટા ઊઠી રહ્યા હતા. કાળકા ખાંસી પર ખાંસી ખાઈ રહી હતી.

કાલીચંદ પરિસ્થિતિ ગ્રહણ કરે એ પહેલાં અશ્રુવાયુનો એક વધુ ટોટો આવ્યો અને વધુ ગોટા ફેલાયા. ધુમાડાના કારણે વાતાવરણ ધૂમિલ થયું હતું. આ ધુમ્મસનો લાભ લઈ શત્રુ અંદર ધસી આવી શકતા હતા. ખોં ખોં કરતી કાળકા થોડી થોડી વારે ભોંયરાના પ્રવેશ તરફ નાળ રાખી સાવધાની ખાતર ગોળીબાર કરી લેતી હતી. કોઈ આગળ વધવાની મૂર્ખાઈ કરે તો ધરબાઈ જાય.

અશ્રુવાયુના વધુ બે ટોટા સુરસુરિયાની જેમ તરફડતા આવ્યા અને કાલીચંદની છાતી બેસી ગઈ. ધુમાડાના ગોટા હવે બેઠકખંડમાં ફેલાઈ રહ્યા હતા, 'કાળકા !' તેણે રાડ પાડી, 'અહીં ચાલી આવ!'

કાળકાએ પોતાનું સ્થાન છોડતાં પહેલાં એક વધુ ગોળી છોડી. એક વધુ ધડાકો થયો અને થોડાંક વધુ પડઘા ઊઠ્યા. આમાં ચીસનો એક અવાજ પણ ભળ્યો. દોડી જતી કાળકાને આશ્ચર્ય સાથે આનંદ પણ થયો. તેણે તો ધૂંધમાં ગોળી છોડી હતી. કોઈ તેનો ભોગ બન્યું હતું.

કાળકા આવતાં કાલીચંદે તેની મદદ વડે કબાટ ખસેડ્યો. બીજી મિનિટે પાછળનો દરવાજો પણ ખોલી નાખ્યો. અંદર સરકી જતાં પહેલાં તેણે કાળકાને સંકેત દીધો. કાળકાએ પિસ્તોલવાળો હાથ ઊંચો લઈ

પેટ્રોમેક્સની બત્તી ઉડાડી મૂકી. બેઠકકક્ષમાં અંધકાર પથરાઈ ગયો. તરત કાલીચંદ જોડે તે પણ શયનકક્ષમાં પ્રવેશી ગઈ.

ફરી એક વાર બંનેએ મળી કબાટને પાછળથી ખેંચ્યો અને પાછો તેના સ્થાને ગોઠવી દીધો. હવે કાલીચંદને થોડી રાહત થઈ. શત્રુઓ બેઠકખંડમાં ધસી આવે તો યે તેઓને કાંઈ મળવાનું નહોતું. બલ્કે શત્રુઓની આંખો પહોળી થઈ જવાની હતી. તેઓ કલ્પી નહોતા શકવાના કે બંને જણાં ક્યાં ગુમ થઈ ગયાં હશે ? કદાચને આને તેઓ મહાસતીનો ચમત્કાર સમજે તો નવાઈ નહીં. તે અવાજ વિના હસી પડ્યો.

શયનકક્ષમાં ધૂપ અંધકાર હતો. નહિતર તેનું મૌન હાસ્ય કાળકાએ જરૂર જોયું હોત ! કાલીચંદને ક્ષણિક ખ્યાલ આવ્યો, શું અહીં અંધારાં દૂર કરવાની જરૂર છે? એક આખી રાત શયનકક્ષમાં ગાળવાની હતી. સાથે અલમસ્ત કાળકા હતી અને કાલીચંદના વિચારોમાં મેલ હતો.

છતાં તેણે એક દીવડી સળગાવી. આના કારણે શયનકક્ષનું વાતાવરણ વધુ રોમાંચક બની ગયું. એકસાથે સાત સાત રખાતો સાથે મહારાજા ભોગવિલાસ કરી શકે એટલો વિશાળ અહીં સોનાનો પલંગ હતો. છતમાં કિંમતી પથ્થરો મઢ્યું ચિતરામણ થયું હતું. દીવાલો પર અરીસા તથા નગ્ન વિદેશી–સ્ત્રીઓનાં તૈલચિત્રો શોભી રહ્યાં હતાં. એક જ દીવડીનાં પ્રતિબિંબ તે ઠેક–ઠેકાણે જોઈ શકતો હતો. એક જ કાળકાને તે દરેક દીવાલ પર નિહાળી શકતો હતો.

હવે તેનાથી ન રહેવાયું, ક્યારેય સંયમ ન ખોનારો કાલીચંદ આખરે તો પુરૂષ હતો. કાળકા ભલે દિવસના પણ રાત જેવી કાળી લાગતી હોય, આખરે તો કાલીચંદની નજરમાં તે સ્ત્રી હતી.

કાળકાની કમરમાં તે હાથ નાખવા જાય એ પહેલાં તે બોલી ઊઠી : 'અન્નદાતા !' જે દિશામાં તેની નજરો સ્થિર હતી એ દિશામાં કાલીચંદે જોયું. તેની આંખો સાથે હૃદય પણ ફાટી ગયું. ખજાનાનો એકે પટારો ક્યાંય નજરે નહોતો પડતો.

આમ કેમ બની શકે? તેણે સાતે પટારા પોતાની દેખરેખ હેઠળ અહીં ગોઠવ્યા હતા. કાળકા સાક્ષી છે. અહીંથી જાય ક્યાં ? તેણે કાળકા સામે જોયું. ફરી દીવાલ સામે જોયું. શું કોઈ જમ ઘર ભાળી ગયો હશે ? પણ કોણ ? તે કલ્પી ન શક્યો. તે ત્રિકાળજ્ઞાની હોત તો જોઈ લેત કે લીલિયા મહેલમાં ચાર દિવસો ગાળી પૂજાએ સર્વ કાંઈ જાણી લીધું હતું. ગુપ્ત ખજાનાનું રહસ્ય પણ.

તેનું માથું ભમી રહ્યું હતું. જાણે પોસ્ટમોર્ટમ થયેલું તે મડદું હોય એમ પહોળી આંખે શયનકક્ષની દીવાલોને ઘૂરી રહ્યો હતો. અને અચાનક બેઠક તથા શયનકક્ષ વચ્ચેનો દરવાજો ખૂલી ગયો. હાથમાં ફાનસ લઈ ઉંબરા વચ્ચે ઊભેલી કંકુ ખડખડાટ હસી રહી હતી. ધૂંધના ગોટા તેની આસપાસ તરી રહ્યા હતા.

કાલીચંદ તથા કાળકા સ્તબ્ધ થઈ જોઈ રહ્યાં. ક્યારે કબાટ ખસી ગયો એ બંને માટે રહસ્ય હતું. વિશેષમાં પ્રેતની જેમ દરવાજામાં ફાનસ લઈ બિનધાસ્ત ઊભેલી કંકુને જોઈ બંનેનાં મોતિયાં મરી ગયાં હતાં. પળભર માટે કાલીચંદ પોતાની તલવાર વીસરી ગયો અને કાળકા પોતાની બંદુક.

બંનેમાંથી એક હોશમાં આવે એ પહેલાં કંકુએ સળગતા ફાનસનો છુટ્ટો ઘા કર્યો. કાળકા વચ્ચેથી ખસવા ગઈ; પરંતુ તે વાંસો ફેરવે એ પહેલાં ફાનસે તેને ઝડપી લીધી. કાળકાનું પહેરણ સળગી ઊઠ્યું. તે જીવતી મશાલ બની ગઈ.

ચીસો પાડતી, ભડકે બળતી તે સહાય માટે કાલીચંદ તરફ દોડી. કાલીચંદ તેનાથી બચવા આગળ દોડ્યો, કંકુ ફરી ખડખડાટ હસી પડી. કાલીચંદ પાછળ થોડે દૂર સુધી જઈ કાળકા પછડાઈ ગઈ.

કાલીચંદ લીલિયા મહેલ પાછળના ભોંયરામાં પ્રવેશી ગયો હતો. તેની રમત પૂર્ણ થઈ હતી. તે લગભગ પાગલ બની ગયો હતો. હાથમાં નાગી તલવાર લઈ દોડતો તે બરાડા પણ પાડતો જતો હતો. 'જાણો છો, હું કોણ

છું? હિઝ હાઈનેસ કાલીચંદ મહારાજ! યાદ રાખજો : તમે મને પડકાર્યો છે! સુતેલા સાવજને છંછેડ્યો છે ! કોઈને જીવતા નહીં છોડું. અક્કેકને પકડી પાડીને હાથીના પગ તળે ચડાવી નાખીશ.'

આ ભોંયરું મુંજ સરોવરને પેલે પાર ઝાડીઓમાં ક્યાંક નીકળતું હતું. કાલીચંદ બરાડા પાડતો, તલવાર વીંઝતો ભોંયરામાં દોડી રહ્યો હતો. તેની તલવાર દીવાલો સાથે અથડાતાં ખડિંગ, ખડિંગ અવાજો ઊઠતા.

થોડી વારે તે છેડે આવ્યો, ભોંયરામાંથી બહાર નીકળી તલવારના ત્રણ–ચાર વાર કર્યા અને ઝાડીઓને કાપતો ખુલ્લામાં આવ્યો. ચંદ્રમાને તેની દશા જોઈ હસવું આવી ગયું.

'મરદના દીકરા હો તો આવી જાવ સામે!' તેણે ફરી ત્રાડ પાડી, 'છઠ્ઠીનું દૂધ યાદ દેવડાવી દઈશ! જાણો છો હું કોણ છું ? મહારાજાધિરાજ હિઝ રોયલ હાઇનેસ કાલીચંદ...'

થોડે છેટેના એક વૃક્ષની ડાળે બેસી તેની વાટ જોતો કોસો નીચે કૂદી પડ્યો. કાલીચંદ પહોળી આંખે તેની સામે જોઈ રહ્યો. કોસોના હાથમાં ધનુષ હતું. પીઠ પરના ભાથામાંથી બાણ ડોકિયાં કરી રહ્યા હતાં.

કાલીચંદની આંખોમાંથી ગાંડપણ દૂર થઈ ગયું. વાસ્તવિકતા સામે આવી ગઈ. હાથમાં ઝાલેલી તલવાર ઘાસનું તણખલું બની ગઈ. મૃત્યુ સામે ઊભું હતું. પણછ પર બાણ ચઢી ચૂક્યું હતું.

'દીકરા !' તે ગળગળો થઈ બોલી ઊઠ્યો, 'તું મને મારીશ? તારા પિતાની હત્યા કરી તારી માનો ચૂડલો ભાંગીશ ?'

'ચૂડલો પહેલાં જ ભાંગી ચૂક્યો છે !'

'હું ન માનું.' તેણે મૂંઝવણ અનુભવી. 'કજરી પતિવ્રતા છે. એનામાં ઘોટુલના સંસ્કાર છે. મારા જીવતેજીવ તે વિધવા ન બની શકે ! અશકય...'

'કાલીચંદ!' કોસોએ તેને લલકાર્યો, 'એ તો માનીશ ને કે ત્રાટક કરાવી તેં મારા બાપુનું કાસળ કઢાવી નાખ્યું હતું ?'

'દીકરા, આ વિજ્ઞાનનો યુગ છે. આપણે એકવીસમી સદીમાં જઈ રહ્યા છીએ અને તું પણ આવા વહેમોમાં માનતો થઈ ગયો? આ તો મને બદનામ કરવા માટે વહેતી મુકાયેલી અફવા છે.'

'અને સતીકાંડ?'

કાલીચંદે કાંઈ કહેવા હોઠ ખોલ્યા અને તેનું મ્હોં ઉઘાડું રહી ગયું. ધનુષમાંથી બાણ છૂટી ચૂક્યું હતું. તે ફાટેલા ડોળે કોસો સામે જોઈ રહ્યો. તેના ઉઘાડા મ્હોંમાં દાખલ થઈ બાણ ડોકમાંથી અર્ધું બહાર નીકળી ગયું હતું. હાથમાં તલવાર લઈ હજી તે ખોડાઈને ઊભો હતો.

કોસોએ ભાથામાંથી બીજું બાણ કાઢી પણછ ખેંચી. હવાને ચીરતું આ તીર તેની બંને આંખો વચ્ચે ઘુસી ગયું. ચશ્માની ફ્રેમ બે કટકા થઈ ફેંકાઈ ગઈ. તે પોતે ઊછળી ભોંય પર પછડાઈ ગયો. કોસોએ ત્રીજું બાણ કાઢ્યું.

હવે કાલીચંદ તરફડી રહ્યો હતો. તેના હાથ–પગ ઊછળી રહ્યા હતા. બંને બાણ નિશાન પર લાગવા છતાં તેનો પ્રાણ નહોતો છૂટતો. ત્રીજું બાણ તેની છાતીમાં ઊતરી ગયું. પાપ હજી યે હવાતિયાં મારી રહ્યું હતું. હજી યે પુણ્યને પડકારી રહ્યું હતું.

કોસોને ચોથું બાણ પણછ પર ચઢાવવાની ફરજ પડી. પાંચમું, છઠ્ઠું, સાતમું... ભાથામાં પંદર બાણ હતાં. આ પંદરે પંદર કાલીચંદના દેહમાં હથોડાથી ઠોકાયેલા ખીલા કરતાં વધુ ઊંડે ઊતરી ગયાં. તરફડાટ શાંત પડી ગયો. પાપીનો પ્રાણ નીકળી ગયો હતો.

થોડી વાર માટે કોસો તેના અચેતન શરીરને જોઈ રહ્યો. આ શેતાને કેટલાં નિર્દોષોને રંજાડ્યા હતાં? કેટલા ભોળિયાંઓને છેતર્યાં હતાં ! કેટલા શ્રદ્ધાળુઓને લૂંટ્યા હતા? કોઈ હિસાબ નહોતો. વિશેષમાં તેણે હત્યાઓ કરી હતી. પ્રમાણિક માનવીઓનાં જીવન નર્ક બનાવ્યાં હતાં.

• • •

છતાં ઈશ્વર આવા પાપીઓને જન્મ દેતો રહે છે. તેઓને પડકારવા સમયે સમયે અવતારોને પણ ધરતી પર મોકલતો રહે છે. ઈશ્વરની આ રમત કોણ સમજી શક્યું છે! આ રહસ્ય કોણ જાણી શક્યું છે?

સત્ય અને અસત્ય, અંધકાર અને પ્રકાશ, પાપ અને પુણ્યની શતરંજ આદિકાળથી ચાલતી આવી છે. શું અનંતકાળ સુધી ચાલુ રહેશે? ઉત્તર કોસોની કલ્પનાથી પર હતો.

ધીરે ધીરે તે આગળ વધી મૃતદેહ પાસે આવ્યો. મૂઈ ભેંસના ડોળા બની ગયેલી કાલીચંદની આંખો ઉઘાડા આકાશ પર સ્થિર હતી. શરીર બાણના ખેતર જેવું લાગતું હતું. નજીક પડેલી ઔરંગઝેબની તલવાર ચાંદનીમાં સ્મિત ફરકાવી રહી હતી.

તલવાર ઊંચકી તેણે બાણો વચ્ચે મૂકી અને એક વેલ વડે તેના શરીર પર બાંધી દીધી. હવે તેણે પોતાના બંને હાથમાં મૃતદેહ ઊંચક્યો. સરોવર નજીકમાં હતું. સરોવરના સામા કાંઠે ઊભેલો હવામહેલ અહીંથી જોઈ શકાતો હતો. ચાંદનીની ચાદર હેઠળ તેની સઘળી ખોડ, સઘળી વેરાની, સઘળી ઉદાસી સંતાઈ ગઈ હતી. દૂરના ડુંગરા જેમ તે રળિયામણો લાગતો હતો. તેનું પ્રતિબિંબ સરોવરમાં પૂર્ણ ચંદ્રમા સાથે જોઈ શકાતું હતું.

કોસોએ મૃતદેહનો ઘા કરી દીધો. આ જ સરોવરમાં તેણે ચાંદીના સાતે પટારા ખેંચી લાવી પધરાવી દીધા હતા. શાપિત ખજાનો સરોવરના તળિયે જઈ તુરંત બેસી ગયો હતો; પરંતુ કાલીચંદનો દેહ થોડીક મિનિટો સપાટી પર તરતો રહ્યો. પછી શાપિત તલવાર સાથે ધીરે ધીરે તળિયે જઈ ચાંદીના એક પટારા પર પથરાઈ ગયો.

અંતે કાળકાએ ભોંયરામાં છેલ્લી વાર ફાયર કરતાં જે ચીસ ઊઠી હતી તે પૂરબની હતી. તેનો ખભો વીંધાઈ ગયો હતો. અરુણા તેની પડખે હતી. પૂરબના બેભાન શરીરને ભોંયરાના પ્રવેશમાંથી ઘસડતી તે બહાર લઈ આવી હતી, તેણે જ પૂરબને હૉસ્પિટલ પહોંચાડવાની વ્યવસ્થા કરી હતી. અંતે તે સાજો થતાં બંનેએ લગ્ન કરવાનો નિર્ણય લીધો હતો.

આ દરમિયાન કોસોએ કંકુ બનેલી પૂજા જોડે પચમઢીમાં લગ્ન કરી લીધાં હતાં. સાદાઈથી ઊજવાયેલા આ પ્રસગે સુનીતાના અંગત મિત્રો સિવાય બહારના કોઇ મહેમાને હાજરી દીધી હોય તો એ ઇન્દુબાઈ તથા કાકુ હવાલદાર હતાં. સુનીતાએ મૌખિક આમંત્રણ સાથે તેઓને તેડવા કાર પણ મોકલી હતી.

લગ્ન પછી હનીમૂન માટે કંકુએ ઝરણા પર ઊભેલું ઘર પસંદ કર્યું હતું, કોસોને આમાં શું વાંધો હોય? બલ્કે આ સૂચનથી તે ખુશીથી ઝૂમી ઊઠ્યો હતો. જે ઘર તેના પિતા એમ. આરે. પોતાની નવોઢા કજરીને ભેટ દેવા પોતાના હાથે બાંધ્યું હતું એનું મહત્ત્વ તેના માટે વિશેષ હતું.

તે ઝરણાકાંઠે બેસી વાંસળી વગાડતો અને કંકુ ઢેલની જેમ તેની આસપાસ પગલાં ભરતી. કોયલની જેમ તેના કાનમાં ટહુકા કરતી. બગલાની ઊજળી પાંખો જેવો સાડીનો પાલવ તેના માથે ફેલાવતી, ચાતકની જોડી જેમ બંને કલાકો અલકમલકની વાતો કરતાં. ઝરણું ખળખળ વહ્યા કરતું. પ્રેમનું ગીત નિરંતર ગુંજ્યા કરતું.

એક મહિનો જોતજોતામાં વીતી ગયો. કંકુ માટે સાસરિયે જવું અનિવાર્ય હતું. સુનીતાના આશીર્વાદ લઈ બંને જણાં કજરી સાથે ઝાંઝાં ભણી ચાલી નીકળ્યાં. જેમ જેમ તેઓ ડુંગરા ઊતરતા ગયાં, ઊજળા સમાજનાં કપટ, પાપ, મોહમાયાથી દૂર થતાં ગયાં. સુનીતાની અબજોની મિલકત તેની સામે દયનીય દ્રષ્ટિએ જોતી રહી ગઈ.

સુનીતાનું જીવન હવે એકાકી નહોતું રહ્યું. 'જનવાદી મહિલા સંગઠન'ની તે સક્રિય કાર્યકર બની ગઈ હતી, અરુણા જરીવાલાના અખબાર 'ભોપાલ ટાઇમ્સ'ની ચાર પાનાંની રંગીન પૂર્તિની તે સંપાદિકા હતી. આ સિવાય તે પોતાનો સમય પચમઢીના અનાથ આશ્રમ 'સ્નેહસદન' ને પણ દેતી હતી. પોતાની અબજોની સંપત્તિનો કોઈ વારસ ન રહેતાં તેણે ટ્રસ્ટ કરી પછાત સ્ત્રીઓના ઉદ્ધાર માટે ખુલ્લું મૂકી દીધું હતું.

તેને કોઈ અફસોસ રહી ગયો હોય તો એ સતીપ્રકરણનો હતો. ભરચક પ્રયાસ કરવા છતાં તે શ્રદ્ધાળુઓને સમજાવી નહોતી શકી કે પૂજા સતી નથી થઈ. પૂજાની હત્યા થઈ છે. રોજના બસો–પાંચસો ભોળિયાંઓ આજે

પણ પરિક્રમા માટે આવતાં હતાં અને નાળિયેર વધેરી પ્રાર્થના કરતાં હતાં. હવે કાલીચંદ ન રહેતાં મંદિરનો કબજો પડદા પાછળ રહી દોરીસંચાર કરતા અદ્રશ્ય માણસો એ લઇ લીધો હતો અને પૂજા અનંતકાળ સુધી સતી તરીકે પૂજાવાની હતી.

આ રહસ્ય કે પૂજાના સ્થાને કંકુની હત્યા થઈ હતી અને પ્લાસ્ટિક સર્જરી કરાવી પૂજાએ કંકુનું રૂપ ધારણ કરી લીધું હતું, સ્મિતા તથા ડૉક્ટર રમેશ સિવાય ઊજળા સમાજમાં કોઈ જાણવાનું નહોતું – સુનીતા પણ નહીં.

•••

નીચે દર્શાવેલાં પુસ્તકોનો ઉપયોગ આ નવલકથાના સર્જનમાં મેં મારી રીતે કર્યો છે તેની સૂચિ વાચકોની જાણ ખાતર મૂકી છે

(૧) માનવમૂત્રઃ રાવજીભાઈ, (૨) ઓટો યુરીન થેરપી : જગદીશ, (૩) વૉટર ઓફ લાઈફ : આર્મસ્ટ્રોંગ, (૪) વૂમન ઇન વ્હાઈટ : (નવલકથા), (૫) ગોલોઃ આચાર્ય ચતુરસેન શાસ્ત્રી, (૬) ગૉડસન (નવલકથા), (૭) ટ્રાયલ બાય ફાયર (કહેવાતી સતી રૂપકુંવર પર એક રિપોર્ટાજ), (૮) માંડવ અને બૂઢીમાંડવ : (લેખ) પ્રદીપ સંઘવી, (૯) મધ્યપ્રદેશ પર્યટન વિભાગની પુસ્તિકાઓ, (૧૦) જુદાં જુદાં અખબારો તથા સામયિકોમાં પ્રકાશિત સતી વિષયના લેખો, (૧૧) ધી મુરીઆ ઍન્ડ ધેર ઘોટુલ : (સંશોધન) એલ્વિન

– આબિદ સુરતી

આબિદ સુરતી:

અત્યાર સુધીમાં ૮૦ પુસ્તકો પ્રકાશિત થયેલ છે, જેમાંથી ૫૦ નવલકથા, ૧૦ વાર્તા સંકલન, ૭ નાટક, ૧૦ બાળકો માટેના પુસ્તકો, ૧ પ્રવાસ વિષે, ૨ ગઝલ સંકલન, ૩ સંસ્મરણ અને બહુ બધાં કોમિક્સ. ૬૦ વર્ષથી ગુજરાતી તથા હિન્દીની વિવિધ પત્રિકાઓ અને અખબારમાં લેખન. નવલકથાનું કન્નડ, મરાઠી, મલયાલમ, ઉર્દૂ, પંજાબી, બંગાળી અને અંગ્રેજીમાં અનુવાદ પણ થયેલ છે. ૨ નવલકથા – 'સૂફી' અને 'વાસકસજ્જા'નો અનુવાદ પેંગ્વિન દ્વારા અંગ્રેજીમાં પ્રકાશિત થયેલ છે.

સમ્માન - પુરસ્કાર:

૧. ડૉ. ચિંચૂનાં ચમત્કાર (ગુજરાતી કોમિક): ૧૯૭૦ ગુજરાત સરકાર દ્વારા પુરસ્કૃત
૨. દાગ (નવલકથા): ૧૯૭૬ નાથાની ટ્રસ્ટ દ્વારા પુરસ્કૃત (મુંબઈ)
૩. તીસરી આંખ (વાર્તા સંકલન): ૧૯૯૩ રાષ્ટ્રપતિ દ્વારા પુરસ્કૃત
૪. સૌહાર્દ સમ્માન: ઉત્તરપ્રદેશ હિન્દી સંસ્થાન
૫. જીવન ગૌરવ પુરસ્કાર: ૨૦૧૫ મહારાષ્ટ્ર રાજ્ય હિન્દી સાહિત્ય અકાદમી
૬. જીવન ગૌરવ પુરસ્કાર: ૨૦૧૭ મહારાષ્ટ્ર રાજ્ય ગુજરાતી સાહિત્ય અકાદમી
૭. લિજેન્ડ ઓફ ઇન્ડિયન અનિમેશન અવોર્ડ: ૨૦૨૨ ટૂન્ઝ મીડિયા ગ્રુપ
૮. વ્યંગ યાત્રા ધર્મવીર ભારતી સ્મૃતિ બૈઠે ઠાલે સમ્માન ૨૦૨૨

Email: aabidssurti@gmail.com / Web: www.ddfmumbai.org

www.ingramcontent.com/pod-product-compliance
Lightning Source LLC
LaVergne TN
LVHW060424051026
849518LV00007B/2704